பார்த்

கல்கி ரா. கிருஷ்ணமூர்த்தி

உள்ளடக்கம்

முதல் பாகம்

இரண்டாம் பாகம்

மூன்றாம் பாகம்

முதற்பாகம்

அத்தியாயம் ஒன்று

தோணித்துறை

காவேரி தீரம் அமைதி கொண்டு விளங்கிற்று. உதயசூரியனின் செம்பொற்கிரணங்களால் நதியின் செந்நீர்ப் பிரவாகம் பொன்னிறம் பெற்றுத் திகழ்ந்தது. அந்தப் புண்ணிய நதிக்குப் 'பொன்னி' என்னும் பெயர் அந்த வேளையில் மிகப் பொருத்தமாய்த் தோன்றியது. சுழிகள் - சுழல்களுடனே விரைந்து சென்றுகொண்டிருந்த அந்தப் பிரவா கத்தின் மீது காலை இளங்காற்று தவழ்ந்து விளையாடி இந்திர ஜால வித்தைகள் காட்டிக் கொண்டிருந்தது. சின்னஞ்சிறு அலைகள் ஒன்றோ டொன்று லேசாக மோதிய போது சிதறி விழுந்த ஆயிரமாயிரம் நீர்த்துளிகள் ஜாஜ்வல்யமான ரத்தினங்களாகவும், கோமேதகங்களாகவும், வைரங்களாகவும், மரகதங்களாகவும் பிரகாசித்துக் காவேரி நதியை ஒரு மாயாபுரியாக ஆக்கிக் கொண்டிருந்தன.

ஆற்றங்கரையில் ஆலமரங்கள் நெடுந்தூரத்துக்கு நெடுந்தூரம் விழுதுகள் விட்டு விசாலமாய்ப் படர்ந்திருந்தன. மரங்களின் பழைய இலைகள் எல்லாம் உதிர்ந்து புதிதாய்த் தளிர்விட்டிருந்த காலம். அந்த இளந் தளிர்களின் மீது காலைக் கதிரவனின் பொற் கிரணங்கள் படிந்து அவற்றைத் தங்கத் தகடுகளாகச் செய்து கொண்டிருந்தன. கண்ணுக் கெட்டிய தூரம் தண்ணீர் மயமாய்த் தோன்றிய அந்த நதியின் மத்தியில் வடகிழக்குத் திசையிலே ஒரு பசுமையான தீவு காணப்பட்டது. தீவின் நடுவில் பச்சை மரங்களுக்கு மேலே கம்பீரமாகத் தலை தூக்கி நின்ற மாளிகையின் தங்கக் கலசம் தகதகவென்று ஒளிமயமாய் விளங்கிற்று. அந்த மனோகரமான காலை நேரத்தில் அங்கு எழுந்த பலவகைச் சத்தங்கள் நதி தீரத்தின் அமைதியை நன்று எடுத்துக் காட்டுவனவாயிருந்தன. விசாலமான ஆலமரங்களில் வாழ்ந்த பறவை இனங்கள் சூரியோ தயத்தை வரவேற்றுப் பற்பல இசைகளில் கீதங்கள் பாடின. அந்த இயற்கைச் சங்கீதத்துக்கு நதிப் பிரவாகத்தின் 'ஹோ' என்ற ஓசை சுருதி கொடுத்துக் கொண்டிருந்தது. உணவு தேடும் பொருட்டு வெளியே கிளம்புவதற்கு ஆயத்தமான பறவைகள் தம் சிறகுகளை

அடித்து ஆர்ப்பரித்தன. தாய்ப் பறவைகள் குஞ்சுகளிடம் கொஞ்சிக் கொஞ்சி விடைபெற்றுக் கொண்டிருந்தன.

ஆலமரங்களுக்கு நடுவே ஓங்கி வளர்ந்திருந்த அரச மரம் தன் இலைகளைச் சலசலவென்று ஓசைப்படுத்தி 'நானும் இருக்கிறேன்' என்று தெரியப்படுத்திற்று. நதி ஓரத்தில் ஆலம் விழுதுகளில் கட்டிப் போட்டிருந்த தெப்பங்களைத் தண்ணீர்ப் பிரவாகம் அடித்துக் கொண்டு போவதற்கு எவ்வளவோ வீராவேசத்துடன் முயன்றது; அது முடியாமற் போகவே, 'இருக்கட்டும், இருக்கட்டும்' என்று கோபக் குரலில் இரைந்து கொண்டே சென்றது. கரையில் சற்றுத் தூரத்தில் ஓர் ஆலமரத்தினடியில் குடிசை வீடு ஒன்று காணப்பட்டது. அதன் கூரை வழியாக அடுப்புப் புகை வந்து கொண்டிருந்தது. அடுப்பில் கம்பு அடை வேகும் வாசனையும் லேசாக வந்தது. குடிசையின் பக்கத்தில் கறவை எருமை ஒன்று படுத்து அசைபோட்டுக் கொண்டிருந்தது. அதன் கன்று அருகில் நின்று தாய் அசைபோடுவதை மிக்க ஆச்சரியத்துடனே உற்று நோக்கிக் கொண்டிருந்தது. டக்டக், டக்டக், டக்டக்! அந்த நதிதீரத்தின் ஆழ்ந்த அமைதியைக் கலைத்துக் கொண்டு குதிரைக் குளம்படியின் சத்தம் கேட்டது. டக்டக், டக்டக், டக்டக்....! வரவர அந்தச் சத்தம் நெருங்கி வந்து கொண்டிருந்தது. இதோ வருகிறது, நாலு கால் பாய்ச்சலில் ஒரு கம்பீரமான குதிரை. அதன் மேல் ஆஜானுபாகுவான வீரன் ஒருவன் காணப்படுகிறான். வந்த வேகத்தில் குதிரையும் வீரனும் வியர்வையில் முழுகியிருக்கிறார்கள். தோணித்துறை வந்ததும் குதிரை நிற்கிறது. வீரன் அதன் மேலிருந்து குதித்து இறங்குகிறான்.

குடிசைக்குள்ளே இளம் பெண் ஒருத்தி அடுப்பில் அடை சுட்டுக் கொண்டிருந்தாள். அருகில் திடகாத்திரமான ஒரு வாலிபன் உட்கார்ந்து, தைத்த இளம் ஆலம் இலையிலே போட்டிருந்த கம்பு அடையைக் கீரைக் குழம்புடன் ருசி பார்த்துச் சாப்பிட்டுக் கொண்டிருந்தான். ஒரு தடவை அவன் நாக்கைச் சப்புக் கொட்டிவிட்டு "அடி வள்ளி, இன்னும் எத்தனை நாளைக்கு உன் கையால் கம்பு அடையும் கீரைக் குழம்பும் சாப்பிட எனக்குக் கொடுத்து வைத்திருக்கிறதோ தெரியவில்லை!" என்றான். "தினம் போது விடிந்தால் நீ இப்படித்தான் சொல்லிக் கொண்டிருக்கிறாய். இன்னொரு தடவை சொன்னால் இதோ இந்த அடுப்பை வெட்டி காவேரியில் போட்டுவிடுவேன் பார்!" என்றாள் அந்தப் பெண். "நான் விளையாட்டுக்குச் சொல்லவில்லை, வள்ளி! மகாராஜாவும் மகாராணியும்

நேற்றுப் பேசிக்கொண்டிருந்ததைக் கேட்டேன். யுத்தம் நிச்சயமாக வரப் போகிறது" என்றான் வாலிபன். "யுத்தம் வந்தால் உனக்கு என்ன என்றுதான் கேட்கிறேன். உன்னை யார் யுத்தத்துக்கு அழைக்கிறார்கள்? உன்பாட்டுக்குப் படகோட்டிக்கொண்டு இருக்க வேண்டியதுதானே?" "அதுதான் இல்லை. நான் மகாராஜாவின் காலிலே விழுந்து கேட்டுக் கொள்ளப் போகிறன். என்னையும் யுத்தத்துக்கு அழைத்துக் கொண்டு போகச் சொல்லி."

"நான் உன் காலிலே விழுந்து என்னையும் உன்னோடு அழைத்துக் கொண்டு போ என்று கேட்டுக் கொள்ளப் போகிறேன். அதற்கு உனக்கு இஷ்டமில்லாவிட்டால் - காவேரி ஆற்றோடு போனவளை எடுத்துக் காப்பாற்றினாயோ இல்லையோ - மறுபடியும் அந்தக் காவேரியிலே இழுத்து விட்டு விட்டுப் போய்விடு." "அதுதான் சரி வள்ளி! சோழ தேசம் இப்போது அப்படித்தான் ஆகிவிட்டது. பெண்பிள்ளைகள் யுத்தத்துக்குப் போகவேண்டியது; ஆண் பிள்ளைகள் வீட்டுக்குள் ஒளிந்து கொண்டிருக்க வேண்டியது.... இரு, இரு குதிரை வருகிற சத்தம்போல் கேட்கிறதே." ஆம்; அந்தச் சமயத்தில்தான் 'டக்டக், டக்டக்' என்ற குதிரைக் காலடியின் சத்தம் கேட்டது. அந்தச் சத்தத்தினால் அவ்வாலிபனின் உடம்பில் ஒரு துடிப்பு உண்டாயிற்று. அப்படியே எச்சிற் கையோடு எழுந்தான், வாசற்புறம் ஓடினான். அங்கே அப்போது தான் குதிரை மீதிருந்து இறங்கிய வீரன், "பொன்னா! மகாராஜாவுக்குச் செய்தி கொண்டு வந்திருக்கிறேன். சீக்கிரம் தோணியை எடு" என்றான். பொன்னன் "இதோ வந்து விட்டேன்!" என்று சொல்லிவிட்டு உள்ளே ஓடினான்.

அச்சமயம் வள்ளி சட்டுவத்தில் இன்னொரு அடை தட்டுவதற்காக மாவை எடுத்துக் கொண் டிருந்தாள். "வள்ளி! உறையூரிலிருந்து செய்தி கொண்டு வந்திருக்கிறான். அவசரச் சேதியாம், நான் போய் வருகிறேன்" என்றான் பொன்னன். "நல்ல அவசரச் சேதி! அரை வயிறுகூட நிரம்பியிராதே? எனக்குப் பிடிக்கவே இல்லை" என்று வள்ளி முகத்தைத் திருப்பிக் கொண்டாள். "அதற்கென்ன செய்கிறது, வள்ளி! அரண்மனைச் சேவகம் என்றால் சும்மாவா?" என்று பொன்னன் சொல்லிக் கொண்டே அவளுடைய சமீபம் சென்றான். கோபம் கொண்ட அவளது முகத்தைத் தன் கைகளால் திருப்பினான். வள்ளி புன்னகையுடன் தன் முகத்தின் மேல் விழுந்திருந்த கூந்தலை இடது கையால் எடுத்துச் சொருக்குப் போட்டுக் கொண்டு, "சீக்கிரம் வந்துவிடுகிறாயா?" என்று சொல்லி விட்டுப்

8

பொன்னனை அண்ணாந்து பார்த்தாள். பொன்னன் அவளுடைய முகத்தை நோக்கிக் குனிந்தான். அப்போது வெளியிலிருந்து "எத்தனை நேரம் பொன்னா?" என்று கூச்சல் கேட்கவே, பொன்னன் திடுக்கிட்டவனாய், "இதோ வந்து விட்டேன்!" என்று கூச்சலிட்டுக் கொண்டு வெளியே ஓடினான்.

அத்தியாயம் இரண்டு

ராஜ குடும்பம்

பொன்னன் போன பிறகு, வள்ளி வீட்டுக் காரியங்களைப் பார்க்கத் தொடங்கினாள். குடிசையை மெழுகிச் சுத்தம் செய்தாள். மரத்தடியில் கட்டியிருந்த எருமை மாட்டைக் கறந்து கொண்டு வந்தாள். பிறகு காவேரியில் மரக் கிளைகள் தாழ்ந்திருந்த ஓரிடத்திலே இறங்கிக் குளித்து விட்டு வந்தாள். சேலை மாற்றிக் கொண்ட பிறகு மறுபடியும் அடுப்பு மூட்டிச் சமையல் செய்யத் தொடங்கினாள். ஆனால், அவளுடைய மனது என்னமோ பரபரவென்று அலைந்து கொண்டிருந்தது. அடிக்கடி குடிசை வாசலுக்கு வந்து தன்னுடைய கரிய பெரிய கண்களைச் சுழற்றி நாலாபுறமும் பார்த்துவிட்டு உள்ளே போனாள். ஏதோ விசேஷ சம்பவங்கள் நடக்கப் போகின்றன என்று ஆவலுடன் எதிர்பார்த்தவளாய்த் தோன்றினாள். அவள் எதிர்பார்த்தது வீண் போகவில்லை. சற்று நேரத்துக்கெல்லாம் உறையூர்ப் பக்கத்திலிருந்து பத்துப் பதினைந்து குதிரை வீரர்கள் வந்தார்கள். அவர்களுக்கு மத்தியில் அழகாக அலங்கரிக்கப்பட்ட இரண்டு வெள்ளைப் புரவிகளும் ஒரு தந்தப் பல்லக்கும் வந்தன. அந்த வெண் புரவிகளின் மேல் யாரும் வீற்றிருக்கவில்லை; பல்லக்கும் வெறுமையாகவே இருந்தது. திடகாத்திர தேகிகளான எட்டுப்பேர் பல்லக்கைச் சுமந்து கொண்டு வந்தார்கள்.

எல்லாரும் தோணித்துறைக்குச் சற்று தூரத்தில் வந்து நின்றார்கள்; பல்லக்குக் கீழே இறக்கப்பட்டது. குதிரை மீதிருந்தவர்களும் கீழே இறங்கிக் குதிரைகளை மரங்களில் கட்டினார்கள். இதையெல்லாம் குடிசை வாசலில் நின்று வள்ளி கண்கொட்டாமல் பார்த்துக் கொண்டிருந்தாள். அவள் அப்படி நிற்பதைப் பார்த்த வீரர்களில் ஒருவன், "அண்ணே! வள்ளியிடம் தண்ணீர் வாங்கிக் குடித்துவிட்டு வரலாம்" என்றான். "அடே, வேலப்பா! காவேரி நிறையத் தண்ணீர் போகிறது. வள்ளியிடம் என்னத்திற்காகத் தண்ணீர் கேட்கப் போகிறாய்?" என்றான் மற்றவன். "இருந்தாலும் வள்ளியின் கையால் தண்ணீர் குடிப்பது போல ஆகுமா, அண்ணே!" இப்படி பேசிக் கொண்டு இருவரும் குடிசையருகில் வந்து சேர்ந்தார்கள். "வள்ளி! கொஞ்சம் தாகத்துக்குத் தண்ணீர் தருகிறாயா?" என்று வேலப்பன் கேட்டான்.

வள்ளி உள்ளே விரைவாகச் சென்று சட்டியில் மோர் எடுத்துக் கொண்டு வந்து இரண்டு பேருக்கும் கொடுத்தாள். அவர்கள் குடிக்கும்போதே "மகாராஜா இன்றைக்கு உறையூருக்குப் போகிறாராமே? ஏன் இவ்வளவு அவசரம்? இந்த மாதமெல்லாம் அவர் 'வசந்த மாளிகையில்' இருப்பது வழக்கமாயிற்றே?" என்று கேட்டாள். "எங்களை ஏன் கேட்கிறாய், வள்ளி? உன்னுடைய புருஷனைக் கேட்கிறதுதானே? படகோட்டி பொன்னனுக்குத் தெரியாத ராஜ ரகசியம் என்ன இருக்கிறது?" என்றான் வேலப்பன். காலையில் சாப்பிட உட்கார்ந்தார்; அதற்குள் அவசரமாய் ஆள் வந்து, மகாராஜாவுக்குச் சேதி கொண்டு போக வேண்டுமென்று சொல்லவே, எழுந்து போய் விட்டார். சரியாகச் சாப்பிடக் கூட இல்லையே!" என்றாள் வள்ளி. "பாரப்பா, புருஷன் பேரில் உள்ள கரிசனத்தை! பெண்சாதி என்றால் இப்படியல்லவோ இருக்க வேணும்!" என்றான் வேலப்பன். வள்ளியின் கன்னங்கள் வெட்கத்தால் குழிந்தன. "சரிதான் போங்கள்! பரிகாசம் போதும்" என்றாள். "இல்லை வள்ளி! இந்த மாதிரி பரிகாசமெல்லாம் இன்னும் எத்தனை நாளைக்குச் செய்யப் போகிறோம்?" என்றான் வேலப்பன். "ஏன் இப்படியெல்லாம் பேசுகிறீர்கள்? என்ன சமாசாரம் என்றுதான் சொல்லுங்களேன்!" என்றாள் வள்ளி. "பெரிய யுத்தம் வரப்போகிறதே, தெரியாதா உனக்கு?" "ஆமாம்; யுத்தம் யுத்தம் என்றுதான் பேச்சு நடக்கிறது. ஆனால் என்னத்துக்காக யுத்தம் என்றுதான் தெரியவில்லை."

"நாலைந்து வருஷமாய் நமது மகாராஜா, காஞ்சி நரசிம்மவர்ம சக்கரவர்த்திக்குக் கப்பம் கட்டவில்லை. வடக்கே படையெடுத்துப் போயிருந்த சக்கரவர்த்தி திரும்பி வந்துவிட்டாராம்; நமது மகாராஜா நாலு வருஷமாய்க் கப்பம் கட்டாததற்கு முகாந்திரம் கேட்பதற்காகத் தூதர்களை அனுப்பியிருக்கிறாராம். அவர்கள் இன்றைக்கு வந்து சேர்வார்களாம்" என்றான் வேலப்பன். "இதற்காக யுத்தம் ஏன் வரவேண்டும்? நாலு வருஷத்துக் கப்பத்தையும் சேர்த்துக் கொடுத்து விட்டால் போகிறது!" என்றாள் வள்ளி. "அதுதான் நம்முடைய மகாராஜாவுக்கு இஷ்டமில்லை. முன் வைத்த காலைப் பின்வைக்க முடியாது என்கிறார்." இப்படி இவர்கள் பேசிக்கொண்டேயிருக்கும் போது நடு ஆற்றில் படகு வருவது தெரிந்தது. வேலப்பனும் இன்னொருவனும் உடனே திரும்பிப் போய் மற்றவர்களுடன் சேர்ந்து கொண்டார்கள். சிறிது நேரத்துக்கெல்லாம் படகு துறையை அடைந்தது. இது பொன்னன் போகும்போது தள்ளிக்கொண்டு

போன சாதாரணப் படகல்ல; அழகிய வேலைப்பாடுகளுடன் ஒரு பக்கம் விமானம் அமைத்துச் செய்திருந்த ராஜ படகு. படகின் விமானத்தில் மூன்று பேர் அமர்ந்திருந்தார்கள். அவர்களைப் பார்த்ததும் ராஜகுடும்பத்தினர் என்று தெரிந்து கொள்ளலாம். பார்த்திப சோழ மகாராஜாவும், அருள்மொழி மகாராணியும், இளவரசர் விக்கிரமனுந்தான் அவர்கள்.

அறையில் பூண்ட உடைவாளும், கையில் நெடிய வேலாயுதம் தரித்த ஆஜானுபாகுகளான இரண்டு மெய்க் காவலர்கள் படகின் இரு புறத்திலும் நின்று கொண்டிருந்தார்கள். பொன்னனும் இன்னொருவனும் படகு தள்ளிக் கொண்டு வந்தார்கள். படகு கரை சேர்ந்ததும், மெய்க்காவலர்கள் இருவரும் முதலில் இறங்கி, "ராஜாதி ராஜ, ராஜ மார்த்தாண்ட, ராஜகம்பீர, சோழ மண்டலாதிபதி பார்த்திப மகாராஜா, பராக்!" என்று கூவினார்கள். கரையில் நின்ற வீரர்கள் அவ்வளவு பேரும் கும்பிட்ட கைகளுடன் "மகாராஜா வெல்க" என்று எதிரொலி செய்தார்கள். படகைவிட்டு இறங்கியதும் மகாராஜா பொன்னனுடைய குடிசைப் பக்கம் நோக்கினார். குடிசை வாசலில் நின்று பார்த்துக் கொண்டிருந்த வள்ளியின் பேரில் அவருடைய பார்வை விழுந்தது. உடனே கையினால் சமிக்ஞை செய்து அழைத்தார். வள்ளி விரைவாக ஓடிவந்து தண்டனிட்டாள். மகாராஜா எழுந்திருக்கச் சொன்னவுடன் எழுந்து பொன்னனுக்குப் பின்னால் அடக்க ஒடுக்கத்துடன் நின்றாள். "வள்ளி! உன்னைப் பொன்னன் நன்றாகப் பார்த்துக் கொள்கிறானா?" என்று மகாராஜா கேட்டார். வள்ளி தலையைக் குனிந்து கொண்டு புன்னகை செய்தாள். பதில் சொல்ல அவளுக்கு நா எழவில்லை. அப்போது மகாராணி "அவளை அப்படி நீங்கள் கேட்டிருக் கக்கூடாது; பொன்னனை நீ நன்றாகப் பார்த்துக் கொள்கிறாயா?" என்று கேட்டால் பதில் சொல்லுவாள்" என்றாள்.

மகாராஜா சிரித்துவிட்டு "வள்ளி! மகாராணி சொன்னது காதில் விழுந்ததா? பொன்னனை ஜாக்கிரதையாகப் பார்த்துக் கொள். அந்தண்டை இந்தண்டை போக விடாதே. உன்னை வெள்ளத்திலிருந்து கரை சேர்த்தது போல் இன்னும் யாரையாவது கொண்டு வந்து கரை சேர்த்து வைக்கப் போகிறான்!" என்றார். வள்ளிக்கு வெட்கம் ஒரு பக்கமும், சந்தோஷம் ஒரு பக்கமும் பிடுங்கித் தின்றன. தேகம் நூறு கோணலாக வளைந்தது. ஆனால், பொன்னனோ இந்த ஹாஸ்யப் பேச்சைக் கவனித்ததாகவே தெரியவில்லை. அவன் இரு கரங்களையும் கூப்பி, "மகாராஜா! ஒரு வரங்

கொடுக்க வேணும்! யுத்தத்துக்கு மகாராஜா போகும்போது அடிமையையும் அழைத்துப் போகவேணும்" என்றான். மகாராஜா சற்று நிதானித்தார். பிறகு சொன்னார்: "பொன்னா! உன்னுடைய மனது எனக்குத் தெரியும். ஆனாலும் நீ கேட்ட வரம் கொடுக்க முடியாது. நீ இங்கே தான் இருக்க வேண்டும். போர்க்களத்திலிருந்து நான் திரும்பி வராவிட்டால், இளவரசருக்கு நீந்தக் கற்றுக் கொடுக்கும் பொறுப்பை உன்னிடம் ஒப்புவிக்கிறேன் தெரிகிறதா?" என்றார். இதைக் கேட்டதும் பொன்னன் வள்ளி இருவருடைய கண்களிலும் நீர் ததும்பிற்று. மகாராணி அருள்மொழித் தேவி ஒரு நெடிய பெருமூச்சு விட்டாள். அவளுடைய உள்ளத்தில் என்னென்ன சிந்தனைகள் கொந்தளித்து எழுந்தனவோ, யார் கண்டது! மகாராஜாவும் பரிவாரங்களும் வெகு தூரம் போன பிறகுதான் வள்ளி பழைய வள்ளியானாள். அப்போது பொன்னனைப் பார்த்து, "பார்த்தாயா! மகாராஜா என்ன சொன்னார்கள்! என்னைக் கேட்காமல் அந்தண்டை இந்தண்டை போகக்கூடாது தெரியுமா?" என்றாள். "அப்படியானால் இப்போதே கேட்டு விடுகிறேன். வள்ளி, இன்று மத்தியானம் நான் உறையூர் போகவேண்டும்" என்றான் பொன்னன். "உறையூரிலே என்ன?" என்று வள்ளி கேட்டாள். "இன்றைக்குப் பெரிய விசேஷமெல்லாம் நடக்கப் போகிறது. காஞ்சியிலிருந்து கப்பம் கேட்பதற்காகத் தூதர்கள் வரப்போகிறார்களாம். மகாராஜா `முடியாது' என்று சொல்லப் போகிறாராம். நான் கட்டாயம் போக வேணும்" என்றான் பொன்னன்.

அப்போது வள்ளி இரு கரங்களையும் குவித்துக் கொண்டு குரலைப் பொன்னன் குரல்போல் மாற்றிக் கொண்டு, "மகாராஜா! எனக்கு ஒரு வரம் கொடுக்க வேணும்; மகாராஜா யுத்தத்துக்குப் போனால் அடிமையை யும் அழைத்துப் போகவேணும்" என்றாள். "சே, போ! இப்படி நீ பரிகாசம் செய்வதாயிருந்தால் நான் போகவில்லை" என்றான் பொன்னன். இந்த உறுதியுடனேயே பொன்னன் சாவகாசமாகக் காவேரியாற்றில் இறங்கி நீந்திக் கொம்மாளம் போட்டுக் கொண்டிருந்தான். ஆனால், கொஞ்ச நேரத்துக்கெல்லாம் "டக்டக், டக்டக்" என்ற குதிரைகளின் குளம்புச் சத்தம் கேட்டதும் அவனுக்குச் சொல்ல முடியாத பரபரப்பு உண்டாயிற்று. கரையேறி ஓடி வந்து பார்த்தான் வள்ளியும் குடிசைக்குள்ளிருந்து வெளியே வந்தாள். சிறிது நேரத்துக் கெல்லாம் முதலில் ஒரு குதிரையும், பின்னால் நாலு குதிரைகளும் கிழக்குத் திசையிலிருந்து அதிவேகமாய் வந்தன. முதல் குதிரையின் மேல் இருந்தவன் கையில் சிங்க உருவம்

வரைந்து கொடி பிடித்துக் கொண்டி ருந்தான். குதிரைகள் உறையூரை நோக்கிப் பறந்தன. "சிங்கக் கொடி போட்டுக் கொண்டு போகிறார்களே, இவர்கள் யார்?" என்று வள்ளி கேட்டாள். மெய்ம்மறந்து நின்ற பொன்னன், திடுக்கிட்டவனாய் "வள்ளி! இவர்கள்தான் பல்லவ தூதர்கள், நான் எப்படியும் இன்று உறையூர் போகவேணும், நீயும் வேணுமானால் வா! உன் பாட்டனையும் பார்த்ததுபோல இருக்கும்" என்றான்.

அத்தியாயம் மூன்று

பல்லவ தூதர்கள்

பொன்னனும் வள்ளியும் தங்கள் குடிசையின் கதவைப் பூட்டிக் கொண்டு உறையூரை நோக்கிக் கிளம்பினார்கள். அவர்கள் வசித்த தோணித் துறையிலிருந்து உறையூர் மேற்கே ஒரு காத தூரத்தில் இருந்தது. அந்தக் காலத்தில் - அதாவது சுமார் ஆயிரத்தி முந்நூறு வருஷங்களுக்கு முன்பு - செந்தமிழ் நாட்டில் ரயில் பாதைகளும் ரயில் வண்டிகளும் இல்லை; மோட்டார் வண்டிகளும் தார் ரோடுகளும் இல்லை. (இவையெல்லாம் அந்த நாளில் உலகில் எந்த நாட்டிலும் கிடையாது) அரசர்களும் பிரபுக்களும் குதிரைகள் மீதும் யானை கள் மீதும் ஆரோகணித்துச் சென்றனர். குதிரை பூட்டிய ரதங்களிலும் சென்றனர். மற்ற சாதாரண மக்கள் நாட்டு மாட்டு வண்டிகளில் பிரயாணம் செய்தார்கள். இந்த வாகனங்களெல்லாம் போவதற்காக விஸ்தாரமான சாலைகள் அமைக்கப்பட்டிருந்தன. குளிர்ந்த நிழல் தரும் மரங்கள் இருபுறமும் அடர்ந்து வளர்ந்த அழகான சாலை களுக்குச் சோழவள நாடு அந்தக் காலத்திலே பெயர் போனதாயிருந்தது. அந்தச் சாலைகளுக் குள்ளே காவேரி நதியின் தென்கரையோரமாகச் சென்ற, ராஜபாட்டை மிகப் பிரசித்தி பெற்றிருந்தது.

இந்த ராஜபாட்டை வழியாகத்தான் பொன்னனும் வள்ளியும் சோழ நாட்டின் தலைநகரமான உறையூருக்குப் புறப்பட்டுச் சென்றார்கள். சோழநாடு அந்த நாளில் தன்னுடைய புராதனப் பெருமையை இழந்து ஒரு சிற்றரசாகத்தான் இருந்தது. தெற்கே பாண்டியர்களும் வடக்கே புதிதாகப் பெருமையடைந்திருந்த பல்லவர்களும் சோழ நாட்டை நெருக்கி அதன் பெருமையைக் குன்றச் செய்திருந்தார்கள். ஆனால், சோழ நாட்டின் வளத்தையும் வண்மையையும் அவர்களால் ஒன்றும் செய்ய முடியவில்லை. அந்த வளத்துக்குக் காரணமாயிருந்த காவேரி நதியையும் அவர்களால் கொள்ளை கொண்டு போக முடியவில்லை. உறையூர் ராஜபாட்டையின் இருபுறமும் பார்த்தால் சோழ நாட்டு நீர் வளத்தின் பெருமையை ஒருவாறு அறிந்து கொள்ளும் படியிருந்தது. ஒரு புறத்தில் கரையை முட்டி அலை மோதிக்கொண்டு கம்பீரமாய்ச் சென்ற காவேரியின் பிரவாகம்; ஆற்றுக்கு அக்கரையில் நீல வானத்தைத் தொட்டுக் கொண்டிருந்த அடர்த்தியான தென்னை மரத்தோப்புகளின்

காட்சி; இந்தப் புறம் பார்த்தாலோ கண்ணுக்கெட்டிய தூரம் பசுமை, பசுமை, பசுமைதான்.

கழனிகளெல்லாம் பெரும்பாலும் நடவு ஆகியிருந்தன. இளம் நெற்பயிர்கள் மரகதப் பச்சை நிறம் மாறிக் கரும் பசுமை அடைந்து கொண்டிருந்த காலம். 'குளு குளு' சத்தத்துடன் ஜலம் பாய்ந்து கொண்டிருந்த மடைகளில் ஒற்றைக் காலால் தவம் செய்து கொண்டிருந்த வெள்ளை நாரைகள் இளம் பயிர்களின் பசுமை நிறத்தை இன்னும் நன்றாய் எடுத்துக்காட்டின. நெல் வயல்களுக்கு மத்தியில் ஆங்காங்கே சில வாழைத் தோட்டங்களும், தென்னந் தோப்புகளும் கரும்புக் கொல்லைகளும் காணப்பட்டன. இத்தகைய வளங்கொழிக்கும் அழகிய நாட்டின் அமைதியைக் குலைப்பதற்கு யுத்தம் நெருங்கி வந்து கொண்டிருந்தது. இதனால் சோழ நாட்டுக் குடிகளின் உள்ளம் எவ்வளவு தூரம் பரபரப்பு அடைந் திருந்ததென்பதைப் பொன்னனும் வள்ளியும் உறையூர்ப் பிரயாணத்தின் போது நன்கு கண்டார்கள். பக்கத்துக் கழனிகளில் வேலை செய்து கொண்டிருந்த உழவர்களும் பயிர்களுக்குக் களைபிடுங்கிக் கொண்டிருந்த ஸ்திரீகளும், பொன்னனையும் வள்ளியையும் கண்டதும் கைவேலையைப் போட்டுவிட்டு ஓடோ டியும் வந்தார்கள்.

"பொன்னா! என்ன சேதி?" என்று சிலர் ஆவலுடன் கேட்டார்கள். "சண்டை நிச்சயந்தானா?" என்று சிலர் விசாரித்தார்கள். "தூதர்கள் வந்த சமாசாரம் ஏதாவது தெரியுமா?" என்று வினவினார்கள். பொன்னன் ஒவ்வொருவரிடமும் ஒவ்வொரு விதமாய்ப் பதில் சொன்னான். "சண்டையைப் பற்றிச் சந்தேகம் என்ன, நமது மகாராஜா ஒரு நாளும் கப்பம் கட்டப் போவதில்லை. எல்லாரும் அவரவர்கள் வாளையும் வேலையும் தீட்டிக் கொண்டு வந்து சேருங்கள்" என்று சிலரிடம் சொன்னான். வேறு சிலரிடம் "எனக்கு என்ன தெரியும்? உங்களுக்குத் தெரிந்ததுதான் எனக்கும் தெரியும்?" என்றான். அவர்கள் நன்றாயிருக்கிறது, பொன்னா! உனக்குத் தெரியாமலிருக்குமா? சோழ நாட்டுக்கே இப்போது முக்கிய மந்திரி நீதானே? உனக்குத் தெரியாத ராஜ ரகசியம் ஏது?" என்றார்கள். அப்போது வள்ளி அடைந்த பெருமையைச் சொல்லி முடியாது. ஆனால், வேறு சிலர் "பொன்னா! மகாராஜா யுத்தத்துக்குப் போனால் நீயும் போவாயோ, இல்லையோ?" என்று கேட்டபோது வள்ளிக்கு ரொம்ப எரிச்சலாயிருந்தது. அவர்களுக்கு "அது

என் இஷ்டமா? மகாராஜாவின் இஷ்டம்!" என்றான் பொன்னன். அவர்கள் போன பிறகு வள்ளியிடம், "பார்த்தாயா வள்ளி! நான் யுத்தத்துக்குப் போகாமலிருந்தால் நன்றாயிருக் குமா? நாலு பேர் சிரிக்கமாட்டார்களா?" என்றான். அதற்கு வள்ளி "உன்னை யார் போக வேண்டாமென்று சொன்னார்கள்? மகாராஜா உத்தரவு கொடுத்தால் போ, என்னையும் அழைத்துக் கொண்டு போ என்று தானே சொல்லுகிறேன்" என்றாள்.

இப்படி வழியெல்லாம் பொன்னன் நின்று நின்று, கேட்டவர்களுக்கு மறுமொழி சொல்லிக்கொண்டு போக வேண்டியதாயிருந்தது. உறையூர்க் கோட்டை வாசலை அணுகியபோது, அஸ்தமிக்கும் நேரம் ஆகிவிட்டது. அவர்கள் வந்து சேர்ந்த அதே சமயத்தில் கோட்டை வாசல் திறந்தது, உள்ளிருந்து சில குதிரை வீரர்கள் வெளியே வந்து கொண்டி ருந்தார்கள். முதலில் வந்த வீரன் கையில் சிங்கக் கொடியைப் பார்த்ததும், அவர்கள் தாம் மத்தியானம் உறையூருக்குச் சென்ற பல்லவ தூதர்கள் என்பது பொன்னனுக்குத் தெரிந்துவிட்டது. இருவரும் சிறிது ஒதுங்கி நின்றார்கள். கோட்டை வாசல் தாண்டியதும் குதிரைகள் காற்றிலும் கடிய வேகத்துடன் பறக்கத் தொடங்கின. அவற்றின் காற்குளம்பின் புழுதி மறையும் வரையில் அவை சென்ற திசையையே பார்த்துக் கொண்டிருந்து விட்டு, பொன்னனும் வள்ளியும் கோட்டை வாசல் வழியாகப் புகுந்து சென்று நகருக்குள் பிரவேசித்தார்கள்.

நகரின் வீதிகளில் ஆங்காங்கே கும்பல் கும்பலாக ஜனங்கள் நின்று பேசிக் கொண்டிருந்தார்கள். ஒரு கும்பலின் ஓரத்தில் பொன்னனும் வள்ளியும் போய் நின்றனர். பல்லவ தூதர்கள் வந்தபோது ராஜ சபையில் நடந்த சம்பவங்களை ஒருவன் வர்ணித்துக் கொண்டிருந்தான்: ஆகா! அந்தக் காட்சியை நான் என்னவென்று சொல்லப் போகிறேன்! மகாராஜா சிங்கா தனத்தில் கம்பீரமாக உட்கார்ந்திருந்தார். இளவரசரும் மந்திரி, சேனாதிபதி எல்லாரும் அவரவர்களின் இடத்தில் உட்கார்ந்திருந்தார்கள். எள் போட்டால் எள் விழுகிற சத்தம் கேட்கும்; அந்த மாதிரி நிசப்தம் சபையில் குடிகொண்டி ருந்தது. "தூதர்களை அழைத்து வாருங்கள்!" என்று மகாராஜா சொன்னார். அவருடைய குரலில் எவ்வளவு வேகம் ததும்பிற்று இன்றைக்கு? தூதர்கள் வந்தார்கள், அவர்களுடைய தலைவன் முன்னால் வந்து நின்று மகாராஜாவுக்கு வந்தனம் செலுத் தினான். "தூதரே! என்ன சேதி?" என்று கேட்டார். "அந்தக் குரலின் கம்பீரத்திலேயே தூதன் நடுங்கிப் போய் விட்டான்.

அவனுக்குப் பேசவே முடியவில்லை. தட்டுத் தடுமாறிக் கொண்டே 'திரிலோக சக்கரவர்த்தி காஞ்சி மண்டலாதிபதி சத்ரு சம்ஹாரி நரசிம்மவர்ம பல்லவராயருடைய தூதர்கள் நாங்கள்...." என்று அவன் ஆரம்பிக்கும் போது நம்முடைய அரண்மனை விதூஷகன் குறுக்கிட்டான். "தூதரே! நிறுத்தும்! எந்தத் திரிலோகத்துக்குச் சக்கரவர்த்தி! அதல ஸுதல பாதாளமா? இந்திரலோக, சந்திரலோக, யமலோகமா?" என்றான். சபையில் எல்லோரும் 'கொல்லென்று' சிரித்தார்கள். தூதன் பாடு திண்டாட்டமாய்ப் போய்விட்டது. அவனுடைய உடம்பு நடுங்கிற்று; நாகுழறிற்று. மெதுவாகச் சமாளித்துக்கொண்டு 'தங்கள் பாட்டனார் காலம் முதல் ஆண்டுதோறும் கட்டிவந்த கப்பத்தைச் சென்ற ஆறு வருஷமாய் மகாராஜா கட்டவில்லையாம். அதற்கு முகாந்திரம் கேட்டு வரும்படி சக்கரவர்த்தியின் கட்டளை' என்றான். ஆகா! அப்போது நமது மகாராஜாவின் தோற்றத்தைப் பார்க்கவேணுமே? 'தூதரே! உங்கள் சக்கரவர்த்தி கேட்டிருக்கும் முகாந்திரத்தைப் போர் முனையிலே தெரிவிப்பதாகப் போய்ச் சொல்லும்' என்றார். எனக்கு அப்போது உடல் சிலிர்த்து விட்டது...."

இவ்விதம் வர்ணித்து வந்தவன் சற்றே நிறுத்தியதும் பல பேர் ஏக காலத்தில் "அப்புறம் என்ன நடந்தது?" என்று ஆவலுடன் கேட்டார்கள். "அந்தத் தூதன் சற்று நேரம் திகைத்து நின்றான். பிறகு, "அப்படியானால், யுத்தத்துக்குச் சித்தமாகும்படி சக்கரவர்த்தி தெரிவிக்கச் சொன்னார்கள். இதற்குள்ளே பல்லவ சைன்யம் காஞ்சியிலிருந்து கிளம்பி யிருக்கும். போர்க்களமும் யுத்த ஆரம்ப தினமும் நீங்களே குறிப்பிடலாமென்று தெரியப்படுத்தச் சொன்னார்கள் என்றான். அதற்கு நம் மகாராஜா, 'புரட்டாசிப் பௌர்ணமியில் வெண்ணாற்றங் கரையில் சந்திப்போம்' என்று விடையளித்தார். உடனே சபையோர் அனைவரும், "வெற்றிவேல்! வீரவேல்! என்று வீர கர்ஜனை புரிந்தார்கள்..." இதைக் கேட்டதும் அந்தக் கும்பலில் இருந்தவர்களும் "வெற்றிவேல்! வீரவேல்!" என்று முழங்கினார்கள். பொன்னனும் உரத்த குரலில் அம்மாதிரி வீர முழக்கம் செய்து விட்டு வள்ளியை அழைத்துக் கொண்டு மேலே சென்றான். இதற்குள் இருட்டிவிட்டது. வெண் மேகங்களால் திரையிடப்பட்ட சந்திரன் மங்கலாய்ப் பிரகாசித்துக் கொண்டிருந்தது. ஒவ்வொரு வீதி மூலையிலும் நாட்டியிருந்த கல்தூணின் மேல் பெரிய அகல் விளக்குகள் இருந்தன. அவை ஒவ்வொன்றாய்க் கொளுத்தப்பட்டதும் புகை விட்டுக் கொண்டு எரிய ஆரம்பித்தன.

திடிரென்று எங்கேயோ உயரமான இடத்திலிருந்து பேரிகை முழக்கம் கேட்கத் தொடங்கியது. 'தம்ம்ம்' 'தம்ம்ம்' என்ற அந்தக் கம்பீரமான சத்தம் வான வெளியில் எட்டுத் திக்கிலும் பரவி 'அதம்ம்ம்' 'அதம்ம்ம்' என்ற பிரதித் தொனியை உண்டாக்கிற்று. உறையூரின் மண்டபங்களும், மாடமாளிகைகளும், கோபுரங்களும் கோட்டை வாசல்களும் சேர்ந்து ஏககாலத்தில் 'அதம்ம்ம்' 'அதம்ம்ம்' என்று எதிரொலி செய்தன. சற்று நேரத்துக்கெல்லாம் அந்தச் சப்தம் 'யுத்தம்ம் யுத்தம்ம்' என்றே கேட்கத் தொடங்கியது. இடி முழக்கம் போன்று அந்தப் பேரிகை ஒலியைக் கேட்டதும் பொன்னனுடைய உடம்பில் மயிர்க் கூச்சம் உண்டாயிற்று. அவனுடைய ரத்தம் கொதித்தது. நரம்புகள் எல்லாம் புடைத்துக் கொண்டன. வள்ளியோ நடுங்கிப் போனாள். "இது என்ன இது? இம்மாதிரி ஓசை இதுவரையில் நான் கேட்டதேயில்லை!" என்றாள். "யுத்த பேரிகை முழங்குகிறது" என்றான் பொன்னன். அவனுடைய குரலைக் கேட்டுத் திடுக்கிட்ட வள்ளி, "ஐயோ, உனக்கு என்ன?" என்று கேட்டாள். "ஒன்றுமில்லை, வள்ளி! எனக்கு ஒன்றுமில்லை" என்றான் பொன்னன். சற்றுப் பொறுத்து "வள்ளி! யுத்தத்துக்கு நான் கட்டாயம் போக வேண்டும்!" என்றான்.

அத்தியாயம் நான்கு

பாட்டனும் பேத்தியும்

உறையூர்க் கம்மாளத் தெருவில் உள்ள ஒரு வீட்டு வாசலில் வந்து பொன்னனும் வள்ளியும் நின்றார்கள். கதவு சாத்தியிருந்தது. "தாத்தா!" என்று வள்ளி கூப்பிட்டாள். சற்று நேரத்துக்கெல்லாம் கதவு திறந்தது. திறந்தவன் ஒரு கிழவன் "வா வள்ளி! வாருங்கள் மாப்பிள்ளை!" என்று அவன் வந்தவர்களை வரவேற்றான். பிறகு வீட்டுக்குள்ளே நோக்கி, "கிழவி இங்கே வா! யார் வந்திருக்கிறது பார்" என்றான். மூன்று பேரும் வீட்டுக்குள் போனார்கள். "யார் வந்திருக்கிறது?" என்று கேட்டுக்கொண்டே அங்கு வந்த கிழவி வள்ளியையும் பொன்னனையும் பார்த்துப் பல்லில்லாத வாயினால் புன்னகை புரிந்து தன் மகிழ்ச்சியைத் தெரிவித்தாள். வள்ளியைக் கட்டிக்கொண்டு "சுகமாயிருக்கயா, கண்ணு! அவர் சுகமாயிருக்காரா என்று கேட்டாள். பொன்னன் "தாத்தா, உங்கள் பேத்தியைக் கொண்டு வந்து ஒப்புவித்து விட்டேன். நான் கொஞ்சம் வெளியே போய்விட்டு வருகிறேன்" என்றான். "வந்ததும் வராததுமாய் எங்கே போகிறாய்?" என்று கிழவன் கேட்டான். "மகாராஜாவைப் பார்க்கப் போகிறேன்" என்றான் பொன்னன். "மகாராஜா இப்போது அரண்மனையில் இல்லை, மலைக்குப் போயிருக்கிறார். இங்கே வா காட்டுகிறேன்" என்று கிழவன் அவர்களை வீட்டு முற்றத்துக்கு அழைத்துப் போனான்.

முற்றத்திலிருந்து அவன் காட்டிய திக்கை எல்லோரும் பார்த்தார்கள். உச்சிப் பிள்ளையார் கோவில் தீபம் தெரிந்தது. அங்கிருந்து தீவர்த்திகளுடன் சிலர் இறங்கி வருவது தெரிந்தது. இறங்கி வந்த தீவர்த்திகள் வழியில் ஓரிடத்தில் சிறிது நின்றன. "அங்கே நின்று என்ன பார்க்கிறார்கள்?" என்று வள்ளி கேட்டாள். "மகேந்திர சக்கரவர்த்தியின் சிலை அங்கே இருக்கிறது. மகாராஜா, இளவரசருக்கு அதைக் காட்டுகிறார் என்று தோன்றுகிறது" என்றான் கிழவன். "அவர்கள்தான் இறங்கி வருகிறார்களே, தாத்தா! நான் அரண்மனை வாசலுக்குப் போகிறேன். இன்று ராத்திரி மகாராஜாவை எப்படியும் நான் பார்த்துவிட வேண்டும்" என்று சொல்லிக் கொண்டே பொன்னன் வெளிக் கிளம்பினான். கிழவன் அவனோடு வாசல் வரை வந்து இரகசியம் பேசும் குரலில், "பொன்னா! ஒரு முக்கியமான சமாசாரம் மகாராஜாவிடம் தெரிவிக்க வேணும்.

மாரப்ப பூபதி விஷயத்தில் கொஞ்சம் ஜாக்கிரதையாக இருக்கச் சொல்லு. அதை அந்தரங்கமாக அவரிடம் சொல்லவேணும்!" என்றான்.

"மாரப்ப பூபதியைப் பற்றி என்ன?" என்று பொன்னன் கேட்டான். "அதெல்லாம் அப்புறம் சொல்கிறேன். மகாராஜாவின் காதில் எப்படியாவது இந்தச் சேதியைப் போட்டுவிடு" என்றான் கிழவன். கிழவி விருந்தாளிகளுக்குச் சமையல் செய்வதற்காக உள்ளே போனாள். பாட்டனும் பேத்தியும் முற்றத்தில் உட்கார்ந்தார்கள். திடிரென்று வள்ளி, "ஐயோ தாத்தா! இதெல்லாம் என்ன?" என்று கேட்டாள். முற்றத்தில் ஒரு பக்கத்தில் உலைக்களம் இருந்தது. அதன் அருகில் கத்திகளும் வாள்களும் வேல்களும் அடுக்கியிருந்தன. அவைகளைப் பார்த்து விட்டுத்தான் வள்ளி அவ்விதம் கூச்சல் போட்டாள். "என்னவா! வாளும் வேலும் சூலமுந்தான். நீ எங்கே பார்த்திருக்கப் போகிறாய்? முன்காலத்தில்...." "இதெல்லாம் என்னத்திற்கு, தாத்தா?" "என்னத்திற்காகவா? கோவிலில் வைத்து தூப தீபம் காட்டிக் கன்னத்தில் போட்டுக் கொள்வதற்காகத்தான்! கேள்வியைப் பார் கேள்வியை! தேங்காய்க் குலை சாய்ப்பது போல் எதிராளிகளின் தலைகளை வெட்டிச் சாய்ப்பதற்கு வாள், பகைவர்களின் வயிற்றைக் கிழித்துக் குடலை எடுத்து மாலையாய்ப் போட்டுக் கொள்வதற்கு வேல், தெரிந்ததா!" "ஐயையோ! பயமாயிருக்கிறதே!" என்று வள்ளி கூவினாள்.

"இன்னும் கொஞ்ச நாள் போனால் இந்த நாட்டு ஆண்பிள்ளைகள்கூட உன்னைப்போலேதான் ஆகிவிடுவார்கள். வாளையும் வேலையும் கொண்டு என்ன செய்கிறது என்று கேட்க ஆரம்பித்து விடுவார்கள். வள்ளி! இந்தக்கேள்வி என்னுடைய பாட்டன், முப்பாட்டன் காலங்களில் எல்லாம் எப்படித் தெரியுமா? அப்போது கொல்லுப் பட்டறையில் எல்லாம் வாளும் வேலும் சூலமும் செய்த வண்ணமாயிருப்பார்களாம். ஒவ்வொரு பட்டணத்திலும் கம்மாளத் தெரு தான் எப்போதும் 'ஜே ஜே' என்று இருக்குமாம். ராஜாக்களும் ராஜகுமாரர்களும் சேனாதிபதிகளும் கம்மாளனைத் தேடி வந்து கொண்டிருப்பார்களாம். என் அப்பன் காலத்திலேயே இதெல்லாம் போய்விட்டது. வாழைக்கொல்லை அரிவாள்களும் வண்டிக்குக் கடையாணிகளும், வண்டி மாட்டுக்குத் தார்குச்சிகளும் செய்து கம்மாளன் வயிறுவளர்க்கும்படி ஆகிவிட்டது. என் வயதில் இப்போது தான் நான் வாளையும் வேலையும் கண்ணால் பார்க்கிறேன்.... ஆகா! இந்தக் கதைகளிலே மட்டும் முன்னைப் போல

வலிவு இருந்தால்? இருபது வருஷத்துக்கு முன்னாலே இந்த யுத்தம் வந்திருக்கக் கூடாதா!"

"சரியாய்ப் போச்சு, தாத்தா! இவருக்கு நீ புத்தி சொல்லி திருப்புவாயாக்கும் என்றல்லவா பார்த்தேன்! யுத்தத்துக்குப் போகணும் என்று இவர் ஓயாமல் சொல்லிக் கொண்டிருக்கிறார்...." "பொன்னா! அவன் எங்கே யுத்தத்துக்குப் போகப் போகிறான் வள்ளி? பொன்னனாவது உன்னை விட்டு விட்டுப் போகவாவது! துடுப்புப் பிடித்த கை, வாளைப் பிடிக்குமா? பெண் மோகம் கொண்டவன் சண்டைக்குப் போவானா?" "அப்படி ஒன்றும் சொல்ல வேண்டாம் தாத்தா! இவர் போகணும் போகணும் என்றுதான் துடித்துக் கொண்டிருக்கிறார். மகாராஜாதான் வரக்கூடாது என்கிறார். இளவரசருக்கு நீந்தக் கற்றுக் கொடுக்க இவர் இருக்க வேணுமாம்." "அடடா! உன்னுடைய அப்பனும் சித்தப்பன்மார்களும் மட்டும் இப்போது இருந்தால், ஒவ்வொருவன் கையிலும் ஒரு வாளையும் வேலையும் கொடுத்து நான் அனுப்ப மாட்டேனா? எல்லாரையும் ஒரே நாளில் காவேரியம்மன் பலி கொண்டுவிட வேண்டுமா?" என்று சொல்லிக் கொண்டே கிழவன் பெருமூச்சுவிட்டான். வள்ளிக்கு அந்தப் பயங்கரமான சம்பவம் ஞாபகம் வந்தது. நாலு வருஷத்துக்கு முன்பு கிழவனையும் கிழவியையும் தவிர, குடும்பத்தார் அனைவரும் ஆற்றுக்கு அக்கரையில் நடந்த ஒரு கலியாணத்துக்குப் படகில் ஏறிப் போய்க் கொண்டிருந்தார்கள்.

நடு ஆற்றில் திடிரென்று ஒரு சூறாவளிக் காற்று அடித்தது படகு கவிழ்ந்துவிட்டது. அச்சமயம் கரையில் இருந்த பொன்னன் உடனே நதியில் குதித்து நீந்திப் போய்த் தண்ணீரில் விழுந்தவர்களைக் காப்பாற்ற முயன்றான். தெய்வ பத்தனத் தினால் வள்ளியை மட்டுந்தான் அவனால் காப்பாற்ற முடிந்தது. மற்றவர்கள் எல்லாரும் நதிக்குப் பலியானார்கள். கிழவன் மேலும் சொன்னான். "என் குலத்தை விளங்க வைக்க நீ ஒருத்தி தான் இருக்கிறாய். உன் வயிற்றில் ஒரு குழந்தை பிறந்துவிட்டால், பொன்னனை நானே கழுத்தைப் பிடித்துத் தள்ளுவேன் யுத்தத்துக்குப் போ" என்று. "யுத்தம் என்னத்திற்காக நடக்கிறது, தாத்தா! அதுதான் புரியவில்லை" என்றாள் வள்ளி. "யுத்தம் என்னத்திற்காகவா - மானம் ஒன்று இருக்கிறதே, அதுக்காகத் தான்! எருதுக் கொடிக்குப் புலிக் கொடி தாழ்ந்து போகலாமா? தொண்டை நாட்டுக்குச் சோழ நாடு பணிந்து போகிறதா? இந்த அவமானத்தைப் போக்குவதற்காகத்தான்" "எருதுக்கொடி யாருடையது?" "இது தெரியாதா உனக்கு? எருதுக் கொடி காஞ்சி பல்லவ

ராஜாவினுடையது." "சிங்கக் கொடி என்று சொல்லு." "இல்லை, எருதுக் கொடி தான்." "நான் இன்றைக்குப் பார்த்தேன் தாத்தா! தூதர்களின் கொடியில் சிங்கந்தான் போட்டிருந்தது." "ஆமாம்; எருதுக் கொடியைச் சிங்கக் கொடியாக மாற்றிவிட்டார்கள். ஆனால் எருது பன்றியை ஜயித்து விட்டதால் சிங்கமாகி விடுமா?" என்றான் கிழவன்.

"எனக்கு ஒன்றுமே புரியவில்லை. தாத்தா! விபரமாய்ச் சொல்லேன்" என்றாள் வள்ளி. "சரி, அடியிலிருந்து சொல்கிறேன் கேள்!" என்று கிழவன் கதையை ஆரம்பித்தான். "நீ பிறந்த வருஷத்தில் இது நடந்தது. அப்போது காஞ்சியில் மகேந்திர சக்கரவர்த்தி ஆண்டு கொண்டிருந்தார். அவருடைய வீரபராக்கிரமங்களைப் பற்றி நாடெங்கும் பிரமாதமாய்ப் பேசிக் கொண்டிருந்த காலம். இந்த உறையூருக்கும் அவர் ஒருமுறை வந்திருந்தார். அவர் விஜயத்தின் ஞாபகார்த்தமாகத்தான் நமது மலையிலே கூட அவருடைய சிலையை அமைத்திருக்கிறது. இப்படி இருக்கும் சமயத்தில் வடக்கே இருந்து வாதாபியின் அரசன் புலிகேசி என்பவன் - பெரிய படை திரட்டிக் கொண்டு தென்னாட்டின் மேல் படையெடுத்து வந்தான். சமுத்திரம் பொங்கி வருவதுபோல் வந்த அந்தச் சைன்யத்துடன் யுத்தகளத்தில் நின்று போர் செய்ய மகேந்திர சக்கரவர்த்திக்குத் தைரியம் வரவில்லை. காஞ்சிக் கோட்டைக்குள் சைன்யத்துடன் பதுங்கிக் கொண்டார். கோட்டையைக் கொஞ்ச காலம் முற்றுகையிட்டுப் பார்த்தான் புலிகேசி. அதில் பயனில்லையென்று கண்டு தெற்குத் திக்கை நோக்கி வந்தான். நமது கொள்ளிடத்தின் அக்கரைக்கு வந்துவிட்டான். அப்பப்பா! அப்போது இந்த உறையூர் பட்ட பாட்டை என்னவென்று சொல்லுவேன்! நமது பார்த்திப மகாராஜா அப்போது பட்டத்துக்கு வந்து கொஞ்ச நாள்தான் ஆகியிருந்தது. புலிகேசியை எதிர்க்கப் பலமான ஆயத்தங்கள் செய்து கொண்டிருந்தார்.

இதற்குள் வடக்கே புலிகேசியின் ராஜ்யத்துக்கே ஏதோ ஆபத்து வந்துவிட்டது போலிருந்தது. புலிகேசி கொள்ளிடத்தைத் தாண்டவேயில்லை திரும்பிப் போய்விட்டான். போகும்போது அந்தக் கிராதகனும் அவனுடைய ராட்சத சைன்யங்களும் செய்த அட்டூழியங்களுக்கு அளவேயில்லையாம். ஊர்களையெல்லாம் சூறையாடிக் கொண்டும் தீ வைத்துக் கொண்டும் போனார்களாம். அதிலிருந்து மகேந்திர சக்கரவர்த்தியினுடைய புகழ் மங்கி விட்டது. 'சளுக்கரின் பன்றிக் கொடிக்குப் பல்லவரின் ரிஷபக் கொடி பயந்துவிட்டது'

என்று ஜனங்கள் பேசத் தொடங்கினார்கள். இந்த அவமானத்துக்குப் பிறகு மகேந்திர சக்கரவர்த்தி அதிக நாள் உயிரோடிருக்கவில்லை. அவருக்குப் பிறகு நரசிம்மவர்ம சக்கரவர்த்தி பட்டதுக்கு வந்தார். இவர் பட்டத்திற்கு வந்ததிலிருந்து புலிகேசியைப் பழிக்குப் பழி வாங்கிப் பல்லவ குலத்துக்கு ஏற்பட்ட அவமானத்தைப் போக்க வேணுமென்று ஆயத்தங்கள் செய்து வந்தார். கடைசியில் ஆறு வருஷங்களுக்கு முன்பு பெரிய சைன்யத் தைத் திரட்டிக் கொண்டு வடக்கே போனார்.

புலிகேசியைப் போர்க்களத்தில் கொன்று வாதாபி நகரையும் தீ வைத்துக் கொளுத்திச் சாம்பலாக்கிவிட்டுத் திரும்பி வந்தார். இந்தப் பெரிய வெற்றியின் ஞாபகார்த்தமாகப் பல்லவர்களின் ரிஷபக் கொடியை நரசிம்ம சக்கரவர்த்தி. சிங்கக் கொடியாக மாற்றிவிட்டார். அவர் திரும்பி வந்து இப்போது ஒரு மாதந்தான் ஆகிறது. வள்ளி! அதற்குள்ளே...." இத்தனை நேரமும் கவனமாய்க் கேட்டுக் கொண்டிருந்தவள், "அப்பேர்ப்பட்ட சக்கரவர்த்தியுடன் நமது மகாராஜா எதற்காக யுத்தம் செய்யப் போகிறார் தாத்தா!அவருடன் சிநேகமாயிருந்தாலென்ன?" என்று கேட்டாள். "அடி பைத்தியக்காரி..." என்று கிழவன் மறுமொழி சொல்ல ஆரம்பித்தான். அப்போது வீதியில் குதிரை வரும் சத்தம் கேட்டது. அந்த வீட்டின் வாசலிலேதான் வந்து நின்றது. "வீரபத்திர ஆச்சாரி!" என்று யாரோ அதிகாரக் குரலில் கூப்பிட்டார்கள். உடன் கிழவன், " அந்தச் சண்டாளன் மாரப்ப பூபதி வந்துவிட்டான். வள்ளி, நீ அவன் கண்ணில் படக்கூடாது, சமையற்கட்டுக்குள் போ, அவன் தொலைந்ததும் உன்னைக் கூப்பிடுகிறேன்" என்றான்.

அத்தியாயம் ஐந்து

மாரப்ப பூபதி

வாசலில் குதிரையில் வந்திறங்கியவன் திடகாத்திரமுள்ள யௌவன புருஷன்; வயது இருபத்தைந்து இருக்கும். ஆடை ஆபரணங்கள் உயர்ந்த ராஜரீக பதவியைக் குறிப்பிட்டன. ஆசா பாசங்களிலும் மதமாச்சரியங்களிலும் அலைப்புண்ட உள்ளத்தை முகக்குறி காட்டியது. "சேனாதிபதி வரவேணும்" என்று சொல்லிக் கிழவன் வந்தவனை வரவேற்று உள்ளே அழைத்துக் கொண்டு வந்தான். "இனிமேல் என்னை அப்படிக் கூப்பிடாதே! நான் சேனாதிபதி இல்லை; நான் மாரப்ப பூபதி இல்லை, நான் என் தகப்பனுக்குப் பிள்ளையே இல்லை!" என்று கோபமான குரலில் சொல்லிக் கொண்டு மாரப்ப பூபதி உள்ளே வந்தான். முற்றத்தில் ஏற்கெனவே கிழவன் உட்கார்ந்திருந்த பீடத்தில் அமர்ந்தான். யுவராஜா ரொம்பக் கோபமாய் இருப்பது போல் தெரிகிறது!" "யுவராஜாவா? யார் யுவராஜா? நானா? நேற்றுப் பிறந்த அந்தப் பரதைப் பயல் அல்லவா யுவராஜா? இளவரசர் விக்கிரம சிங்கர் வாழ்க! ஜய விஜயீபவ!" என்று பரிகசிக்கும் குரலில் கூறிவிட்டு மாரப்ப பூபதி 'இடி இடி'யென்று சிரித்தான். சற்றுப் பொறுத்து, "அது போகட்டும், ஆச்சாரி! உன் சோழி என்ன தெரிவிக்கிறது? அதைச் சொல்லு!" என்றான். வீரபத்திர ஆச்சாரி கொல்லு வேலை செய்ததுடன், சோதிட சாஸ்திரத்தில் வல்லவன் என்று பெயர் வாங்கியிருந்தான். சோழிகளை வைத்துக் கொண்டு அவன் கணக்குப் போட்டு ஜோசியம் பார்ப்பது வழக்கம்.

"யுவராஜா! எதற்காக இந்தப் பிரமை உங்களுக்கு....?" என்று ஆரம்பித்தான் கிழவன். "அந்தக் கதையெல்லாம் அப்புறம் வைத்துக் கொள்ளலாம். நீ ஏதாவது பார்த்தாயா இல்லையா? வெறுமனே என்னை அலைக்கழிக்க உத்தேசமா?" "பார்த்தேன் யுவராஜா! உங்களுக்கு என்ன வேணுமோ, கேட்டால் சொல்லுகிறேன்." "முக்கியமான விஷயம் சண்டைதான். அதன் முடிவு என்ன ஆகும்? இதைத் தெரிந்து சொல்ல முடியாவிட்டால் உன் ஜோசியத்தினால் என்ன பிரயோஜனம்? சுவடிகளையும் சோழிகளையும் தூக்கி நானே காவேரி ஆற்றில் எறிந்து விடுகிறேன்!" என்றான் மாரப்பன். "அப்படியே செய்துவிடுங்கள், யுவராஜா! எனக்கு ரொம்ப அனுகூலமாயிருக்கும். பாருங்கள்! என்னுடைய சொந்த விஷயத்தில் இந்த சாஸ்திரம் பிரயோஜனப்படவில்லை. ஒரே நாளில் குடும்பம்

முழுவதும் அழிந்து விட்டது. குலத்தை வளர்ப்பதற்கு ஒரு பெண் குழந்தை தான் மிஞ்சியிருக்கிறது." "வள்ளி சுகமாயிருக்கிறாளா, ஆச்சாரி?" என்று மாரப்ப பூபதி கேட்டான். அப்பொழுது அவன் முகத்தில் ஒரு விகாரம் காணப்பட்டது. "ஏதோ இருக்கிறாள்" என்றான் கிழவன். "ஆமாம் பொன்னன் சண்டைக்குப் போய்விட்டால் வள்ளி என்ன செய்வாள்?" "அதற்கென்ன, யுவராஜா! வள்ளியைக் காப்பாற்றக் கடவுள் இருக்கிறார்; இந்தக் கிழவனும் இருக்கிறேன்!" என்று அழுத்திச் சொன்னான் வீரபத்திர ஆச்சாரி.

"ஆமாம், நீ இருக்கும்போது அவளுக்கு என்ன வந்தது? இருக்கட்டும் ஏதேதோ பேசிக் கொண்டிருக்கிறோம். இந்தச் சண்டையில் முடிவு என்ன ஆகும்? உன் சோழிக் கணக்கில் ஏதாவது தெரிகிறதாயிருந்தால் சொல்லு; இல்லாவிட்டால் உன் ஜோசியக் கடையைக் கட்டு!" "கடையை அப்போதே கட்டிவிட்டேன் யுவராஜா! உங்களுடைய தொந்தரவினால்தான் மறுபடியும் அதைத் திறந்தேன்!" "திறந்ததில் என்ன தெரிந்தது?" "கிரகங்களின் சேர்க்கை ரொம்ப பயங்கரமான முடிவைக் காட்டுகிறது. சண்டையில் ஒரு பக்கத்துச் சேனை அடியோடு அழிந்து போகும். யுத்த களத்துக்குப் போனவர்களில் ஒருவராவது திரும்பி வர மாட்டார்கள். ஆனால் எந்தப் பக்கத்துச் சேனை என்று எனக்குத் தெரியாது." "அது எனக்குத் தெரியும். எந்தப் பக்கத்துச் சேனை அழியும் என்று சொல்வதற்கு நீயும் வேண்டாம்; உம் சோழியும் வேண்டாம். திரும்பி வராமல் நிர்மூலமாகப் போகிறது சோழ சைன்யந்தான். அந்தப் பெரும் புண்ணியத்தைத்தான் உங்கள் பார்த்திப சோழ மகாராஜா கட்டிக் கொள்ளப் போகிறார்!" "யுவராஜா! நீங்களே இப்படிச் சொல்லலாமா? நமக்குள் எவ்வளவு மனஸ்தாபங்கள் இருந்தாலும் பகைவனுக்கு முன்னால்...." "யார் பகைவன்? பல்லவ சக்கரவர்த்தியா? நமக்குப் பகைவன்? இல்லவே இல்லை! சோழநாட்டுக்கு இப்போது பெரிய பகைவன் பார்த்திபன்தான். இவன் கையிலே வாள் எடுத்து அறியமாட்டான். வேல் வீசி அறிய மாட்டான்! இப்பேர்ப்பட்ட வீராதிவீரன் பல்லவ சைன்யத்துடன் போர் செய்யக் கிளம்புகிறான். பல்லவ சைன்யம் என்றால் லேசா! சமுத்திரத்தின் மணலை எண்ணினாலும் எண்ணலாம். பல்லவ சைன்யத்திலுள்ள வீரர்களை எண்ண முடியாது.

காவேரியிலிருந்து கோதாவரி வரையில் பரந்து கிடக்கும் பல்லவ சாம்ராஜ்யம் எங்கே? ஒரு கையகலமுள்ள சோழ நாடு எங்கே? நரசிம்ம

சக்கரவர்த்தி தான் லேசுப்பட்டவரா? நூறு யோசனை தூரம் வடக்கே சென்று ராட்சதப் புலிகேசியைப் போர்க்களத்தில் வென்று, வாதாபியைத் தீ வைத்துக் கொளுத்தி விட்டு வந்தவர், அவருடன் நாம் சண்டை போட முடியுமா? யானைக்கு முன்னால் கொசு!" "யுவராஜா! இதையெல்லாம் என்னிடம் ஏன் சொல்லுகிறீர்கள்? மகாராஜாவிடம் சொல்வதுதானே?" "மகாராஜாவிடம் சொல்லவில்லையென்றா நினைத்துக் கொண்டாய் கிழவா? சொன்னதன் பலன் தான் எனக்குச் சேனாதிபதிப் பதவி போயிற்று. மகாராஜாவே சேனாதிபதிப் பதவியையும் ஏற்றுக் கொண்டு விட்டார். சைனியத்தை அவரே நடத்திக் கொண்டு யுத்த களத்துக்குப் போகப் போகிறாராம்! தாராளமாய்ப் போகட்டும். இந்தப் பிரமாத சேனாதிபதி பதவி இல்லையென்று யார் அழுதார்கள்?" "அப்படியானால் யுவராஜா! நீங்கள் யுத்தத்துக்கே போகமாட்டிர்களோ?" "நானா? நானா? என்னைக் கூப்பிட்டால் போவேன்; கூப்பிடாவிட்டால் போக மாட்டேன்; கிழவா! சண்டையின் முடிவைப் பற்றிச் சொன்னாயே, அதை இன்னொரு தடவை விவரமாய்ச் சொல்லு!" "ஆமாம், யுவராஜா! ஒரு கட்சியைச் சேர்ந்தவர்கள் எல்லோரும் யுத்த களத்தில் அழிந்து போவார்கள். ஒருவராவது உயிரோடு திரும்பி வரமாட்டார்கள்?" "உயிரோடு திரும்பி வரமாட்டார்களா? பின் உயிரில்லாமல் திரும்பி வருவார்களோ? ஹா ஹா ஹா ஹா!" என்று மாரப்ப பூபதி உரக்கச் சிரித்தான். பிறகு, "ஆமாம் ஆமாம்; நான் யுத்தத்தில் செத்துப் போனால் நிச்சயமாய்ப் பிசாசாகத் திரும்பி வருவேன்; திரும்பி வந்து வள்ளியைப் பிடித்துக் கொண்டு ஆட்டுவேன்" என்று கூறி மறுபடியும் பயங்கரமாகச் சிரித்தான்.

சமையலறையிலிருந்து இதைக் கேட்டுக் கொண்டிருந்த வள்ளி தன் இரண்டு கையையும் நெறித்து, "உன் கழுத்தை இந்த மாதிரி நெறித்துக் கொல்லுவேன்!" என்று முணுமுணுத்தாள். கொஞ்சம் காது மந்தமுள்ள கிழவி "என்ன சொல்லுகிற, வள்ளி?" என்று கேட்கவும் வள்ளி அவளுடைய வாயைப் பொத்தி, "சும்மா இரு!" என்றாள். "உள்ளே யார் பேசுகிறது?" என்று கேட்டான் மாரப்ப பூபதி. "யார் பேசுவார்கள்? என்னைப் பிடித்திருக்கிறதோ, இல்லையோ ஒரு கிழப் பிசாசு - அதுதான் தனக்குத் தானே பேசிக் கொண்டிருக்கும்" என்றான் கிழவன். "சரி, எனக்கு நேரமாச்சு; போகவேணும். என் கிரக பலன்களைப் பற்றி நீ சொன்னதெல்லாம் நிஜந்தானே ஆச்சாரி! பொய் சொல்லி ஏமாற்றியிருந்தாயோ...!" "தங்களை ஏமாற்றி எனக்கு என்ன ஆகவேணும்

யுவராஜா!" மாரப்ப பூபதி எழுந்து நின்று சுற்று முற்றும் பார்த்தான். முற்றத்தில்அடுக்கி வைத்திருந்த வாள்களையும் வேல்களையும் கத்தி கேடயங்களையும் பார்த்துவிட்டுச் சிரித்தான். "ஆஹா! ரொம்ப முனைந்து வேலை செய்கிறாயாக்கும்! கத்தி! கேடயம்! வாள்! வேல்! இந்த வாழைப்பட்டைக் கத்திகளையும், புல் அரியும் அரிவாள்களையும் வைத்துக் கொண்டுதான் உங்கள் பார்த்திப மகாராஜா, பல்லவ சக்கரவர்த்தியை ஜயித்து விடப் போகிறார்? நல்ல வேடிக்கை! ஹா ஹா ஹா" என்று உரக்கச் சிரித்துக் கொண்டே ஒரு பக்கத்தில் அடுக்கி வைத்திருந்த வாள்களைக் காலால் உதைத்துத் தள்ளினான். அப்படியே வாசற் பக்கம் போனான். உலைக் களத்தில் கிளம்பும் அனற் பொறிகளைப் போல் கிழவன் கண்களிலே தீப்பொறி பறந்தது.

அத்தியாயம் ஆறு

போர் முரசு

வீட்டு வாசலிலிருந்து குதிரை கிளம்பிப் போன சத்தம் கேட்டதும், வள்ளி முற்றத்துக்கு வந்தாள். மாரப்ப பூபதி உதைத்துத் தள்ளிய கத்திகளில் ஒன்றைக் கையில் எடுத்துக் கொண்டு "தாத்தா! இந்தக் கத்தி கேடயம் எல்லாம் நீ செய்து என்ன பிரயோஜனம்? நமது மகாராஜாவைப் பற்றி அப்படிக் கேவலமாய்ப் பேசியவனைச் சும்மா தானே விட்டு விட்டாய்?" என்று ஆத்திரத்துடன் கேட்டாள். "ஏன் வள்ளி உனக்கு இவ்வளவு கோபம்? நீ சொன்னதைத் தானே நமது பழைய சேனாதிபதியும் சொன்னார், சண்டை வேண்டாம் என்று?" என்றான் கிழவன். "சேச்சே! நான் சண்டை வேண்டாமென்று சொன்னேனா? சண்டை எதற்காக என்று தெரியாமல்தானே கேட்டேன்!" என்று வள்ளி சொன்ன போது அவள் கண்களில் நீர்ததும்பிற்று. "ஆமாம், வள்ளி! அதை நான் சொல்ல ஆரம்பித்த போதுதான் இந்தப் பாவி வந்துவிட்டான். வாதாபிச் சக்கரவர்த்தி புலிகேசி, தென்தேசத்தின் மீது படையெடுத்து வந்து பல அட்டூழியங்கள் செய்து விட்டுத் திரும்பப் போனதைச் சொன்னேனல்லவா? அதற்குப் பழிக்குப்பழி வாங்குவதற்காக நரசிம்ம சக்கரவர்த்தி வெகுகாலம் ஆயத்தம் செய்து கொண்டிருந்தார். கடைசியில் ஆறு வருஷத்துக்கு முன்பு அவர் வாதாபியின் மேல் படையெடுத்துச் சென்றார். அப்போது நமது பார்த்திப மகாராஜாவையும் தமது படைகளுடன் வந்து சேர்ந்து கொள்ளும்படி ஓலை அனுப்பினார்.

அதற்குப் பார்த்திப ராஜா அப்படியே செய்வதாகவும், ஆனால் அதற்குப் பிரதியாக அன்று முதல் உறையூரிலிருந்து கப்பம் வாங்குவதை நிறுத்திவிட வேண்டுமென்றும், சோழநாட்டின் புலிக்கொடிக்குச் சமமரியாதை கொடுக்க வேண்டுமென்றும் செய்தி அனுப்பினார். இதை நரசிம்ம சக்கரவர்த்தி கவனிக்கவேயில்லை. மறு ஓலைகூட அனுப்பாமல் படை கிளம்பிப் போய்விட்டார். அன்று முதல் பார்த்திப மகாராஜாவும் காஞ்சிக்குக் கப்பம் அனுப்புவதை நிறுத்திவிட்டார். அது காரணமாகத்தான் யுத்தம் வந்திருக்கிறது வள்ளி! இப்போது நீயே சொல்லு. பார்த்திப மகாராஜா முன் வைத்த காலைப் பின்வைத்துச் சக்கரவர்த்தியிடம் சரணாகதி அடைந்து விடலாமா? நமது சிராப்பள்ளி மலையில் போட்ட புலிக்கொடியைத் தாழ்த்திப் பல்லவர்களின் எருதுக் கொடியை மறுபடியும்

பறக்க விடலாமா? அந்த அவமானத்தைச் சகித்துக் கொண்டாவது இந்தச் சோழ தேசத்து மக்கள் எதற்காக உயிரை வைத்துக் கொண்டிருக்க வேண்டும்?" "அந்த நியாயமெல்லாம் எனக்குத் தெரியாது தாத்தா! நமது பார்த்திப மகாராஜா என்ன செய்கிறாரோ, அதுதான் சரி. அவருக்கு விரோதமாய்ப் பேசுகிறவர்கள் எல்லாரும் பொல்லாத பாவிகள். அவர்கள் நரகத்துக்குத் தான் போவார்கள்.

இந்த மாரப்ப பூபதியை நீ சும்மா விட்டு விட்டாயே என்று எனக்கு இருக்கிறது தாத்தா! நமது மகாராஜா எவ்வளவு நல்லவர் தெரியுமா....?" "ஆமாம்; நமது மகாராஜா ரொம்ப நல்லவர்தான். ஆகையினால்தான் இந்தக் குலங்கெட்ட மாரப்பனுக்கு இவ்வளவு இடங்கொடுத்துத் தலையில் தூக்கி வைத்துக் கொண்டு கூத்தாடினார்!" "என்ன சொல்லுகிறாய், தாத்தா?" சரியாகத்தான் சொல்லுகிறேன். இந்த மாரப்ப பூபதி நமது மகாராஜாவின் சொந்தச் சகோதரன் அல்ல. பழைய மகாராஜா ஐம்பது வயதுக்குமேல் சபலம் தட்டி யாரோ ஒரு மூதேவியைக் கல்யாணம் செய்து கொண்டார். ஊரில் யாருக்குமே அந்தக் கலியாணம் பிடிக்கவில்லை. அந்த மூதேவியின் பிள்ளைதான் இந்த மாரப்பன். பழைய மகாராஜா செத்துப் போகும்போது, பார்த்திபருக்குப் பிள்ளைக் குழந்தை இல்லாவிட்டால் இவனுக்குப் பட்டத்தைக் கொடுக்க வேணுமென்று சொல்லிவிட்டுப் போனாராம். விக்கிரம இளவரசர் பிறக்கும் வரையில் இவன்தான் 'யுவராஜா'வாக விளங்கினான். பார்த்திப மகாராஜா எவ்வளவோ இவனிடம் அன்பு காட்டிக் கௌரவம் அளித்துச் சேனாதிபதிப் பதவியும் கொடுத்திருந்தார். இவனோ நன்றி கெட்ட பாதகனாயிருக்கிறான். குலத்தின் குணம் எங்கே போகும்?" "இவனோடு உனக்கு என்னத்திற்காகச் சகவாசம் தாத்தா? இவனுக்கு நீ ஜோசியம் சொல்வது என்ன வேண்டிக் கிடந்தது?" "உன்னால் ஏற்பட்ட சகவாசந்தான் வள்ளி!" என்றான் கிழவன். வள்ளி திடுக்கிட்டு "என்னால் ஏற்பட்டதா? நன்றாயிருக்கிறதே கதை!" என்றாள்.

"உன்னால் ஏற்பட்டதுதான் இத்தனை நாளும் உன்னிடம் சொல்லாமல் வைத்திருந்ததை இப்போது சொல்லப் போகிறேன். வள்ளி! காலம் ரொம்ப அபாயமான காலம். நமது மகாராஜாவுக்கு என்ன நேருமோ, ராஜ்யம் என்ன கதியடையுமோ தெரியாது. இந்த மாரப்ப பூபதி யுத்தத்துக்குப் போகமாட்டான் என்று மட்டும் எனக்கு நிச்சயமாய்த் தெரியும். நீ இவன் விஷயத்தில் ரொம்ப எச்சரிக்கையாயிருக்க வேண்டும்." "என்ன தாத்தா,

ரொம்பப் பயமுறுத்துகிறாய்? இந்தக் கரிமூஞ்சியிடம் எனக்கு என்ன பயம்?" என்று வள்ளி கேட்டாள். "நான் சொல்கிறதைக் கொஞ்சம் கேள், அம்மா! ஒரு காலத்தில் இந்த மாரப்ப பூபதி தன்னை உனக்குக் கட்டிக் கொடுக்க வேணுமென்று கேட்டுக் கொண்டிருந்தான்..." "அவன் தலையிலே இடி விழ!" என்றாள் வள்ளி. "அவன் தலையிலே இடி விழவில்லையே, அம்மா என் தலையிலே அல்லவா விழுந்தது! கிரக சஞ்சார ரீதியாக அப்போது நம் குடும்பத்துக்கு ஏதோ பெரிய விபத்து வரப்போகிறதென்று நான் எதிர்பார்த்துக் கொண்டிருந்தேன். இந்த மாரப்ப பூபதி தன் ஆட்களை அழைத்துக் கொண்டு வந்து உன்னைத் தூக்கிக் கொண்டு போவதாக இருந்தான் இதுவும் எனக்குத் தெரிந்தது. நீயும் உன் தமையன்மார்களும் அப்போது வீட்டில் இருந்தால் ரத்தக்களரியாகுமென்று எண்ணித்தான் எல்லோரையும் அக்கரையில் உள்ள கலியாணத்துக்குப் போங்கள் என்று அனுப்பினேன். யமன் நடு ஆற்றில் சூறாவளிக் காற்றாக வந்தான். உன் அண்ணன்மார் எல்லாரும் செத்துப் போனார்கள்.

சுவாமி உன்னை மட்டும் எனக்குக் கொடுத்தார்...." இப்படிச் சொல்லிவிட்டுக் கிழவன் பெருமூச்சு விட்டான். ஆகாயத்தைப் பார்த்து ஏதோ யோசனையில் ஆழ்ந்தான். வள்ளி, "இத்தனை நாளும் சொல்லவில்லையே தாத்தா? இவன்தானா என் அண்ணன்மார்களுக்கெல்லாம் யமனாக வந்தவன்? அப்புறம் என்ன நடந்தது?" என்று கேட்டாள். "நீங்கள் எல்லோரும் படகேறிப் போன பிறகு நான் எதிர்பார்த்தபடியே இவன் தன் ஆட்களுடன் வந்தான். வீட்டில் நீ இல்லை என்று கண்டதும் தம், தம் என்று குதித்தான். அவனைச் சமாதானப்படுத்துவதற்காக நான் சோதிட சாஸ்திரத்தை உபயோகப்படுத்தினேன். 'நீ பெரிய சக்கரவர்த்தியின் மருமகன் ஆகப் போகிறாய், அப்பா! இந்த அற்ப ஆசையெல்லாம் விட்டுவிடு" என்று சொன்னேன். அது முதல் இவன் என்னவெல்லாமோ ஆகாசக் கோட்டைகள் கட்ட ஆரம்பித்து விட்டான். ஜோசியம் கேட்பதற்கு அடிக்கடி வந்து என் பிராணனை வாங்கிக் கொண்டிருக்கிறான்." "இப்போதுதான் அவன் என்னைப் பற்றிப் பேசியதன் அர்த்தம் புரிகிறது, தாத்தா! ஓடக்காரர் யுத்தத்துக்குப் போய் விட்டால் நான் என்ன செய்வேன்? நீதான் என்னைக் காப்பாற்றவேணும்?" என்று சொல்லிக் கிழவனுடைய கையை வள்ளி கெட்டியாகப் பிடித்துக் கொண்டாள். அவளுடைய உடம்பு நடுங்கிற்று.

கிழவன், "பைத்தியமே! ஏன் இப்படி நடுங்குகிறாய்? பொன்னன் சண்டைக்குப் போகமாட்டான். அவனை மகாராஜா அழைத்துக் கொண்டு போகமாட்டார். என் குடும்பத்துக்கு நேர்ந்த பெரிய விபத்து மகாராஜாவுக்குத் தெரியும். என் குலத்தை வளர்க்க நீ ஒருத்திதான் இருக்கிறாய் என்றும் தெரியும். ஆகையால்தான் பொன்னனைச் சண்டைக்கு வரவேண்டாம் என்றார். நிச்சயமாக அழைத்துப் போகமாட்டார்!" என்றான். அச்சமயம் வாசலில் முரசடிக்கும் ஓசை கேட்டது. பின்வருமாறு கூவும் குரலும் கேட்டது:- "வெற்றிவேல்! வீரவேல்! யுத்தம் வருகுது! யுத்தம் வருகுது! சோழ தேசத்தின் மானத்தைக் காக்க யுத்தம் வருகுது! படையில் சேர்வதற்கு மீசை முளைத்த ஆண் பிள்ளைகள் எல்லோரும் வரலாம். நொண்டி, குருடு, சப்பாணி, ஒரு தாய்க்கு ஒரு பிள்ளை தவிர மற்றவர்களெல்லாம் வரலாம். உடம்பிலே சுத்த ரத்தம் ஓடுகிறவர்கள் எல்லாரும் வரலாம். வெற்றிவேல்! வீரவேல்!" - இதைத் தொடர்ந்து முரசின் சத்தம் ஊர் அதிரும்படியாக எழுந்தது. இந்தப் போர்முழக்கத்தைக் கேட்ட வள்ளியும் கிழவனும் தெருப் பக்கம் சென்றார்கள். முரச யானையும் அதைச் சுற்றிச் சில வீரர்களும் போய்க் கொண்டிருந்தார்கள். முரசும் முரசு அடித்தவனும் அறைகூவியவனும் யானை மேல் இருந்தனர்.

இந்த ஊர்வலம் தெருக் கோடி போகும்வரையில் பாட்டனும் பேத்தியும் கண்கொட்டாமல் பார்த்துக் கொண்டு நின்றார்கள். ஊர்வலம் தெருக்கோடியில் திரும்பியதும் கிழவன் ஒரு பெருமூச்சு விட்டு விட்டுச் சொன்னான்:- "வள்ளி, உன்னைப் பொன்னனும் பகவானும் காப்பாற்றுவார்கள்! இந்த யுத்தத்தில் சேர்ந்து வீர சொர்க்கம் அடைய என் குடும்பத்திலே வேறு யாரும் இல்லை, நான்தான் போகப் போகிறேன்" என்றான். தெற்கு வானத்தில் திடீரென்று ஒரு நட்சத்திரம் நிலை பெயர்ந்தது; ஒரு வினாடி நேரம் அது பளீரென்று ஒளி வீசி வானவெளியில் அதி வேகமாகப் பிரயாணம் செய்தது; அடுத்த வினாடி மாயமாய் மறைந்தது. இதை பார்த்த வள்ளிக்கு உடம்பு சிலிர்த்தது. அதே சமயத்தில் அதே காட்சியைப் பொன்னனும் பார்த்து உடல் சிலிர்த்தான். அப்போது அவன் உறையூர் ராஜ வீதிகளின் வழியாகப் போய்க் கொண்டிருந்தான். பௌர்ணமிக்கு இன்னும் நாலு தினங்கள்தான் இருந்தன. சுக்கில பட்சத்துச் சந்திரன் வான வெளியில் ராஜ ஹம்சத்தைப் போல் சஞ்சரித்து வெள்ளி நிலவைப் பொழிந்து கொண்டிருந்தான்.

உறையூரின் மாடமாளிகைகளெல்லாம் அந்த வெண்ணிலவில் ஒளியும் மோகனமும் பெற்று சொப்பன லோகம்போல் காட்சியளித்தன. "ஓடம் வண்டியில் ஏறும்; வண்டி ஓடத்தில் ஏறும்" என்று சொல்வதுண்டல்லவா? இந்தக் காலத்தில் திருச்சிராப்பள்ளி பெரிய நகரமாகவும் உறையூர் சிற்றூராயுமிருக்கிறது. அந்த நாளிலோ உறையூர் தான் தலைநகரம்; திருச்சிராப்பள்ளி சிற்றூர். இரண்டு ஊர்களுக்கும் நடுவில் இடைவெளியில்லாமல் கடை வீதிகளும், பலவகைத் தொழில் செய்யும் மக்கள் வாழ்ந்த தெருக்களும் இருந்தன.

சிராப்பள்ளி மலையிலிருந்து மகாராஜா இறங்கி வந்து சேர்வதற்கு முன்னால் பொன்னன் அரண்மனை வாசலை அடைந்துவிட விரும்பினான். மகாராஜா, சுவாமி தரிசனம் செய்துவிட்டு மலை உச்சியிலிருந்து இறங்கி வரும்போது வழியில் நின்று இளவரசருக்கு என்னத்தைக் காட்டியிருப்பார் என்பது அவனுக்கு ஒருவாறு தெரிந்திருந்தது. அங்கே தான் சோழ வம்சத்தின் அவமானச் சின்னங்கள் இருந்தன. பார்த்திப மகாராஜாவின் தந்தை, மகேந்திரவர்ம சக்கரவர்த்தியின் முன்னால் வாளையும் வில்லையும் வைத்து அடிபணிந்து, விதவிதமான இரத்தினங்களையும் ஆபரணங்களையும் காணிக்கையாக ஏற்றுக் கொள்ளும்படி வேண்டிக்கொள்ளும் காட்சி அங்கே சித்தரிக்கப்பட்டிருந்தது. அதை நினைக்கும் போதே பொன்னனுக்கும் இரத்தம் கொதித்தது. "சோழ நாடு இந்த அவமானத்தை எத்தனை நாளைக்குச் சகித்துக் கொண்டிருப்பது? யுத்த களத்தில் பல்லவர்களின் இரத்தத்தைப் பெருக்கி அந்த அவமானத்தைத் துடைத்துக் கொள்ள வேண்டாமா?" என்று எத்தனையோ முறை பொன்னன் சிந்தித்ததுண்டு. அப்படிப்பட்ட சந்தர்ப்பம் இப்போது ஏற்பட்டிருக்கும்போது தான் மட்டும் யுத்தத்துக்குப் போகாமல் வீட்டில் முக்காடிட்டுக் கொண்டிருப்பதா?- இவ்விதம் யோசித்துக் கொண்டே பொன்னன் விரைவாக நடந்து சென்றான்.

அத்தியாயம் ஏழு

அருள்மொழித் தேவி

பொன்னனும் வள்ளியும் உறையூர்க் கோட்டை வாசலுக்கு வந்த அதே சமயத்தில், ராணி அருள்மொழித் தேவி அரண்மனை உத்தியான வனத்துக்குள் பிரவேசித்தாள். பல்லவ தூதருக்கு மகாராஜா கூறிய பதிலை ஏவலாளர்கள் உடனே வந்து மகாராணிக்குத் தெரிவித்தார்கள். மன்னர் வரும் வரையில் பொழுதுபோக்குவதற்காக ராணி உத்தியான வனத்துக்குள் சென்றாள். அவ்வனத்தில் சண்பக மலர்கள் அடர்ந்து வளர்ந்திருந்த ஒரு மூலைக்குப் போய் அங்கே அமைதியாக பளிங்குக்கல் மேடையில் உட்கார்ந்து கொண்டாள். அங்கிருந்து பார்த்தபோது மேற்குத் திக்கில் சூரியன் அஸ்தமனமாய்க் கொண்டிருந்த காட்சி அடி மரங்களின் வழியாகத் தெரிந்தது. மேல் வானம் முழுவதும் பத்தரை மாற்றுத் தங்க விதானத்தைப் போல் தகதக வென்று பிரகாசித்தது. பார்த்துக் கொண்டிருக்கும் போதே தங்கநிறத்தின் சோபை மங்கிக் கொண்டு வந்தது; அடி வானத்தில் சூரியன் மறைந்தது. சற்று நேரத்திற்கெல்லாம் மேல் வானம் முழுவதும் ஒரே ரத்தச் சிவப்பாய் மாறிற்று. இந்தக் காட்சி அருள்மொழித் தேவிக்கும் ரண களத்தையும் அங்கே இரத்த ஆறு பெருக்கெடுத்து ஓடுவதையும் ஞாபகப்படுத்திற்று. தேவி நடு நடுங்கிக் கண்களை மூடிக் கொண்டாள்.

மறுபடி அவள் கண்ணைத் திறந்து பார்த்தபோது, வெள்ளி நிலவின் இன்பக் கிரணங்கள் மரக் கிளைகளின் வழியாக எட்டிப் பார்க்கத் தொடங்கியிருந்தன. ராணி உள்ளத்தில் பழைய ஞாபகங்கள், குமுறிக் கொண்டிருந்தன. பன்னிரண்டு வருஷத்துக்கு முன்னால் பார்த்திப மன்னனுக்கு மாலையிட்டு இந்த அரண்மனைக்கு அவள் வந்தாள். அந்த நாளிலிருந்து இம்மாதிரி வெண்ணிலவு பிரகாசித்த எத்தனையோ இரவுகளில் அவளும் பார்த்திபனும் இந்த உத்தியான வனத்தில் கைகோத்துக்கொண்டு உலாவியதுண்டு. இந்தப் பளிங்குக்கல் மேடைமீது உட்கார்ந்து இருவரும் நேரம் போவதே தெரியாமல் இருந்ததுண்டு. அந்த நாளில் பார்த்திபன் சில சமயம் புல்லாங்குழல் கொண்டு வந்து இசைப்பான். அருள்மொழி மெய் மறந்து கேட்டுக் கொண்டிருப்பாள். கண்ண பெருமானே பார்த்திபனாக உருக்கொண்டு வந்து மணம் புரிந்ததாக எண்ணிப் பூரிப்படைவாள். இப்படி சில காலம் வாழ்க்கையே

ஓர் இன்பக் கனவாகச் சென்று கொண்டிருந்தது. பிறகு விக்கிரமன் பிறந்த போது இன்ப வாழ்க்கையின் சிகரத்தை அவர்கள் அடைந்தார்கள். அதே உத்தியான வனத்தில் அதே பளிங்குக் கல்லின்மீது குழந்தையை மடியில் வைத்துக் கொண்டு கொஞ்சியதெல்லாம் அருள்மொழிக்கு நினைவு வந்தது.

ஆஹா! அந்த ஆனந்தமான நாட்கள் அப்படியே நீடித்திருக்கக் கூடாதா? ஆனால் எப்படியிருக்க முடியும்? பார்த்த பனு டைய இருதயத்தின் அடிவாரத்திலே சொல்லமுடியாத வேதனையொன்று பதுங்கிக் கிடந்து அவனுடைய நெஞ்சை அரித்துக் கொண்டிருக்கையில், அவர்களுடைய ஆனந்த வாழ்க்கை எப்படி நீடித்திருக்க முடியும்? பார்த்திபனுடைய இந்த அந்தரங்க வேதனையை வெகுகாலம் கழித்தே அருள்மொழி அறிந்தாள். அறிந்தது முதல் அந்த வேதனையில் அவளும் பங்கு கொண்டாள். அதற்குத் தானே காரணமோ என்று எண்ணி எண்ணி மனம் நொந்தாள். ஆமாம்; அவர்களு டைய கலியாணத்தின்போதே அந்தக் காரணமும் ஏற்பட்டு விட்டது. அருள்மொழி, சேர வம்சத்தைச் சேர்ந்த ஒரு சிற்றரசன் மகள். அந்த நாளில் அவளைப் போல் சௌந்தரியவதியான ராஜகுமாரி இல்லையென்று தென்னாடெங்கும் பிரசித்தியாகியிருந்தது. அவளைப் பார்த்திபனுக்கு மணம் செய்விக்க ஏற்பாடுகள் நடந்த பிறகு, காஞ்சி மகேந்திரவர்ம சக்கரவர்த் தியிடமிருந்து சேர மன்னனுக்குத் தூதர்கள் வந்தார்கள். பட்டத்து இளவரசர் நரசிம்மவர்மருக்கு அருள்மொழியைத் திருமணம் முடிக்க விரும்புவதாகச் சக்கரவர்த்தி செய்தி அனுப்பியிருந்தார். அருள்மொழியின் உற்றார் உறவினருக்கெல்லாம் இது பெரிதும் சம்மதமாயிருந்தது. ஆனால் அருள்மொழி அதற்கு இணங்கவில்லை; பார்த்திப சோழரையே பதியாகத் தம் மனத்தில் வரித்து விட்டதாகவும், வேறொருவரை மணக்க இசையேனென்றும் கண்டிப்பாய்ச் சொன்னாள்.

மகேந்திர சக்கரவர்த்தி மிகவும் பெருந்தன்மையுள்ளவராதலால் அதற்கு மேல் வற்புறுத்தவில்லை. இளவரசர் நரசிம்மவர் மருக்குப் பாண்டியன் மகளை மணம் முடித்து வைத்தார். பார்த்திபனுக்கும் அருள்மொழிக்கும் மணம் நடந்த பிறகுதான் பார்த்திபனுக்கு மேற்கூறிய சம்பவம் தெரிய வந்தது. அவர் சில சமயம், "நீ சாம்ராஜ்ய சக்கரவர்த்தினியாய் காஞ்சி சிம்மாசனத்தில் வீற்றிருக்க வேண்டியவள்; அதற்கு மாறாக, இந்த உள்ளங்கை அகல சோழ ராஜ்யத்திற்கு ராணியாயிருக்கிறாய்" என்று

சொல்வதுண்டு. முதலில் இதை ஒரு விளையாட்டுப் பேச்சாகவே அருள்மொழி எண்ணியிருந்தாள். நாளாக ஆக, தன் பதியினுடைய மனத்தில் இந்த எண்ணம் மிக்க வேதனையை அளித்து வந்தது என்று தெரிந்து கொண்டாள். அதைப் போக்குவதற்காக அவள் எவ்வளவோ பிரயத்தனம் செய்தும் முடியவில்லை. விக்கிரமன் பிறந்ததிலிருந்து மகாராஜாவின் அந்தரங்க வேதனை அதிகமாகியே வந்ததாகத் தெரிந்தது. ஒரு சமயம் அவர் "உன் வயிற்றில் பிறந்த பிள்ளை ஒரு பெரிய சாம்ராஜ்யத்திற்குச் சக்கரவர்த்தியாயிருக்க வேண்டியவன். என்னாலல்லவா இன்னொருவருக்குக் கப்பம் கட்டும் சிற்றரசு அவனுக்கு லபிக்கிறது!" என்பார். இன்னொரு சமயம், "அருள்மொழி! உன் பிள்ளைக்கு என்னால் சாம்ராஜ்யப் பட்டாபிஷேகம் செய்து வைக்க முடியாது. ஆனால் வீரத்தந்தையின் புதல்வன் என்ற பட்டத்தை நிச்சயம் அளிப்பேன்!" என்றார்.

அவருடைய வாக்கை நிறைவேற்றும் சமயம் இப்போது வந்துவிட்டது. பழைய காலத்து வீர பத்தினிகளைப் போல் அவருடன் தானும் உயிர் விடுகிறதாயிருந்தால் பாதகமில்லை. அந்தப் பாக்கியத்தையும் தனக்கு அளிக்க மறுக்கிறாரே? தான் வீரத்தாயாக இருந்து விக்கிரமனை வீர மகனாக வளர்க்க வேணுமாமே? ஐயோ, அவரைப் பிரிந்த பிறகு உயிரைத்தான் தாங்க முடியுமா? இப்படி எண்ணியபோது அருள்மொழிக்கு நெஞ்சு பிளந்து விடும் போலிருந்தது. திடீரென்று அழுகை பீறிக் கொண்டு வந்தது. "ஓ!" வென்று கதறிவிட்டாள். "அருள்மொழி! உன்னை வீர பத்தினி என்றல்லவா நினைத்தேன்? இவ்வளவு கோழையா நீ?" என்று கடினமான குரலில் கூறிய வார்த்தைகளைக் கேட்டுத் திடுக்கிட்டுத் திரும்பிப் பார்த்தாள். பார்த்திப மகாராஜா அங்கு நின்றார். உடனே அவளுடைய அழுகை நின்றது. கண்ணீரும் வறண்டு விட்டது. "வா! அரண் மனைக்குப் போகலாம்! அழுவதற்கும் சமாதானப்படுத்துவதற்கும் இப்போது நேரமில்லை" என்றார் மகாராஜா. இருவரும் கைகோத்துக் கொண்டு வாய் பேசாமல் அரண்மனைக்குள் போனார்கள். பார்த்திபனும், அருள்மொழியும் அரண்மனைக்குள் பிரவேசித்து, பூஜாக்கிரஹத்துக்கு வந்தபோது தீபாராதனை நடக்கும் சமயமாயிருந்தது.

பூஜாக்கிரகத்தில் சிவலிங்கம் பிரதிஷ்டை செய்யப்பட்டிருந்தது. இடது பக்கத்தில் பார்வதி தேவியின் அற்புதச் சிலை ஒன்று இருந்தது. தேவியின் இருபுறத்திலும் விநாயகரும் முருகக் கடவுளும்

வீற்றிருந்தார்கள். இன்னொரு பக்கத்தில் ஸ்ரீதேவி பூதேவி சமேதரான மகாவிஷ்ணு தரிசனம் தந்தார். எல்லா விக்கிரகங்களும் சண்பகம், பன்னீர், பாரிஜாதம் முதலிய மலர்களால் அலங்கரிக்கப்பட்டிருந்தன. தெய்வ சந்நிதியில் இளவரசர் விக்கிரமன், கைகூப்பிய வண்ணம் நின்று ஆராதனையைப் பார்த்துக் கொண்டிருந்தார். அர்ச்சகர் தீபாராதனை செய்து மூவருக்கும் பிரஸாதம் கொடுத்துவிட்டு வெளியே சென்றார். விக்கிரமன் மகாராஜாவைப் பார்த்து, "அப்பா! சித்திர மண்டபத்துக்குப் போகலாம் என்றீர்களே?" என்று கேட்டான். "இதோ நான் வருகிறேன்; விக்கிரமா! நீ முன்னால் போ!" என்றார் மகாராஜா. விக்கிரமன் வெளியே சென்றதும், மகாவிஷ்ணுவின் பாதத்தினடியில் வைத்திருந்த நீள வாட்டான மரப்பெட்டியை மகாராஜா சுட்டிக் காட்டிச் சொன்னார்:-"தேவி! அந்தப் பெட்டிக்குள்ளே என்ன இருக்கிறது என்று என்னை நீ பல தடவை கேட்டிருக்கிறாய். நானும் 'காலம் வரும் போது சொல்லுகிறேன்!' என்று சொல்லி வந்திருக்கிறேன். சொல்ல வேண்டிய காலம் இப்போது வந்துவிட்டது.

சோழ வம்சத்தின் புராதன பொக்கிஷம் இந்தப் பெட்டிக்குள்ளே இருக்கிறது. இதோ திறந்து காட்டுகிறேன் பார்!" இவ்விதம் சொல்லிக் கொண்டே மகாராஜா அந்த மரப்பெட்டியைத் திறந்தார். பெட்டிக்குள்ளே பளபளவென்று ஜொலித்த ஓர் உடைவாளும் ஓர் ஓலைச்சுவடியும் காணப்பட்டன. உடைவாளின் பிடி தங்கத்தினாலானது, இரத்தினங்கள் இழைத்தது. வாளும் எண்ணெய் பூசிக் கூர்மையாய்த் தீட்டி வைத்திருந்தது. ஆகவே பிடியும் வாளும் ஒன்றோடொன்று போட்டியிட்டு ஒளி வீசின. இதற்கு மாறாக, ஓலைச்சுவடியோ மிகப் பழமையானதாய்க் கருநிறமாயிருந்தது. பார்த்திபன் சொன்னான்:- "தேவி! இந்த உடைவாள் சோழ வம்சத்திலே முற்காலத்திலே பிரசித்தி பெற்றிருந்த சக்கரவர்த்திகள் காலத்திலிருந்து வந்தது. கரிகால் வளவனும் நெடுமுடிக் கிள்ளியும் இந்த உடைவாளைத் தரித்து உலகத்தை ஆண்டார்கள். ஓலைச் சுவடியில் உள்ளது நமது தமிழகத்தின் தெய்வப் புலவர் அருளிய திருக்குறள். இந்த உடைவாளும், குறள்நூலும்தான் சோழர் குலத்தின் புராதன பொக்கிஷங்கள். இவற்றை நீ வைத்துக் காப்பாற்றி விக்கிரமனுக்கு வயது வரும்போது அவனிடம் சேர்ப்பிக்க வேண்டும்.

அருள்மொழி! இந்தப் புராதன உடைவாளை என் தகப்பனார் அணிந்திருந்தார்; ஆனால் நான் அணியவில்லை. கப்பங் கட்டும்

சிற்றரசனாயிருந்து கொண்டு கரிகால் வளவனும் நெடுமுடிக் கிள்ளியும் அணிந்த உடைவாளை அணிய நான் விரும்பவில்லை. விக்கிரமனிடம் நீ இதையும் சொல்ல வேண்டும் எப்போது அவன் ஒரு சின்னஞ்சிறு பிரதேசத்துக்காவது சுதந்தர மன்னனாகிறானோ அப்போது தான் இந்த உடைவாளைத் தரிக்கலாமென்று கூற வேண்டும். அக்காலத்தில் இந்த உடைவாளைத் தரித்து, இந்தத் தெய்வத் திருக்குறளில் சொல்லியிருக்கும் வண்ணம் இராஜ்ய பாரம் செய்யும் படியும் கூற வேண்டும். இந்தப் பொறுப்பை உன்னிடம் ஒப்புவிக்கிறேன். அருள்மொழி! அதை நிறைவேற்றுவதாகத் தெய்வ சன்னிதானத்தில் எனக்கு வாக்குறுதி அளிக்க வேண்டும். விக்கிரமனை வீரமகனாக நீ வளர்க்க வேண்டும்." இதைக் கேட்ட அருள்மொழித் தேவி கண்களில் நீர் ததும்ப, விம்முகின்ற குரலில், "அப்படியே செய்கிறேன்; மகாராஜா!" என்றாள். பார்த்திபன் அப்போது "இறைவன் அதற்கு வேண்டிய தைரியத்தை உனக்கு அளிக்கட்டும்!" என்று சொல்லி அருள்மொழியைத் தழுவிக் கொண்டு அவளுடைய கண்களில் பெருகிய கண்ணீரைத் தம்முடைய மேலாடையால் துடைத்தார்.

அத்தியாயம் எட்டு

சித்திர மண்டபம்

உறையூர்த் தெற்கு ராஜவீதியிலிருந்த சித்திர மண்டபம் அந்தக் காலத்தில் தென்னாடெங்கும் புகழ் வாய்ந்திருந்தது. காஞ்சியிலுள்ள மகேந்திர சக்கரவர்த்தியின் பேர் பெற்ற சித்திர மண்டபம் கூட உறையூர்ச் சித்திர மண்ட பத்துக்கு நிகராகாது என்று ஜனங்கள் பேசுவது சகஜமாயிருந்தது. பார்த்திப மகாராஜாவும் இளவரசர் விக்கிரமனும் வெண் புரவிகளின் மீதேறி இந்தச் சித்திர மண்டபத்தின் வாசலை அடைந்த அதே சமயத்தில், அங்கே படகோட்டி பொன்னனும் வந்து சேர்ந்தான். இந்த அகாலவேளையில் மகாராஜாவைப் பார்க்க முடியுமோ என்னவோ என்ற கவலையுடன் வந்த பொன்னன் திடிரென்று மகாராஜாவைப் பார்த்ததும் இன்னது சொல்வதென்று தெரியாமல் திகைத்தான். "மகாராஜா..." என்னும்போதே அவனுக்கு நாக்குழறியது. அந்தக் குழறிய குரலைக்கேட்டு மகாராஜாவும் இளவரசரும் அவனைத் திரும்பிப் பார்த்தார்கள். "பொன்னா! நீ எங்கே வந்தாய்?" என்றார் மகாராஜா. பொன்னனின் மௌனத்தைக் கண்டு ஒருவாறு அவன் வந்த காரணத்தை ஊகித்தவராய், குதிரை மீதிருந்து கீழிறங்கினார். இளவரசர் விக்கிரமனும் லாவகமாய்க் குதிரை மீதிருந்து குதித்தார். "பொன்னா! இந்தத் தீவர்த்தியை வாங்கிக் கொள்!" என்றார் மகாராஜா. அருகே தீவர்த்தி வைத்துக் கொண்டு நின்ற ஏவலாளனிடமிருந்து பொன்னன் தீவர்த்தியை வாங்கிக் கொண்டான். அந்த வேளையில் மகாராஜா எதற்காக சித்திர மண்டபத்துக்கு வந்திருக்கிறார் எதற்காகத் தன்னை தீவர்த்தியுடன் பின் தொடரச் சொல்லுகிறார் என்பதொன்றும் அவனுக்குப் புரியாவிட்டாலும், மகாராஜா தன்னைத் திரும்பிப் போகச் சொல்லாமல் தம்முடன் வரும்படி சொன்னதில் அளவிலாத குதூகலமுண்டாயிற்று.

மகாராஜாவும் இளவரசரும் முன் செல்ல; பொன்னன் தீவர்த்தியைத் தூக்கிப் பிடித்துக் கொண்டு சித்திர மண்டபத்துக்குள் புகுந்தான். அந்த சித்திர மண்டபத்துக்குள் முதல் முதலாகப் பிரவேசிக்கிறவர்களுக்கு "நமக்குள்ள இரண்டு கண் போதாது; இரண்டாயிரம் கண் இருந்தால் இங்கேயுள்ள சித்திரங்களை ஒருவாறு பார்த்துத் திருப்தியடையலாம்" என்று தோன்றும். அந்த விஸ்தாரமான மண்டபத்தின் விசாலமான சுவர்களில் விதவிதமான வர்ணங்களில் பலவகைச் சித்திரங்கள் தீட்டப்

பெற்றிருந்தன. அந்த மண்டபத்தைத் தாங்கிய சிற்ப வேலைப்பாடுள்ள தூண்களிலும் சித்திரங்கள் காணப்பட்டன. மேல் விமானத்தின் உட்புறங்களையும் சித்திரங்கள் அலங்கரித்தன. ஒரு சுவரில் ததீசி முனிவரிடம் இந்திரன் வச்சிராயுதத்தைப் பெறுவது, இந்திரன் விருத்திராசுரனைச் சம்ஹரிப்பது, பிறகு இந்திரலோகம் வருவது, தேவர்களும் தேவமாதர்களும் இந்திரனை எதிர்கொண்டு வரவேற்பது. இந்திரனுடைய சபையில் தேவ மாதர்கள் நடனம் புரிவது முதலிய காட்சியைச் சித்திரித்திருக்கிறது. இன்னொரு பக்கத்தில், திருப்பாற்கடலில் மந்திரகிரியை மத்தாகவும் வாஸுகியைக் கயிறாகவும் கொண்டு தேவர்கள் ஒருபக்கமும் அசுரர்கள் ஒரு பக்கமும் நின்று கடையும் பிரம்மாண்டமான காட்சியைச் சித்திரித்திருக்கிறது. அடுத்தாற்போல, பரமசிவனுடைய தவத்தைக் கலைப்பதற்குக் காமதேவன் மலர்க்கணை தொடுப்பது முதல் குமரப் பெருமான் ஜனனம் வரையிலும் உள்ள காட்சிகள் காணப்பட்டன. இந்த உருவங்கள் எல்லாம் கேவலம் உயிரற்ற சித்திரங்களாகத் தோன்றவில்லை. கால், கை, முகம் இவற்றின் சரியான அளவு எடுத்துச் சாமுத்திரிகாலட்சணத் துக்கு இணங்க எழுதப்பட்டிருக்கவுமில்லை.

ஆனாலும், அந்த உருவங்களின் ஒவ்வொரு அவயத்திலும், காணப்பட்ட நெளிவும் முகத்தில் பொலிந்த பாவமும், தத்ரூபமாய் அந்தத் தேவர்களின் முன்னால் நாம் நிற்கிறோமென்னும் மயக்கத்தை உண்டாக்கின. பிரதி மாதம் மூன்று தினங்கள் இந்தச் சித்திர மண்டபம் பிரஜைகள் எல்லோரும் பார்ப்பதற்கென்று திறந்து வைக்கப்படுவதுண்டு. அவ்வாறு திறந்திருந்த நாட்களில் பொன்னன் இரண்டு மூன்று தடவை இந்தச் சித்திரங்களைப் பார்த்து மகிழ்ந்திருக்கிறான். இப்போதும் அந்தச் சித்திரங்கள் அவனுடைய கண்ணையும் கருத்தையும் கவரத்தான் செய்தன. ஆனாலும் இன்று அவற்றை நின்று பார்க்க முடியாதபடி மகாராஜாவும் இளவரசரும் முன்னால் விரைந்து போய்க் கொண் டிருந்தபடியால், பொன்னனும் அவர்களைப் பின்தொடர்ந்து விரைந்து சென்றான். சித்திர மண்டபத்தின் இரண்டு மூன்று கட்டுக்களையும் தாண்டிச் சென்று கடைசியாக, பூட்டிய கதவையுடைய ஒரு வாசற்படியண்டை மகாராஜா நின்றார். முன்னொரு தடவை பொன்னன் இதே இடத்தில் நின்று இந்த வாசற்படிக்கு உட்புறத்தில் என்ன இருக்குமோ என்று யோசித்திருக்கிறான். இந்தக் கதவைத் திறக்கக்

கூடாதென்பது மகாராஜாவின் கட்டளை என்று காவலாளர்கள் அப்போது தெரிவித்ததுண்டு. மகாராஜா இப்போது அந்தக் கதவண்டை வந்து நின்று, தம் கையிலிருந்த சாவியினால் பூட்டைத் திறக்கத் தொடங்கியதும் பொன்னனுடைய ஆவல் அளவு கடந்ததாயிற்று. "இதனுள்ளே ஏதோ பெரிய அதிசயம் இருக்கிறது. அதை நாம் இப்போது பார்க்கப் போகிறோம்" என்று எண்ணியபோது அவனுடைய நெஞ்சு படபடவென்று அடித்துக் கொண்டது. கதவு திறந்ததும், "பொன்னா! நீ முதலில் உள்ளே போ! தீவர்த்தியை நன்றாய்த் தூக்கிப் பிடி! சுவருக்கு ரொம்பச் சமீபமாய்க் கொண்டு போகாதே! தீவர்த்தி புகையினால் சித்திரங்கள் கெட்டுப் போகும்" என்றார் மகாராஜா.

பொன்னன் உள்ளே போய் தீவர்த்தியைத் தூக்கிப் பிடித்தான். அங்கிருந்த சுவர்களிலும் சித்திரங்கள்தான் தீட்டியிருந்தன. ஆனால் அவை என்ன சித்திரங்கள், எதைக் குறிப்பிடுகின்றன என்பது அவனுக்குத் தெரியவில்லை. பொன்னனுக்குப் பின்னால், விக்கிரமனுடைய கையைப் பிடித்து அழைத்துக் கொண்டு பார்த்திப மகாராஜா அந்த இருள் சூழ்ந்த மண்டபத்துக் குள்ளே புகுந்தார். "குழந்தாய்! பூட்டி வைத்திருக்கும் இந்த மண்டபத்துக்குள்ளே என்ன இருக்கிறது என்று பல தடவை என்னைக் கேட்டிருக்கிறாயே! உனக்கு இன்னும் கொஞ்ச வயதான பிறகு இந்தச் சித்திரங்களைக் காட்ட வேணுமென்றிருந்தேன். ஆனால் இப்போதே காட்ட வேண்டிய அவசியம் நேர்ந்திருக்கிறது. விக்கிரமா! இந்த மண்டபத்தை நான் வேணுமென்றே இருளடைந்ததாய் வைத்திருந்தேன். இதற்குள்ளே என்னைத் தவிர வேறு யாரும் வந்ததில்லை. யாரும் இந்தச் சுவரிலுள்ள சித்திரங்களைப் பார்த்ததில்லை! பொன்னா தீவர்த்தியைத் தூக்கிப்பிடி!" என்றார் மகாராஜா. அவருடைய பேச்சில் கவனமாயிருந்த பொன்னன் சட்டென்று தீவர்த்தியைத் தூக்கிப் பிடித்தான். "அதோ, அந்த முதல் சித்திரத்தைப் பார்! குழந்தாய் அதில் என்ன தெரிகிறது?" என்று மகாராஜா கேட்டார். "யுத்தத்துக்கு படை கிளம்புகிறது. ஆஹா எவ்வளவு பெரிய சைன்யம்! எவ்வளவு யானைகள், எவ்வளவு தேர்கள்; குதிரைகள்; எவ்வளவு காலாட் படைகள்" என்று விக்கிரமன் வியப்புடன் கூறினான். பிறகு, சட்டென்று திரும்பித் தந்தையின் முகத்தைப் பார்த்து, "அப்பா..." என்று தயங்கினான். "என்ன விக்கிரமா! கேள்?" என்றார் மகாராஜா. "ஒன்றுமில்லை, அப்பா! இந்தச் சித்திரங்கள் யார் எழுதியவையென்று யோசித்தேன்" என்றான். விக்கிரமன். "நீ நினைத்தது சரிதான் குழந்தாய்!

என் கையினால், நானே எழுதிய சித்திரங்கள்தாம் இவை. இந்தப்
பன்னிரண்டு வருஷ காலமாய் இரவிலும், பகலிலும் தூங்கும்போதும்
விழித்திருக்கும் போதும் நான் கண்டு வந்த கனவுகளைத் தான் இங்கே
எழுதியிருக்கிறேன்.

குழந்தாய்! நன்றாய்ப் பார்! யாருடைய சைன்யங்கள் இவை, தெரிகிறதா?"
"ஆஹா! தெரிகிறது. முன்னால் புலிக்கொடி போகிறதல்லவா? சோழ
ராஜ்யத்தின் படைகள்தான் இவை. ஆனால் அப்பா!..." என்று மறுபடியும்
தயங்கினான் விக்கிரமன். "என்ன கேட்க வேணுமோ, கேள் விக்கிரமா?"
"அவ்வளவு கம்பீரமாக நடந்துபோகும் அந்தப் பட்டத்து யானையின் மேல்,
யானைப்பாகன் மட்டுந் தானே இருக்கிறான் அம்பாரியில் யாரும்
இல்லையே, அப்பா!" "நல்ல கேள்வி கேட்டாய்! வேண்டு மென்றேதான்
அப்படி யானையின் மேல் யாரும் இல்லாமல் விட்டிருக்கிறேன். இந்தச்
சோழ வம்சத்திலே எந்தத் தீரன் இம்மாதிரி பெரிய சைன்யத்தைத்
திரட்டிக் கொண்டு திக்விஜயம் செய்வதற்காகக் கிளம்பிப் போகிறானோ,
அவனுடைய உருவத்தை அந்த யானையின் மேல் எழுதவேணும்,
குழந்தாய்! தற்சமயம் இந்தச் சோழராஜ்யம் ஒரு கையலகமுள்ள
சிற்றரசாக இருக்கிறது. வடக்கே பல்லவர்களும், தெற்கே பாண்டியர்களும்
மேற்கே சேரர்களும் இந்தச் சோழ நாட்டை நெருக்கிச்
சிறைப்பிடித்திருக்கிறார்கள். ஆனால் இந்த நாடு எப்போதும்
இப்படியிருந்ததில்லை. ஒரு காலத்தில் நம்முடைய வம்சம் மிக்க புகழ்
வாய்ந்திருந்தது. விக்கிரமா! உன்னுடைய மூதாதைகளிலே கரிகால்
வளவன் நெடுமுடிக் கிள்ளி முதலிய மாவீரர்கள் இருந்திருக்கிறார்கள்.
சோழர் என்ற பெயரைக் கேட்டதும் மாற்றரசர்கள் நடுங்கும் படியாக
அவர்கள் வீரச் செயல்கள் புரிந்திருக்கிறார்கள். அப்போது பல்லவர் என்ற
பெயரே இந்தத் தென்னாட்டில் இருந்த தில்லை. சோழ சாம்ராஜ்யம்
வடக்கே வெகுதூரம் பரவியிருந்தது. அந்நாளில் பாண்டியர்களும்
சேரர்களும் சோழ மன்னர் களுக்குத் திறை செலுத்திக்
கொண்டிருந்தார்கள். கடல்களுக்கு அப்பால் எத்தனையோ தூரத்திலுள்ள
அரசர் களெல்லாம் சோழ சக்கரவர்த்திகளுக்குக் காணிக்கைகளுடன்
தூதர்களை அனுப்பி வந்தார்கள்.

இப்போது கடல்மல்லைத் துறைமுகம் பிரசித்தி பெற்றிருப்பது போல
அந்நாளில் காவேரிப்பட்டினம் பெரிய துறைமுகமாயிருந்தது.
காவேரிப்பட்டினத்திலிருந்து பெரிய கப்பல்கள் கிளம்பித் தூர தூர

தேசங்களுக்கெல்லாம் சென்று பொன்னும் மணியும் கொண்டுவந்து, சோழ மன்னர்களின் பொக்கிஷத்தை நிரப்பி வந்தன. குழந்தாய்! மறுபடியும் இந்தச் சோழநாடு அம்மாதிரி மகோன்னத நிலை அடையவேண்டு மென்பது என் உள்ளத்தில் பொங்கும் ஆசை; நான் இரவிலும் பகலிலும் காணும் கனவு! அதோ, அந்தச் சித்திரத்தைப் பார்!" இவ்விதம் மகாராஜா ஆவேசம் கொண்டவர்போல் பேசிக் கொண்டு மேலும் மேலும் சித்திரங்களைக் காட்டிக் கொண்டே போனார். அடுத்த சித்திரத்தில், சோழ சைன்யம் ஒரு பெரிய நதியைக் கடக்கும் காட்சி காணப்பட்டது. பிறகு அப்படைகள் பெரியதோர் மலையில் ஏறிச் சென்றன. அப்பால் ஒரு பெரிய யுத்தக் காட்சி காணப்பட்டது. அதிலே சோழர் சைன்யம் வெற்றியடைந்த பிறகு மாற்றரசர்கள் காணிக்கைகளுடன் வந்து சரணாகதி செய்கிறார்கள். இம்மாதிரி பல நதிகளைக் தாண்டியும் பல மலைகளைக் கடந்தும் பல மன்னர்களை வென்றும் கடைசியில் சோழ சைனியம் இமய மலையை அடைகிறது. பர்வத ராஜாவான இமயத்தின் உச்சியில் சோழர்களின் புலிக்கொடி நாட்டப்படுகிறது. இதற்குப் பிறகு சோழ நாட்டின் தலைநகருக்குச் சைன்யம் திரும்பி வருவதும் நகர மாந்தர் அந்த வீரப்படையை எதிர் கொண்டழைப்பதுமான கோலாகலக் காட்சிகள். இன்னொரு பக்கத்தில் புலிக்கொடி பறக்கும் பெரிய பெரிய கப்பல்கள் துறைமுகங்களிலிருந்து கிளம்பும் காட்சியை அற்புதமாகச் சித்திரித்திருந்தது. அந்தக் கப்பல் கள் தூர தூர தேசங் களுக்குப் போய்ச் சேருகின்றன. அந்தந்தத் தேசங்களின் மன்னர்கள் பரிவாரங்களுடன் எதிர்கொண்டு வந்து சோழநாட்டின் தூதர்களை உபசரிக்கிறார்கள். கடல் சூழ்ந்த அந்நாடுகளில் சோழர்களின் புலிக்கொடி கம்பீரமாய்ப் பறக்கிறது; புலிக்கொடி பறக்கும் தேசங்களிலெல்லாம் பெரிய பெரிய கோயில்களும் கோபுரங்களும் வானை அளாவி எழுகின்றன. இத்தகைய அற்புதமான சித்திரங்களே அந்த மண்டபம் முழுவதும் நிறைந்திருந்தன.

அத்தியாயம் ஒன்பது

விக்கிரமன் சபதம்

சித்திரங்கள் எல்லாம் பார்த்து முடித்ததும் விக்கிரமன் தயங்கிய குரலில் "அப்பா!" என்றான். மகாராஜா அவனை அன்பு கனியப் பார்த்து "என்ன கேட்க வேண்டுமோ கேள், குழந்தாய்! சொல்ல வேண்டியதையெல்லாம் தயங்காமல் சொல்லிவிடு; இனிமேல் சந்தர்ப்பம் கிடைப்பது அரிது" என்றார். "ஒன்றுமில்லை அப்பா! இந்தச் சித்திரங்கள் எல்லாம் எவ்வளவு நன்றாயிருக்கின்றன என்று சொல்ல ஆரம்பித்தேன். இவ்வளவு அற்புதமாய்ச் சித்திரம் எழுத எப்போது கற்றுக் கொண்டிர் கள்? நமது சித்திர மண்டபத்தில்கூட இவ்வளவு அழகான சித்திரங்கள் இல்லையே!" என்றான் விக்கிரமன். மகாராஜா மைந்த னைக்கட்டி அணைத்துக் கொண்டார். "என் கண்ணே! என்னுடைய சித்திரத் திறமையை நீ ஒருவன் வியந்து பாராட்டியதே எனக்குப் போதும். வேறு யாரும் பார்த்துப் பாராட்ட வேண்டியதில்லை. என் மனத்திலிருந்த ஏக்கம் இன்று தீர்ந்தது" என்றார். "ஆனால் அப்பா! எதற்காக உங்கள் வித்தையை நீங்கள் இவ்விதம் ஒளித்து வைத்திருக்க வேண்டும்? இந்த ஆச்சரியமான சித்திரங்களைப் பற்றி நீங்கள் வெட்கப்பட வேண்டிய அவசியம் என்ன? ஆகா! இந்த உருவங்கள் எல்லாம் எவ்வளவு தத்ரூபமாக, உணர்ச்சி பெற்று விளங்குகின்றன? முகங்களிலே தான் எத்தனை ஜீவகளை! இவ்வளவு ஆச்சரியமான சித்திரங்களை வேறு யார் எழுத முடியும்? ஏன் இந்தத் திருட்டு மண்டபத்தில் இவற்றைப் பூட்டி வைத்திருக்க வேண்டும்? எல்லாரும் பார்த்து சந்தோஷப்பட்டாலென்ன?" என்று விக்கிரமன் ஆத்திரமாய்ப் பேசினான். அப்போது பார்த்திப மகாராஜா சொல்லுகிறார்:- "கேள், விக்கிரமா! இந்த உலகத்தில் எவன் அதிகாரமும் சக்தியும் ப உற்றிருக்கிறானோ, அவனிடம் உள்ள வித்தையைத்தான் உலகம் ஒப்புக் கொண்டு பாராட்டும். காஞ்சியில் மகேந்திர சக்கரவர்த்தி இருந்தாரல்லவா? ஒரு தடவை பெரிய வித்வசபைகூடி அவருக்குச் 'சித்திரக்காரப் புலி' என்ற பட்டம் அளித்தார்கள்.

மகேந்திரவர்மருடைய சித்திரங்கள் மிகவும் சாமானியமானவை; ஆனாலும் அவற்றைப் புகழாதவர் கிடையாது. இப்போதுள்ள நரசிம்ம சக்கரவர்த்திக்கு இது மாதிரி எத்தனையோ பட்டப் பெயர்கள் உண்டு. சித்திரக் கலையில் சிங்கம்! கான வித்தையில் நாரதர்! சிற்பத்தில்

விசுவகர்மா! - உலகம் இப்படியெல்லாம் அவரைப் போற்றுகிறது. ஏன்? அவரிடம் பெரிய சைன்யம் இருப்பதினால்தான். குழந்தாய்! தெய்வத்துக்கு ஏழை, செல்வன் என்ற வித்தியாசம் இல்லை. இறைவனுக்குச் சக்கரவர்த்தியும் ஒன்றுதான்! செருப்பு தைக்கும் சக்கிலியனும் ஒன்றுதான். ஆனாலும் இந்த உலகத்தில் தெய்வத்தின் பிரதிநிதிகளாயிருப்பவர்கள் கூட, பெரிய படை பலம் உள்ளவன் பக்கமே தெய்வமும் இருப்பதாய்க் கருதுகிறார்கள். மகேந்திரன் வெகுகாலம் ஜைன மதத்தில் இருந்தான்! சிவனடியார்களை எவ்வளவோ துன்பங்களுக்கு உள்ளாக்கினான். பிறகு அவனுக்குத் திடிரென்று ஞானோதயம் உண்டாயிற்று. சிவபக்தன் என்று வேஷம் போட்டு நடித்தான் விக்கிரமா! மகேந்திரனும் சரி, அவன் மகன் நரசிம்மனும் சரி, நடிப்புக் கலையில் தேர்ந்தவர்கள்; விதவிதமான வேஷங்கள் போட்டுக் கொள்வார்கள்; நம்பினவர்களை ஏமாற்றுவார்கள். இவர்களுடைய சிவபக்தி நடிப்பு உலகத்தை ஏமாற்றிவிட்டது. புராதன காலத்திலிருந்து சோழ வம்சத்தினர்தான் சைவத்தையும், வைஷ்ணவத்தையும் வளர்த்து வந்தார்கள். சிராப்பள்ளிப் பெருமானையும், ஸ்ரீரங்கநாதனையும், குல தெய்வங்களாகப் போற்றி வந்தார்கள். ஆனால் இன்றைய தினம் சிவனடியார்களும், வைஷ்ணவப் பெரியார்களும் யாருடைய சபா மண்டபத்திற்குப் போகிறார்கள்? திரிலோகாதிபதியான காஞ்சி நரசிம்ம சக்கரவர்த்தியின் ஆஸ்தான மண்டபத்துக் குத் தான்! என்னுடைய சித்திரங்களைப் பிறர் பார்ப்பதை நான் ஏன் விரும்பவில்லை என்று இப்போது தெரிகிறதா? சோழ நாடு சிற்றரசாயிருக்கும் வரையில் 'பார்த்திபன் சித்திரம் வேறு எழுத ஆரம்பித்து விட்டானா' என்று உலகம் பரிகசிக்கும். விக்கிரமா! இன்னொரு விஷயம் நீ மறந்து விட்டாய்..." என்று நிறுத்தினார்

மகாராஜா. "என்ன அப்பா?" என்று விக்கிரமன் கேட்டான். "இவை கேவலம் சித்திரத் திறமையைக் காட்டுவதற்காக மட்டும் எழுதிய சித்திரங்கள் அல்லவே, குழந்தாய்! என்னுடைய மனோரதங்களை என் இருதய அந்தரங்கத்தில் பொங்கிக் கொண்டிருக்கும் ஆசைகளையல்லவா இப்படிச் சித்திரித்திருக்கிறேன்? இந்தச் சித்திரங்களை இப்போது பார்க்கிறவர்கள் சிரிக்கமாட்டார்களா? 'வீணாசை கொண்டவன்' 'எட்டாத பழத்துக்கு கொட்டாவி விடுகிறவன்' என்றெல்லாம் பரிகசிக்க மாட்டார்களா? ஆகையினாலேயே, இந்த மண்டபத்தை இப்படி இருள் சூழ்ந்ததாய்

இப்போது வைத்திருக்கிறேன். இந்தச் சித்திரக் காட்சிகள் எப்போது உண்மைச் சம்பவங்களாகத் தொடங்குமோ, அப்போதுதான் மண்டபத்தில் வெளிச்சம் வரச் செய்ய வேண்டும். அப்போதுதான் எல்லா ஜனங்களும் வந்து பார்க்கும்படி மண்டபத்தைத் திறந்துவிடவேண்டும். அந்தப் பாக்கியம், விக்கிரமா என் காலத்தில் எனக்குக் கிடைக்கப் போவதில்லை. உன்னுடைய காலத்திலாவது நிறைவேற வேண்டுமென்பது என் ஆசை. என்னுடன் நீயும் போர்க்களத்துக்கு வருவதாகச் சொல்வதை நான் ஏன் மறுக்கிறேன் என்று இப்போது தெரிகிறதல்லவா?" "தெரிகிறது அப்பா!" "என் கனவை நிறைவேற்றுவதற்காக நீ உயிர்வாழ வேண்டும். சோழ நாட்டின் உன்னதமே உன் வாழ்க்கையின் நோக்கமாயிருக்க வேண்டும். சோழர் குலம் பெருமையடைவதே அல்லும் பகலும் உன்னுடைய நினைவாயிருக்க வேண்டும். சோழரின் புலிக்கொடி வேறு எந்த நாட்டின் கொடிக்கும் தாழாமல் வானளாவிப் பறக்கவேண்டுமென்று சதா காலமும் நீ சிந்திக்க வேண்டும்.

நாளை மறுதினம் நான் போருக்குக் கிளம்புகிறேன். யுத்த களத்திலிருந்து திரும்பி வருவேனென்பது நிச்சயமில்லை. விக்கிரமா! போர்க்களத்தில் மடிகிறவர்கள் வீர சொர்க்கம் அடைகிறார்களென்று புராணங்கள் சொல்லுகின்றன. ஆனால், நான் வீர சொர்க்கம் போகமாட்டேன். திரும்பி இந்தச் சோழ நாட்டுக்குத்தான் வருவேன். காவேரி நதி பாயும் இந்தச் சோழ வளநாடுதான் எனக்குச் சொர்க்கம். நான் இறந்த பிற்பாடு என்னுடைய ஆன்மா இந்தச் சோழ நாட்டு வயல் வெளிகளிலும், கோயில் குளங்களிலும், நதிகரைகளிலும், தென்னந் தோப்புகளிலும்தான் உலாவிக் கொண்டிருக்கும். அப்போது 'பார்த்திபன் மகனால் சோழர் குலம் பெருமையடைந்தது' என்று ஜனங்கள் பேசும் வார்த்தை என் காதில் விழுமானால், அதைவிட எனக்கு ஆனந்தமளிப்பது வேறொன்றுமிராது. எனக்கு நீ செய்ய வேண்டிய ஈமக்கடன் இதுதான். செய்வாயா, விக்கிரமா?" இளவரசன் விக்கிரமன், "செய்வேன், அப்பா! சத்தியமாய்ச் செய்வேன்!" என்று தழுதழுத்த குரலில் சொன்னான். அவன் கண்களில் நீர்துளித்து முத்து முத்தாகக் கீழே சிந்திற்று. இதையெல்லாம் பார்த்துக்கொண்டும் கேட்டுக் கொண்டும் இருந்த பொன்னனுடைய கண்களிலிருந்தும் தாரை தாரையாகக் கண்ணீர் பெருகிக் கொண்டிருந்தது. மகாராஜா அவனைப் பார்த்து, "பொன்னா! எல்லாம் கேட்டுக் கொண்டிருந்தாயல்லவா? இளவரசரிடம் உண்மையான அன்புள்ள

சிலராவது அவருக்குத் துணையாக இருக்கச் சொல்லுகிறேன். என்னுடன்நீ யுத்தத்துக்கு வருவதைக் காட்டிலும் இளவரசருக்குத் துணையாக இருந்தாயானால், அதுதான் எனக்குத் திருப்தியளிக்கும் இருக்கிறாயல்லவா?" என்று கேட்டார். பொன்னன் விம்மலுடன் "இருக்கிறேன், மகாராஜா!" என்றான்.

அத்தியாயம் பத்து

படை கிளம்பல்

உறையூரில் அன்று அதிகாலையிலிருந்து
அல்லோலகல்லோலமாயிருந்தது. பார்த்திப மகாராஜாவின்
பட்டாபிஷேகத்தின் போதும் மகேந்திர வர்ம சக்கரவர்த்தியின்
விஜயத்தின் போதும்கூட, உறையூர் வீதிகள் இவ்வளவு அழகாக
அலங்கரிக்கப்படவில்லையென்று ஜனங்கள் பேசிக் கொண்டார்கள்.
வீட்டுக்கு வீடு தென்னங்குருத்துக்களினாலும் மாவிலைகளினாலும்
செய்த தோரணங்கள் தொங்கிக் கொண்டிருந்தன. வீடுகளின் திண்ணைப்
புறங்களிலெல்லாம், புதிய சுண்ணாம்பும் சிவப்புக் காவியும் மாறிமாறி
அடித்திருந்தது. ஸ்திரீகள் அதிகாலையிலேயே எழுந்திருந்து,
தெருவாசலைச் சுத்தம் செய்து, அழகான கோலங்கள் போட்டு, வாசலில்
குத்து விளக்கு ஏற்றி வைத்தார்கள். பிறகு, ஆடை ஆபரணங்களினால்
நன்கு அலங்கரித்துக் கொண்டு, போருக்குப் படை கிளம்பும் வேடிக்கை
பார்ப்பதற்காக வாசல் திண்ணைகளிலோ மேல் மாடிகளின் சாளரங்களின்
அருகிலோ வந்து நின்று கொண்டார்கள். விடிய ஒரு சாமம்
இருக்கும்போதே, அரண்மனை யிலுள்ள பெரிய ரண பேரிகை முழங்கத்
தொடங்கியது. அதனுடன் வேறு சில சத்தங்களும் கலந்து கேட்கத்
தொடங்கின. குதிரைகள் கனைக்கும் சத்தம், யுத்த வீரர்கள்
ஒருவரையொருவர் கூவி அழைக்கும் குரல், அவர்கள் இடையிடையே
எழுப்பிய வீர முழக்கங்களின் ஒலி, வேல்களும் வாள்களும்
ஒன்றோடொன்று உராயும் போது உண்டான கண கண ஒலி, போருக்குப்
புறப்படும் வீரர்களை அவர்களுடைய தாய்மார்கள் வாழ்த்தி அனுப்பும்
குரல், காதலிகள் காதலர்களுக்கு விடை கொடுக்கும் குரல் -
இவ்வளவுடன், வழக்கத்துக்கு முன்னதாகவே துயில் நீங்கி எழுந்த
பறவைகளின் கல கல சத்தமும் சேர்ந்து ஒலித்தது.

சூரிய உதயத்துக்கு முன்னாலிருந்தே அரண்மனை வாசலில் போர்
வீரர்கள் வந்து குவியத் தொடங் கினார்கள். படைத் தலைவர்கள்
அவர்களை அணிவகுத்து நிற்கச் செய்தார்கள். வரிசை வரிசையாகக்
குதிரைப் படைகளும், யானைப் படைகளும், காலாட் படைகளும்
அணிவகுத்து நிறுத்தப்பட்டன. எல்லாப் படைகளுக்கும் முன்னால்
சோழர்களின் புலிக்கொடி வானளாவிப் பறந்தது. சங்கு, கொம்பு, தாரை,

தப்பட்டை முதலிய வாத்தியங்களை முழக்குகிறவர்கள் படைக ளுக்கு இடையிடையே நிறுத்தப்பட்டார்கள். பெரிய பேரிகைகளைச் சுமந்த ரிஷபங்களும் ஆங்காங்கு நின்றன. பட்டத்துப் போர் யானை அழகாக அலங்கரிக்கப்பட்டு அரண்மனை வாசலில் கொண்டு வந்து நிறுத்தப்பட்டது. இந்த மாதிரி அணிவகுப்பு நடந்து கொண்டிருக்கையில் அடிக்கடி போர் வீரர்கள் "வீரவேல்" "வெற்றிவேல்" என்று முழங்கிக் கொண்டிருந்தார்கள். சிறிது நேரத்திற்கெல்லாம் அரண்மனை முன் வாசலில் கலகலப்பு ஏற்பட்டது. "மகாராஜா வருகிறார்!" "மகாராஜா வருகிறார்!" என்று ஜனங்கள் பேசிக் கொண்டார்கள். அவர்கள் பார்த்துக் கொண்டிருக்கும் போதே அரண் மனைக் குள்ளேயிருந்து கட்டியக்காரர்கள் இருவர், "சோழ மண்டலாதிபதி பார்த்திப மகாராஜா வருகிறார்! பராக் பராக்!" என்று கூவிக் கொண்டு வெளியே வந்தார்கள். வீதியில் கூடியிருந்த அந்தணர்களும் முதியோர்களும் "ஜய விஜயீபவா!" என்று கோஷித்தார்கள். மகாராஜா அரையில் மஞ்சள் ஆடையும் மார்பில் போர்க்கவசமும், இடையில் உடைவாளும் தரித்தவராய் வெளியே வந்தார். அவரைத் தொடர்ந்து ராணியும் இளவரசரும் வந்தார்கள்.

அரண்மனை வாசலில் மகாராணி தன் கையில் ஏந்தி வந்த ஆத்திமாலையை அவர் கழுத்தில் சூட்டினாள். அருகில் சேடி ஏந்திக் கொண்டு நின்ற மஞ்சள் நீரும் தீபமும் உள்ள தட்டை வாங்கி மகாராஜாவுக்கு முன்னால் மூன்று சுற்றுச் சுற்றிவிட்டு, கையில் ஒரு துளி மஞ்சள் நீர் எடுத்து மகாராஜாவின் நெற்றியில் திலகமிட்டாள். அப்போது மீண்டும் மீண்டும் "ஜய விஜயீ பவ" "வெற்றி வேல்" வீர வேல்" என்னும் முழக்கங்கள் ஆகாயத்தை அளாவி எழுந்து கொண்டிருந்தன. சங்கு, கொம்பு, தாரை, தப்பட்டை முதலிய வாத்தியங்கள் காது செவிடுபடும்படி அதிர்ந்தன. மகாராஜா வீதியில் நின்ற கூட்டத்தை ஒரு தடவை தம் கண்களால் அளந்தார். அப்போது ஒரு ஏவலாளன் விரைந்து வந்து, மகாராஜாவின் காலில் விழுந்து எழுந்து கைகட்டி வாய் பொத்தி நின்றான். "என்ன சேதி?" என்று மகாராஜா கேட்கவும் "மாரப்ப பூபதி இன்று காலை கிளம்பும்போது, குதிரை மீதிருந்து தவறிக் கீழே விழுந்து மூர்ச்சையானார். மாளிகைக்குள்ளே கொண்டு போய்ப் படுக்க வைத்தோம். இன்னும் மூர்ச்சை தெளியவில்லை" என்றான். இதைக் கேட்ட மகாராஜாவின் முகத்தில் லேசாகப் புன்னகை பரவிற்று. அந்த ஏவலாளனைப் பார்த்து, "நல்லது, நீ திரும்பிப் போ! பூபதிக்கு மூர்ச்சை

தெளிந்ததும், உடம்பை ஜாக்கிரதையாகப் பார்த்துக் கொள்ளச் சொன்னேன் என்று தெரிவி!" என்றார். மேற்கண்ட சம்பாஷணை மகாராஜாவுக்கு அருகிலிருந்த ஒரு சிலருடைய காதிலேதான் விழுந்தது. ஆனாலும் வெகு சீக்கிரத்தில் "மாரப்ப பூபதிக்கு ஏதோ விபத்தாம்! அவர் போருக்கு வரவில்லையாம்" என்ற செய்தி பரவிவிட்டது.

பிறகு, மகாராஜா அருகில் நின்ற விக்கிரமனை வாரி எடுத்து மார்போடணைத்துக் கொண்டு உச்சி மோந்தார். "குழந்தாய், நான் சொன்னதெல்லாம் ஞாபகம் இருக்கிறதா? மறவாமலிருப்பாயா?" என்றார். "நினைவில் இருக்கிறது. அப்பா! ஒரு நாளும் மறக்க மாட்டேன்" என்றான் விக்கிரமன். பிறகு மகாராஜா மைந்தனின் கையைப் பிடித்து அருள்மொழியினிடம் கொடுத்து, "தேவி! நீ தைரியமாயிருக்க வேண்டும். சோழர் குலச் செல்வத்தையும் புகழையும் உன்னிடம் ஒப்புவிக்கிறேன். வீர பத்தினியாயிருந்து என் கோரிக்கையை நிறைவேற்ற வேண்டும். முகமலர்ச்சியுடன் இப்போது விடை கொடுக்க வேண்டும்" என்றார். அருள்மொழி, கண்களில் நீர் பெருக, நெஞ்சை அடைக்க, "இறைவனுடைய அருளால் தங்கள் மனோரதம் நிறைவேறும்; போய் வாருங்கள்" என்றார். மகாராஜா போர் யானைமீது ஏறிக் கொண்டார். மறுபடியும் போர் முரசுகளும், தாரை தப்பட்டை எக்காளங்களும் ஏககாலத்தில் காது செவிடுபடும்படி முழங்கின - உடனே அந்தச் சோழநாட்டு வீரர்களின் படை அங்கிருந்து பிரயாணம் தொடங்கிற்று. புரட்டாசி மாதத்துப் பௌர்ணமி இரவில் வெண்ணாற்றங்கரை மிகவும் கோரமான காட்சியை அளித்தது. வானத்தில் வெண்ணிலவைப் பொழிந்த வண்ணம் பவனி வந்து கொண்டிருந்த பூரணச் சந்திரனும், அந்தக் கொடுங் காட்சியைக் காணச் சகியாதவன் போல், அடிக்கடி வெள்ளி மேகத் திரையிட்டுத் தன்னை மறைத்துக் கொண்டான். பகலெல்லாம் அந்த நதிக்கரையில் நடந்த பயங்கரமான யுத்தத்தில் மடிந்தவர்களின் இரத்தம் வெள்ளத்துடன் கலந்தபடியால், ஆற்றில் அன்றிரவு இரத்த வெள்ளம் ஓடுவதாகவே தோன்றியது.

அந்த வெள்ளத்தில் பிரதிபலித்த பூரணச் சந்திரனின் பிம்பமும் செக்கச் செவேலென்ற இரத்த நிறமடைந்து காணப் பட்டது. நதியின் மேற்குக் கரையில் கண்ணுக்கெட்டிய தூரம், கொடும்போர் நடந்த ரணகளத்தின் கோரமான காட்சி தான். வீர சொர்க்கம் அடைந்த ஆயிரக்கணக்கான போர்வீரர்களின் உடல்கள் அந்த ரணகளமெங்கும் சிதறிக் கிடந்தன. சில

இடங்களில் அவை கும்பல் கும்பலாகக் கிடந்தன. கால் வேறு, கை வேறாகச் சிதைவுண்டு கிடந்த உடல்கள் எத்தனையோ! மனிதர்களைப் போலவே போரில் மடிந்த குதிரைகளும் ஆங்காங்கே காணப்பட்டன. வெகுதூரத்தில் குன்றுகளைப் போல் சில கறுத்த உருவங்கள் விழுந்து கிடந்தன. அவை போர் யானைகளாகத் தான் இருக்க வேண்டும். அந்த ரணகளத்தில் விருந்துண்ண ஆசைகொண்ட நூற்றுக்கணக்கான கழுகுகளும், பருந்துகளும் நாலா பக்கங்களிலிருந்தும் பறந்து வந்து வட்டமிட்டுக் கொண்டிருந்தன. அவற்றின் விரிந்த சிறகுகளின் நிழல் பெரிதாகவும் சிறிதாகவும் ரணகளத்தின் மேல் ஆங்காங்கு விழுந்து, அதன் பயங்கரத்தை மிகுதிப்படுத்திக் கொண்டிருந்தன. நதியின் இனிய 'மர்மர' சத்தத்தைப் பருந்துகள், கழுகுகளின் கர்ண கடூரமான குரல்கள் அடிக்கடி குலைத்துக் கொண்டிருந்தன. அந்தக் கோரமான ரணகளத்தில், மெல்லிய மேகத் திரைகளினாலும் வட்டமிட்ட பருந்துகளின் நிழலினாலும் மங்கிய நிலவொளியில், ஒரு மனித உருவம் மெல்ல மெல்ல நடந்து போய்க்கொண்டிருந்தது.

அது சுற்றுமுற்றும் உற்றுப் பார்த்துக் கொண்டே போயிற்று. சற்று நெருங்கிப் பார்த்தால், அது ஒரு சிவனடியாரின் உருவம் என்பது தெரியவரும். தலையில் சடை முடியும், நெற்றி நிறையத் திருநீறும், அப்போதுதான் நரை தோன்றிய நீண்ட தாடியும், கழுத்தில் ருத்திராட்ச மாலையும், அரையில் காவி வஸ்திரமும், மார்பில் புலித்தோலுமாக அந்தச் சிவனடியார் விளங்கினார். அவர் கையில் கமண்டலம் இருந்தது. அவருடைய முகத்தில் அபூர்வமான தேஜஸ் திகழ்ந்தது. விசாலமான கண்களில் அறிவொளி வீசிற்று. தோற்றமோ வெகு கம்பீரமாயிருந்தது. நடையிலும் ஒரு பெருமிதம் காணப்பட்டது. இந்த மகான் சிவனடியார் தானோ, அல்லது சிவபெருமானே இத்தகைய உருவம் பூண்டு வந்தாரோ என்று திகைக்கும்படியிருந்தது. இந்தப் பயங்கர ரணகளத்தில் இந்தப் பெரியாருக்கு என்ன வேலை? யாரைத் தேடி அல்லது என்னத்தை தேடி இவர் சுற்றுமுற்றும் பார்த்துக் கொண்டு போகிறார்? சிவனடியார் எந்தத் திசையை நோக்கிப் போனாரோ, அதற்கு எதிர்த் திசையில் கொஞ்ச தூரத்தில் கருங்குன்று ஒன்று நகர்ந்து வருவது போல் ஒரு பிரம்மாண்டமான உருவம் அசைந்து வருவது தெரிந்தது. அது சோழ மன்னர்களின் பட்டத்துப் போர் யானைதான். அதைக் கண்டதும் சிவனடியார் சிறிது தயங்கித் தாம் நின்ற இடத்திலேயே நின்றார்.

யானையின் தேகத்தில் பல இடங்களில் காயம் பட்டு இரத்தம் வடிந்து கொண்டிருந்தது. நடக்க முடியாமல் அது தள்ளாடி நடந்தது என்பது நன்றாய் தெரிந்தது. கீழே கிடந்த போர் வீரர்களின் உயிரற்ற உடல் களை மிதிக்கக் கூடாதென்று அது ஜாக்கிரதையாக அடி எடுத்து வைத்து நடந்தது. துதிக்கையை அப்படியும் இப்படியும் நீட்டி அங்கே கிடந்த உடல்களைத் தடவிப் பார்த்துக் கொண்டே வந்ததைப் பார்த்தால், அந்த யானை எதையோ தேடி வருவதுபோல் தோன்றியது.

சற்று நேரத்துக்கெல்லாம், அந்தப் பட்டத்து யானையானது, உயிரற்ற குவியலாக ஒன்றன்மேல் ஒன்றாகக் கிடந்த ஓர் இடத்துக்கு வந்து நின்றது. அந்த உடல்களை ஒவ்வொன்றாக எடுத்து அப்பால் மெதுவாக வைக்கத் தொடங்கியது. இதைக் கண்டதும் சிவனடியார் இன்னும் சற்று நெருங்கிச் சென்றார். சமீபத்தில் தனித்து நின்ற ஒரு கருவேல மரத்தின் மறைவில் நின்று யானையின் செய்கையை உற்றுப் பார்த்துக் கொண்டிருந்தார். யானை, அந்த உயிரற்ற உடல்களை ஒவ்வொன்றாய் எடுத்து அப்புறப் படுத்திற்று. எல்லாவற்றுக்கும் அடியில் இருந்த உடலை உற்று நோக்கிற்று. அதைத் துதிக்கையினால் மூன்று தடவை மெதுவாகத் தடவிக் கொடுத்தது. பிறகு அங்கிருந்து நகர்ந்து சற்றுத் தூரத்தில் வெறுமையாயிருந்த இடத்துக்குச் சென்றது. துதிக்கையை வானத்தை நோக்கி உயர்த்திற்று. சொல்ல முடியாத சோகமும் தீனமும் உடைய ஒரு பெரிய பிரலாபக் குரல் அப்போது அந்த யானையின் தொண்டையிலிருந்து கிளம்பி, ரணகளத்தைத் தாண்டி, நதியின் வெள்ளத் தைத் தாண்டி, நெல் வயல்களையெல்லாம் தாண்டி, வான முகடு வரையில் சென்று, எதிரொலி செய்து மறைந்தது. அவ்விதம் பிரலாபித்து விட்டு அந்த யானை குன்று சாய்ந்தது போல் கீழே விழுந்தது. சில வினாடிக்கெல்லாம் பூகம்பத்தின்போது மலை அதிர்வதுபோல் அதன் பேருடல் இரண்டு தடவை அதிர்ந்தது. அப்புறம் ஒன்றுமில்லை! எல்லையற்ற அமைதிதான். சிவனடியார் கருவேல மரத்தின் மறைவிலிருந்து வெளிவந்து, யானை தேடிக் கண்டுபிடித்த உடல் கிடந்த இடத்தை நோக்கி வந்தார். அதன் அருகில் வந்து சிறிது நேரம் உற்றுப் பார்த்தார். பார்த்திப மகாராஜாவின் உடல் தான் அது என்பதைக் கண்டார்.

உடனே அவ்விடத்தில் உட்கார்ந்து அவ்வுடலின் நெற்றியையும் மார்பையும் தொட்டுப் பார்த்தார். பிறகு, தலையை எடுத்து தம் மடிமீது வைத்துக் கொண்டார். கமண்டலத்திலிருந்து கொஞ்சம் ஜலம் எடுத்து

52

முகத்தில் தெளித்தார். உயிரற்றுத் தோன்றிய அந்த முகத்தில் சிறிது நேரத்துக்கெல்லாம் ஜீவகளை தளிர்த்தது. மெதுவாகக் கண்கள் திறந்தன. பாதி திறந்த கண்களால் பார்த்திபன் சிவனடியாரை உற்றுப் பார்த்தான். "சுவாமி....தாங்கள் யார்?" என்ற தீனமான வார்த்தைகள் அவன் வாயிலிருந்து வந்தன. "அம்பலத்தாடும் பெருமானின் அடியார்க்கு அடியவன் நான் அப்பா! இன்று நடந்த யுத்தத்தில் உன்னுடைய ஆச்சரியமான வீரச் செயல்களைப் பற்றிக் கேள்விப்பட்டேன். அப்பேர்ப்பட்ட மகாவீரனைத் தரிசிக்க வேண்டுமென்று வந்தேன். பார்த்திபா! உன்னுடைய மாசற்ற சுத்த வீரத்தின் புகழ் என்றென்றும் இவ்வுலகிலிருந்து மறையாது!" என்றார் அப்பெரியார். "யுத்தம் - என்னவாய் முடிந்தது, சுவாமி!" என்று பார்த்திபன் ஈனஸ்வரத்தில் கேட்டான். அவனுடைய ஒளி மங்கிய கண்களில் அப்போது அளவிலாத ஆவல் காணப்பட்டது. "அதைப்பற்றிச் சந்தேகம் உனக்கு இருக்கிறதா, பார்த்திபா? அதோ கேள், பல்லவ சைன்யத்தின் ஜய கோலாகலத்தை!" பார்த்திபன் முகம் சிணுங்கிற்று. " அதை நான் கேட்கவில்லை. சுவாமி! சோழ சைன்யத்திலே யாராவது..." என்று மேலே சொல்லத் தயங்கினான். "இல்லை, இல்லை. சோழ சைன்யத்தில் ஒருவன் கூடத் திரும்பிப் போகவில்லை அப்பா! ஒருவனாவது எதிரியிடம் சரணாகதி அடையவும் இல்லை. அவ்வளவு பேரும் போர்க்களத்திலே மடிந்து வீர சொர்க்கம் அடைந்தார்கள்!" என்றார் சிவனடியார். பார்த்திபனுடைய கண்கள் மகிழ்ச்சியினால் மலர்ந்தன.

"ஆகா! சோழ நாட்டுக்கு நற்காலம் பிறந்துவிட்டது. சுவாமி! இவ்வளவு சந்தோஷமான செய்தியைச் சொன்னீர்களே? - உங்களுக்கு என்ன கைம்மாறு செய்யப் போகிறேன்?" என்றான். "எனக்கு ஒரு கைம்மாறும் வேண்டாம். பார்த்திபா! உன்னைப் போன்ற சுத்த வீரர்களுக்குத் தொண்டு செய்வதையே தர்மமாகக் கொண்டவன் நான். உன் மனத்தில் ஏதாவது குறை இருந்தால் சொல்லு; பூர்த்தியாகாத மனோரதம் ஏதாவது இருந்தால் தெரிவி; நான் நிறைவேற்றி வைக்கிறேன்" என்றார் சிவனடியார். "மெய்யாகவா? ஆகா என் அதிர்ஷ்டமே அதிர்ஷ்டம். சுவாமி! உண்மைதான். என் மனத்தில் ஒரு குறை இருக்கிறது. சோழநாடு தன் புராதனப் பெருமையை இழந்து இப்படிப் பராதீனமடைந்திருக்கிறதே என்பதுதான் அந்தக் குறை. சோழநாடு முன்னைப்போல் சுதந்திர நாடாக வேண்டும் - மகோன்னதமடைய வேண்டும். தூர தூர தேசங்களில்

எல்லாம் புலிக்கொடி பறக்க வேண்டும் என்று கனவு கண்டு வந்தேன்; என்னுடைய வாழ்க்கையில் அது கனவாகவே முடிந்தது. என்னுடைய மகன் காலத்திலாவது அது நனவாக வேண்டுமென்பதுதான் என் மனோரதம். விக்கிரமன் வீரமகனாய் வளர வேண்டும். சோழ நாட்டின் மேன்மையே அவன் வாழ்க்கையின் இலட்சியமாயிருக்க வேண்டும். உயிர் பெரிதல்ல - சுகம் பெரிதல்ல - மானமும் வீரமுமே பெரியவை என்று அவனுக்குப் போதிக்க வேண்டும். அன்னியருக்குப் பணிந்து வாழும் வாழ்க்கையை அவன் வெறுக்க வேண்டும். சுவாமி! இந்த வரந்தான் தங்களிடம் கேட்கிறேன். "தருவீர்களா?" என்றான் பார்த்திபன்.

சக்தியற்ற அவனது உடம்பில் இவ்வளவு ஆவேசமாக பேசும் வலிமை அப்போது எப்படித்தான் வந்ததோ, தெரியாது. சிவனடியார் சாந்தமான குரலில் "பார்த்திபா! உன்னுடைய மனோரதத்தை நிறைவேற்றுவேன் - நான் உயிரோடிருந்தால்" என்றார். பார்த்திபன் "என் பாக்கியமே பாக்கியம்! இனி எனக்கு ஒரு மனக்குறையுமில்லை. ஆனால், ஆனால் - தாங்கள் யார், சுவாமி? நான் அல்லும் பகலும் வழிபட்ட சிவபெருமான் தானோ? ஆகா! தங்கள் முகத்தில் அபூர்வ தேஜஸ் ஜொலிக்கிறதே! எங்கள் குல தெய்வமான ஸ்ரீரங்கநாதனே தான் ஒருவேளை இந்த உருவெடுத்து..." என்பதற்குள், சிவனடியார், "இல்லை, பார்த்திபா! இல்லை, அப்படியெல்லாம் தெய்வ நிந்தனை செய்யாதே!" என்று அவனை நிறுத்தினார். பிறகு அவர் "நானும் உன்னைப் போல் அற்ப ஆயுளையுடைய மனிதன்தான். நான் யாரென்று உனக்கு அவசியம் தெரிந்து கொள்ள வேண்டுமா? அப்படியானால் இதோ பார்!" என்று சொல்லி தம் தலை மீதிருந்த ஜடாமுடியையும் முகத்தை மறைத்த தாடி மீசையையும் லேசாகக் கையிலெடுத்தார். கண் கூசும்படியான தேஜஸுடன் விளங்கிய அவருடைய திவ்ய முகத்தைப் பார்த்திபன் கண் கொட்டாமல் பார்த்தான். "ஆகா தாங்களா?" என்ற மொழிகள் அவன் வாயிலிருந்து குமுறிக் கொண்டு வந்தன. அளவுக்கடங்காத, ஆழங்காண முடியாத ஆச்சரியத்தினால் அவனுடைய ஒளியிழந்த கண்கள் விரிந்தன. சற்று நேரத்துக்கெல்லாம் அந்தக் கண்கள் மூடிவிட்டன; பார்த்திபனுடைய ஆன்மா அந்தப் பூத உடலாகிய சிறையிலிருந்து விடுதலையடைந்து சென்றது.

முதற்பாகம் - முற்றிற்று

இரண்டாம் பாகம்

அத்தியாயம் ஒன்று

சிவனடியார்

பொழுது புலர இன்னும் அரை ஜாமப் பொழுது இருக்கும். கீழ்வானத்தில் காலைப் பிறையும் விடிவெள்ளியும் அருகருகே ஒளிர்ந்து கெண்டிருந்தன. உச்சிவானத்தில் வைரங்களை வாரி இறைத்தது போல் நட்சத்திரங்கள் பிரகாசித்தன. வடக்கே ஸப்த ரிஷி மண்டலம் அலங்காரக் கோலம் போட்டதுபோல் காட்சியளித்தது. தெற்கு மூலையில் சுவாமி நட்சத்திரம் விசேஷ சோபையுடன் தனி அரசு புரிந்தது. அந்த மனோகரமான அதிகாலை நேரத்தில், காவேரி பிரவாகத்தின் 'ஹோ' என்ற சத்தத்தைத் தவிர வேறு சத்தம் ஒன்று மேயில்லை. திடீரென்று அத்தகைய அமைதியைக் கலைத்துக் கொண்டு 'டக் டக் டக்' என்று குதிரையின் காலடிச் சத்தம் கேட்கலாயிற்று. ஆமாம்; இதோ ஒரு கம்பீரமான உயர்ந்த ஜாதிக் குதிரை காவேரி நதிக்கரைச் சாலை வழியாகக் கிழக்கேயிருந்து மேற்கு நோக்கி வருகிறது. அது விரைந்து ஓடி வரவில்லை; சாதாரண நடையில் தான் வருகிறது. அந்தக் குதிரைமீது ஆஜானுபாகுவான ஒரு வீரன் அமர்ந்திருக்கிறான். போதிய வெளிச்சமில்லாமையால், அவன் யார், எப்படிப் பட்டவன் என்று அறிந்து கொள்ளும்படி அங்க அடையாளங்கள் ஒன்றும் தெரியவில்லை. நெடுந்தூரம் விரைந்து ஓடிவந்த அக்குதிரையை இனிமேலும் விரட்ட வேண்டாமென்று அவ்வீரன் அதை மெதுவாக நடத்தி வந்ததாகத் தோன்றியது. அவன் தான் சேர வேண்டிய இடத்துக்குக் கிட்டத்தட்ட வந்துவிட்டதாகவும் காணப்பட்டது.

அவனுக்கு வலதுகைப் புறத்தில் காவேரி நதியில் பிரவாகம். இடது புறத்திலோ அடர்ந்த மரங்களும் புதர்களும் நிறைந்த காடாகத் தோன்றியது. வீரன், இடது புறத்தையே உற்றுப் பார்த்துக் கொண்டு வந்தான். ஓரிடத்துக்கு வந்ததும் குதிரையை இடதுபுறமாகத் திருப்பினான். குதிரையும் அந்த இடத்தில் திரும்பிப் பார்க்கப் பழக்கப்பட்டது போல் அநாயாசமாகச் செடி கொடிகள் அடர்ந்த காட்டுக்குள் புகுந்து சென்றது. கவனித்துப் பார்த்தால் அந்த இடத்தில் ஒரு குறுகிய ஒற்றையடிப் பாதை போவது தெரியவரும். அந்தப் பாதை வழியாகக் குதிரை மிகவும் சிரமப்பட்டுக் கொண்டு தான் சென்றது. இரண்டு பக்கங்களிலும் நெருங்கி

வளர்ந் திருந்த புதர்களும், கொடிகளும், மேலே கவிந்திருந்த மரக் கிளைகளும் குதிரை எளிதில் போக முடியதபடி செய்தன. குதிரை மீதிருந்த வீரனோ அடிக்கடி குனிந்தும், வளைந்து கொடுத்தும், சில சமயம் குதிரையின் முதுகோடு முதுகாய்ப் படுத்துக் கொண்டும் மரக்கிளைகளினால் கீழே தள்ளப்படாமல் தப்பிக்க வேண்டியிருந்தது. இத்தகைய பாதை வழியாகக் கொஞ்சதூரம் சென்ற பிறகு திடீரென்று சிறிது இடைவெளியும் ஒரு சிறு கோயிலும் தென்பட்டன. கோயிலுக்கெதிரே பிரம்மாண்டமான யானை, குதிரை முதலிய வாகனங்கள் நின்றதைப் பார்த்தால், அது ஐயனார் கோயிலாயிருக்க வேண்டுமென்று ஊகிக்கலாம். வேண்டு தலுக்காக பக்தர்கள் செய்துவைத்த அந்த மண் யானை - குதிரைகளில் சில வெகு பழமையானவை; சில புத்தம் புதியவை. அவற்றின் மீது பூசிய வர்ணம் இன்னும் புதுமை அழியாமலிருந்தது. பலிபீடம், துவஜ்தம்பம் முதலியவையும் அங்குக் காணப்பட்டன.

கீழ்வானம் வெளுத்துப் பலபலவென்று பொழுது விடியும் சமயத்தில் மேற்சொன்ன வீரன் குதிரையின்மீது அங்கே வந்து சேர்ந்தான். வீரன் குதிரையிலிருந்து கீழே குதித்து அவசர அவசரமாகச் சில அதிசயமான காரியங்களைச் செய்யத் தொடங்கினான். மண் யானைகளுக்கும் மண் குதிரைகளுக்கும் மத்தியில் தான் ஏறிவந்த குதிரையை நிறுத்தினான். குதிரைமீது கட்டியிருந்த ஒரு மூட்டையை எடுத்து அவிழ்த்தான். அதற்குள் இருந்த புலித்தோல், ருத்திராட்சம், பொய் ஜடாமுடி முதலியவைகளை எடுத்துத் தரித்துக் கொள்ளத் தொடங்கினான். சற்று நேரத்தில் பழைய போர் வீரன் உருவம் அடியோடு மாறி, திவ்ய தேஜஸுடன் கூடிய சிவ யோகியாகத் தோற்றம் கொண்டான். ஆம்; வெண்ணாற்றங் கரையில் ரணகளத்தில் பார்த்திபனுக்கு வரமளித்த சிவனடியார்தான் இவர். தம்முடைய பழைய உடைகளையும், ஆபரணங்களையும், ஆயுதங்களையும் மூட்டை யாகக் கட்டி, உடைந்து விழுந்திருந்த மண் யானை ஒன்றின் பின்னால் வைத்தார் அந்தச் சிவயோகி. குதிரையை ஒரு தடவை அன்புடன் தடவிக் கொடுத்தார். குதிரையும் அந்தச் சமிக்ஞையைத் தெரிந்து கொண்டது போல் மெதுவான குரலில் கனைத்தது. பிறகு அங்கிருந்து அச்சிவனடியார் கிளம்பி ஒற்றையடிப்பாதை வழியாகத் திரும்பிச் சென்று காவேரிக் கரையை அடைந்தார். மறுபடியும் மேற்கு நோக்கித் நடக்க ஆரம்பித்தார்.

ஒரு நாழிகை வழி நடந்த பிறகு சூரியன் உதயமாகும் தருணத்தில் இந்தச் சரித்திரத்தின் ஆரம்ப அத்தியாயத்தில் நாம் பார்த்திருக்கும் தோணித் துறைக்கு வந்து சேர்ந்தார். அங்கே படகோட்டி பொன்னனுடைய குடிசைக்கு அருகில் வந்து நின்று, "பொன்னா!" என்று கூப்பிட்டார். உள்ளிருந்து "சாமியார் வந்திருக்கிறார் வள்ளி" என்று குரல் கேட்டது. அடுத்த விநாடி பொன்னன் குடிசைக்கு வந்து சிவனடியார் காலில் விழுந்தான். அவன் பின்னோடு வள்ளியும் வந்து வணங்கினாள். பிறகு மூவரும் உள்ளே போனார்கள். வள்ளி பயபக்தியுடன் எடுத்துப் போட்ட மணையில் சிவனடியார் அமர்ந்தார். "பொன்னா! மகாராணியும் இளவரசரும் வஸந்தமாளிகையில்தானே இருக்கிறார்கள்?" என்று அவர் கேட்டார். "ஆம் சுவாமி! இன்னும் கொஞ்ச நாளில் நமது இளவரசரையும் 'மகாராஜா' என்று எல்லோரும் அழைப்பார்களல்லவா?" "ஆமாம்; எல்லாம் சரியாக நடந்தால், நஉடனே போய் அவர்களை அழைத்துக் கொண்டுவா!" என்றார் சிவனடியார். "இதோ போகிறேன், வள்ளி சுவாமியாரைக் கவனித்துக் கொள்!" என்று சொல்லிவிட்டுப் பொன்னன் வெளியேறினான். சிறிது நேரத்திற்கெல்லாம் படகு தண்ணீரில் போகும் சலசலப்புச் சத்தம் கேட்கத் தொடங்கியது.

அத்தியாயம் இரண்டு

வம்புக்கார வள்ளி

பொன்னன் போனதும், வள்ளி சிவனடியாருக்கு மிகுந்த சிரத்தையுடன் பணிவிடைகள் செய்யத் தொடங்கினாள். அவருடைய காலை அனுஷ்டானங்கள் முடிவடைந்ததும், அடுப்பில் சுட்டுக் கொண்டிருந்த கம்பு அடையைச் சுடச்சுடக் கொண்டுவந்து சிவனடியார் முன்பு வைத்தாள். அவர்மிக்க ருசியுடன் அதைச் சாப்பிட்டுக் கொண்டே வள்ளியுடன் பேச்சுக் கொடுத்தார். "வள்ளி! ராணி எப்படி இருக்கிறாள், தெரியுமா?" என்று கேட்டார் சிவனடியார். "இளவரசர் பக்கத்தில் இருக்கும்போதெல்லாம் தேவி தைரியமாகத்தான் இருக்கிறார். அவர் அப்பால் போனால் கண்ணீர் விடத் தொடங்கி விடுகிறார்" என்றாள் வள்ளி. பிறகு, "சுவாமி! இதெல்லாம் எப்படித்தான் முடியும்? இளவரசர் நிஜமாக மகாராஜா ஆகிவிடுவாரா? அவருக்கு ஏதாவது நேர்ந்துவிட்டால், ராணி பொறுக்க மாட்டாள்; உயிரையே விட்டுவிடுவார்" என்றாள். "எனக்கென்ன தெரியும் அம்மா! கடவு ளுடைய சித்தம் எப்படியோ அப்படித் தான் நடக்கும். உனக்குத் தெரிந்த வரை ஜனங்கள் என்ன சொல்லிக் கொண்டிருக்கிறார்கள்?" "ஜனங்கள் எல்லோரும் இளவரசர் பக்கந்தான் இருக்கிறார்கள். பல்லவ அதிகாரம் ஒழிய வேண்டுமென்று தான் ஆசைப்படுகிறார்கள். பார்த்திப மகாராஜாவின் வீர மரணத்தைப் பற்றித் தெரியாத பிஞ்சு குழந்தைகூடக் கிடையாது. சுவாமி! அந்தச் செய்தியைத் தாங்கள் தானே ஆறு வருஷத்துக்கு முன்னால் எங்களுக்கு வந்து சொன்னீர்கள்? அதை நானும் ஓடக்காரரும் இதுவரையில் லட்சம் ஜனங்களுக்காவது சொல்லியிருப்போம்" என்றாள்.

நானும் இன்னும் எத்தனையோ பேரிடம் சொல்லியிருக்கிறேன். இருக்கட்டும்; மாரப்ப பூபதி எப்படியிருக்கிறான்? இப்போது உன் பாட்டனிடம் ஜோஸியம் கேட்க அவன் வருவதுண்டா?" என்று கேட்டார் சிவனடியார். "ஆகா! அடிக்கடி வந்துகொண்டுதானிருக்கிறான்" என்றாள் வள்ளி. உடனே எதையோ நினைத் துக் கொண்டவள் போல் இடி இடி என்று சிரித்தாள். சிவனடியார் "என்னத்தைக் கண்டு அம்மா இப்படிச் சிரிக்கிறாய்? என்னுடைய மூஞ்சியைப் பார்த்தா?" என்றார். "இல்லை சுவாமி! மாரப்ப பூபதியின் ஆசை இன்ன தென்று உங்களுக்குத் தெரியாதா? காஞ்சி சக்கரவர்த்தியின் மகளை இவன் கட்டிக் கொள்ளப்

போகிறானாம்! கல்யாணத்துக்கு முகூர்த்தம் வைக்க வேண்டியது தான் பாக்கி" என்றாள். சிவனடியார் முகத்தில் ஒரு விநாடி நேரம் இருண்ட மேகம் படர்ந்தது போல் தோன்றியது. உடனே அவர் புன்னகையை வருவித்துக் கொண்டு "ஆமாம்; உனக்கென்ன அதில் அவ்வளவு சிரிப்பு?" என்று கேட்டார். "சக்கரவர்த்தியின் மகள் எங்கே? இந்தப் பேதை மாரப்பன் எங்கே? உலகத்தில் அப்படி ஆண் பிள்ளைகளே அற்றுப் போய்விடவில்லையே. நரசிம்ம பல்லவரின் மகளை இந்தக் கோழைப் பங்காளிக்குக் கொடுப்பதற்கு?" என்றாள் வள்ளி. "ஆனால், உன் பாட்டன்தானே மாரப்பனை இப்படிப் பைத்தியமாய் அடித்தது வள்ளி, இல்லாத பொல்லாத பொய் ஜோசியங்களையெல்லாம் சொல்லி?" என்றார் சிவனடியார். "அப்படிச் சொல்லியிராவிட்டால், அந்தப் பாவி என் பிராணனை வாங்கியிருப்பான்; சுவாமி! போகட்டும்; சக்கரவர்த்தியின் குமாரி ரொம்ப அழகாமே, நிஜந்தானா! நீங்கள் பார்த்திருக்கிறீர்களா?" என்று வள்ளி ஆவலுடன் கேட்டாள்.

"சிவனடியார் புன்னகையுடன் பார்த்திருக்கிறேன் அம்மா, பார்த்திருக்கிறேன். ஆனால் அழகைப் பற்றி எனக்கு என்ன தெரியும்? நான் துறவி!" என்றார். "எங்கள் ராணியை விட அழகாயிருப்பாளா? சொல்லுங்கள்." "உங்கள் ராணி அவ்வளவு அழகா என்ன?" "எங்கள் ராணியா? இல்லை! இல்லை! எங்கள் ராணி அழகேயில்லை. சுத்த அவலட்சணம், உங்கள் சக்கரவர்த்தி மகள்தான் ரதி..." "என்ன வள்ளி, இப்படிக் கோபித்துக் கொள்கிறாய்?" "பின்னே என்ன? எங்கள் ராணியை நீங்கள் எத்தனையோ தடவை பார்த்திருந்தும் இப்படிக் கேட்கிறீர்களே? அருள்மொழித் தேவியைப் போல் அழகானவர் இந்த ஈரேழு பதினாலு உலகிலும் கிடையாது...." "நான்தான் சொன்னேனே, அம்மா! ஆண்டியாகிய எனக்கு அழகு என்ன தெரியும். அவலட் சணந்தான் என்ன தெரியும்?" "உங்களுக்குத் தெரியாது என்றுதான் தெரிகிறதே! ஆனால் காஞ்சி சக்கர வர்த்தியை எப்போதாவது பார்த்தால் கேளுங்கள்; அவர் சொல்லுவார். அருள்மொழித் தேவிக்கும் பார்த்திப மகாராஜாவுக்கும் கலியாணம் ஆவதற்கு முன்னால் நடந்த செய்தி உங்களுக்குத் தெரியுமா? அருள்மொழித் தேவியின் அழகைப் பற்றி நரசிம்மவர்மர் கேள்விப்பட்டு "அருள்மொழியைக் கல்யாணம் செய்து கொண்டால் செய்து கொள்வேன்; இல்லாவிட்டால் தலையை மொட்டையடித்துக் கொண்டு புத்த சந்நியாசியாகப் போய் விடுவேன்" என்று பிடிவாதம் செய்தார். ஆனால்

அருள்மொழித் தேவிக்கு அதற்கு முன்பே பார்த்திப மகாராஜாவுடன் கலியாணம் நிச்சயமாகி விட்டது. இன்னொரு புருஷனை மனதினால்கூட நினைக்கமாட்டேன் என்று கண்டிப்பாய்ச் சொல்லி, கடைசியில் பார்த்திப மகாராஜாவையே கலியாணம் செய்து கொண்டார்."

சிவனடியார் முகத்தில் மந்தகாசம் தவழ, "ஆமாம் அம்மா! நரசிம்மவர்மர் அப்புறம் என்ன செய்தார்? தலையை மொட்டை அடித்துக்கொண்டு பௌத்த பிக்ஷு ஆகிவிட்டாரா?" என்று கேட்டார். "ஆண் பிள்ளைகள் சமாசாரம் கேட்க வேண்டுமா? சுவாமி! அதிலும் ராஜாக்கள், சக்கரவர்த்திகள் என்றால் மனது ஒரே நிலையில் நிற்குமா? அப்புறம் அவர் பாண்டிய ராஜகுமாரியைக் கல்யாணம் செய்து கொண்டார். இன்னும் எத்தனை பேரோ, யார் கண்டது? நான் மட்டும் ராஜகுமாரியாய்ப் பிறந்திருந்தால் எந்த ராஜாவையும் கலியாணம் செய்து கொள்ள மாட்டேன். அரண்மனையில் பத்துச் சக்களத்திகளோடு இருப்பதைக் காட்டிலும், கூரைக் குடிசையில் ஒருத்தியாயிருப்பது மேலில்லையா?" சிவனடியார் கலகலவென்று சிரித்தார். "நீ சொல்வது நிஜந்தான், அம்மா! ஆனால் நரசிம்மவர்மன் நீ நினைப்பது போல் அவ்வளவு பொல்லாதவனல்ல..." என்றார். "இருக்கட்டும் சுவாமி! அவர் நல்லவராகவே இருக்கட்டும். அவர்தான் உங்களுக்கு ரொம்ப வேண்டி யவர் போலிருக்கிறதே! ஒரு காரியம் செய்யுங்களேன்? சக்கரவர்த்தியின் மகளை எங்கள் இளவரசருக்குக் கலியாணம் செய்து வைத்து விடுங்களேன்! சண்டை, சச்சரவு எல்லாம் தீர்ந்து சமாதானம் ஆகிவிடட்டுமே." "நல்ல யோசனைதான் வள்ளி! ஆனால் என்னால் நடக்கக்கூடிய காரியம் அல்ல. நீ வேண்டுமானால் சக்கர வர்த்தியைப் பார்த்துச் சொல்லேன்...." "நான் சக்கரவர்த்தியை எப்போதாவது பார்த்தால் நிச்சயமாய்ச் சொல்லத்தான் போகிறேன் எனக்கு என்ன பயம்?" என்றாள். அச்சமயத்தில் படகு கரைக்கு வந்து சேர்ந்த சத்தம் கேட்டது. வள்ளி, "படகு வந்துவிட்டது" என்று சொல்லிக் கொண்டு குடிசைக்கு வெளியே வந்தாள்.

அத்தியாயம் மூன்று

சதியாலோசனை

சற்று நேரத்துக்கெல்லாம் அருள்மொழித் தேவியும் இளவரசர் விக்கிரமனும் குடிசைக்குள் வந்து "சுவாமி!" என்று சொல்லி சிவனடியாரின் பாதத்தில் வணங்கினார்கள். சிவனடியார் விக்கிரமனைத் தூக்கி எடுத்து அணைத்துக் கொண்டு ஆசீர்வதித்தார். ஆறு வருஷத்துக்கு முன் அறியாப் பாலகனாயிருந்த விக்கிரமன் இப்போது, இளங்காளைப் பருவத்தை அடைந்து ஆஜானுபாகுவாக விளங்கினான். அவன் முகத்தில் வீரக் களை திகழ்ந்தது. உள்ளத்தில் பொங்கிய ஆர்வத்தின் வேகம் கண்களில் அலையெறிந்தது. படபட வென்று பேசத் தொடங்கினான்:- "சுவாமி! நேற்றிரவு கனவில் என் தந்தை வந்தார். என்னை அழைத்துக் கொண்டு சிராப்பள்ளி மலைக்குப் போனார். அங்கே உச்சியில் பறந்து கொண்டிருந்த பல்லவர்களின் சிங்கக் கொடியைக் காட்டினார்.... சுவாமி! இனிமேல் என்னால் பொறுத்திருக்க முடியாது. நீங்கள் என்னை ஆசீர்வதிக்க வேண்டும்" என்றான். என்னுடைய ஆசீர்வாதம் உனக்கு எப்போதும் இருக்கிறது. விக்கிரமா! சரியான காலம் வரையில் காத்திருக்கும்படி தானே சொன்னேன்? இப்போது காலம் வந்துவிட்டது. நீ என்ன செய்ய உத்தேசித்திருக்கிறாய் சொல்லு. வெறும் பதற்றத்தினால் மட்டும் காரியம் ஒன்றும் ஆகிவிடாது. தீர யோசித்து ஒரு காரியத்தில் இறங்க வேண்டும். உன் தந்தை உனக்குக் கொடுத்து விட்டுப்போன குறள் நூலில் தெய்வப் புலவர் என்ன சொல்லியிருக்கிறார்? "எண்ணித் துணிக கருமம்; துணிந்தபின் எண்ணுவம் என்ப(து) இழுக்கு" இதை நீ எப்போதும் ஞாபகம் வைத்துக் கொள்ள வேண்டும்."

"ஆம், சுவாமி! எண்ணித்தான் துணிந்திருக்கிறேன். வரப்போகும் புரட்டாசிப் பௌர்ணமியன்று சிராப்பள்ளி மலைமீது பறக்கும் பல்லவர் கொடியை எடுத்தெறிந்து விட்டு அங்கே புலிக்கொடியைப் பறக்க விடப் போகிறேன். யார் என்ன சொன்ன போதிலும் இந்தத் தீர்மானத்தை நான் மாற்றிக் கொள்ளப் போவதில்லை." "மிக்க சந்தோஷம் விக்கிரமா! உன் தீர்மானத்தை மாற்றிக் கொள்ளும்படி நானும் சொல்லப் போவதில்லை. இந்த நாள் எப்போது வரப்போகிறதென்றுதான் நான் காத்துக்கொண்டிருந்தேன். ஆனால் உன் தீர்மானத் தைக் காரியத்தில் நிறைவேற்ற என்ன ஏற்பாடு செய்திருக்கிறாய்? அதைத் தெரிந்து கொள்ள

மட்டும் விரும்புகிறேன். புலிக்கொடியைப் பறக்க விட்டுவிட்டால் போதுமா? அதைக் காத்து நிற்கப் படைகள் வேண்டாமா? பல்லவ தளபதி அச்சுதவர்மன் சும்மா பார்த்துக் கொண்டிருப்பானா?" "சுவாமி! அந்தக் கவலை தங்க ளுக்கு வேண்டவே வேண்டாம். சோழநாட்டு மக்கள் எல்லோரும் சித்தமாயிருக்கிறார்கள். பொன்னனைக் கேளுங்கள், சொல்லுவான். புரட்டாசிப் பௌர்ணமியில் வீரர்கள் பலர் உறையூரில் வந்து கூடுவார்கள்; புலிக்கொடி உயர்ந்ததும் அவர்கள் என்னுடைய படையில் பகிரங்கமாய்ச் சேர்ந்து விடுவார்கள்.

உறையூரிலுள்ள பல்லவ சைன்யத்தைச் சின்னாபின்னம் செய்து அச்சுதவர்மனையும் சிறைப்படுத்தி விடுவோம்...!" "இந்த அபாயகரமான முயற்சியில் உனக்கு யார் ஒத்தாசை செய்கிறார்கள்? யார் உனக்காகப் படை திரட்டுகிறார்கள்? நீயோ வசந்த மாளிகையை விட்டு வெளியே போனது கிடையாதே...." "என் சித்தப்பா மாரப்ப பூபதிதான் எல்லா ஏற்பாடுகளும் செய்கிறார். அவர் இரகசியமாக ஒரு பெரிய படை திரட்டி வந்திருக்கிறார்...." மாரப்ப பூபதி என்றதுமே சிவனடியாரின் முகம் கறுத்தது. அவர் விக்கிரமனை நடுவில் நிறுத்தி "யார்? மாரப்ப பூபதியா இதெல்லாம் செய்கிறான்; அவனிடம் உன் உத்தேசத்தை எப்போது சொன்னாய்?" என்று கேட்டார். "சித்தப்பா முன்மாதிரி இல்லை! நீங்கள் கவலைப்பட வேண்டாம். அடியோடு புது மனிதர் ஆகிவிட்டார். என் தகப்பனார் விஷயத்தில் நடந்து கொண்டதற்காக மிகவும் பச்சாதாபப்படுகிறார். அதற்குப் பரிகாரமாக இப்போது சோழநாட்டின் விடுதலைக்கு உயிரையும் கொடுக்கச் சித்தமாயிருக்கிறார்" என்றான் விக்கிரமன். சிவனடியார் அருள்மொழியைப் பார்த்து, "தேவி! இது நிஜந்தானா?" என்று கேட்டார். "ஆம், சுவாமி! மாரப்ப பூபதி மனந்திருந்தியவராகத் தான் காணப்படுகிறார்" என்றாள் அருள்மொழி. மிக்க சந்தோஷம். விக்கிரமா! உன்னுடைய முயற்சி நிறைவேறட்டும். சேனாதிபதியான கார்த்திகேயர் உன்னைக் காத்து நிற்கட்டும். உன் தோளுக்கும் வாளுக்கும் பராசக்தி பலம் அளிக்கட்டும். அவசியமான சமயத்தில் மறுபடியும் வருவேன். இப்போது போய் வருகிறேன்" என்று எழுந்தார் சிவனடியார்.

"சுவாமி! என் சித்தப்பா இப்போது வருவதாகச் சொல்லியிருக்கிறாரே; அவர் தங்களைப் பார்க்க மிகவும் ஆவலாயிருக்கிறார்; தாங்கள் கொஞ்சம் இருந்து போக வேண்டும்" என்றான் விக்கிரமன். "இல்லை, விக்கிரமா

எனக்கு இருக்க நேரமில்லை. எது எப்படியானாலும் நீ உன் உறுதியைக் கைவிடாதே. உன் தந்தை வாக்கை மறந்து விடாதே" என்றார். அருள்மொழித் தேவி அப்போது பொன்னனைப் பார்த்து, "பொன்னா! இளவரசரை அழைத்துக் கொண்டு நீ படகுக்குப் போ; இதோ நான் வந்துவிடுகிறேன்" என்று சொல்ல, பொன்னனும் விக்கிரமனும் உடனே வெளியேறினார்கள். அருள்மொழித் தேவி அப்போது சிவனடியார் பாதத்தில் நமஸ்கரித்து, அந்தப் பாதங்களைப் பிடித்துக் கொண்ட வண்ணம் சொன்னாள்:- "சுவாமி தாங்கள் யாரோ எனக்கு தெரியாது. என்னவெல்லாமோ தங்களைப்பற்றி நான் சந்தேகித்தது உண்டு. ஆனால் தாங்கள் எங்கள் நன்மையை நாடுகிறவர் என்பதில் சந்தேகப்பட்டதே இல்லை; அதனால் தங்களை யாரென்று தெரிந்து கொள்ளவும் நான் ஆசைப்படவில்லை. தாங்கள் யாராயிருந்தாலும் சரி, அடியாளுக்கு ஒரு வரந்தர வேண்டும். எனக்குத் தங்களைத் தவிர வேறு கதி கிடையாது." சிவனடியாரின் கண்களில் கண்ணீர் துளிர்த்தது. "என்னால் முடிகிற காரியமாயிருந்தால் கட்டாயம் செய்கிறேன், அம்மா! கேள்" என்றார். "தாங்கள் மகான், தங்களால் முடியாத காரியம் ஒன்றுமே இருக்க முடியாது. வேறென்ன நான் கேட்கப் போகிறேன்? என் பிள்ளையின் உயிரைத் தாங்கள் காப்பாற்றித் தரவேண்டும்

சுவாமி! இவன் இப்போது செய்யப் போகிற காரியம் வெற்றி பெறும் என்ற நம்பிக்கை எனக்கில்லை. மகா சக்தி வாய்ந்த பல்லவ சக்கரவர்த்தியை எதிர்த்து இளம் பிள்ளையால் என்ன செய்ய முடியும்? எல்லாம் தெரிந்த தாங்களும் இந்தக் காரியத்தில் இவனை ஏவி விட்டிருக்கிறீர்கள். தங்களுடைய நோக்கம் என்னவோ தெரியாது. சுவாமி! என்னவாயிருந்தாலும், அவனுடைய உயிரைக் காப்பாற்றிக் கொடுக்கும் பொறுப்பு தங்களுடையது" என்று ராணி தழுதழுத்த குரலில் கூறினாள். "உயிரைக் காப்பாற்றும் சக்தி வாய்ந்தவர் கடவுள் ஒருவர்தான் அம்மா! ஆனாலும் உனக்கு ஒரு உறுதி சொல்லுகிறேன். விக்கிரமனுடைய வீரத் தந்தையின் ஆத்மா அவன் பக்கத்திலிருந்து அவனைக் காப்பாற்றும். நீ கவலைப்படாதே. எழுத்திரு!" என்றார். அச்சமயம் மேற்குத் திசையில் தூரத்தில் குதிரையின் குளம்படிச் சத்தம் கேட்கவே, சிவனடியார் விரைவாக விடைபெற்றுக் கொண்டு கிழக்குத் திசையை நோக்கிச் சென்றார். சிவனடியார் சென்ற சற்று நேரத்திற்கெல்லாம் மாரப்ப பூபதி குதிரை மீது வந்து இறங்கினான். உடனே, "விக்கிரமா! சிவனடியார்

வரப்போகிறாரென்று சொன்னாயே? வந்துவிட்டாரா?" என்று கேட்டான். "இப்போதுதான் போனார்! சித்தப்பா! போய்ச் சில விநாடி நேரங்கூட ஆகவில்லை. சற்று முன்னால் வந்திருக்கப்படாதா!" என்று விக்கிரமன் சொல்லிக் சிவனடியார் போன திசையை நோக்கினான். அதைப் பார்த்த மாரப்பன். "இந்தச் சாலை வழியாகத் தானே போனார்? இதோ அவர் முகத்தைப் பார்த்துவிட்டு வந்து விடுகிறேன்" என்று கூறி, மறுபடியும் குதிரை மேலேறி விரைந்து சென்றான். ஆனால், அவன் அந்த நதிக்கரைச் சாலையோடு வெகுதூரம் குதிரையை விரட்டிக் கொண்டு போயும் சிவனடியார் தென்படவில்லை. அவர் மாயமாய் மறைந்து விட்டார்.

அத்தியாயம் நான்கு

மாமல்லபுரம்

கடற்கரைப் பட்டினமாகிய மாமல்லபுரத்தில் அன்று அல்லோலகல்லோலமாயிருந்தது. வீடுகள் எல்லாம் மாவிலைகளினாலும், தென்னங் குருத்துக்களினாலும் சிங்க உருவந் தாங்கிய கொடிகளினாலும், பல வர்ணத் தோரணங்களினாலும் அலங்கரிக்கப்பட்டு விளங்கின. தெரு வீதிகளில் சித்திர விசித்திரமான கோலங்கள் போடப்பட்டிருந்தன. தேர்கள், யானைகள், குதிரைகள், கோபுரங்கள், பலவித விருட்சங்கள், பூஞ்செடிகள் - இவை போலெல்லாம் போட்ட கோலங்கள் கண்ணுக்கு விருந்தாயிருந்தன. அதிகாலையிலிருந்து ஸ்திரீகளும், புருஷர்களும் சிறுவர் சிறுமிகளும் பட்டுப் பட்டாடைகளினாலும், பசும் பொன் ஆபரணங்களினாலும் தங்களை அலங்கரித்துக் கொண்டு தெருவீதிகளிலும் திண்ணைகளிலும் கூட்டங் கூட்டமாக நின்று கொண்டிருந்தனர். எங்கே பார்த்தாலும் பேரிகை முழக்கம், மற்றும் மங்கள வாத்தியங்களின் ஒலியும் கேட்டுக் கொண்டிருந்தன. இந்த ஒலிகளுக்கிடையில் " சக்கரவர்த்தி காஞ்சியிலிருந்து கிளம்பி விட்டாராம்!" "பாதி வழி வந்தாகி விட்டதாம்!" "சக்கரவர்த்தியின் கோமகள் குந்தவி தேவியும் வருகிறாராம்!" என்றெல்லாம் ஜனங்கள் ஒருவருக்கொருவர் பேசிக் கொள்ளும் கலகல சத்தமும் கேட்டுக் கொண்டிருந்தது. மாமல்லபுரம் வாசிகள் அத்தனை அதிக உற்சாகத்துடனும் ஆனந்தத்துடனும் அன்று உற்சவம் கொண்டாடியதின் காரணம் என்னவென்றால், அந்நகருக்கு அன்று மாமல்ல நரசிம்மவர்ம சக்கரவர்த்தி விஜயம் செய்வதாக இருந்தது தான். சக்கரவர்த்தி விஜயம் செய்து, ஏழெட்டு வருஷங் களுக்கு முன்னால் நின்றுபோன சிற்பப் பணியை மறுபடியும் ஆரம்பித்து வைப்பார் என்றும் அறிவிக்கப் பட்டி ருந்தது.

சக்கரவர்த்தியுடன் கூட அவருடைய செல்வக் குமாரி குந்தவி தேவியும் வரப்போவதாகத் தெரிந்திருந்தபடியால் மாமல்லபுர வாசிகள் எல்லையற்ற குதூகலத்துடன் அந்த நாளைத் திருநாளாகக் கொண்டாடினார்கள். அந்தக் காலத்தில், காஞ்சி நரசிம்மவர்ம சக்கரவர்த்தியின் புகழ் எண்டிசையிலும் பரவியிருந்தது. பாரத நாடெங்கும் அவருடைய கீர்த்தி வியாபித்திருந்ததோடு, கடல் கடந்து வெளிநாடுகளுக்கும் சென்றிருந்தது.

தெற்கே காவேரியாற்றங்கரையிலிருந்து வடக்கே கிருஷ்ணா நதிக்கரை வரையில் பல்லவர்களின் சிங்கக்கொடி கம்பீரமாகப் பறந்தது. அந்தப் பிரதேசத் திலுள்ள ஜனங்கள் எல்லாரும் நரசிம்மவர்மரிடம் அளவிலாத பக்தி கொண்டிருந்தார்கள். அறிவிலும் வீரத்திலும் தயாள குணத்திலும் நடுக் கண்ட நீதி வழங்குவதிலும், குடிகளின் நலங்களைக் கண்ணுங் கருத்துமாய்ப் பாதுகாப்பதிலும், சிற்பம், சித்திரம், சங்கீதம் முதலிய கலைகளை வளர்ப்பதிலும் நரசிம்மவர்மர் மிகச் சிறந்து விளங்கியது பற்றி அவருடைய பிரஜைகள் மிக்க பெருமை கொண்டிருந்தார்கள். வடக்கே நர்மதை நதி வரையில் படையெடுத்துச் சென்று பொல்லாத புலிகேசியைப் போரில் கொன்று, வாதாபி நகரையும் தீக்கிரையாக்கி விட்டு வந்ததன் பின்னர், மாமல்ல சக்கரவர்த்தியைப் பற்றி அவருடைய குடிகள் கொண்டிருந்த பெருமை பன்மடங்கு பெருகியிருந்தன.

"தட்சிண தேசத்தில் நரசிம்மவர்மரைப் போல் ஒரு சக்கரவர்த்தி இதுவரையில் தோன்றியதுமில்லை; இனிமேல் தோன்றப் போவதுமில்லை! என்று அந்தக் காலத்தில் பல்லவ சாம்ராஜ்யத்தில் வாழ்ந்த ஜனங்கள் நம்பினார்கள். முன்னூறு வருஷத்துக்குப் பிறகு தஞ்சையில் இராஜராஜன், இராஜேந்திர சோழன் என்னும் மகாசக்கரவர்த்திகள் தோன்றப் போகிறார்கள் என்பதை அந்தக் காலத்து மக்கள் அறிந்திருக்க முடியாதல்லவா? இவ்விதம் பல்லவ சாம்ராஜ்யத்தின் பிரஜைகள் எல்லாருமே நரசிம்மவர்ம சக்கரவர்த்தியிடம் பக்தி விசுவாசம் கொண்டிருந்தவர்களாயினும், மாமல்லபுரம் வாசிகளுக்குச் சக்கரவர்த்தியிடம் ஒரு தனித்த உறவு ஏற்பட் டிருந்தது. அந்தப் பட்டினத்துக்குப் பெயரும் புகழும் அளித்தவர் அவரே யல்லவா? மகேந்திரவர்ம சக்கரவர்த் தியின் காலத்தில், நரசிம்மவர்மர் இளம் பருவத்தினராயிருந்தபோது, ஒரு தடவை மல்யுத்தத்தில் பிரசித்தி பெற்ற மல்லர்களையெல்லாம் தோற்கடித்து வெற்றி பெற்றார். அப்போது அவருக்கு 'மகாமல்லன்' என்ற பட்டம் அவருடைய தந்தை மகேந்திரவர்மரால் அளிக்கப்பட்டது. சில காலத்திற்குப் பிறகு இந்தப் பட்டப் பெயரை வைத்தே அந்தக் கடற்கரைப் பட்டினத்துக்குப் பெயர் வழங்கலாயிற்று. "அப்பா! இந்தப் பட்டினத் துக்கு உங்கள் பட்டப் பெயரை எதற்காக வைத்தார்கள்?" என்று கோமகள் குந்தவி தேவி, தந்தை நரசிம்மவர்மரைப் பார்த்துக் கேட்டாள். இருவரும் பல்லவ சாம்ராஜ்யத்தின் பட்டத்து யானை மீது அம்பாரியில் வீற்றிருந்தார்கள்.

66

அந்தப் பட்டத்து யானைக்கு முன்னாலும் பின்னாலும் வேலும் வாளும் தாங்கிய போர் வீரர்கள் அணிவகுத்துச் சென்றார்கள். இன்னும் பலவகைப்பட்ட விருதுகளும் சென்றன. எல்லாருக்கும் முன்னால் பெரிய ரிஷபங்கள் முதுகில் முரசுகளைச் சுமந்து கொண்டு சென்றன. சற்று நேரத்துக்கொரு தடவை அந்த முரசுகள் அடிக்கப்பட்டபோது உண்டான சத்தம் அலைமோதிக்கொண்டு நாலாபுறமும் பரவியது. அம்பாரியின் மீது வீற்றிருந்த நரசிம்மவர்ம சக்கரவர்த்தியையும் அவர் அருமைப் புதல்வியையும் ஏக காலத்தில் பார்த்தவர்கள், உதய சூரியனையும் பூரணச் சந்திரனையும் அருகருகே பார்த்தவர்களைப் போல் திணறித் திண்டாடிப் போவார்கள். இருவருடைய திருமுகத்திலும் அத்தகைய திவ்ய தேஜஸ் ஜொலித்துக் கொண்டிருந்தது. அவர்கள் அணிந்திருந்த கிரீடங்களிலும், மற்ற ஆபரணங்களிலும் பதிந்த நவரத்தினங்களின் காந்தி பார்ப்பவர்களின் கண்களைக் கூசச் செய்தன. பல்லவ சக்கரவர்த்தி ஆஜானுபாகுவாய், கம்பீரமான தோற்றமுடையவராகயிருந்தார். வலிமையும் திறமையுங் கொண்ட அவருடைய திருமேனியில் மென்மையும் சௌந்தரியமும் கலந்து உறவாடின. இராஜ களை ததும்பிய அவருடைய முகத்தில் காணப்பட்ட காயங்களின் வடுக்கள், அவர் எத்தனையோ கோர யுத்தங்களில் கைகலந்து போரிட்டு ஜயபேரிகை முழக்கத்துடன் திரும்பி வந்தவர் என்பதை ஞாபகப்படுத்திக் கொண்டிருந்தன. கோமகள் குந்தவி தேவியோ பெண் குலத்தின் அழகெல்லாம் திரண்டு உருக்கொண்டவள் போலிருந்தாள்.

பல்லவ சாம்ராஜ்யத்திலிருந்த மகா சிற்பிகளும் ஓவியக்காரர்களும் குந்தவி தேவியிடம் தங்கள் கலைத்திறன் தோற்றுவிட்டதென்பதை ஒப்புக் கொண்டார்கள். "கோமகளின் கருவிழிகளில்தான் என்ன மாய சக்தி இருக்கிறதோ தெரியவில்லை. தேவி தமது அஞ்சனந் தீட்டிய கண்களை அகல விரித்து எங்களைப் பார்த்தவுடனேயே நாங்கள் உணர்விழந்து மெய்ம்மறந்து போய் விடுகிறோம். அப்புறம் சிற்பம் அமைப்பதெங்கே? சித்திரம் வரைவதெங்கே?" என்றார்கள். "எங்களையெல்லாம் கர்வ பங்கம் செய்வதற்கென்றே பிரம்மன் குந்தவி தேவியைப் படைத்திருக்க வேண்டும்!" என்று அவர்கள் சொன்னார்கள். "அப்பா! இந்த நகருக்குத் தங்கள் பட்டப் பெயரை எதற்காக வைத்தார்கள்? சொல்லுகிறேன், சொல்லுகிறேன் என்று ஏமாற்றிக் கொண்டு வருகிறீர்களே, இன்றைக்குக் கட்டாயம் சொல்லியாக வேண்டும்" என்று மறுபடியும் கேட்டாள் குந்தவி.

"அப்படியானால் இப்போது இந்த யானைமேலிருந்து நாம் இறங்கியாக வேண்டும்" என்றார் சக்கரவர்த்தி. "இப்படியே நான் தரையில் குதித்து விடட்டுமா" என்றாள் குந்தவி. "நீ சாதாரண மனுஷியாகயிருந்தால் குதிக்கலாம் அம்மா! குதித்துக் காலையும் ஒடித்துக் கொள்ளலாம்! சக்கரவர்த்தியின் மகளாயிருப்பதால் அப்படி யெல்லாம் செய்யக்கூடாது!" என்றார் சக்கரவர்த்தி. "எதற்காக அப்பா, அப்படி. சக்கரவர்த்தின் மகளாயிருப்பதால், யானை மேலிருந்து குதித்துக் காலை ஒடித்துக் கொள்ளக்கூடவா பாத்தியதை இல்லை?" என்று சிரித்துக் கொண்டே குந்தவி கேட்டாள்.

"ஆமாம், ஆமாம்! அப்படி நீ இருந்தால் 'காஞ்சி சக்கரவர்த்தியின் மகள் குந்தவி யானை மேலிருந்து குதித்தாளாம்" என்ற செய்தி உலகமெல்லாம் பரவிவிடும். அப்புறம் அங்க, வங்க, கலிங்கம் முதலான ஐம்பத் தாறு தேசத்து இராஜ குமாரர்களில் யாரும் உன்னைக் கலியாணம் செய்து கொள்ள முன் வரமாட்டார்கள்! அப்புறம் உன் கலியாணத்துக்குச் சீதை விஷயத்தில் ஜனகர் செய்ததுபோல் நானும் ஏதாவது தந்திரம் செய்தாக வேண்டும்." "ஜனகர் தந்திரம் செய்தாரா? என்ன தந்திரம் அப்பா?" என்று குந்தவி கேட்டாள். "அது தெரியாதா உனக்கு? சீதை சிறு பெண்ணாயிருந்த போது ஒரு நாள் வில்லைத் தெரியாத்தனமாய்த் தூக்கி நிறுத்திவிட்டாள். இதற்காக அவளை ஐம்பத்தாறு தேசத்து இராஜகுமாரர்களும் கலியாணம் செய்து கொள்ள மறுத்து விட்டார்கள். கடைசியில் சீதையின் தகப்பனார் என்ன செய்தார் தெரியுமா? விசுவாமித்திர ரிஷியை அனுப்பி இராமன் என்ற அசட்டு இராஜகுமாரனைத் தந்திரமாய் அழைத்துவரப் பண்ணினார். ஒரு பெரிய வில்லை நடுவில் முறித்து, முறிந்தது தெரியாதபடி தந்திரமாய்ப் பெட்டிக்குள் வைத்திருந்தார்! இராமன் அந்த வில்லை விளையாட்டாக எடுத்ததும், வில் முறிந்து இரண்டு துண்டாக விழுந்து விட்டது! உடனே ஜனகர், "ஐயையோ! எங்கள் குல சம்பத்தாகிய வில்லை ஒடித்து விட்டாயே! ஒன்று ஒடிந்த வில்லைச் சேர்த்துக் கொடு; இல்லாவிட்டால் என் மகள் சீதையைக் கலியாணம் பண்ணிக் கொள்" என்றார்.

இராமன் வேறு வழியில்லாமல் சீதையைக் கலியாணம் செய்து கொள்ள வேண்டியதாயிற்று!" "குந்தவி விழுந்து விழுந்து சிரித்துக் கொண்டே, "அப்பா! நானும் இராமாயணக் கதையைக் கேட்டிருக்கிறேன். நீங்கள் சொல்லுவது புதிய இராமாயணமாயிருக்கிறதே!" என்றாள். சற்று சிரிப்பு

அடங்கிய பிறகு அவள், "ஆனால் உங்களுக்கு அதைப் பற்றிக் கவலை வேண்டாம் அப்பா! நான் கலியாணமே செய்து கொள்ளப் போவதில்லை" என்று சொன்னாள். சக்கரவர்த்தி மூக்கின்மேல் விரலை வைத்துக் கொண்டு, "அது என்ன சமாசாரம்? கலியாணம் உன்னை என்ன பண்ணிற்று? அதன்மேல் ஏன் அவ்வளவு கோபம்? என்று கேட்டார். அப்போது குந்தவி "கலியாணம் செய்து கொண்டால் நான் உங்களை விட்டுப் பிரியத்தானே வேண்டும்? உங்களை விட்டுவிட்டுப் போக எனக்கு இஷ்டமில்லை. உங்களுடனேயே நான் எப்போதும் இருப்பேன்" என்றாள். அப்படி யா சமாசாரம் குந்தவி? இன்னொரு தடவை சொல்லு" என்றார் சக்கரவர்த்தி. "அதெல்லாம் ஒரு தடவைக் குமேல் சொல்ல மாட்டேன் அப்பா! நீங்கள் ஏக சந்தக்கிராகி என்பது உலகமெல்லாம் பிரசித்தியாயிருக்கிறதே! ஒரு தடவைக்கு மேல் ஏன் கேட்கிறீர்கள்?" "ஓ ஆபத்பாந்தவா! அநாதரட்சகா! இந்த வாயாடிப் பெண்ணைக் கட்டிக் கொண்டு எந்த இராஜகுமாரன் திண்டாடப் போகிறானோ? யார் தலையில் அவ்விதமிருக்கிறதோ? அவனை நீதான் காப்பாற்றியருள வேண்டும்" என்று சொல்லியபடி சக்கரவர்த்தி தலைமேல் கைகூப்பி வானத்தை அண்ணாந்து நோக்கினார்.

"உங்களுடைய பரிகாசம் இருக்கட்டும். இப்போது யானையை நிறுத்துகிறீர்களா, இல்லையா? இல்லாவிடில் நான் கீழே குதித்து விட்டேனானால், அப்புறம் என்னை ஒரு இராஜகுமாரனும் கலியாணம் செய்து கொள்ள மாட்டான். எப்போதும் உங்கள் பிராணனைத்தான் வாங்கிக் கொண்டிருப்பேன்" என்று குந்தவி சொல்லி எழுந்து நின்று அம்பாரியிலிருந்து கீழே குதிப்பது போல் பாசாங்கு செய்தாள். "வேண்டாம், வேண்டாம் அப்படிப்பட்ட விபரீதம் பண்ணி வைக்காதே!" என்று கூறி பல்லவ சக்கரவர்த்தி யானைப்பாகனைக் கூப்பிட்டு யானையை நிறுத்தச் சொன்னார். யானை நின்றதும், தந்தையும் மகளும் கீழே இறங்கினார்கள். சக்கரவர்த்தி குதிரையும் பல்லக்கும் கொண்டு வரும்படி சமிக்ஞை காட்டினார். அவை அருகில் வந்ததும், பரிவாரத் தலைவனை அழைத்து, "நீங்கள் நேரே போய் நகர் வாசலருகில் நில்லுங்கள். நாங்கள் அங்கே வந்து சேர்ந்து கொள்கிறோம்" என்றார். பிறகு, குதிரைமீது ஆரோகணித்து இராஜ மார்க்கத்திலிருந்து பிரிந்து குறுக்கு வழியாகப் போகத் தொடங்கினார். இளவரசி ஏறியிருந்த பல்லக்கும் அவரைத் தொடர்ந்து சென்றது. சக்கரவர்த்தி

இம்மாதிரியெல்லாம் எதிர்பாராத காரியங்களைச் செய்வது சர்வ சகஜமாய்ப் போயிருந்தபடியால், அவரைத் தொடர்ந்து வந்த பரிவாரங்கள் சிறிதும் வியப்பு அடையாமல் இராஜ மார்க்கத்தோடு மேலே சென்றன.

அத்தியாயம் ஐந்து

உறையூர்த் தூதன்

இயற்கையாகப் பூமியிலெழுந்த சிறு குன்றுகளை அழகிய இரதங்களாகவும் விமானங்களாகவும் அமைத்திருந்த ஓர் இடத்திற்குச் சக்கரவர்த்தியும் குந்தவி தேவியும் வந்து சேர்ந்தார்கள். அந்த விமானக் கோயில்களையொட்டி, ஒரு கல்யானையும் கற்சிங்கமும் காணப்பட்டன. இவையும் இயற்கையாகப் பூமியில் எழுந்த பாறைகளைச் செதுக்கிச் செய்த வடிவங்கள்தாம். அவற்றுள் யானையின் சமீபமாகச் சக்கரவர்த்தி வந்தார். "குந்தவி! இந்த யானையைப் பார்த்தாயா? தத்ரூபமாய் உயிருள்ள யானை நிற்பது போலவே தோன்றுகிறதல்லவா? முப்பது வருஷத்துக்கு முன்னால் இங்கே இந்த யானை இல்லை; ஒரு மொட்டைக் கற்பாறைதான் நின்றது!" "இந்தக் கோயில்கள் எல்லாமும் அப்படித்தானே மொட்டை மலைகளாயிருந்தன?" என்று குந்தவி கேட்டாள். "ஆமாம் குழந்தாய்! இன்று நீயும் நானும் வந்திருப்பது போல் முப்பது வருஷத்துக்கு முன்னால் என் தகப்பனாருடன் நான் இங்கு வந்தேன். உன் தாத்தாவைப் பற்றித் தான் உனக்கு எல்லாம் தெரியுமே. சிற்பம் சித்திரம் என்றால் அவருக்கு ஒரே பைத்தியம்!" "உங்களுக்குப் பைத்தியம் ஒன்றும் குறைவாயில்லையே?" என்று குந்தவி குறுக்கிட்டாள். சக்கரவர்த்தி புன்னகையுடன் "என்னைவிட அவருக்குத்தான் பைத்தியம் அதிகம். செங்கல்லினாலும் மரத்தினாலும் அவர் ஆயிரம் கோயில்கள் கட்டினார். அப்படியும் அவருக்குத் திருப்தி உண்டாகவில்லை. என்றும் அழியாத பரம்பொருளுக்கு என்றும் அழியாக் கோயில்களைக் கட்ட வேண்டுமென்று ஆசைப்பட்டார். மலையைக் குடைந்து கோயில்கள் அமைக்க விரும்பினார்.

அந்தக் காலத்திலே தான் ஒருநாள் அவரும் நானும் இந்தப் பக்கம் சுற்றிக் கொண்டு வந்தோம். அப்போது எனக்கு உன் வயது தானிருக்கும். தற்செயலாக ஆகாசத்தைப் பார்த்தேன். வெண்ணிறமான சிறு சிறு மேகங்கள் வானத்தில் அங்குமிங்கும் அலைந்து கொண்டிருந்தன. அந்த மேகங்கள் அவ்வப்போது வெவ்வேறு ரூபங் கொண்டு தோன்றின. ஒரு சிறு மேகம் யானையைப் போல் காணப்பட்டது. அதைப் பார்த்ததும் எனக்கு ஒரு யோசனை தோன்றியது. இந்தப் பாறையண்டை வந்தேன். கையில் கொண்டு வந்திருந்த காசிக் கட்டியினால் யானையின்

71

உருவத்தை இதன்மேல் வரைந்தேன். அதை அப்பா பார்த்துக்
கொண்டேயிருந்தார். யானை உருவத்தை நான் எழுதி முடித்ததும்
என்னைக் கட்டி தூக்கிக் கொண்டு கூத்தாடத் தொடங்கினார். "நரசிம்மா!
என்ன அற்புதமான யோசனை உன் யோசனை! இங்குள்ள பெரிய
பாறைகளை யெல்லாம் கோயில்களாக்கி விடுவோம். சின்னச்சின்னப்
பாறைகளையெல்லாம் வாகனங்களாகச் செய்துவிடுவோம். இந்த
உலகமுள்ள அளவும் அழியாதிருக்கும் அற்புதச் சிற்பங்களை
எழுப்புவோம்! என்று வெறி பிடித்தவர்போல் கூறினார். அவ்விதமே
சீக்கிரத்தில் இங்கே சிற்ப வேலைகளை ஆரம்பித்தார். அதுமுதல் இருபது
வருஷகாலம் இந்தப் பிரதேசத்தில் இடைவிடாமல் ஆயிரக்கணக்கான
கல்லுளிகளின் சத்தம் கேட்டுக் கொண்டிருந்தது. நான் வட தேசத்துக்குப்
படை யெடுத்துப் போன போதுதான் நின்றது..." இவ்விதம் சொல்லிச்
சக்கரவர்த்தி நிறுத்தி ஏதோ யோசனையிலாழ்ந்தவர் போல் இருந்தார்.
சற்றுப் பொறுத்துக் குந்தவி, "ஆமாம் அப்பா, இருபது வருஷமாய் நடந்து
வந்த சிற்பப் பணியை நிறுத்தி விட்டீர்களே என்ற சந்தோஷத்தினால்தான்
உங்கள் பெயரை இந்தப் பட்டினத்துக்கு வைத்தார்கள் போலிருக்கிறது!"
என்று சொல்லிவிட்டுக் குறும்பாக புன்னகை செய்தாள்.

அதைக் கேட்ட சக்கரவர்த்தி உரக்கச் சிரித்துவிட்டு "இல்லை அம்மா!
இந்தச் சிற்பப்புரி தோன்றுவதற்கு நான் காரணமாயிருந்த படியினால் என்
தகப்பனார் இப்பட்டினத்துக்கு என் பெயரை அளித்தார். 'நரசிம்மன்' என்ற
பெயருடன் எத்தனையோ இராஜாக்கள் வரக்கூடும். 'மாமல்லன்' என்ற
பட்டப் பெயர் வேறொருவரும் வைத்துக் கொள்ளமாட்டார்கள் என்று
யோசித்து, அப்பா இந்தப் பட்டினத்துக்கு 'மாமல்லபுரம்' என்று பெயர்
சூட்டினார். அப்பாவுக்கு என்மேலே தான் எவ்வளவு ஆசை!" என்று கூறி
மறுபடியும் யோசனையில் ஆழ்ந்தார். "ஆமாம்; தாத்தாவுக்கு உங்கள்
பேரில் இருந்த ஆசையில் நூறில் ஒரு பங்குகூட உங்களுக்கு என்
அண்ணா மேல் கிடையாது. இருந்தால் அண்ணாவைக் கப்பல் ஏற்றிச்
சிங்களத்துக்கு அனுப்புவீர்களா?" என்று கேட்டாள் குந்தவி. "குழந்தாய்,
கேள்! என்னுடைய இளம்வயதில் எனக்கு எத்தனையோ மனோரதங்கள்
இருந்தன. அவற்றில் பல நிறைவேறின, ஆனால் ஒரே ஒரு மனோரதம்
மட்டும் நிறைவேறவில்லை. கப்பல் ஏறிக் கடல் கடந்து தூர தூர
தேசங்களுக் கெல்லாம் போய்வர வேண்டுமென்று நான் அளவில்லாத
ஆசை கொண்டிருந்தேன். அதற்கு என் தந்தை அனுமதிக்கவில்லை. நான்

இந்தப் பல்லவ சிம்மாசனத்தில் ஏறிய பிறகு கடற்பிரயாணம் செய்வதென்பது முடியாத காரியமாகி விட்டது. எனக்குக் கிடைக்காத பாக்கியம் என் பிள்ளைக்காவது கிடைக் கட்டுமே- என்றுதான் உன் தமையனைச் சிங்கள தீவுக்கு அனுப்பினேன். இன்னும் எனக்கு எந்தச் சிறுபிள்ளையினிடமாவது அதிகமான பிரியம் இருந்தால், அவனையும் கடற் பிரயாணம் செய்து வரும்படி அனுப்புவேன்" என்றார் சக்கரவர்த்தி.

"அப்படியானால் உங்களுக்கு என்னிடம் மட்டும் பிரியம் இல்லை போலிருக்கிறது" என்று குந்தவி சொல்வதற் குள்ளே, "உன்னைக் கப்பல் ஏற்றி அனுப்ப எனக்குப் பூர்ண சம்மதம்! ஆனால் நீ பெண்ணாய்ப் பிறந்து விட்டாயே, என்ன செய்கிறது? ஒவ்வொரு சமயம் நீ பிள்ளையாய்ப் பிறந்திருந்து, உன் தமையன் பெண்ணாய்ப் பிறந்திருக்கக் கூடாதா? - என்று எனக்குத் தோன்றுவதுண்டு" என்றார் சக்கரவர்த்தி. "நான் மட்டும் ஆண் பிள்ளையாய்ப் பிறந்திருந்தால், உங்களை இத்தனைக் காலமும் இந்தச் சிம்மாசனத்தில் வைத்திருப்பேனா? கம்சன் செய்ததைப் போல் உங்களைச் சிறையில் போட்டுவிட்டு நான் பட்டத்துக்கு வந்திருக்க மாட்டேனா? அண்ணாவுக்கு ஒன்றுமே தெரியாது, சாது! அதனால் நீங்கள் சொன்னதும் கப்பலேறிப் போய்விட்டான்" என்று குந்தவி சொல்லிவிட்டு அந்த மலைக் கோயில்களைச் சுற்றி ஓடியாடிப் பார்க்கத் தொடங்கினாள். சிறிது நேரத்துக்கெல்லாம் சக்கரவர்த்தி "வா! குழந்தாய்! இன்னொரு தடவை சாவகாசமாய்ப் பார்க்கலாம், ஊரில் ஜனங்கள் எல்லோரும் நம்மை எதிர்பார்த்துக் கொண்டிருப்பார்கள்" என்றதும் குந்தவி வரண்டை வந்து "அப்பா! இந்தக் கோயில்கள் இன்னும் அரைகுறையாகத்தானே இருக்கின்றன? மீண்டும் நீங்கள் ஆரம்பிக்க போகும் திருப்பணி வேலை இங்கேயும் நடக்குமல்லவா? இந்தக் கோயில்களுக்குள்ளே எல்லாம் என்னென்ன சுவாமியைப் பிரதிஷ்டை செய்யப் போகிறீர்கள்?" என்று கேட்டாள். சற்று தூரத்தில் பல்லக்கும் குதிரையும் ஒரு மரத்தடியில் நிறுத்தப் பட்டிருந்தன. அந்த மரத்தை நோக்கி இருவரும் நடக்கத் தொடங்கினார்கள்.

குந்தவியின் கேள்விக்குப் பதிலாகச் சக்கரவர்த்தி பின்வருமாறு சொன்னார்:- "இல்லை, குழந்தாய்! இந்தக் கோயில்கள் இப்படியே தான் பூர்த்தி பெறாமல் இருக்கும். இந்த இடத்தைத் தவிர மற்ற இடங்களில் எல்லாம் வேலை நடக்கும். குந்தவி! ஆயனர் என்ற மகாசிற்பி இந்த ஊரில் இருந்தார். அவருடைய தலைமையில்தான் இந்தக் கோயில்களின்

வேலை ஆரம்பமாயிற்று. அவர்தான் இவ்வளவு வரை செய்து முடித்தவர். பிறகு அவர் சில துரதிர்ஷ்டங்களுக்கு ஆளானார்; கொஞ்ச நாளைக்கு முன் சொர்க்கம் சென்றார். அவர் தொடங்கிய வேலையைச் செய்து முடிக்கக்கூடிய சக்தியுள்ளவர்கள் இப்போது யாரும் இல்லை, இனிமேல் வரப்போவதும் இல்லை!" "ஆயனரைப் பற்றிக் கேட்டிருக்கிறேன் அப்பா! அவருடைய மகள்....?" என்று குந்தவி சொல்வதற்குள் "அதோ யாரோ குதிரைமேல் வருகிறானே யாராயிருக்கும்?" என்றார் மகாமல்லர். பேச்சை மாற்றுவதற்காகவே அவர் சொன்ன போதிலும் உண்மையில் கொஞ்ச தூரத்தில் ஒரு குதிரை வந்து கொண்டுதானிருந்தது. சக்கரவர்த்தியும் குந்தவியும் மரத்தடிக்குப் போய் நின்றதும், அங்கே குதிரை வந்து நின்றதும் சரியாயிருந்தன. குதிரைமேலிருந்தவன் விரைவாக இறங்கிப் பயபக்தியுடன் சக்கரவர்த்தியின் அருகில் வந்து ஓர் ஓலையை நீட்டினான். "அடியேன் தண்டம்! உறையூரிலிருந்து வந்தேன்! அச்சுத பல்லவராயர் இந்த ஓலையை ஒரு கணமும் தாமதியாமல் சக்கரவர்த்தியின் திருச் சமூகத்தில் சேர்ப்பிக்க வேண்டுமென்று கட்டளையிட்டார்!" என்றான். சக்கரவர்த்தி ஓலையை வாங்கிக் கொண்டார்.

அதில் என்ன எழுதியிருக்கிறதென்று பார்க்காமலே தூதனை நோக்கி "நீ போகலாம்! இதில் அடங்கிய விஷயத்தைப் பற்றிய கட்டளை நேற்றே அனுப்பிவிட்டோ ம்" என்றார். தூதன் தண்டம் சமர்ப்பித்துவிட்டுத் திரும்பி விரைந்து சென்றான். "நன்றாயிருக்கிறது அப்பா, நீங்கள் ராஜ்ய பாரம் செய்கிற இலட்சணம்? ஓலை வந்தால் அதைப் படித்துக் கூடப் பார்க்கிறதில்லையா?" என்று கோமகள் கேட்டாள். "என்னுடைய ஞான திருஷ்டியில் உனக்கு நம்பிக்கை இல்லை போலிருக்கிறது! இந்த ஓலையில் என்ன எழுதியிருக்கிறதென்று சொல்லட்டுமா? சோழராஜ குமாரன் விக்கிரமன் இந்தப் புரட்டாசிப் பௌர்ணமியன்று சோழ நாட்டின் சுதந்திரக் கொடியை உயர்த்த உத்தேசித்திருக்கிறான். அவனை என்ன செய்வது என்று தளபதி அச்சுத பல்லவராயன் கேட்டிருக்கிறான். நீ வேணுமானால் படித்துப் பார்!" என்று ஓலையைக் குந்தவியிடம் கொடுத்தார். குந்தவி அதைப் படித்துவிட்டு வியப்புடன் சக்கரவர்த்தியை நோக்கினாள். "உங்களிடம் ஏதோ மந்திர சக்தி இருக்கிறது, அப்பா! அந்த மந்திரத்தை எனக்கும் சொல்லிக் கொடுக்கக் கூடாதா?" என்றாள். சக்கரவர்த்தி குதிரையின் மேலும், குந்தவி பல்லக்கிலும் அமர்ந்தார்கள்.

வழியில் கோமகள், "அப்பா! அந்த இராஜகுமாரனுக்கு என்ன அவ்வளவு அகந்தை? மாமல்ல சக்கரவர்த்தியின் கீழ் கப்பம் கட்டிக் கொண்டு வாழக் கொடுத்துவைக்க வேண்டாமா? அவனை நீங்கள் சும்மா விடக்கூடாது; தகுந்த தண்டனை கொடுக்க வேண்டும்" என்றாள். "ஆமாம், குழந்தாய்! ஆமாம்! அவனைச் சும்மாவிடப் போவதில்லை. காஞ்சிக்கு அழைத்து வரச் செய்து நானே தகுந்த தண்டனை விதிக்கப் போகிறேன்" என்றார் சக்கரவர்த்தி.

அத்தியாயம் ஆறு

கலைத் திருநாள்

மாமல்லபுரத்தில் சக்கரவர்த்தி மூன்று தினங்கள் தங்கியிருந்தார். அந்த மூன்று நாட்களும் அந்நகரம் ஆனந்த கோலாகலத்தில் மூழ்கிக் கிடந்தது. முதல் நாள் பட்டணப் பிரவேச ஊர்வலம் வந்தது. சக்கரவர்த்தியையும் அவருடைய திருமகளையும் மாமல்லபுர வாசிகள் அவரவர் களுடைய வீட்டு வாசலில் தரிசித்து உபசரித்து மகிழ்ந்தார்கள். மறுநாள் சரஸ்வதி பூஜையன்று காலையில் நகர வாசிகள் தத்தம் வீடுகளில் வாணி பூஜை நடத்தினார்கள். பிற்பகலிலும் சாயங் காலத்திலும் பொது இடங்களில் கலைமகளின் திருநாளைக் கொண்டாடினார்கள். கோயில்கள், மடாலயங்கள், கலா மண்டபங்கள், வித்யாசாலைகள் எல்லாம் அமோகமான அலங்காரங்களுடன் விளங்கின. அன்று சக்கரவர்த்தியும் குந்தவி தேவியும் சிவன் கோயில்களுக்கும் விஷ்ணு ஆலயங்களுக்கும் சென்று சுவாமி தரிசனம் செய்து, அர்ச்சகர்களுக்குக் சன்மானம் அளித்தார்கள். கலைக் கூடங்களுக்கும், வித்யாசாலைகளுக்கும் விஜயம் செய்து, ஆசாரியர்களுக்குப் பொன்னும் புதுவஸ்திரங்களும் பரிசளித்தார்கள். அவர்கள் நகரில் ஓரிடத்திலிருந்து மற்றோரிடத்திற்குப் போகும் போதெல்லாம் வீதியில் ஜனங்கள் கும்பல் கும்பலாக நின்று பலவித வாழ்த்தொலிகளினால் தங்களுடைய குதூகலத்தைத் தெரிவித்துக் கொண்டார்கள். ஆனால், மாமல்லபுர வாசிகளுடைய குதூகலத்தின் முழு அளவையும் மறுநாள் விஜய தசமியன்றுதான் பார்க்கக் கூடியதாயிருந்தது. அன்று திருவிழா நகருக்கு வெளியே நடந்தது. மாமல்ல புரத்துக்குத் தெற்கே நெடுந் தூரத்துக்கு நெடுந்தூரம் பரவி நின்ற சிறு குன்றுகளும், பாறைகளும் அன்று அற்புதமான தோற்றங்கொண்டு விளங்கின. பாறைகளின் சுவர்களிலெல்லாம் விதவிதமான வர்ண வேறுபாடுகளுடன் புராணக் கதைகள் சித்திரிக்கப்பட்டிருந்தன.

ஒரு விசாலமான பாறையிலே, நந்த கோகுலத்தில் பாலகோபாலன் செய்த லீலைகள், பூதனை சம்ஹாரத்திலிருந்து காளிங்க நர்த்தனம் வரையில் வெகு அழகாகச் சித்திரிக்கப்பட்டிருந்தன. தயிர் கடைந்து கொண்டிருந்த யசோதையின் கழுத்தைக் கட்டிக்கொண்டு வெண்ணெய் வேண்டுமென்று கண்ணன் கெஞ்சிக் கொண்டிருந்த சித்திரத்தைப் பார்த்த

வண்ணமே வாழ்நாளைக் கழித்துவிடலாமென்று தோன்றியது. இருபிளவாகப் பிளந்திருந்த இன்னொரு பாறையில் ஆகாச கங்கையைப் பூமிக்குக் கொண்டு வருவதற்காகப் பகீரதன் கடுந் தவம் செய்த காட்சி சித்திரிக்கப்பட்டிருந்தது. அவனுடைய தவ மகிமையினால் கவரப்பட்டுத் தேவர்கள் முனிவர்கள் எல்லாரும் வந்து இருபுறமும் நிற்கிறார்கள். அவர்களுடைய முகங்களில் வியப்பும் பக்தியும் காணப் படுகின்றன. இந்த ஒப்பற்ற சித்திரக் காட்சியை எழுதிய ஓவியக்காரன் நகைச்சுவை நிரம்ப உள்ளவனாகவும் இருந்திருக்க வேண்டும். ஏனெனில் ஒரு மூலையில் கண்ணைமூடிக் கொண்டு தவஞ் செய்வதாகப் பாசாங்கு செய்த ஒரு பூனையின் உருவத்தையும் அவன் எழுதியிருந்தான். இந்த மாதிரி எத்தனையோ அற்புதச் சித்திரங்கள் காட்சிகள் ஒவ்வொரு பாறை முகப்பிலும் காணப்பட்டன. இந்தக் காட்சிகளைப் பார்த்துக் கொண்டு ஸ்திரீகளும் புருஷர்களும் சிறுவர் சிறுமிகளும் கும்பல் கும்பலாக அங்குமிங்கும் போய்க் கொண்டிருந்தார்கள். அவர்கள் எல்லாரும் பட்டுப் பட்டாடைகளை அணிந்து, திவ்ய ஆபரணங்களைப் பூண்டிருந்தார்கள். ஸ்திரீகள் கூந்தலில் மலர் சூடியிருந்தார்கள். புருஷர்கள் கழுத்தில் பூமாலைகளை அணிந்திருந்தார்கள்.

எங்கே பார்த்தாலும் ஒரே கோலாகலமாகவும் குதூகலமாகவும் இருந்தது. ஜனங்களின் குதூகலத்தை அதிகப்படுத்துவதற்குச் சித்திரக் காட்சிகளைத் தவிர இன்னும் பல சாதனங்களும் அங்கேயிருந்தன. ஆங்காங்கு வாழை மரங்களாலும் தோரணங்களாலும் அலங்கரிக்கப்பட்ட சிறு சிறு பந்தல்கள் காணப்பட்டன. அந்தப் பந்தல்களில் இசை விருந்துகள் நடந்து கொண்டிருந்தன. ஒரு பந்தலிலிருந்து வீணையின் ஒலி எழுந்தது. இன்னொரு பந்தலிலிருந்து குழலோசை வந்து கொண்டிருந்தது. வேறொரு பந்தலில் வேதியர்கள் ஸாமகானம் செய்து கொண்டிருந்தார்கள். மற்றொரு பந்தலில் ஓர் இசைப் புலவர் அப்பர் பெருமானின் தேவாரப் பதிகங்களைப் கல்லுங்கனியப் பாடிக் கொண்டிருந்தார். ஜனங்கள் அவரவர் களுக்கு இஷ்டமான இடத்திலே போய் நின்று சித்திரக் காட்சிகளையும், இசை விருந்துகளையும் அனுபவித்துக் கொண்டிருந்தார்கள். ஆங்காங்கே அமைக்கப்பட்டிருந்த தண்ணீர்ப் பந்தல்களிலும் கூட்டத்துக்குக் குறைவில்லை. அவல் பொரியும் சர்க்கரையும் பானகமும் நீர்மோரும் வந்தவர்களுக்கெல்லாம் உபசரிப்புடன் வழங்கப்பட்டன. இவ்விதம் கண்ணுக்கெட்டிய தூரம் ஒரே

ஜன சமுத்திரமாய்த் தோன்றியதாயினும் அந்த ஜனத்திரளுக்கு மத்தியில் ஓரிடத்தில் மிகவும் நெருங்கிய ஜனக் கூட்டம் காணப்பட்டது. இக்கூட்டம் ஒரே இடத்தில் நிலைத்து நில்லாமல் போய்க் கொண்டிருந்தது. அந்தக் காட்சியானது சிறு சிறு அலைகள் எழுந்து விழுந்து கொண்டிருக்கும் சமுத்திரத்தில் ஒரே ஒரு பெரிய அலை மட்டும் தொடர்ச்சியாகப் போய்க் கொண்டிருப்பது போல் தோன்றியது. இந்தப் பெரிய அலைக்குக் காரணமாயிருந்தவர்கள் சக்கரவர்த்தியும் அவருடைய செல்வப் புதல்வியுந்தான்.

நரசிம்மவர்மர் உயர்ந்த ஜாதிப் புரவி ஒன்றின் மேல் வீற்றிருந்தார். குந்தவி தேவியோ பக்கத்தில் இருந்தாள். இவர்களுக்கு முன்னாலும் பின்னாலும் கூட்டத்தை விலக்கி வழி செய்வதற்காக ஒரு சில வீரர்கள் மட்டுமே சென்றார்கள். அவர்களுக்குச் சற்று முன்னால், சக்கரவர்த்தியின் வருகையை அறிவிப்பதற்காக, ஒரு பெரிய ரிஷபத்தின் மேல் முரசு வைத்து அடித்துக் கொண்டு போனார்கள். ஜனத் திரளுக்கு இடையே சென்று கொண்டிருந்த இந்த ஊர்வலம் ஆங்காங்கு நின்று நின்று போகவேண்டியிருந்தது. சித்திரக் காட்சியைப் பார்ப்பதற்காகச் சக்கரவர்த்தி நின்ற இடங்களில் எல்லாம் அவர் மேலும் குந்தவி தேவியின் மேலும் பூமாரி பொழிந்தார்கள். நறுமணம் பொருந்திய பனி நீரை இரைத்தார்கள். சந்தனக் குழம்பை அள்ளித் தெளித்தார்கள். "ஜய விஜயீ பவ!" என்றும், "தர்ம ராஜாதிராஜர் வாழ்க!" "திருபுவனச் சக்கரவர்த்தி வாழ்க!" "நரசிம்ம பல்லவரேந்திரர் வாழ்க!" "மாமல்ல மன்னர் வாழ்க" என்றும் கோஷித்தார்கள். சக்கரவர்த்தி ஒவ்வொரு சித்திரக் காட்சியையும் விசேஷ சிரத்தை யுடன் பார்வையிட்டு, ஆங்காங்கு பயபக்தியுடன் நின்று கொண்டிருந்த ஓவியக்காரர்களிடமும், சிற்பக் கலைஞர்களிடமும் தமது பாராட்டுதலைத் தெரிவித்துக் கொண்டு வந்தார். இவ்விதம் சுற்றிப் பார்த்துக்கொண்டு கடைசியாக ஊர்வலம் துர்க்கை ஆலயத்தண்டை வந்து சேர்ந்தது. இந்தத் துர்க்கை ஆலயம் மகேந்திரவர்மனின் காலத்திலே குன்றில் குடைந்து நிர்மாணித்தது. திருப்பணி வேலை இடையில் தடைப்பட்டுப் பூர்த்தியாகாமல் இருந்தது. அன்று நடந்த கோலாகலமான விழாக் கொண்டாட்டத்தில் இந்தத் துர்க்கை ஆலயந்தான் நடுநாயகமாயிருந்தது.

அந்தப் பாறைக் கோயிலுக்கு எதிரே மிகவும் விஸ்தாரமான பந்தல் போடப்பட்டிருந்தது. அந்தப் பந்தலுக்கு உள்ளேயிருந்து அண்ணாந்து

பார்த்தால் அமாவாசையன்று நள்ளிரவில் துல்லியமான ஆகாயத்தைப்
பார்க்கிறோமோ? என்ற பிரமை உண்டாகும். அவ்விதம் பிரகாசமான
நட்சத்திரங்களைப் போல ஜொலித்த எண்கோணப் பொட்டுக்கள் அமைந்த
நீலப் பட்டாடையினால் மேல் விதானம் கட்டியிருந்தார்கள். பந்தலின்
தூண்களில் விதவிதமான வர்ணப் பட்டாடைகளைச் சுற்றியிருந்தார்கள்.
பந்தலுக்கு மேலே வரிசையாகச் சிங்கக் கொடிகள் மாலைக் கடற்காற்றில்
அசைந்து ஆடிக் கொண்டிருந்தன. பந்தலின் விளிம்புகளில் இளந்தென்னங்
குருத்துக்களினாலான தோரணங்கள் தொங்கி ஆடிக் கொண்டிருந்தன.
பந்தலின் மத்தியில், தேவியின் சன்னதிக்கு எதிரே, சக்கரவர்த்திக்கும்
அவருடைய புதல்விக்கும் இரண்டு அழகிய சிம்மாசனங்களும்,
அவற்றைச் சுற்றிலும் வரிசை வரிசையாகிய இன்னும் பல ஆசனங்களும்
அமைக்கப் பட்டிருந்தன. புலிகேசியின் படையெடுப்பினால் தடைப்பட்டுப்
போன சிற்பத் திருப்பணியை இந்தத் துர்க்கா தேவியின் கோயிலில்
விஜயதசமி தினத்தில் மீண்டும் தொடங்குவதற்காக ஏற்பாடாகி இருந்தது.
சக்கரவர்த்தி வருவதற்கு நெடுநேரத்திற்கு முன்னமேயே பந்தலில் மந்திரி
மண்டலத்தாரும், மற்ற அதிகாரிகளும் வந்து அவர்களுக்குரிய
ஆசனங்களில் அமர்ந்து விட்டார்கள். சக்கரவர்த்தியும் குந்தவி தேவியும்
பந்தலுக்குள் வந்ததும் சபையினர் அனைவரும் எழுந்து நின்றதுடன், ஜய
கோஷங்களும் வாழ்த்தொலிகளும் வாத்திய முழக்கங்களும் வானை
அளாவி எழுந்தன.

அத்தியாயம் ஏழு

திருப்பணி ஆலயம்

சக்கரவர்த்தியும் குந்தவியும் முதலில் கோவிலுக்குள்ளே சென்று
அம்பிகையைத் தரிசித்து விட்டு வந்தார்கள். பந்தலின் நடுவில்
அமைந்திருந்த சிம்மாசனங்களில் சக்கரவர்த்தியும் குந்தவி தேவியும்
வந்து அமர்ந்ததும் மந்திரி மண்டலத்தாரும் மற்றவர்களும் தத்தம்
ஆசனங்களில் அமர்ந்தனர். கோயில் குருக் கள்மார் தொடர்ந்து வந்து
சக்கரவர்த்திக்கும் மற்றவர்களுக்கும் விபூதி குங்குமப் பிரசாதங்களை
அளித்து, மலர் மாலைகள் சூட்டி முழக்கங்களுக்கிடையே சக்கரவர்த்தி
தம் திருக்கரத்தினால் ஆசாரிய ஸ்தபதியின் தலையில் பட்டுப் பரிவட்டம்
கட்டினார். பிறகு உயர்ந்த பட்டு வஸ்திரங்களும் நூறு பொன்
கழஞ்சுகளும் வைத்திருந்த தாம்பூலத் தட்டையும் அவரிடம் கொடுத்தார்.
அவற்றை ஆசாரிய ஸ்தபதி வாங்கிக் கண்களில் ஒற்றிக் கொண்டார்.
அவ்விதமே அங்கு வந்திருந்த நூற்றுக்கணக்கான சிற்பிகளுக்கும் மந்திரி
மண்டலத்தாருக்கும் மற்ற அதிகாரிகளுக்கும் தலையில் பரிவட்டம்
கட்டிப் பட்டு வஸ்திரங்களையும் பொன் கழஞ்சு களையும்
பரிசளித்தார்கள். பின்னர் மந்திரி மண்டலத்தின் தலைவரான விஷ்ணு
சர்மர் எழுந்து சபையோரைப் பார்த்துப் பேசினார். பல்லவ ராஜ
வம்சத்தில் தோன்றிய பெயர் பெற்ற மன்னர்களின் வீரதீர பராக்கிரமங்
களை அவர் வர்ணித்தார். அவர்களில் கடைசி மன்னரான மகேந்திர
வர்மரின் அற்புத குணாதிசயங்களைப் புகழ்ந்தார்.

அவருடைய அருந்தவப் புதல்வரான மாமல்ல சக்கரவர்த்தி பட்டத்துக்கு
வந்த பிறகு பல்லவ சாம்ராஜ்யத்தின் புகழ் கடல்களுக்கு அப்பாலும்
பரவியிருக்கிறதென்றும், அதற்கு உதாரணமாக இந்தச் சபையிலேயே ஒரு
சம்பவம் நடக்கப்போகிறதென்றும், செண்பகத் தீவிலிருந்து வந்திருக்கும்
பிரதிநிதிகள் தங்க ளுடைய தீவைப் பல்லவ சாம்ராஜ்யத்தில்
சேர்த்துக்கொண்டு பரிபாலிக்கும் படி சக்கரவர்த்தியை வேண்டிக்
கொள்ளப் போகிறார் என்றும் விஷ்ணு சர்மர் தெரிவித்த போது,
சபையோர் தங்களுடைய குதூகலத்தைப் பலவித கோஷங்களினால்
வெளியிட்டனர். மீண்டும் அமைச்சர் தலைவர் கூறியதாவது:-
"மகாஜனங்களே! காஞ்சியும் மாமல்லபுரமும் பல்லவ சாம்ராஜ்யத்தின்
இரு கண்களாகும். சாம்ராஜ்யத்துக்குத் தலை நகரமான காஞ்சி எவ்வளவு

முக்கியமோ, அவ்வளவு துறைமுகப்பட்டினமான மாமல்லபுரம் நெடுநாளாக முக்கியமாயிருந்து வந்தது. ஆனால் காலஞ்சென்ற மகேந்திர சக்கரவர்த்தி இங்கே சிற்பத் திருப்பணியை ஆரம்பித்த பிறகு, காஞ்சியின் பெருமை சிறிது தாழ்ந்து மாமல்லபுரத்தின் புகழ் ஓங்கிவிட்டது. எட்டு வருஷங்களுக்கு முன்பு நமது சக்கரவர்த்திப் பெருமான் வடதேசத்துக்குப் படையெடுத்துச் சென்ற போது, இங்கு நடந்துவந்த சிற்பத் திருப்பணியை நிறுத்த வேண்டியிருந்தது. பாதகனான புலிகேசியைக் கொன்று வாதாபியைத் தீக்கிரையாக்கி விட்டுத் திரும்பிய பிறகு சில காலம் தேசத்திலிருந்து பஞ்சம் பிணிகளை நீக்கும் முக்கியமான பிரயத்தனங்களிலும், உள்நாட்டுச் சிறு பகைகளை அழிக்கும் முயற்சியிலும் சக்கரவர்த்தி ஈடுபட்டிருந்தார் என்பதை நீங்கள் அறிவீர்கள். பராசக்தியின் அருளினாலும், பல்லவ குலத்தின் பரம்பரையான தர்ம பலத்தினாலும், சக்கரவர்த்தி ஈடுபட்டிருந்த அந்தக் காரியங்கள் எல்லாம் இனிது நிறைவேறிவிட்டன.

சக்கரவர்த்தியின் திருப்பெயரைப் பூண்ட இந்தப் பட்டினத்திலே சிற்பத் திருப்பணிகள் இன்று மறுபடியும் ஆரம்பமாகின்றன. இனிமேல் சக்கரவர்த்தியும் இந்த நகருக்கு அடிக்கடி விஜயம் செய்து திருப்பணி வேலைகளை மேற்பார்வை செய்வதாகக் கிருபை கூர்ந்து வாக்களித்திருக்கிறார்." இவ்விதம் அமைச்சர் தலைவர் கூறிச் சபையோரை ஆனந்தக் கடலில் ஆழ்த்திய பிறகு, செண்பகத் தீவின் தூதர்கள் சக்கரவர்த்தியின் சமூகத்துக்கு அழைத்துவரப்பட்டனர். அவர்களுடைய தலைவன் பேசியது தமிழ்மொழியேயானாலும் சற்று விசித்திரமான தமிழாயிருந்த படியால், சபையோர்களுக்குப் புன்னகை உண்டு பண்ணிற்று. அந்தத் தூதர் தலைவன் கூறியதின் சாராம்சம் பின்வருமாறு:- செண்பகத் தீவின் வாசிகள், சுமார் ஐந்நூறு ஆண்டுகளுக்கு முன்னால் கரிகால் சோழரின் காலத்தில் சோழ நாட்டிலிருந்து அங்கே போய்க் குடியேறிய தமிழர்களின் சந்ததிகள், அந்தத் தீவை ஆண்டு வந்த ராஜ வம்சம் சந்ததியில்லாமல் சில ஆண்டுகளுக்கு முன்பு நசித்துப் போய்விட்டது. ஆகவே, செண்பகத் தீவு தற்சமயம் ராஜா இல்லாத ராஜ்யமாயிருந்து வருகிறது. இதை அறிந்ததும் பக்கத்துத் தேசங்களிலுள்ள மக்கள் - முக்கியமாகத் தட்டை மூக்குச் சாதியினர் - அடிக்கடி செண்பகத் தீவில் வந்திறங்கிக் கொள்ளையிட்டும், இன்னும் பலவித உபத்திரங்களை விளைவித்தும் செல்லுகிறார்கள்.

இதையெல்லாம் உத்தேசித்துச் செண்பகத் தீவின் ஜனங்கள் மகாசபை கூட்டி ஏக மனதாக ஒரு முடிவுக்கு வந்தார்கள். அதாவது தற்சமயம் தாய்நாட்டிலே பிரசித்த சக்கரவர்த்தியாய் விளங்கும் நரசிம்ம பல்லவேந்திரருக்குத் தூதனுப்பி, செண்பகத் தீவைப் பல்லவ சாம்ராஜ்யத்தில் சேர்த்துக் கொண்டு சக்கரவர்த்தியின் சார்பாகத் தீவை ஆட்சி புரிவதற்கு இராஜ வம்சத்தைச் சேர்ந்த வீர புருஷர் ஒருவரை அனுப்பும்படி பிரார்த்திக்க வேண்டியது.

சக்கரவர்த்தி தூதர்களின் பிரார்த்தனைக்கு உடனே மறுமொழி சொல்லவில்லை. சில நாள் யோசித்தே முடிவு செய்யவேண்டுமென்றும், அதுவரை அந்தத் தூதர்கள் பல்லவ சாம்ராஜ்யத்திலுள்ள காஞ்சி முதலிய நகரங்களைப் பார்த்துக் கொண்டிருக்கலாமென்றும், ஒருவாரத்துக்குள் அவர்களுக்கு மறுமொழி சொல்லக்கூடும் என்றும் தெரிவித்தார். இதன் பின்னர் நரசிம்மவர்மரும் குந்தவி தேவியும் மந்திரிகளும் ஸ்தபதிகளும் பின் தொடர்ந்துவர துர்க்கா தேவியின் கோயிலுக்கு மறுபடியும் வந்தனர். அந்தக் கோயிலின் வெளி மண்டபத்தில் இருபுறத்துச் சுவர்களும் வெறுமையாக இருந்தன. சக்கரவர்த்தி ஒரு பக்கத்துச் சுவரின் அருகில் வந்து, குந்தவிதேவியின் கையிலிருந்த காவிக் கட்டியை வாங்கி, அந்தச் சுவரில் சித்திரம் வரையத் தொடங்கினார். அருகில் இருந்தவர்கள் கண் கொட்டாமல் பார்த்துக் கொண்டு நிற்கும்போதே, வெகு சீக்கிரத்தில் சிம்மவாகனத்தின் மீது போர்க்கோலத்துடன் வீற்றிருக்கும் துர்க்கை தேவியின் திரு உருவம் அந்தச் சுவரில் சாக்ஷாத் காரமாய்த் தோன்றியது.

குந்தவி தேவி பயம் தொனித்த குரலில், "அப்பா! தேவியின் உக்கிரம் தாங்க முடியவில்லை. யாருடன் அம்பிகை சண்டையிடுகிறாளோ, அந்த அசுரனுடைய உருவத்தையும் எழுதிவிடுங்கள்" என்றாள். உடனே சக்கரவர்த்தி தேவிக்கு எதிரே கையில் கதாயுதம் தரித்த மகிஷாசுரனுடைய உருவத்தையும் எழுதினார். "இப்போது தான் பயமின்றிப் பார்க்க முடிகிறது!" என்றாள் குந்தவி. பிறகு, சக்கரவர்த்தி அங்கே அருகில் நின்ற ஆசாரிய ஸ்தபதியைப் பார்த்து, "ஸ்தபதியாரே, இந்த விஜயதசமி தினத்தில் தான் அம்பிகை மகிஷாசுரனை வதம் செய்தாள். நமது திருப்பணியை அந்தக் காட்சியுடனேயே ஆரம்பித்து வைக்கலாமல்லவா?" என்றார். ஆசாரிய ஸ்தபதியும் வணக்கத்துடன் ஆமோதித்துத் தம் கையிலிருந்த கல்லுளியைச் சக்கரவர்த்தியின் பால்

நீட்ட, சக்கரவர்த்தி அதை வாங்கிக் கொண்டு தாம் எழுதிய சித்திரத்தின் மேல் கல்லுளியால் சில முறை பொளிந்தார். பிறகு கல்லுளியை ஸ்தபதியிடம் கொடுத்தார். ஸ்தபதியார் அதைப் பக்தியுடன் பெற்றுக் கொண்டு அம்பிகைக்கும் சக்கரவர்த்திக்கும் வணக்கம் செலுத்தி விட்டுச் சிற்ப வேலையை ஆரம்பித்தார். அன்று முதற்கொண்டு பல வருஷ காலம் மாமல்லபுரத்தில் ஆயிரக்கணக்கான கல்லுளிகள் சத்தம் இடைவிடாமல் கேட்டுக் கொண்டிருந்தது.

அத்தியாயம் எட்டு

குந்தவியின் கலக்கம்

"புஷ்பேஷு ஜாதி புருஷேஷு விஷ்ணு; நாரீஷு ரம்பா நகரேஷு காஞ்சி" என்று வடமொழிப் புலவர்களால் போற்றப்பட்ட காஞ்சிமா நகரின் மாடவீதியிலே குந்தவிதேவி பல்லக்கில் சென்று கொண்டிருந்தாள். திருக்கோயில்களுக்குச் சென்று உச்சிகால பூஜை நடக்கும்போது சுவாமி தரிசனம் செய்து விட்டு வரும் நோக்கத்துடன் அவள் சென்றாள். ஆனால் அவளுடைய உள்ளம் மட்டும் ஒரு வாரத்துக்கு முன்பு மாமல்லபுரத்தில் விஜயதசமியன்று கண்ட கோலாகலக் காட்சியிலேயே ஈடுபட்டிருந்தது. அன்று ஆரம்பித்த திருப்பணிகளில் உலகம் உள்ள வரையில் தன் தந்தையின் புகழ் குன்றாதிருக்குமல்லவா? என்று அவள் எண்ணமிட்டாள். இப்படிப்பட்ட தந்தைக்குப் புதல்வியாய்ப் பிறக்கத் தான் பாக்கியம் செய்திருக்க வேண்டுமென்று நினைத்தாள். இத்தகைய சக்கரவர்த்தியின் ஆட்சியில் வாழும் பிரஜைகள்தாம் எவ்வளவு பாக்கியம் பண்ணியவர்கள் என்ற எண்ணமும் தோன்றியது. இப்படிப்பட்ட சிந்தனைகளில் ஆழ்ந்தவளாய்ப் பல்லக்கிலே போய்க்கொண்டிருக்கையில், திடீரென்று வீதியில் ஒருமதில் சுவரின் திருப்பத்தில் அபூர்வமான காட்சி ஒன்றைக் கண்டாள். சகல இராஜ லட்சணங்களும் பொருந்திக் களை ததும்பும் முகத்தினனான ஓர் இளங்குமரன் ஒரு குதிரைமீது வந்து கொண்டிருந்தான். அவனுடைய உடம்பையும் கைகளையும் குறுக்கும் நெடுக்குமாய் இரும்புச் சங்கிலியினால் பிணைத்திருந்தார்கள். குதிரையின் இரு பக்கத்திலும் முன்னாலும் பின்னாலும் அந்தச் சங்கிலிகளைப் பிடித்துக் கொண்டு போர் வீரர்கள் சிலர் விரைந்து நடந்து வந்தார்கள். அந்த இளங்குமரன் மிகவும் களைத்துப்போன தோற்றமுடையவனாயிருந்தாலும், அவனுடைய முகத்தில் கொஞ்சமாவது அதைரியத்தின் அறிகுறி காணப்படவில்லை. அஞ்சா நெஞ்சங் கொண்ட தீர புருஷனாகவே தோன்றினான்.

"என் உடம்பைத்தானே சங்கிலிகளால் பிணைக்க முடியும்? என் உள்ளத்தை யாராலும் சிறைப்படுத்த முடியாதல்லவா?" என்று அலட்சியத்துடன் கேட்பதுபோல் இருந்தது அவனுடைய திருமுகத்தின் தோற்றம். இந்தக் காட்சியைக் கண்டதும் குந்தவி தேவியின் விசாலமான நயனங்கள் ஆச்சரியத்துடன் இன்னும் அதிகமாக விரிந்தன. அதே

சமயத்தில் அந்த இளைஞனும் சக்கரவர்த்தியின் குமாரியைப் பார்த்தான். சொல்லுக் கெட்டாத அவளுடைய திவ்ய சௌந்தரியம் ஒரு கணநேரம் அவனைத் திகைப்படைந்து நிற்கும்படி செய்திருக்க வேண்டும். அடுத்த நிமிஷத்தில் பல்லக்கும் குதிரையும் ஒன்றையொன்று தாண்டிச் சென்று விட்டன. குந்தவி பல்லக்கிலிருந்த வண்ணம் இரண்டொரு தடவை திரும்பித் திரும்பிப் பார்த்தாள். குதிரைமீது சங்கிலியால் கட்டுண்டிருந்த அந்த இளங்குமரனும் தன்னைப் போலவே ஆவல் கொண்டவனாய்த் திரும்பிப் பார்ப்பான் என்று அவள் எதிர்பார்த்தாளோ என்னவோ, தெரியாது. ஆனால் அந்தக் குமரன் மட்டும் தலையை ஓர் அணுவளவு கூடப் பின்புறமாகத் திருப்பவில்லை. திருப்ப முடியாதபடி அவனைப் பிணித்திருந்த சங்கிலிகள்தான் தடுத்தனவோ, அல்லது அவனுடைய மனத்தின் திட சங்கற்பந்தான் அவ்விதம் திரும்பிப் பார்க்காத வண்ணம் தடை செய்ததோ அதுவும் நமக்குத் தெரியாது. குந்தி தேவியின் திவ்ய சௌந்தரியத்தைப் போலவே அந்தச் சக்கரவர்த்தி திருமகளின் தெய்வ பக்தியும் அந்நாளில் தேசப் பிரசித்தமாயிருந்தது. சாதாரணமாய் அவள் சிவன் கோயிலுக்குப் போனாலும், பெருமாள் கோயிலுக்குப் போனாலும் பராசக்தியின் சந்நிதிக்குச் சென்றாலும், அந்தந்தத் தெய்வங்களின் தியானத்திலே ஈடுபட்டுத் தன்னை மறந்துவிடுவது வழக்கம். ஆனால் இன்றைய தினம் குந்தவியின் மனம் அவ்விதம் சலனமற்ற தியானத்தில் ஈடுபடவில்லை.

தெய்வ சந்நிதானத்தில் நின்றபோது கூட, கட்டுண்டு குதிரை மேல் வீற்றிருந்த இளங்குமரனுடைய முகம் வந்து நின்றது. அவள் எவ்வளவோ முயன்றும் அந்த முகத்தை மறக்க முடியவில்லை. இது வரையில் அவள் அனுபவித்தறியாத இந்தப் புதிய அனுபவமானது அவளுக்கு ஒருவித அபூர்வ இன்பக் கிளர்ச்சியையும் அதே சமயத்தில் பயத்தையும் உண்டு பண்ணிற்று! ஒருவாறு சுவாமி தரிசனத்தை முடித்துக்கொண்டு குந்தவி தேவி அரண்மனைக் குத்திரும்பினாள். திரும்புங் காலையில் மனத்தை அந்த இளங்குமரன் மேல் செல்லாமல் வேறு நினைவில் செலுத்தும் முயற்சியையே அவள் விட்டு விட்டாள். "அவ்வளவு ராஜ லக்ஷணங்கள் பொருந்திய இளங்குமரன் யாராயிருக்கலாம்? அவனை எதற்காகச் சங்கிலியால் பிணைத்திருக்கிறார்கள்? எங்கே அழைத்துச் செல்கிறார்கள்? அவன் அத்தகைய குற்றம் என்னதான் செய்திருப்பான்?" என்றெல்லாம் சிந்திக்கத் தொடங்கினாள். திடீரென்று ஒரு ஞாபகம்

வந்தது. "உறையூர் இளங்குமாரன் ஏதோ சக்கரவர்த்திக்கு விரோதமாகக் கலகம் செய்யப் போகிறான் என்று மாமல்லபுரத்துக்கு ஓலை வந்ததல்லவா? அது விஷயமாக முன்னமே ஏற்பாடு செய்தாகிவிட்டது என்று சக்கரவர்த்தி மறுமொழி தந்தாரல்லவா? அந்தச் சோழ இராஜ குமாரன்தானோ என்னவோ இவன்?" இந்த எண்ணம் தோன்றியதும் குந்தவிக்கு அக்குமரன் மேல் கோபம் உண்டாயிற்று. 'என்ன அகந்தை, என்ன இறுமாப்பு அவனுக்கு? எவ்வளவு பெரிய துரோகமான காரியத்தைச் செய்துவிட்டு, எவ்வளவு அலட்சியமாய்க் கொஞ்சங்கூடப் பயப்படாமலும் வெட்கப்படாமலும் இறுமாந்து உட்கார்ந்திருக்கிறான்! நரசிம்ம பல்லவேந்திரருக்கு எதிராகக் கலகம் செய்யும்படி அவ்வளவு வந்துவிட்டதா அவனுக்கு? எத்தனையோ தூர தூர தேசங்களில் உள்ள ஜனங்கள் எல்லாரும், நரசிம்ம சக்கரவர்த்தியின் வெண்கொற்றக் குடையின் நிழலில் வாழ்வதற்குத் தவஞ் செய்கிறார்களே! செண்பகத் தீவின் வாசிகள் இதற்காகத் தூது அனுப்பியிருக்கிறார்களே!

இந்த அற்பச் சோழநாட்டு இளவரசனுக்கு என்ன வந்துவிட்டது? ஆமாம், இவன் மட்டும் கலகம் செய்த இளவரசனாயிருந்தால் தந்தையிடம் சொல்லிக் கடுமையான தண்டனை விதிக்கச் செய்ய வேண்டும்! அப்போது தான் புத்தி வரும்.' இவ்வாறு எண்ணிய குந்தவியின் மனம் மறுபடியும் சஞ்சலம் அடைந்தது. "ஐயோ பாவம்! முகத்தைப் பார்த்தால் அப்படியொன்றும் கெட்டவனாகத் தோன்றவில்லையே! அவன் தானாக ஒன்றும் செய்திருக்க மாட்டான். ஒருவேளை யாராவது கெட்ட மனிதர்கள் பக்கத்தில் இருந்து தூண்டி விட்டிருப்பார்கள். அவர்களைப் பிடித்துத் தண்டிக்க வேண்டுமேயன்றி, இந்தச் சுகுமாரனைக் கடுமையாகத் தண்டிப்பதில் என்ன பயன்? அவனுடைய மார்பையும், தோள்களையும், கைகளையும் பிணித்திருக்கும் இரும்புச் சங்கிலிகள் அந்த மிருதுவான தேகத்தை எப்படித் துன்புறுத்துகின்றனவோ? நல்ல புத்தி சொல்லி, எச்சரிக்கை செய்து; அவனை விட்டுவிட்டால் என்ன? - அப்பாவிடம் இராத்திரி சொல்ல வேண்டும். ஆனால் அவருக்குத் தெரியாத விஷயமா? "தர்ம ராஜாதி ராஜன்" என்று புகழ் பெற்றவராயிற்றே? நியாயமும் தர்மமும் தவறி அவர் ஒன்றும் செய்யமாட்டார். இந்த இளங்குமரனை மன்னித்துத்தான் விடுவார்...." இப்படியெல்லாம் கொந்தளித்துக் கொண்டிருந்த உள்ளத்துடன் குந்தவி தேவி அரண்மனையை அடைந்தாள். சூரியன் எப்போது அஸ்தமிக்கும்? தகப்பனார் எப்போது

ராஜசபையிலிருந்து அரண்மனைக்குத் திரும்பி வருவார் என்று எதிர்பார்த்த வண்ணம் ஒவ்வொரு வினாடியையும் ஒவ்வொரு யுகமாகக் கழித்துக் கொண்டிருந்தாள்.

அத்தியாயம் ஒன்பது

தந்தையும் மகளும்

குந்தவி தாயில்லாப் பெண். அவளுடைய அன்னையும் பாண்டிய
ராஜகுமாரியும் நரசிம்மவர்மரின் பட்ட மகிஷியுமான வானமாதேவி,
குந்தவி ஏழு வயதுக் குழந்தையாயிருந்தபோதே சுவர்க்கமடைந்தாள்.
இந்தத் துக்கத்தை அவள் அதிகமாக அறியாத வண்ணம் சில காலம்
சிவகாமி அம்மை அவளைச் செல்லமாய் வளர்த்து வந்தாள். இந்தச்
சிவகாமி பிரசித்தி பெற்ற ஆயனச் சிற்பியின் மகள். நரசிம்மவர்மரால்
வாதாபியிலிருந்து சிறை மீட்டு வரப்பட்டவள், பட்ட மகிஷியின்
மரணத்துக்குப் பிறகு நரசிம்மவர்மர் சிவகாமியை மணம் புரிந்து
கொள்வாரென்று சில காலம் பேச்சாயிருந்தது, ஆனால் அவ்விதம்
நடக்கவில்லை. சில வருஷகாலத்துக்கெல்லாம் சிவகாமி தேவியும்
சொர்க்கம் புகுந்து விட்டாள். பிறகு, சக்கரவர்த்தியே குந்தவிக்குத் தாயும்
தகப்பனுமாயிருந்து அவளை வளர்க்க வேண்டியதாயிற்று. அந்தப்புரத்தில்
குந்தவிக்குப் பாட்டிமார்கள்- மகேந்திரவர்மருடைய பத்தினிகள் சிலர்
இருந்தனர்.

ஆனால் அவர்களுக்கும் குந்தவிக்கும் அவ்வளவாக மனப் பொருத்தம்
ஏற்படவில்லை. குந்தவி தாயாரைக் குறித்து "தெற்கத்தியாள்" என்று
அவர்கள் குறை கூறியதையும் சிவகாமி தேவியைப் பலவிதமான நிந்தை
செய்ததையும் குந்தவி குழந்தைப் பருவத்தில் கேட்டிருந்தாள்.
இதனாலேயே பாட்டிமார்களிடத்தில் அவளுக்குப் பற்றுதல்
உண்டாகவில்லை. குந்தவியின் நடை உடை பாவனைகளும், அவள்
எதேச்சையாகச் செய்த காரியங்களும் அந்தப் பாட்டிமார்களுக்குப்
பிடிக்கவில்லை. நரசிம்மவர்மர் இந்தப் பெண்ணுக்கு ரொம்பவும்
இடங்கொடுத்துக் கெடுத்து வருகிறார் என்ற குறையும் அவர்களுக்கு
உண்டு. இக்காரணங்களினால் குந்தவிக்குத் தன் தந்தையிடமுள்ள
இயற்கையான பாசம் பன்மடங்கு வளர்ந்திருந்தது. அப்பாவுடன்
இருக்கும்போதுதான் அவளுக்குக் குதூகலம்; அவருடன்
வார்த்தையாடுவதில்தான் அவளுக்கு உற்சாகம். அவருடன் சண்டை
பிடிப்பதில்தான் அவளுக்கு ஆனந்தம்.

88

அவர் தன்னை உடன் அழைத்துப் போகாமல் ராஜரீகக் காரியங்களுக்காக வெளியூர்களுக்குப் போயிருந்தால், அவளுக்கு ஒரு நாள் போவது ஒரு யுகம் போவது போலிருக்கும். சக்கரவர்த்திக்கோ என்றால், - ஏன்? - அவருடைய பிராணனே குந்தவியாக உருக்கொண்டு வெளியில் நடமாடுகிறது என்று கருதும்படி இருந்தது. அவருடைய விசால இருதயமானது ஓரானொரு காரணத்தினால் பல ஆண்டுக் காலம் வறண்டு பசையற்றுப் பாலைவனமாயிருந்தது. அப்படிப்பட்ட இருதயத்தில் குந்தவியின் காரணமாக மீண்டும் அன்பு தளிர்த்து ஆனந்தம் பொங்கத் தொடங்கியது. குந்தவியின் ஒவ்வொரு சொல்லும், செயலும், நோக்கும், சமிக்ஞையும் சக்கரவர்த்திக்குப் புளகாகிதம் உண்டாக்கின. தந்தையின் வரவை எதிர்நோக்கிக் குந்தவி தேவி அரண்மனை உப்பரிகையில் நிலா மாடத்தில் உட்கார்ந்திருந்தாள். பௌர்ணமிக்குப் பிறகு மூன்று நாள் ஆகியிருக்கலாம்.

கிழக்கு அடிவானத்தில் வரிசையாக உயர்ந்திருந்த பனை மரங்களுக்கு நடுவில், சிறிது குறைந்த சந்திரன், இரத்தச் சிவப்பு ஒளியுடன் உதயமாகிக் கொண்டிருந்தான். மற்ற நாட்களாயிருந்தால் அழகு மிகுந்த இந்த வானக் காட்சியின் வனப்பில் ஈடுபட்டு மெய்ம்மறந்திருப்பாள். ஆனால், இன்று இரவு அவளுக்கு எதிலுமே மனம் செல்லவில்லை. வீதியில் குதிரைமீது வைத்துச் சங்கிலியால் பிணைத்துக் கொண்டு போகப்பட்ட இராஜகுமாரனுடைய ஞாபகமாகவே அவள் இருந்தாள். அவனைப் பற்றி விசாரிப்பதற்காகவே தந்தையின் வருகையை வழக்கத்தைவிட அதிக ஆர்வத்துடன் எதிர்பார்த்துக் கொண்டிருந்தாள். கடைசியாக, நரசிம்மவர்மரும் வந்து சேர்ந்தார். குந்தவி அவரை ஓடி வரவேற்று, அவருடைய விசாலமான இரும்புத் தோள்களைத் தன் இளங் கரங்களினால் கட்டிக் கொண்டு தொங்கினாள்.

"ஏன் அப்பா, இன்றைக்கு இத்தனை நேரம்?" என்று கேட்டாள். என்றுமில்லாத அவளுடைய பரபரப்பையும் ஆர்வத்தையும் பார்த்து நரசிம்மவர்மர் ஆச்சரியப்பட்டுப் போனார். அப்படியொன்றும் நேரமாகிவிடவில்லை அம்மா! தினம் போலத் தானே வந்திருக்கிறேன். ஏதாவது விசேஷம் உண்டா?" என்று கேட்டார். குந்தவி ஏதோ சொல்ல ஆரம்பித்தவள் சட்டென்று நிறுத்திக் கொண்டாள். "ஒரு விசேஷம் இருக்கிறது அப்பா! ஆனால் இப்போது சொல்லமாட்டேன். நீங்கள் முதலில் சொல்லுங்கள், சபையில் ஏதாவது விசேஷம் உண்டா?" என்று

கேட்டாள். "ஆமாம்; உண்டு இலங்கையிலிருந்து இன்றைக்குச் செய்தி வந்தது; அங்கே நடந்த பெரும் போரில் நமது சைன்யங்கள் மகத்தான வெற்றியடைந்தனவாம். 'இலங்கை மன்னன் சமாதானத்தைக் கோருகிறான்; என்ன செய்யட்டும்?' என்று உன் தமையன் ஓலை அனுப்பியிருக்கிறான்." "ரொம்ப சந்தோஷம், அப்பா! அப்படியானால் அண்ணா சீக்கிரம் திரும்பி வந்து விடுவானோ இல்லையோ?" "கொஞ்ச காலம் கழித்துத்தான் வருவான். மதுரையில் உன் மாமாவுக்குக் கொஞ்ச நாளாகத் தேக அசௌகர்யமாயிருக்கிறதாம்; அங்கே போய்க் கொஞ்ச காலம் இருந்து விட்டு வரச் சொல்லியிருக்கிறேன். நீயும் வேணுமானால் மதுரைக்குப் போய் வருகிறாயா, குழந்தாய்! உன் மாமா உன்னைப் பார்க்க வேணுமென்று எவ்வளவோ ஆசைப்படுகிறாராம்." "அதெல்லாம் முடியாது; நான் உங்களை விட்டுப் போகமாட்டேன். இருக்கட்டும். இன்னும் ஏதாவது விசேஷம் உண்டா, அப்பா!" "உண்டு; சோழ நாட்டில்" "சோழநாட்டில்" என்றதும் குந்தவியின் உடம்பில் படபடப்பு உண்டாயிற்று. இதைக் பார்த்த சக்கரவர்த்தி மிகவும் வியப்படைந்தவராய் "என்ன குந்தவி! உனக்கு என்ன உடம்பு?" என்று கேட்டார். "ஒன்றுமில்லை, அப்பா! சோழ நாட்டில் என்ன விசேஷம்! சொல்லுங்கள்" என்றாள் குந்தவி.

"சோழ நாட்டில் காழி என்னும் ஊரில் ஒரு இளம் பிள்ளை தெய்வ சாந்நித்யம் பெற்று மகா ஞானியாய் விளங்குகிறாராம். சிவபெருமான் பேரில் தீந்தமிழ்ப் பாடல்களைத் தேனிசையாய்ப் பொழிகிறாராம். தீராத வியாதிகள் எல்லாம் அவர் கையினால் திருநீறு வாங்கி இட்டுக் கொண்டால் தீர்ந்து விடுகிறதாம். ஞானசம்பந்தர் என்று பெயராம்!" "நன்றாயிருக்கிறது போங்கள். யமனுக்கு அப்படி ஒரு விரோதி கிளம்பியிருக்கிறாரா? அந்தப் பிள்ளை திருநீறு கொடுத்து வியாதிகள் எல்லாவற்றையும் தீர்த்துக் கொண்டு போனால், யமலோகமல்லவா சூனியமாய்ப் போய்விடும்? நீங்களுந் தான் இப்போதெல்லாம் யுத்தம் செய்வதையே நிறுத்திவிட்டீர்கள்!" என்றாள் குந்தவி. "எல்லாம் உன்னாலேதான்! நீ என் கழுத்தைக் கட்டிக் கொண்டு விடமாட்டே னென்றால், நான் யுத்தத்துக்குப் போவது எப்படி?

உன்னை வேறொருவன் கழுத்தில் கட்டிவிட்டால், அப்புறம்...." "அப்புறம் அவன் பாடு அதோ கதிதான்! அது கிடக்கட்டும், அப்பா! இன்றைக்கு வேறு விசேஷம் ஒன்றுமில்லையா!" என்றாள் குந்தவி. "ஆமாம், இன்னும் ஒரே ஒரு விசேஷம் இருக்கிறது. கடல் மல்லைக்கு நாம் போயிருந்தபோது

உறையூரிலிருந்து ஒரு தூதன் வந்தானே, ஞாபகம் இருக்கிறதா? நீ கூட விஷயத்தைக் கேட்டு விட்டு, 'அந்தச் சோழ ராஜகுமாரனை நன்றாய்த் தண்டிக்க வேண்டும்' என்று சொன்னாயே? அவனைச் சிறைப்பிடித்து இன்றைக்கே கொண்டு வந்துசேர்த்தார்கள்..." "அப்பா! அவனைச் சங்கிலிகளால் கட்டிக் குதிரை மேல் வைத்துக் கொண்டு வந்தார்களா?" என்று குந்தவி கேட்டாள். "ஆமாம்; உனக்கு எப்படித் தெரிந்தது" என்றார் சக்கரவர்த்தி. "மத்தியானம் கோயிலுக்குப் போய்க் கொண்டிருந்தபோது வீதியில் பார்த்தேன்." குந்தவியிடம் வழக்கமில்லாத படபடப்பு அன்று ஏற்பட்டிருந்ததின் காரணத்தை நரசிம்மவர்மர் அப்போது அறிந்து கொண்டார். "ஒருவேளை அவனாய்த்தானிருக்கும். அது போகட்டும்.

குழந்தாய்! நமது அப்பர் பெருமானின் பதிகம் ஒன்றைப் பாடு பார்க்கலாம்!" என்றார் சக்கரவர்த்தி. "அப்பா இந்த இராஜ குமாரனை இராத்திரி எங்கே வைத்திருப்பார்கள்?" என்று குந்தவி கேட்டாள். "வேறு எங்கே வைத்திருப்பார்கள்? காராக்கிரகத்தில் வைத்திருப்பார்கள்!" "ஐயையோ!" "என்ன குழந்தாய்! எதைக் கண்டு பயப்படுகிறாய்?" என்று நரசிம்மவர்மர் தூக்கி வாரிப் போட்டாற்போல் எழுந்து நாலாபுறமும் பார்த்தார். குந்தவி அவரைக் கீழே அமர்த்தி, "ஒன்றுமில்லை, அப்பா! காராக்கிரகத்திலிருந்து அந்த ராஜ குமாரன் தப்பித்துக் கொண்டு போய்விட்டால் என்ன செய்கிறது என்று பயந்தேன்!" என்றாள். "இவ்வளவுதானே!" என்று சக்கரவர்த்தி புன்னகை செய்து "அந்த மாதிரியெல்லாம் பயப்படாதே! பல்லவ ராஜ்யாதிகாரம் இன்னும் அவ்வளவு கேவலமாய்ப் போய்விடவில்லை. விக்கிரமன் தப்ப முயன்றானானால் அந்த க்ஷணமே பல்லவ வீரர்களின் பன்னிரண்டு ஈட்டி முனைகள் அவன் மீது ஏக காலத்தில் பாய்ந்து விடும்!" என்று சொன்னார். இந்தக் கடூரமான வார்த்தைகளைக் கேட்டு, குந்தவியின் உடம்பு இன்னும் அதிகமாகப் பதறிற்று. "அப்பா! நான் ஒன்று சொல்கிறேன், கேட்கிறீர்களா?" என்றாள் குந்தவி. "நான் கேட்காவிட்டால் நீ என்னை விடத்தான் போகிறாயா?" என்றார் சக்கரவர்த்தி. "அந்த இராஜ குமாரனுடைய முகத்தைப் பார்த்தால் அப்படியொன்றும் பொல்லாதவனாகத் தோன்றவில்லை. அப்பா! யாரோ துஷ்ட மனிதர்கள் அவனுக்குத் துர்ப்போதனை செய்து இப்படி அவனை உங்களுக்கு விரோதமாய்க் கிளப்பி விட்டிருக்க வேண்டும்." "நீ சொல்லுவது ரொம்ப வாஸ்தவம். நான் கூட அவ்வாறு தான் கேள்விப்பட்டேன்.

யாரோ ஒரு சிவனடியார் அடிக்கடி இந்த விக்கிரமனையும் அவனுடைய தாயாரையும் போய்ப் பார்ப்பதுண்டாம். அந்த வேஷதாரி தான் விக்கிரமனை இப்படிக் கெடுத்திருக்க வேண்டுமென்று தகவல் கிடைத்திருக்கிறது." "பார்த்தீர்களா? நான் எண்ணியது சரியாய்ப் போயிற்றே! உறையூரில் என்னதான் நடந்ததாம்? பெரிய சண்டை நடந்ததோ? ரொம்பப் பேர் செத்துப் போனார்களோ?" "பெரிய சண்டையுமில்லை; சின்னச் சண்டையு மில்லை; இந்த அசட்டுப் பிள்ளை ஏமாந்து அகப்பட்டுக் கொண்டதுதான் லாபம். மாரப்ப பூபதி என்று இவனுக்கு ஒரு சித்தப்பன் இருக்கிறான். அவன் பெரிய படைகளைத் திரட்டிக்கொண்டு வருகிறேன் என்று இந்த பிள்ளையிடம் ஆசை காட்டியிருக்கிறான். அவன் அன்றைக்குக் கிட்டவே வரவில்லை. அதோடு நமது தளபதி அச்சுதவர்மரிடம் சமாசாரத்தையும் தெரியப்படுத்தி விட்டான். அன்று பல்லவ வீரர்கள் ஆயத்தமாய் இருந்தார்கள். வெளியூர்களிலிருந்து வந்த சில ஜனங்களை ஊருக்கு வெளியிலேயே வளைத்துக் கொண்டு விரட்டி விட்டார்கள். விக்கிரமனோடு கடைசியில் சேர்ந்தவர்கள் ஒரு கிழக் கொல்லனும், ஒரு படகோட்டியும் இன்னும் நாலைந்து பேருந்தான். கிழவன் அங்கேயே செத்து விழுந்து விட்டான். மற்றவர்களையெல்லாம் சிறைப்படுத்தி விக்கிரமனை மட்டும் என் கட்டளைப்படி இங்கே அனுப்பினார்கள். "ஐயோ பாவம்!" என்றாள் குந்தவி. "எதற்காகப் பரிதாப்படுகிறாய், அம்மா! இராஜத் துரோகம் ஜயிக்கவில்லையே என்று பரிதாபப்படுகிறாயா?" "இல்லை, இல்லை, இந்த இராஜ குமாரன் இப்படி ஏமாந்து போய்விட்டானே என்றுதான்.

ஆமாம் அப்பா! இந்த மாதிரி நடக்கப்போகிறதென்று உங்களுக்கு முன்னாலேயே தெரிந்திருக்கிறதே அது எப்படி?" "என்னிடந்தான் மந்திர சக்தி இருக்கிறது என்று உனக்குத் தெரியுமே? ஆமாம், அப்பர் பெருமானின் பதிகம் பாடப் போகிறாயா, இல்லையா?" என்று மீண்டும் சக்கரவர்த்தி கேட்டுப் பேச்சை மாற்ற முயன்றார். "அப்பா எனக்கு ஒன்று தோன்றுகிறது. இந்தத் தடவை மட்டும் அந்த இராஜகுமாரனை நீங்கள் மன்னித்து விட்டால்...." "என்ன சொன்னாய் குந்தவி! பெண்புத்தி என்பது கடைசியில் சரியாய்ப் போய்விட்டதே! அன்றைக்கு அவனைக் கடுமையாகத் தண்டிக்க வேண்டும் என்றாயே! அதனால்தான் பெண்களுக்கு இராஜ்ய உரிமை கிடையாதென்று பெரியவர்கள் வைத்திருக்கிறார்கள்..." "சுத்தப் பிசகு! பெண்களுக்கு இராஜ்ய உரிமை

இருந்தால் உலகத்தில் சண்டேயேயிராது. அந்த இராஜ குமாரனை மட்டும் நான் சந்தித்துப் பேசினேனானால் அவனுடைய மனத்தை மாற்றி விடுவேன். முடியுமா முடியாதா என்று பார்க்கலாமா, அப்பா?"

"முடியலாம்! குழந்தாய் முடியலாம். அவனுடைய மனத்தை மாற்றுவது உன்னால் முடியாத காரியம் என்று நான் சொல்லவில்லை. உனக்கு முன்னால் எத்தனையோ ஸ்திரீகள் புத்திசாலிகளை அசடுகளாக்கியிருக்கிறார்கள். வைராக்கிய சீலர்களைப் பைத்தியமாக்கியிருக்கிறார்கள்.

வீரர்களைக் கோழைகளாக்கியிருக்கிறார்கள். இதற்கு மாறாக சாதாரண மனுஷ்யர்களைப் புத்திசாலிகளாகவும், வைராக்கிய புருஷர்களாகவும், வீரர்களாகவும் செய்த ஸ்திரீகளும் இருந்திருக்கிறார்கள். பெண் குலத்துக்கு இந்தச் சக்தி உண்டு. உண்மைதான் நீ நினைத்தாயானால், விக்கிரமனைச் சுதந்திரம் என்ற பேச்சையே மறந்துவிடும்படி செய்து விடலாம். ஆனால் உன்னுடைய சாமர்த்தியத்தை நீ கொஞ்சம் முன்னாலேயே காட்டியிருக்க வேண்டும். அவன் குற்றம் செய்வதற்கு முன் உன் பிரயத்தனத்தைச் செய்திருக்க வேண்டும். இனிமேல் பிரயோஜனமில்லை அம்மா! குற்றவாளியைத் தண்டித்தே தீரவேண்டும். இன்று விக்கிரமனைச் சும்மா விட்டு விட்டால் நாளைக்கு ஒவ்வொரு ஊரிலும் ஒருவன் கலகம் செய்யக் கிளம்புவான். அப்புறம் இராஜ்யம் போகிற வழி என்ன?" இந்த வார்த்தைப் புயலில் அகப்பட்ட குந்தவி பதில் சொல்லத் தெரியாமல் திகைத்து நின்றாள். சற்று நேரம் பொறுத்து, "அப்பா! அவனுக்கு என்ன தண்டனை விதிப்பீர்கள்?" என்று கேட்டாள். "இப்போது சொல்ல முடியாது குந்தவி! நாளைக்கு தர்மாசனத்தில் உட்கார்ந்து விசாரணை செய்யும் போது என்ன தண்டனை நியாயமென்று தோன்றுகிறதோ, அதைத் தான் அளிப்பேன். நியாயத்திலிருந்து ஒரு அணுவளவேனும் தவறினார்கள் என்ற அவச்சொல் இதுவரையில் பல்லவ வம்சத்துக்கு ஏற்பட்டதில்லை; இனிமேலும் ஏற்படாது" என்றார் சக்கரவர்த்தி.

அத்தியாயம் பத்து

துறைமுகத்தில்

அன்றிரவு குந்தவி சரியாகத் தூங்கவில்லை. சோழ ராஜகுமாரனுடைய சோகமும் கம்பீரமும் பொருந்திய முகம் அவள் மனக்கண்ணின் முன்னால் இடைவிடாமல் தோன்றி அவளுக்குத் தூக்கம் வராமல் செய்தது. நள்ளிரவுக்குப் பிறகு சற்றுக் கண்ணயர்ந்த போது, என்னவெல்லாமோ பயங்கரமான கனவுகள் தோன்றியதால் அவள் திடுக்கிட்டு கண் விழிக்க வேண்டியதாயிற்று. சோழ ராஜகுமாரனைக் கழுத்து வரையில் பூமியில் புதைந்திருக்கிறது. அவனை நோக்கி ஒரு மத யானை அதிவேகமாக ஓடி வருகிறது. அடுத்த நிமிஷம் ஐயோ! யானையின் கால்கள்- தூணையொத்த கால்கள், அந்தச் சுகுமாரனுடைய தலையை இடறிவிடப்போகின்றன! குந்தவி பதைபதைப்புடன் ஓடி வந்து யானை வரும் வழியில் நிற்கிறாள். யானை தன் துதிக்கையினால் அவளை லாவகமாகத் தூக்கித் தன் முதுகின்மேல் வைத்துக் கொண்டு மேலும் ஓடுகிறது. குந்தவி பயங்கரத்துடன் எதிரே பூமியில் புதைந்து நிற்கும் ராஜகுமாரனுடைய முகத்தைப் பார்க்கிறாள்! அந்தச் சமயத்திலும் அந்த முகத்தில் அலட்சியமும் அவமதிப்பும் கலந்து புன்னகை குடிகொண்டிருப்பதைக் காண்கிறாள். கண்டதெல்லாம் கனவென்று தெரிகிறது. ஆனாலும் அவள் உடம்பு வெகுநேரம் நடுங்கிக் கொண்டிருக்கிறது.

சற்று நேரத்துக்கெல்லாம் மறுபடியும் கண்ணயர்ந்து வருகிறது. அரைத் தூக்கத்தில் மீண்டும் பயங்கரமான கனவு. கழு மரங்கள் வரிசையாக நட்டிருக்கின்றன. சோழ ராஜகுமாரனைக் கழுவேற்றுவதற்காகக் கொண்டு வந்து நிறுத்தியிருக்கிறார்கள். குந்தவி அவ்விடத்துக்கு ஓடோடியும் வருகிறாள். துர்க்கை அம்மனை மனத்தில் தியானித்துக் கொண்டு அந்தக் கழு மரங்கள் பற்றி எரிய வேண்டுமென்று பிராத்திக்கிறாள். அவையெல்லாம் தீப்பற்றி எரிகின்றன. குந்தவி அளவில்லாத மகிழ்ச்சியுடன் ராஜகுமாரன் நின்ற இடத்தை நோக்குகிறாள். அந்தோ! அவனைச் சுற்றிலும் பன்னிரண்டு பல்லவ வீரர்கள் நின்று பன்னிரண்டு ஈட்டிகளை அவன் மீது செலுத்தச் சித்தமாயிருக்கிறார்கள். அடுத்த கணத்தில் ஈட்டிகள் அந்த அரசிளங் குமாரனுடைய மிருதுவான தேகத்தில் பாயப் போகின்றன. குந்தவி "ஐயோ!" என்று கதறிக் கொண்டு

94

கீழே விழுகிறாள். கண் விழித்துப் பார்த்தால், மஞ்சத்திலிருந்து கீழே விழுந்திருப்பதாகத் தெரிகிறது. இதன் பிறகு குந்தவி தூங்கு வதற்குப் பிரயத்தனம் செய்யவில்லை. யானையின் காலில் வைத்து இடறுதல், கழுவேற்றுதல் முதலிய கொடூரமான தண்டனை களெல்லாம் தன் தகப்பனாரின் தர்ம ராஜ்யத்தில் இல்லையென்பதை ஞாபகப்படுத்திக் கொண்டு தைரியமடைந்தாள். ஒருவாறு இரவு கழிந்து பொழுது விடிந்தது. சக்கரவர்த்தி சபைக்குப் புறப்படும் நேரமும் வந்தது. அவரிடம் மறுபடியும் சோழ ராஜகுமாரனைப் பற்றிப் பேச வேண்டும் என்று குந்தவி துடித்தாள்.

ஆனால் சக்கரவர்த்தியைப் பரிவாரங்கள் சூழ்ந்திருந்தபடியால் அது சாத்தியமில்லை. அவர் விடை பெற்றுக் கொண்டு கொஞ்சதூரம் சென்றுவிட்டார். ஏதாவது சொல்லாவிட்டால் குந்தவிக்கு நெஞ்சு வெடித்து விடும் போலிருந்தது. "அப்பா! நான் சொன்னது ஞாபகம் இருக்கட்டும்" என்றாள். நரசிம்மவர்மர் அவளைத் திரும்பிப் பார்த்து, "எதைச் சொல்லுகிறாய், குந்தவி! ஓகோ! சோழ ராஜகுமாரனைக் கடுமையாய்த் தண்டிக்க வேண்டுமென்று சொன்னாயே, அதுதானே! ஞாபகம் இருக்கிறது!" என்று சொல்லிவிட்டுப் பின்னர் திரும்பிப் பார்க்காமலேயே சென்று விட்டார். "குந்தவிக்குச் சொல்ல முடியாத ஆத்திரமும் துக்கமும் பொங்கிக் கொண்டு வந்தன. விரைந்து பள்ளியறைக்குச் சென்று மஞ்சத்தில் குப்புறப் படுத்துக் கொண்டு கொஞ்ச நேரம் விம்மி விம்மி அழுது கொண்டிருந்தாள். தன்னாலே தான் ராஜ குமாரன் கடுந்தண்டனை அடையப் போகிறான் என்ற எண்ணம் அவள் மனத்தில் வேரூன்றி விட்டது. இது அவனுக்குத் தெரியும் போது எவ்வளவு தூரம் தன்னை வெறுப்பானென்ற எண்ணம் அவளைப் பெருவேதனைக்கு உள்ளாக்கியது. தான் ஏதாவது செய்துதான் ஆகவேண்டுமென்று அவள் பதைபதைத்தாள். சற்று நேரத்துக்கெல்லாம் அரண்மனை அதிகாரியை அழைத்து வரச் செய்து, "உதயவர்மரே! இன்று சக்கரவர்த்தியின் சபையில் சோழ ராஜகுமாரனுடைய விசாரணை முடிந்ததும் அதன் விவரத்தை உடனே எனக்கு வந்து தெரியப்படுத்த ஏற்பாடு செய்ய வேண்டும்.

ஒரு கண நேரங்கூட இதில் தாமதம் கூடாது" என்றாள். அரண்மனை அதிகாரி "அப்படியே ஆகட் டும்" என்று சொல்லிச் சபைக்கு ஆளையும் அனுப்பி வைத்தார். குந்தவி அன்று வழக்கமான காரியங்கள் ஒன்றும் செய்யவில்லை. நந்தவனம் சென்று மலர் எடுக்கவில்லை. ஆலயங்களுக்கும் போகவில்லை. பல்லைக் கடித்துக் கொண்டு

இராஜசபையிலிருந்து எப்போது ஆள்வரும் என்று எதிர்பார்த்துக்
கொண்டிருந் தாள். கடைசியாக அந்த ஆளும் வந்து சேர்ந்தான்.
விசாரணையையும் முடிவையும் பற்றி விவரமாகக் கூறினான்.
சக்கரவர்த்தி ரொம்பவும் கருணை காட்டினாராம் 'இப்போதாவது பல்லவ
சாம்ராஜ்யத்துக்குப் பணிந்து கப்பம் செலுத்துவதாக ஒப்புக்
கொண்டாயானால் உன்னுடைய குற்றத்தை மன்னித்து சோழ
ராஜ்யத்துக்கும் முடிசூட்டி வைக்கிறேன்' என்றாராம். அதைச் சோழ
ராஜகுமாரன் ஒரே பிடிவாதமாக மறுத்து விட்டானாம். அதோடு
நில்லாமல், சக்கரவர்த்தியைத் தன்னுடன் வாட்போர் செய்யும்படி
அழைத்தானாம்! அதன்மேல் சக்கரவர்த்தி தீர்ப்பு கூறினாராம்!
அவனுடைய இளம்பிராயத்தை முன்னிட்டு அவனுக்கு மரண தண்டனை
விதிக்காமல் தேசப் பிரஷ்டதண்டனை விதிப்பதாகவும் மறுபடியும் சோழ
நாட்டிற்குள் அவன் பிரவேசித்தால் சிரசாக்கினைக்குள்ளாக வேண்டு
மென்றும் சொல்லி உடனே அவனைக் கப்பலேற்றித் தீவாந்திரத்துக்கு
அனுப்பிவிடும்படி கட்டளையிட்டாராம்.

அதன்படி அவனை உடனே மாமல்லபுரம் துறைமுகத்துக்குக்
கொண்டுபோய் விட்டார்கள் என்பதை யும் இராஜசபையிலிருந்து வந்த
ஆள் தெரிவித்தான். விக்கிரமனுக்கு மரண தண்டனை
விதிக்கப்படவில்லை என்ற செய்தி குந்தவிக்குச் சிறிது ஆறுதல்
அளித்தது. ஆனால் அவனைக் கப்பல் ஏற்றி அனுப்பப் போகிறார்கள்;
இனிமேல் என்றென்றைக்கும் அவனைத் தான் பார்க்க முடியாமற்
போகலாம் என்ற எண்ணம் மிகுந்த துன்பத்தை உண்டாக்கியது. அந்த
அரசிளங்குமரன் கப்பலேறிப் போவதற்கு முன் ஒரு தடவை அவனைப்
பார்த்துவிட வேண்டுமென்ற ஆவல் பொங்கி எழுந்தது. அவளுடைய
உடம்பையும், மனத்தையும், ஆத்மாவையு மே இந்த ஆவல் கவர்ந்து
கொண்டது. அந்த இராஜகுமாரனை உடனே பார்க்க வேண்டுமென்று
அவளுடைய தேகத்தின் ஒவ்வொரு அணுவும் துடித்தது. அவனைத் தான்
நேரில் பார்த்துப் பேசினால் அவனுடைய மனத் தை ஒரு வேளை
மாற்றித் தன் தந்தையின் கீழ் சிற்றரசனாயிருக்கச் சம்மதிக்கும்படி
செய்யலாம் என்ற ஆசை உள்ளத்தின் ஒரு மூலையில் கிடந்தது. குந்தவி
அக்கணமே தன் தந்தையைப் பார்க்க விரும்பினாள். விக்கிரமனுடைய
விசாரணை முடிந்ததும் சக்கரவர்த்தி குதிரை மீதேறி எங்கேயோ

போய்விட்டார் என்றும், போன இடந்தெரியாது என்றும் தெரிய
வந்தபோது அவளுக்குப் பெரிதும் ஏமாற்றமுண்டாயிற்று.

சிறிது நேரம் சிந்தனையில் ஆழ்ந்திருந்தாள். பிறகு அரண்மனை
அதிகாரியை அழைத்து, "உதயவர்மரே, மல்லைத் துறைமுகத்துக்கு நான்
உடனே போக வேண்டும்! என் தாயாரின் நவரத்தின மாலையைக்
காணவில்லை. மாமல்லபுரத்து அரண்மனையில் போட்டுவிட்டு வந்து
விட்டேன் போலிருக்கிறது. நானே போய்தான் தேடி எடுக்க வேண்டும்"
என்றாள். உதயவர்மர் சற்றுத் தயங்கி "சக்கரவர்த்தி வந்தவுடன்
போகலாமே!" என்றதும் குந்தவிக்கு வந்த கடுங் கோபத்தைக் கண்டு அவர்
மிரண்டு விட்டார். குந்தவி தேவியின் கட்டளைக்கு மறுமொழி சொல்லும்
வழக்கம் இதுவரை இல்லையாதலால், மாமல்லபுரத்துக்கு அவ்வளவு
அவசரமாகவும் தனியாகவும் அவள் போகும் யோசனை ஆச்சரியம்
அளித்தாலும் அரண் மனை அதிகாரி உடனே அதற்கு வேண்டிய
ஏற்பாடுகளைச் செய்தார். சற்று நேரத்துக்கெல்லாம் குந்தவி
பரிவாரங்களுடன் பல்லக்கில் மாமல்லபுரத்துக்குப் பிரயாணமானாள்.
இதுவரையும் இல்லாத வழக்கமாக விரைந்து செல்லுமாறு
ஆக்ஞாபித்தாள். கடைசியாக மாமல்லபுரத்தை அடைந்ததும்,
விக்கிரமனை ஏற்றிக் கொண்ட கப்பலானது துறைமுகத்திலிருந்து
அப்போதுதான் பாய் விரித்துக் கிளம்பிக் கொண்டிருந்தது என்று தெரிய
வந்தது. குந்தவியின் பல்லக்கு கடற் கரையை அடைந்த போது
அவளுடைய கண் முன்னால் தோன்றிய காட்சி இருதயத்தைப்
பிளப்பதாயிருந்தது. சிங்கக் கொடி பறந்த பாய் விரித்த கப்பல் கிளம்பிக்
கடலோரமாகப் போய்க் கொண்டிருந்தது. அதில் நேற்று அவள் வீதியில்
பார்த்த இராஜகுமாரன் கயிற்றினால் பிணிப்புண்ட கைகளைக் கூப்பிய
வண்ணம் நின்று கொண்டிருந்தான்.

அச்சமயம் அவனுடைய பார்வை கரைமீதுதான் இருந்தது. அவ்வளவு
பக்தி விசுவாசத்துடன் யாரைப் பார்க்கிறான் என்று குந்தவி தெரிந்து
கொள்ள விரும்பி, கரையில் அவனுடைய பார்வை சென்ற திசையை
நோக்கினாள். ஜடாமுடி தரித்த கம்பீரத் தோற்றமுடைய சிவனடியார்
ஒருவர் அங்கே நின்று கொண்டிருந்தார். அவர் தமது வலது கரத்தைத்
தூக்கி விக்கிரமனை ஆசீர்வதிக்கும் நிலையில் காணப்பட்டார். மறுபடியும்
குந்தவி விக்கிரமனை நோக்கினாள். ஒரு கணநேரம் அவனுடைய
பார்வை இவள் பக்கம் திரும்புவது போலிருந்தது. "இது நிஜந்தானா?

அல்லது பிரமையா?" என்று நிச்சயமாய்த் தெரிவதற்குள்ளே, விக்கிரமன்
முகத்தைத் திருப்பிக் கொண்டு மீண்டும் சிவனடியார் இருந்த திசையை
நோக்கினான். குந்தவிக்கு அப்போது சட்டென்று ஒரு ஞாபகம் வந்தது.
சோழ ராஜகுமாரனுக்கு துர்ப்போதனை செய்து அவன் புத்தியைக்
கெடுப்பது ஒரு சிவனடியார் என்பதாக நேற்று அப்பா
சொல்லவில்லையா? அந்த பொல்லாத சாமியார் இவராகத்தான் இருக்க
வேண்டும்! சந்தேகமே இல்லை! அந்தச் சாமியைக் கையும் மெய்யுமாய்ப்
பிடித்து விட வேண்டுமென்னும் எண்ணத்துடன் குந்தவி பல்லக்கை
அவரிருந்த திசையை நோக்கி விரைந்து போகும்படி கட்டளையிட்டாள்.
ஆனால் அடுத்த கணத்திலேயே சிவனடியார் துறைமுகத்தில் வேலை
செய்து கொண்டிருந்த ஆட்களுக்குப் பின்னால் மறைந்து மாயமாய்ப்
போய்விட்டார்! குந்தவி எவ்வளவோ தேடியும் கண்டுபிடிக்க
முடியவில்லை. இதற்குள்ளாக விக்கிரமன் இருந்த கப்பலும் கடலில்
வெகுதூரம் போய்விட்டது.

அத்தியாயம் பதினொன்று

பொன்னனின் சந்தேகம்

பொன்னி ஆற்றின் வெள்ளத்தின் மீது மற்றொரு நாள் பாலசூரியனின் பொற் கிரணங்கள் படிய, நதி பிரவாகமானது தங்கம் உருகி வெள்ளமாய்ப் பெருகுவது போலக் காட்சி தந்தது. அந்த பிரவாகத்தைக் குறுக்கே கிழித்துக் கொண்டும், வைரம், வைடூரியம் முதலிய நவரத்தினங்களை வாரித் தெளித்துக் கொண்டும், பொன்னனுடைய படகு தோணித் துறையிலிருந்து கிளம்பி வசந்த மாளிகையை நோக்கிச் செல்லலாயிற்று. படகில் ஜடா மகுடதாரியான சிவனடியார் வீற்றிருந்தார். கரையில் பொன்னனுடைய மனைவி நின்று, படகு போகும் திசையைப் பார்த்துக் கொண்டிருந்தாள். நதியில் படகு போய்க் கொண்டிருந்தபோது, பொன்னனுக்கும் சிவனடியாருக்கும் பின்வரும் சம்பாஷணை நடந்தது. "பொன்னா! கடைசியில் இளவரசருடன் எவ்வளவு பேர்தான் ஓர்ந்தார்கள்?" என்று சிவனடியார் கேட்டார். "அந்த அவமானத்தை ஏன் கேட்கிறீர்கள், சுவாமி! ஆகா! அந்தக் கடைசி நேரத்தில் மகாராணிக்குச் செய்தி சொல்லும்படி மட்டும் இளவரசர் எனக்குக் கட்டளையிடாமற் போயிருந்தால்...." "என்ன செய்து விட்டிருப்பாய், பொன்னா? பல்லவ சைன்யத்தை நீ ஒருவனாகவே துவம்சம் செய்திருப்பாயோ?" "ஆமாம், ஆமாம் நீங்கள் என்னைப் பரிகாசம் செய்ய வேண்டியதுதான்.

நானும் கேட்டுக் கொள்ள வேண்டியது தான். இந்த உயிரை இன்னும் வைத்துக் கொண்டிருக்கிறனேல்லவா? ஆனால், சுவாமி! என்னத்துக்காக நான் உயிரை வைத்துக் கொண்டிருக்கிறேன் தெரியுமா? மகாராணியின் வார்த்தைக்குக் கட்டுப்பட்டு உடம்பைச் சுமக்கிறேன்..." "மகாராணியின் வார்த்தைக்காக மட்டுந்தானா பொன்னா? நன்றாக யோசித்துப் பார், வள்ளிக்காகக் கொஞ்சங்கூட இல்லையா? "வள்ளி அப்படிப்பட்டவள் இல்லை, சுவாமி! எப்படியாவது உயிரைக் காப்பாற்றிக் கொண்டால் போதும் என்று நினைக்கிறவள் அவள் இல்லை. வீரபத்திர ஆச்சாரியின் பேத்தி அல்லவா வள்ளி? ஆகா! அந்தக் கிழவனின் வீரத்தைத்தான் என்னவென்று சொல்வேன்?" "வீரபத்திர ஆச்சாரி இதில் எப்படி வந்து சேர்ந்தான் பொன்னா?" "கிழவனார் சண்டை போடும் உத்தேசத்துடனேயே வரவில்லை என்ன நடக்கிறதென்று தூரத்திலிருந்து பார்த்துக் கொண்டிருந்தார். ஆனால் அந்தச் சமயத்தில் இளவரசர் அநாதைபோல்

நிற்பதைப் பார்த்ததும் அவருக்கு ஆவேசம் வந்துவிட்டது. இளவரசருடைய கட்சியில் நின்று போரிடுவதற்கு ஆயிரம் பதினாயிரம் வீரர்கள் வருவார்கள் என்று எதிர்பார்த்துக் கொண்டிருந்தோம். உண்மையில் வந்து சேர்ந்தவர்கள் என்னைத் தவிர ஐந்தே பேர்தான். அவர்கள் கிராமங்களிலிருந்து வந்த குடியானவர்கள் திடீரென்று நாலாபுறத்திலிருந்தும் வீரகோஷத்துடன் வந்த பல்லவ வீரர்களைப் பார்த்ததும், அந்தக் குடியானவர்கள் கையிலிருந்த கத்திகளைக் கீழே போட்டுவிட்டுத் திகைத்துப் போய் நின்றார்கள்.

இதையெல்லாம் பார்த்தார் வீரபத்திர ஆச்சாரி. ஒரு பெரிய கர்ஜனை செய்து கொண்டு கண்மூடித் திறக்கும் நேரத்தில் இளவரசர் நின்ற இடத்துக்கு வந்துவிட்டார். கீழே கிடந்த கத்திகளில் ஒன்றை எடுத்துச் சுழற்றத் தொடங்கினார். 'வீரவேல்! வெற்றி வேல்! விக்கிரம சோழ மகாராஜா வாழ்க!' என்று அவர் போட்ட சத்தம் நெடுந்தூரத்திற்கு எதிரொலி செய்தது. அடுத்த கணத்தில் பல்லவ வீரர்கள் வந்து எங்களைச் சூழ்ந்து கொண்டார்கள். ஆகா! அப்போது நடந்த ஆச்சரியத்தை நான் என்னவென்று சொல்வேன், சுவாமி? கிழவனாரின் கைகளில்தான் அவ்வளவு பலம் எப்படி வந்ததோ? தெரியவில்லை! கொல்லுப் பட்டறையில் சம்மட்டி அடித்த கையல்லவா? வாளை வீசிக் கொண்டு இடசாரி வலசாரியாகச் சுற்றிச் சுற்றி வந்தார். தொப்புத் தொப்பென்று பல்லவ வீரர்கள் மண்மேல் சாய்ந்தார்கள். ஏழெட்டு வீரர்களை யமலோகத்துக்கு அனுப்பி விட்டுக் கடைசியாக அவரும் விழுந்து விட்டார். இதையெல்லாம் தூரத்தில் நின்று தளபதி அச்சுதவர்மர் பார்த்துக் கொண்டிருந்தாராம். கிழவனாரின் வீரத்தைக் கண்டு அவர் பிரமித்துப் போய் விட்டாராம். அதனாலேதான் அந்தத் தீரக் கிழவருடைய உடலைச் சகல மரியாதைகளுடன் எடுத்துப் போய்த் தகனம் செய்யும்படியாகக் கட்டளையிட்டாராம்."

"அதில் ஆச்சரியம் என்ன பொன்னா! வள்ளியின் பாட்டனுடைய வீர மரணத்தைக் கேட்டு உலக வாழ்க்கையை வெறுத்த எனக்குக்கூட உடம்பு சிலிர்க்கிறது. ஒரு தேசமானது எவ்வளவுதான் எல்லா விதங்களிலும் தாழ்வு அடைந்திருக்கட்டும்; இப்படிப்பட்ட ஒரு வீரபுருஷனுக்குப் பிறப்பளித்திருக்கும்போது, அந்தத் தேசத்துக்கு இன்னும் ஜீவசக்தி இருக்கிறது என்று சொல்வதில் தடை என்ன? சோழநாடு நிச்சயம் மேன்மையடையப் போகிறது என்று நம்பிக்கை எனக்கு இப்போது

உண்டாகிறது" என்றார் சிவனடியார். சற்றுப் பொறுத்து, "அப்புறம் என்ன நடந்தது?" என்று கேட்டார். "அப்புறம் என்ன? இளவரசரும் நானும் கிழவருடைய ஆச்சரியமான பராக்கிரமச் செயலைப் பார்த்துக் கொண்டே திகைத்து நின்றுவிட்டோ ம். அவர் விழுந்ததும் நாங்கள் இருவரும் ஏக காலத்தில் 'ஆகா' என்று கதறிக் கொண்டு அவர் விழுந்த திசையை நோக்கி ஓடினோம். உடனே, இளவரசரை அநேக பல்லவ வீரர்கள் சூழ்ந்து கொண்டார்கள். நான் வெறி கொண்டவனைப் போல் என் கையிலிருந்த வாளை வீசிப் போரிட ஆரம்பித்தேன். அப்போது, "நிறுத்து பொன்னா!" என்று இளவரசரின் குரல் கேட்டது. குரல் கேட்ட பக்கம் பார்த்தேன். இளவரசரைச் சங்கிலியால் பிணித்திருந்தார்கள். அவர் 'இனிமேல் சண்டையிடுவதில் பிரயோஜனமில்லை பொன்னா! எனக்காக நீ ஒரு காரியம் செய்ய வேண்டும். மகாராணியிடம் போய் நடந்ததைச் சொல்ல வேண்டும். மேற்கொண்டு என்ன நடந்தபோதிலும், என் தந்தையின் பெயருக்கு அவமானம் வரும்படியான காரியம் மட்டும் செய்யமாட்டேன் என்று நான் சபதம் செய்ததாய்த் தெரியப்படுத்த வேண்டும்" என்றார்.

எனக்குப் பிரமாதமான ஆத்திரம் வந்தது. 'மகாராஜா! உங்களைப் பகைவர்களிடம் விட்டுவிட்டு நான் போகவா?' என்று கத்திக் கொண்டு என் வாளை வீசினேன். பின்பிறமிருந்து என் மண்டையில் பலமான அடி விழுந்தது. உடனே நினைவு தவறிவிட்டது. அப்புறம் காராக்கிரகத்திலேதான் கண்ணை விழித்தேன்." "ஓகோ! காராக்கிரகத்தில் வேறு இருந்தாயா? அப்புறம் எப்படி விடுதலை கிடைத்தது?" "மறுநாளே விடுதலை செய்துவிட்டார்கள். இளவரசரைத் தவிர மற்றவர் களையெல்லாம் மன்னித்து விட்டுவிடும்படி மாமல்ல சக்கரவர்த்தியிடமிருந்து கட்டளை வந்ததாம்" என்றான் பொன்னன். "சக்கரவர்த்தி எவ்வளவு நல்லவர் பார்த்தாயா பொன்னா? உங்கள் இளவரசர் எதற்காக இவ்வளவு பிடிவாதம் பிடிக்க வேண்டும்? அதனால் தானே அவரைச் சக்கரவர்த்தி தேசப்பிரஷ்டம் செய்ய நேர்ந்தது" என்றார் சிவனடியார். "ஆமாம்; நரசிம்ம சக்கரவர்த்தி ரொம்ப நல்லவர்தான்; பார்த்திப மகாராஜாவும், விக்கிரம இளவரசரும் பொல்லாதவர்கள்!" என்றான் பொன்னன். பிறகு, "நான் சக்கரவர்த்தியைப் பார்த்ததேயில்லை. பார்க்க வேண்டுமென்று ரொம்ப ஆசையாயிருக்கிறது. உறையூர்க்கு எப்போதாவது வருவாரா, சுவாமி?" என்றான். "ஆமாம்; சீக்கிரத்திலேயே வரப்போகிறார் என்று தான் பிரஸ்தாபம். ஏது பொன்னா!

சக்கரவர்த்தியிடம் திடீரென்று உனக்கு அபார பக்தி உண்டாகிவிட்டது போல் தெரிகிறதே! சண்டையில் செத்துப் போகவில்லையென்று கவலைப்பட்டாயே! இப்போது பார்த்தாயா?

உயிரோடு இருந்ததனால் தானே உனக்குச் சக்கரவர்த்தியைப் பற்றிய உண்மை தெரிந்து அவரிடம் பக்தி உண்டாயிருக்கிறது!" "ஆமாம்; சக்கரவர்த்தியிடம் எனக்கு ரொம்ப பக்தி உண்டாகியிருக்கிறது. எனக்கு மட்டுமில்லை; இதோ என்னுடைய வேலுக்கும் பக்தி உண்டாகியிருக்கிறது!" என்று சொல்லிக் கொண்டே பொன்னன் படகில் அடியில் கிடந்த வேலை ஒரு கையால் எடுத்தான். "இந்த வேலுக்குச் சக்கரவர்த்தியிடம் சொல்ல முடியாத பக்தி; அவருடைய மார்பை எப்போது தழுவப் போகிறோம் என்று தவம் கிடக்கிறது" என்று சொல்லிப் பொன்னன் சிவனடியாரின் மார்புக்கு நேரே வேலை நீட்டினான். சிவனடியார் முகத்தில் அப்போது புன்சிரிப்புத் தவழ்ந்தது. "பொன்னா! நான்தான் சக்கரவர்த்தி என்று எண்ணிவிட்டாயா, என்ன?" என்றார். பொன்னன் வேலைக் கீழே போட்டான். "சுவாமி! சக்கரவர்த்தி எவ்வளவுதான் நல்லவராயிருக்கட்டும்; மகா வீரராயிருக்கட்டும்; தெய்வாம்சம் உடையவராகவே இருக்கட்டும் அவர் எனக்குப் பரம சத்துரு! ஒரு நாள் இல்லாவிட்டால் ஒருநாள் அவரை நான் நேருக்கு நேர் காண்பேன் அப்போது...." என்று பொன்னன் பல்லை நெற நெறவென்று கடித்தான். சிவனடியார் பேச்சை மாற்ற விரும்பியவராய்" ஏன் பொன்னா! அன்றைய தினம் மாரப்ப பூபதி உங்களுக்கு அருகில் வரவேயில்லையா?" என்று கேட்டார். "அந்தச் சண்டாளன் பேச்சை ஏன் எடுக்கிறீர்கள்? அவன் இளவரசரையும் தூண்டி விட்டுவிட்டு, அச்சுதவர்மரிடம் போய்ச் சகல விவரங்களையும் தெரிவித்து விட்டான்.

அப்படிப்பட்ட துரோகி அன்றைக்கு ஏன் கிட்ட வரப்போகிறான்? ஆனால் சுவாமி! அவனுடைய வஞ்சகப் பேச்சில் நாங்கள் எல்லாருமே ஏமாந்துவிட்டோ ம். வள்ளி ஒருத்தி மட்டும், "பூபதி பொல்லாத வஞ்சகன்; அவனை நம்பக் கூடாது" என்று சொல்லிக் கொண்டிருந்தாள். அவள் சொன்னதுதான் கடைசியில் சரியாப் போச்சு" என்றான் பொன்னன். "வள்ளி ரொம்பவும் புத்திசாலி. பொன்னா! சந்தேகமேயில்லை, அவள் ஒரு பெரிய தளதிபதியின் மனைவியாகயிருக்கத் தகுந்தவள்..." "என்ன சொன்னீர்கள், சுவாமி!" "வள்ளி ஒரு பெரிய சேனாதிபதியின் மனைவியாயிருக்கத் தகுந்தவள் என்றேன்." "நீங்கள் சொன்ன இதே

வார்த்தையை இதற்கு முன்னாலும் ஒருவன் சொன்னதுண்டு." "யார் அது?" "மாரப்ப பூபதிதான்; அவன் சோழ சேனாதிபதியாயிருந்த காலத்தில் அப்படிச் சொன்னான்." "ஓகோ!" "எனக்கு ஒவ்வொரு சமயம் என்ன தோன்றுகிறது தெரியுமா? தாங்கள் கோபித்துக் கொள்ளாமலிருந்தால் சொல்லுகிறேன்." "தாராளமாய்ச் சொல்லு; பொன்னா! நான் சந்நியாசி; ஐம்புலன்களையும் அடக்கிக் காமக் குரோதங்களை வென்றவன்." "நீங்கள் கூட மாரப்ப பூபதியின் ஆளோ, அவனுடைய தூண்டுதலினால் தான் இப்படி வேஷம் போட்டுக் கொண்டு வஞ்சகம் செய்கிறீர்களோ - என்று தோன்றுகிறது." சிவனடியார் கலகலவென்று சிரித்துவிட்டு, "இதைப் பற்றி வள்ளியின் அபிப்ராயம் என்ன என்று அவளை எப்போதாவது கேட்டாயா?" என்றார். "வள்ளிக்கு உங்களிடம் ஒரே பக்தி. 'நயவஞ்சகனை நம்பி மோசம் போவாய், உத்தம புருஷரைச் சந்தேகிப்பாய்!' என்று என்னை ஏசுகிறாள். மாரப்ப பூபதி இப்படிப்பட்ட பாதகன் என்று தெரிந்த பிறகு அவளுடைய கை ஓங்கிவிட்டது. என்னைப் பரிகாசம் பண்ணிக் கொண்டேயிருக்கிறாள்."

"நான்தான் சொன்னேனே பொன்னா, வள்ளி புத்திசாலி என்று அவள் புத்திமதியை எப்போதும் கேளு. வள்ளி தளபதியின் மனைவியாயிருக்கத் தகுந்தவள் என்று நான் சொன்னது மாரப்ப பூபதி சொன்ன மாதிரி அல்ல; நீயும் தளபதியாகத் தகுந்தவன்தான்!" "ஆமாம் யார் கண்டது? விக்கிரம மகாராஜா சோழ நாட்டின் சிம்மாசனம் ஏறும்போது, ஒரு வேளை நான் தளபதியானாலும் ஆவேன்." "இரண்டும் நடக்கக் கூடியதுதான்." "ஆகா! இந்தப் பெரிய பாரத பூமியில் எங்கள் இளவரசருக்கு இருக்க இடமில்லையென்று கப்பலில் ஏற்றி அனுப்பிவிட்டாரே, சக்கரவர்த்தி! அவருடைய நெஞ்சு எப்படிப்பட்ட கல் நெஞ்சு! அதைக் காட்டிலும் ஒரே அடியாக உயிரை வாங்கியிருந்தாலும் பாதகமில்லை...." "நீ சொல்வது தவறு பொன்னா! உயிர் உள்ளவரையில் எப்படியும் நம்பிக்கைக்கும் இடமுண்டு. ஒரு நாள் இல்லாவிட்டால் ஒரு நாள் நம்முடைய மனோரதங்கள் நிறைவேறும். நீ வேணுமானால் மகாராணியைக் கேட்டுப் பார். மகன் இந்த மட்டும் உயிரோடு இருக்கிறானே என்று மகாராணிக்குச் சந்தோஷமாய்த்தானிருக்கும்....அதோ மகாராணி போலிருக்கிறதே!" என்று சிவனடியார் வியப்புடன் சொன்னார். அப்போது படகு வசந்த மாளிகைத் தீவின் கரைக்குச் சமீபமாக வந்து கொண்டிருந்தது. கரையில் அருள்மொழித் தேவியும் ஒரு தாதியும் வந்து தோணித் துறையின்

அருகில் நின்றார்கள். அருள்மொழித் தேவி படகிலிருந்த சிவனடியாரை நோக்கிப் பயபக்தியுடன் கை கூப்பிக் கொண்டு நிற்பதைப் பொன்னன் பார்த்தான். உடனே சிவனடியாரை நோக்கி, "சுவாமி! ஏதோ நான் தெரியாத்தனமாக உளறிவிட்டேன்; அதையெல்லாம் மன்னிக்க வேண்டும்" என்று உண்மையான பச்சாதாபத்துடனும் பக்தியுடனும் கூறினான்.

அத்தியாயம் பன்னிரண்டு

ராணியின் துயரம்

சிவனடியார் படகிலிருந்து இறங்கியதும் அருள்மொழி அவரை நமஸ்கரித்து விட்டு நிமிர்ந்து பார்த்தாள். அவளுடைய கண்களில் நீர் ததும்பிற்று. "சுவாமி! விக்கிரமன் எங்கே?" என்று சோகம் நிறைந்த குரலில் அவள் கதறி விம்மியபோது, சிவனடியாருக்கு மெய்சிலிர்த்தது. பொன்னன் முகத்தைத் திருப்பிக் கொண்டான். மரங்களின் மீதிருந்த பறவை இனங்களும் அந்தச் சோகக் குரலைக் கேட்கச் சகிக்காதவை போல் சிறகுகளை அடித்துக் கொண்டு பறந்து சென்றன. "அருள்மொழி! இது என்ன பைத்தியம்? உன்னுடைய பதி உனக்கு என்ன சொல்லிவிட்டுப் போனார்? நீ வீரத்தாயாக இருக்க வேண்டுமென்று அவர் சொன்ன கடைசி வார்த்தையை மறந்துவிட்டாயா? இப்படியும் தைரியத்தை இழக்கலாமா? வா, அரண்மனைக்குப் போய்ச் சாவகாசமாகப் பேசலாம்" என்றார் சிவனடியார். மாஞ்சோலைகளுக்கிடையே அமைந்திருந்த அழகிய பாறை வழியாக எல்லாரும் வசந்த மாளிகைக்குப் போய்ச் சேர்ந்தார்கள். ஒரு காலத்தில் எவ்வளவு குதூகலமும் கொண்டாட்டமுமாகயிருந்த வசந்த மாளிகை இப்போது பொலிவிழந்து சூனியமாகக் காணப்பட்டது. அரண்மனை ஊழியர்களின் முகங்களும் கலையின்றிச் சோகம் நிறைந்து தோன்றின. மாளிகை முன் மண்டபத்திலே புலித்தோல் விரித்திருந்த உயரமான பீடத்தில் சிவனடியார் அமர்ந்தார்.

அருள் மொழி கீழே வெறுந் தரையில் உட்கார்ந்தாள். "அம்மா! உன் மனத்தைக் கலங்க விடக் கூடாது" என்று சிவனடியார் ஆரம்பித்தபோது, அருள்மொழி அவரைத் தடுத்து துக்கம் பொங்கும் குரலில் கூறினாள்: "ஐயோ! மனத்தைக் கலங்கவிடக் கூடாது என்கிறீர்களே? மனத்தைத்தான் நான் கல்லாகச் செய்து கொண்டு விட்டேனே? என் தேகமல்லவா கலங்குகிறது? குழந்தையை நினைத்தால் வயிறு பகீரென்கிறதே! குடல் எல்லாம் நோகிறதே! நெஞ்சை இறுக்கிப் பிழிவது போல் இருக்கிறதே! நான் என்ன செய்வேன்? - சுவாமி! விக்கிரமனைக் காப்பாற்றுகிறேன் என்று வாக்குக் கொடுத்தீர்களே, அந்த வாக்கை நிறைவேற்றினீர்களா?" "ஏன் நிறைவேற்றவில்லை அருள்மொழி நிறைவேற்றித்தான் இருக்கிறேன். விக்கிரமனுடைய உயிரைக் காப்பாற்றித் தருகிறேன் என்று உனக்கு வாக்குக் கொடுத்தேன். அவனுடைய உயிரைக் காப்பாற்றித்தான்

இருக்கிறேன். விக்கிரமனை வீரமகனாகச் செய்வதாக அவனுடைய தந்தைக்கு வாக்களித்திருந்தேன். அதையும் நிறைவேற்றியே இருக்கிறேன். அம்மா! நீ மட்டும் அன்று காஞ்சியில் பல்லவ சக்கரவர்த்தியின் நீதி சபையில் இருந்திருந்தாயானால், உடல் பூரித்திருப்பாய்! பொய்யாமொழிப் பெருமான், "ஈன்ற பொழுதிற் பெரிதுவக்கும் தன்மகனைச் சான்றோன் எனக்கேட்ட தாய்" என்று சொன்னது உன் விஷயத்தில் மட்டும் பொய்யாகப் போகுமா? சக்கரவர்த்தி எவ்வளவோ நல்ல வார்த்தை சொன்னார் விக்கிரமனுக்கு.

'பல்லவ சாம்ராஜ்யத்திற்குள் அடங்கிக் கப்பங்கட்டிக் கொண்டு வருவதாயிருந்தால் உன்னுடைய துரோகத்தை மன்னித்து சோழ நாட்டுக்கும் பட்டங் கட்டுகிறேன்!' என்றார். விக்கிரமன் அணுவளவாவது மனம் சலிக்க வேண்டுமே? மலையைப்போல் அசையாமல் நின்றான். அதுமட்டுமா? சக்கரவர்த்தியையே தன்னுடன் சண்டைக்கு அழைத்தான். 'நீர் வீரன் என்பது உண்மையானால் என்னுடன் வாட்போர் செய்ய வாரும்; என்னை ஜெயித்து விட்டுப் பிறகு கப்பம் கேளும்' என்றான். அவனுடைய கண்களிலேதான் அப்போது எப்படித் தீப்பொறி பறந்தது? அருள்மொழி! அதைப் பார்க்க நான் கொடுத்து வைத்திருந்தேன்; நீதான் அந்தப் பாக்கியத்தைச் செய்யவில்லை!" ஆவலினால் விரிந்த கண்களில் கண்ணீர் ததும்ப மேற்கூறிய விவரத்தைக் கேட்டுக் கொண்டிருந்த அருள்மொழி கூறினாள்:- "நான் பாக்கியமற்றவள்தான் அதற்கும் சந்தேகமா? பதியைப் போர்க்களத்தில் பலி கொடுத்து விட்டு, இந்த உயிரை வைத்துக் கொண்டிருந்தேன். மகன் தேசப் பிரஷ்டனாகிக் கண் காணாத தேசத்துக்குப் போன பிறகும் உயிர் வைத்துக் கொண்டிருக்கிறேன், சுவாமி! பல்லவ சக்கரவர்த்தி உறையூருக்கு வரப்போகிறார் என்று சொல்லுகிறார்களே, அது உண்மையா? அப்படி வந்தால் அவர் காலில் விழுந்து 'என்னையும் விக்கிரமனை அனுப்பிய இடத்துக்கே அனுப்பி விடுங்கள்!" என்று வேண்டிக் கொள்ளப் போகிறேன்...."

"என்ன சொன்னாய், அருள்மொழி! அழகுதான்! உன் புருஷனுடைய ஜன்ம சத்ருவின் காலில் விழுந்தா கெஞ்சுவாய்! வீர சொர்க்கத்தில் இருக்கும் பார்த்திப ராஜா இதை அறிந்தால் சந்தோஷப்படுவாரா! யோசித்துப் பார்!" "ஆமாம், அவர் சந்தோஷப்படமாட்டார்; நானும் அவருடைய சத்ருவிடம் பிச்சைக் கேட்கப் போகமாட்டேன்! ஏதோ ஆத்திரப்பட்டுச் சொல்லி

விட்டேன். ஆகா! அவர் தான் என்னவெல்லாம் ஆகாசக் கோட்டை கட்டினார்? கன்னியாகுமரியிலிருந்து இமய பர்வதம் வரையில் புலிக்கொடி பறக்க வேண்டுமென்று ஆசைப்பட்டாரே! அவருடைய பிள்ளைக்கு இந்தப் பெரிய தேசத்தில் இருக்கவும் இடமில்லாமல் போய்விட்டதே...." "பார்த்திப மகாராஜா வேறொரு மனக்கோட்டையும் கட்டவில்லையா அம்மா? சோழ ராஜ்யம் கடல்களுக்கு அப்பாலுள்ள தேசங்களிலும் பரவ வேண்டுமென்று அவர் ஆசைப்படவில்லையா? இரகசிய சித்திர மண்டபத்தில் அவர் எழுதியிருக்கும் சித்திரங்களைக் கொஞ்சம் ஞாபகப்படுத்திக் கொள்" "ஐயோ! அவருடைய ஆசை இம்மாதிரியா நிறைவேற வேண்டும்? விக்கிரமன் இன்று கடல்களுக்கப்பாலுள்ள இராஜ்யங்களைப் பிடிப்பதற்காகப் படையெடுத்தா போயிருக்கிறான்? எந்த காட்டுமிராண்டித் தீவில் கொண்டு போய் அவனை விட்டிருக்கிறார்களோ? காட்டிலும் மலையிலும் எப்படி அலைந்து கஷ்டப்படுகிறானோ?

ஏன் என்னை ஏமாற்றப் பார்க்கிறீர்கள், சுவாமி?" "உன்னை நான் ஒரு நாளும் ஏமாற்ற மாட்டேன் அம்மா! உன்னை ஏமாற்றி எனக்கு என்ன காரியம் ஆக வேண்டும்? உன் மகனுக்கு ஒரு குறையும் வராது என்பது என் நம்பிக்கை. விக்கிரமனுக்கு முன்னால் யாரும் தேசப் பிரஷ்டராகிக் காட்டுக்குப் போனதில்லையா? இராமன் போகவில்லையா? பஞ்சபாண்டவர்கள் போகவில்லையா? விக்கிரமன் கடல்களுக்கு அப்பாலுள்ள நாடுகளில் அனுபவிக்கும் கஷ்டங்கள் எல்லாம் அவனுடைய வீர பராக்கிரமங்களை இன்னும் அதிகமாக வளர்க்கும். திரும்பித் தாய் நாட்டுக்கு அவன் வரும்போது...." "ஐயோ! அவன் வரவேண்டாம், சுவாமி. வரவேண்டாம். தாய்நாட்டில் காலடி வைத்தால் சிரசாக்கினை என்றுதான் சக்கரவர்த்தி விதித்திருக்கிறாரே? எங்கேயாவது கண்காணாத தேசத்திலாவது அவன் உயிரை வைத்துக் கொண்டிருக்கட்டும்; அதுவே போதும்!" என்றாள் அருள்மொழி. "ஆனால் அப்படி அவன் வராமல் இருக்க முடியாது, அருள்மொழி! என்றைக்காவது ஒரு நாள் அவன் வந்து தான் தீருவான். தாயின் பாசமும் தாய் நாட்டின் பாசமும் அவனைக் கவர்ந்து இழுக்கும். இந்த இரண்டு பாசங்களைக் காட்டிலும் வலிமை பொருந்திய இன்னொரு பாசமும் சேர்ந்திருக்கிறது.

உனக்கு அது தெரிந்திருக்க நியாயமில்லை...." என்று சொல்லிச் சிவனடியார் நிறுத்தினார். "என்ன சொல்லுகிறீர்கள், சுவாமி!" "ஆமாம்;

தாயின் அன்பையும் தாய்நாட்டுப் பற்றையும் காட்டிலும் பெரியதொரு சக்தியும் அவனைத் திரும்பவும் இத்தேசத்துக்கு வரும்படி இழுக்கும். அது ஒரு இளம் பண்ணின் கருவிழிகளிலுள்ள காந்த சக்தி தான். அம்மா! நான் இன்று பற்றை அறுத்த துறவியானாலும் பூர்வாசிரமத்தில் ஸ்திரீ பிரேமையினால் ஏற்படும் இன்ப துன்பங்களை அறிந்தவன்...." "இது என்ன சுவாமி! நீங்கள் சொல்வது எனக்கு விளங்கவில்லையே? விக்கிரமனுக்கும் ஸ்திரீ பிரேமைக்கும் என்ன சம்பந்தம்?" என்று வியப்புடன் கேட்டாள் அருள்மொழி. சிவனடியார் புன்னகையுடன் கூறினார்:- "ஒவ்வொரு தாயும் மகனைப் பற்றி இப்படித்தான் வெகுகாலம் எண்ணிக் கொண்டிருக்கிறாள். கடைசியில் நேருக்கு நேர் உண்மையைக் காணும் போது திடுக்கிடுகிறாள். நீயாவது முன்னாலேயே தெரிந்துகொள், அம்மா! உன் மகன் விக்கிரமன் காஞ்சி நகரின் வீதியில் ஒரு கன்னியைச் சந்தித்தான். அவனைக் குறுக்கும் நெடுக்குமாய்ச் சங்கிலியால் பிணித்துக் குதிரைமீது கூட்டிக்கொண்டு போன போதுதான் அந்தச் சந்திப்பு ஏற்பட்டது. அந்த நிலையிலேயே அந்தப் பெண்ணும் தன்னுடைய உள்ளத்தை அவனுக்குப் பறிகொடுத்து விட்டாள். இது நான் கேட்டும் ஊகித்தும் அறிந்த விஷயம். ஆனால் நேரில் நானே ஒரு அதிசயத்தைப் பார்த்தேன்.

மாமல்லபுரத்துக் கடற்கரையில் விக்கிரமனை ஏற்றிச் சென்ற கப்பல் கிளம்பப் கரையோரமாய்ச் செல்ல ஆரம்பித்த சமயத்தில், அந்தப் பெண் காஞ்சியிலிருந்து ஓடோ டியும் வந்து சேர்ந்தாள்; மறுபடியும் அவர்களுடைய கண்கள் சந்தித்தன; உள்ளங்கள் பேசிக் கொண்டன; காதலும் கனிவும் ததும்பிய அந்தப் பெண்ணின் விசால நயனங்களை விக்கிரமனால் ஒருநாளும் மறக்க முடியாது. இரவிலும் பகலிலும் விழித்திருக்கும் நிலையிலும் தூக்கத்திலே கனவிலும் அந்தப் பெண்ணின் மதிவதனம் அவன் முன்னால் தோன்றிக் கொண்டுதானிருக்கும். எங்கே இருந்து எந்தத் தொழில் செய்தாலும், எத்தகைய இன்ப துன்பங்களை அனுபவித்தாலும் விக்கிரமன் அந்தப் பெண்ணை மறக்க மாட்டான். என்றைக்காவது ஒருநாள் அவளைப் பார்க்கும் ஆசையுடன் அவன் தாய்நாட்டுக்குத் திரும்பி வந்தே தீருவான்." இத்தனை நேரமும் திகைத்து உட்கார்ந்து கொண்டிருந்த அருள்மொழி "ஐயோ! எனக்கு மிஞ்சியிருந்த செல்வமெல்லாம் என் பிள்ளையின் அன்பு ஒன்றுதான், அதற்கும் ஆபத்து வந்துவிட்டதா? அந்தப் பெண் யார் சுவாமி!" என்று தீனக்குரலில் கேட்டாள். "பல்லவச் சக்கரவர்த்தியின் மகள் குந்தவி" "ஆகா! என்

பதியினுடைய பரம சத்ருவின் மகளா? சுவாமி! என்னமோ செய்கிறதே! தலையைச் சுற்றுகிறதே!" என்றாள் அருள்மொழி. அடுத்த கணம் தரையில் மூர்ச்சித்து விழுந்தாள்.

அத்தியாயம் பதின்மூன்று

சிவனடியார் கேட்ட வரம்

ராணி மூர்ச்சித்து விழுந்ததும், சற்று தூரத்தில் நின்ற தாதிமார் அலறிக் கொண்டு ஓடி வந்து அவளைச் சூழ்ந்தனர். சிவனடியார் "நில்லுங்கள்" என்று அவர்களைத் தடுத்து நிறுத்திவிட்டு, தமது கமண்டலத்திலிருந்து தண்ணீர் எடுத்து அவளுடைய முகத்தில் தெளித்தார். உடனே மந்திர சக்தியால் எழுந்தது போல், அருள்மொழி கண்விழித்துச் சிவனடியாரைப் பார்த்தாள். "சுவாமி! எனக்கு என்ன நேர்ந்துவிட்டது?" என்று மெலிவான குரலில் கேட்டாள். "உனக்கு ஒன்றுமே நேரவில்லை அம்மா! உன் மகனைப் பற்றிச் சொல்லிக் கொண்டிருந்தேன். அவனுக்கு ஒரு குறைவும் நேராது என்றும், நிச்சயம் திரும்பி வருவான் என்றும் சொன்னேன்" என்றார் சிவனடியார். அருள்மொழி சற்று சிந்தனையில் ஆழ்ந்திருந்துவிட்டு, "இல்லை; ஏதோ ரொம்பவும் வேதனை தரும் செய்தி ஒன்றைச் சொன்னீர்கள்!" என்றாள். "சக்கரவர்த்தியின் மகளை உன் மகன் பார்க்க நேர்ந்தது என்று கூறினேன். அந்தச் செய்தி உனக்குச் சந்தோஷம் அளிக்குமென்று எண்ணினேன்..." "ஆமாம் நினைவு வருகிறது, ஆனால் அது சந்தோஷச் செய்தியா? சோழநாட்டின் மிகப்பெரிய விரோதி யாரோ, என்னுடைய பதியின் மரணம் எந்தக் கொடிய சத்துருவினால் ஏற்பட்டதோ, இன்று நான் இவ்விதம் ஆதரவற்ற அநாதையாயிருப்பதற்கு யார் காரணமோ அப்பேர்ப்பட்ட பகைவனுடைய மகளைப் பார்த்தா என் மகன் மயங்கி விட்டான்?

விக்கிரமன் உண்மையில் என் வயிற்றில் பிறந்த பிள்ளைதானா....?" "கொஞ்சம் பொறு அருள்மொழி! அவசரப்பட்டுச் சாபங்கொடுக்காதே!" என்று சிவனடியார் சிறிது கலக்கத்துடன் கூறினார். அவர் மகா புத்திமானாயிருந்தும் அருள்மொழி இவ்வாறு பொங்குவாள் என்பதை எதிர்பார்க்கவில்லையென்று தோன்றியது. "இதோபார் அம்மா! உன்னுடைய தீராத கோபத்துக்கு ஆளான நரசிம்மவர்மனுடைய மகள் அந்தப் பெண் என்பது உன் மகனுக்குத் தெரியாது. அவர்கள் ஒருவரையொருவர் அருகில் நெருங்கியதும் இல்லை; ஒரு வார்த்தை பேசியதும் இல்லை. தூரத்திலிருந்தே ஒருவரையொருவர் பார்த்ததுதான்! அவர்களுக்குக் கலியாணமே நிச்சயமாகி விட்டது போல் நீ கலக்கமடைய வேண்டாம்!" என்றார் பெரியவர். "நல்ல வேளை; என் வயிற்றில் பாலை

வார்த்தீர்கள். எங்கே அதுவும் அந்தப் பல்லவ சக்கரவர்த்தியின் சூழ்ச்சியோ என்று நினைத்தேன். சுவாமி! விக்கிரமன் எங்கேயாவது கண்காணாத தேசத்தில் உயிர் வாழ்ந்திருக்கட்டும்; பசிக்கு உணவு இல்லாமலும் தாகத்துக்குத் தண்ணீர் இல்லாமலும், கஷ்டப்பட்டாலும் படட்டும்! ஆனால் அவன் திரும்பி வரவும் வேண்டாம்; எங்கள் பரம விரோதியினுடைய மகளின் மாய வலையில் விழவும் வேண்டாம்!"

"உன்னுடைய இருதய அந்தரங்கத்தை நன்றாகச் சோதித்துப் பார், அருள்மொழி! உன் மகன் சக்கரவர்த்தியின் மகளை மணம் புரிந்து கொள்ள வேண்டுமென்னும் விருப்பம் லவலேசமும் உனக்கு இல்லையா?"

"அதெல்லாம் அந்தக் காலத்தில் சுவாமி! தங்களிடம் சொல்லுவதற்கு என்ன? வெண்ணாற்றங்கரைப் போருக்கு முன்னால் அந்த மாதிரி ஒரு பைத்தியக்கார ஆசை என் மனத்தில் சில சமயம் தோன்றியதுண்டு. 'அவ்விதம் ஏற்பட்டால் சோழ வம்சத்துக்கும் பல்லவ குலத்துக்கும் உள்ள பகை தீர்ந்துவிடுமே!' என்று நினைத்ததுண்டு. ஆனால், எப்போது என் பிராணநாதர் போர்க்களத்தில் உயிரை இழந்தாரோ, அந்த க்ஷணத்திலேயே அந்த ஆசையை வேருடன் களைந்து எறிந்துவிட்டேன். இவ்வளவு நடந்து விட்ட பிறகு என் மகன் சக்கரவர்த்தியின் மகளைக் கல்யாணம் செய்து கொள்வதைவிட அவன் இறந்துவிட்டான் என்ற செய்தியே எனக்கு மகிழ்ச்சியைத் தரும்!" "அருள்மொழி! நீ அந்தக் குழந்தை குந்தவியைப் பார்த்ததில்லை; அதனால் தான் இப்படியெல்லாம் வெறுப்பாகப் பேசுகிறாய்...." "தாங்கள் பார்த்திருக்கிறீர்களா, சுவாமி?" "பார்த்திருக்கிறேன்; நெருங்கிப் பழகியுமிருக்கிறேன். என்னிடம் குந்தவிக்கு ரொம்பவும் பக்தி விசுவாசமுண்டு. அம்மா! சிவஞான இன்பத்தின் சுவை கண்ட எனக்கு இந்தக் காலத்தில் வேறு எதன் மீதும் பற்றுக் கிடையாது. ஆனால் அந்தக் குழந்தையின் பாசம் மட்டும் போக மாட்டேன் என்கிறது. அவளோடு இரண்டு நாள் பழகிவிட்டால் நீயும் அவ்விதந்தான் அவளிடம் பாசம் வைப்பாய்..." "வேண்டாம்! எனக்கு ஒருவரையும் இனிமேல் பார்க்க வேண்டாம்; பழகவும் வேண்டாம்; இந்த உலகை விட்டுச் சென்று என் பதியை மீண்டும் அடையும் நாளை நான் எதிர் நோக்கிக் கொண்டிருக்கிறேன்...."

"அருள்மொழி! ஒரு காலத்தில் என்னை நீ ஒரு வரம் கேட்டு வாங்கிக்கொண்டாய். அதன்படியே உன் மகனுடைய உயிரைக்

காப்பாற்றினேன். உன் பதியின் மரணத்தறுவாயில் நான் அளித்த வாக்கையும் காப்பாற்றினேன். இதெல்லாம் உண்மையா, இல்லையா?" "ஆமாம் உண்மைதான்." "அதற்கெல்லாம் பிரதியாக இப்போது நான் உன்னிடம் ஒரு வரம் கேட்கப் போகிறேன். அதை நீ தட்டாமல் கொடுக்க வேண்டும்." "சிவசிவா!" என்று சொல்லிக்கொண்டு அருள்மொழி எழுந்து கைகூப்பி நின்றாள். "சுவாமி! இவ்விதம் என்னை அபசாரத்துக்கு உள்ளாக்கலாமா? அடியாளிடம் தாங்கள் வரம் கேட்பதா? எனக்குக் கட்டளையிட வேண்டியவர், தாங்கள்" என்றாள். "சரி கட்டளையிடுகிறேன், அதைத் தட்டாமல் நிறைவேற்ற வேண்டும்." "தங்களுடைய வார்த்தையை நான் தட்டுவேனா? ஒருநாளும் இல்லை. "அப்படியானால் சொல்லுகிறேன், கேள்! என்றைக்காவது ஒருநாள் சக்கரவர்த்தியின் மகள் குந்தவி உன்னிடம் வருவாள். அவள் தாயில்லாப் பெண், தாயின் அன்பு இன்றி அவளுடைய இருதயம் உலர்ந்து போயிருக்கிறது. அதனால் தான் அம்மா, எனக்குக்கூட அவள்மேல் அவ்வளவு பாசம். அந்தக் குழந்தை உன்னிடம் வரும்போது அவளை நீ நிராகரிக்காதே.

அன்புடன் உன் மகளைப் போல் ஏற்றுக் கொள். உன் மனப்புண் ஆறுவதற்கும் அது அனுகூலமாயிருக்கும்!" என்றார் சிவனடியார். அவருடைய கனிவு ததும்பிய குரலும் வார்த்தைகளும் அருள்மொழியின் மனத்தை உருக்கிவிட்டன. "தங்கள் ஆணைப்படி நடக்க முயற்சி செய்கிறேன். சுவாமி! ஆனாலும் எங்கள் குலத்துக்கே ஜன்ம சத்துருவான ஒருவருடைய மகளிடம் நான் எப்படி அன்பு செலுத்துவது எப்படி....?" "தந்தை செய்த தீங்குக்காக மகளை வெறுப்பது என்ன நியாயம், அம்மா? மேலும் இன்னொரு விஷயம் சொல்லுகிறேன், கேள். உன் மகனுடைய உயிரைக் காப்பாற்றும் விஷயத்தில் குந்தவிதான் எனக்கு மிகவும் ஒத்தாசையாயிருந்தாள். விக்கிரமனுக்கு மரண தண்டனை நேராமல் தடுப்பதற்கு அவள் எவ்வளவு பிரயத்தனம் செய்தாள் தெரியுமா? இதுநாள் வரையில் தந்தையின் வார்த்தைக்கு மறுவார்த்தை பேசி அறியாதவள், விக்கிரமனுக்காகச் சக்கரவர்த்தியிடம் எவ்வளவோ சண்டை பிடித்தாள்...." "அப்படியா சுவாமி? அந்தக் குழந்தையைப் பார்க்க வேண்டுமென்று எனக்கும் ஆசை உண்டாகிறது. ஆனால் அவள் எதற்காக இந்த அபாக்கியசாலியைத் தேடிக் கொண்டு வரப்போகிறாள்?" "இல்லை, அம்மா! இல்லை நீ அபாக்கியசாலி இல்லை. விக்கிரமனைப் போன்ற வீரப் புதல்வனைப் பெற்ற உன்னை அபாக்கியசாலி என்று சொல்ல முடியுமா?

குந்தவியும் உன்னைத் தேடிக்கொண்டு வரத்தான் போகிறாள்;
சீக்கிரத்திலேயே வருவாள்!" என்றார் சிவனடியார்.

அத்தியாயம் பதினான்கு

"வயதான தோஷந்தான்!"

அந்த நாளில் தமிழகத்தில் சைவ சமயமும் வைஷ்ணவ சமயமும் புத்துயிர் பெற்றுத் தளிர்க்கத் தொடங்கியிருந்தன. இவ்விரு சமயங்களிலும் பெரியார்கள் பலர் தோன்றி, திவ்ய ஸ்தல யாத்திரை என்ற விஜயத்தில் தமிழ் நாடெங்கும் யாத்திரை செய்து, பக்திச்சுடர் விளக்கு ஏற்றி, ஞான ஒளியைப் பரப்பி வந்தார்கள். அமுதொழுகும் தமிழில் கவிதா ரஸமும் இசை இன்பமும் ததும்பும் தெய்வீகப் பாடல்களை இயற்றி வந்தார்கள். அந்நாளில் தமிழகத்தில் வாழ்ந்து வந்த சைவப் பெரியார்களுக்குள்ளே திருநாவுக்கரசர் இணையற்ற மகிமையுடன் விளங்கினார். மகேந்திரவர்ம சக்கரவர்த்தியின் காலத்திலேயே பிரசித்தி அடைந்து, தமிழகத்தின் போற்றுதலுக்கு உரியவராகிவிட்ட அப்பர் சுவாமிகள் விக்கிரமன் நாடு கடத்தப்பட்டபோது, முதிர்ந்த மூப்பின் காரணமாக அதிகமாய் நடமாடவும் இயலாத தள்ளாமையை அடைந்திருந்தார். அந்தத் தள்ளாத பிராயத்திலும் அவர் ஸ்தல யாத்திரை சென்றிருந்து சமீபத்தில் திரும்பி வந்திருக்கும் செய்தியைக் குந்தவிதேவி அறிந்தாள். அப்பெரியாரைத் தரிசிப்பதற்காகக் காஞ்சியில் பிரசித்தி பெற்று விளங்கிய சைவ மடாலயத்துக்கு ஒருநாள் அவள் சென்றாள். முதிர்ந்து கனிந்த சைவப் பழமாக விளங்கிய அப்பர் சுவாமிகள், சக்கரவர்த்தியின் திருமகளை அன்புடன் வரவேற்று ஆசி கூறினார்.

அவரைப் பார்த்துக் குந்தவி, "சுவாமி! இவ்வளவு தள்ளாத நிலைமையில் எதற்காகத் தாங்கள் பிரயாணம் செய்ய வேண்டும்? தாங்கள் தரிசிக்காத ஸ்தலமும் இருக்கிறதா? எங்கே போயிருந்தீர்கள் என்று கேட்டாள். அதற்கு அப்பர், "குழந்தாய்! தில்லைப்பதி வரையிலே தான் போயிருந்தேன். பொன்னம்பலத்தில் ஆடும் பெருமானை எத்தனை தடவை தரிசித்தால்தான் என்ன? இன்னுமொருமுறை கண்ணாரக் கண்டு இன்புற வேண்டுமென்ற ஆசை உண்டாகத்தான் செய்கிறது. ஆகா! அந்த ஆனந்த நடனத்தின் அற்புதத்தை தான் என்னவென்று வர்ணிப்பேன்! அந்தப் பேரானந்தத்தை அனுபவிப்பதற்காக மீண்டும் மீண்டும் மனிதப் பிறவி எடுக்கலாமே!" என்று கூறிவிட்டு, பாதி மூடிய கண்களில் ஆனந்தக் கண்ணீர் பெருக, பின்வரும் பாசுரத்தைப் பாடினார்:- "குனித்த புருவமும், கொவ்வைச் செவ் வாயில் குமிண் சிரிப்பும் பனித்த சடையும் பவளம்

போல் மேனியில் பால் வெண்ணீறும் இனித்த முடைய எடுத்த பொற் பாதமும் காணப்பெற்றால் மனித்தப் பிறவியும் வேண்டுவதே இந்த மாநிலத்தே!" பாட்டு முடிந்த பின்னர் அப்பர் சுவாமிகள் சற்று நேரம் மெய்ம்மறந்து பரவச நிலையில் இருந்தார். முன்பெல்லாம் இப்படிப்பட்ட சந்தர்ப்பத்தில் குந்தவி பக்தி பரவசமடைந்து ஆனந்தக் கண்ணீர் பெருக்கியிருப்பாள். ஆனால் இன்றைக்கு அவள் மனம் அவ்வாறு பக்தியில் ஈடுபடவில்லை.

அப்பர் ஒருவாறு சுய உணர்வு அடைந்தபோது குந்தவி அவரை நோக்கி "சுவாமி, சோழ நாட்டில் யாரோ ஒரு சிவனடியார் புதிதாகத் தோன்றி ராஜரீகக் காரியங்களிலெல்லாம் தலையிடுகிறாராமே, தங்களுக்கு அவரைத் தெரியுமா?" என்று வினவினாள். அவளுடைய வார்த்தைகளை அரைகுறையாகவே கேட்ட அப்பெரியார், "என்ன குழந்தாய்! சோழ நாட்டில் தோன்றியிருக்கும் சிவனடியாரைப் பற்றிக் கேட்கிறாயா? ஆகா அவரைப் பார்க்கத்தானே, அம்மா நான் முக்கியமாக யாத்திரை கிளம்பினேன்? நான் அவரைப் பார்க்க வருகிறேன் என்று தெரிந்ததும் அவரே என்னைத் தேடிக் கொண்டு புறப்பட்டார். தில்லைப் பதியிலே நாங்கள் சந்தித்தோம். ஆகா! அந்தப் பிள்ளைக்கு 'ஞானசம்பந்தன்' என்ற பெயர் எவ்வளவு பொருத்தம்! பால் மணம் மாறாத அந்தப் பாலகருக்கு, எப்படித்தான் இவ்வளவு சிவஞானச் செல்வம் சித்தியாயிற்று? என்ன அருள் வாக்கு! அவர் தாய்ப் பால் குடித்து வளர்ந்த பிள்ளை இல்லை, அம்மா! ஞானப்பால் குடித்து வளர்ந்த பிள்ளை! - இல்லாவிட்டால் முகத்தில் மீசை முளைப்பதற்குள்ளே இப்படிப்பட்ட தெய்வீகப் பாடல்களையெல்லாம் பொழிய முடியுமா?" என்றெல்லாம் அப்பர் பெருமான் வர்ணித்துக் கொண்டே போனார்.

குந்தவி பொறுத்துப் பொறுத்துப் பார்த்தாள். கடைசியில் குறுக்கிட்டு, "சுவாமி! நான் ஒருவரைப் பற்றிக் கேட்கிறேன். தாங்கள் இன்னொருவரைப் பற்றிச் சொல்லுகிறீர்கள். நான் சொல்லும் சிவனடியார், முகத்தில் மீசை முளைக்காதவரல்ல; ஜடா மகுடதாரி; புலித்தோல் போர்த்தவர்" என்றாள். "குழந்தாய்! நீ யாரைப் பற்றிக் கேட்கிறாயோ எனக்குத் தெரியாது! ஜடாமகுடத்துடன் புலித்தோல் தரித்த சிவனடியார்கள் எத்தனை யோ பேர் இருக்கிறார்கள். இந்த மடாலயத்தில் நூறு பேருக்கு மேல் இருப்பார்கள். வேறு ஏதாவது அடையாளம் உண்டானால் சொல்லு!" என்றார் நாவுக்கரசர். "நான் சொல்லுகிற

சிவனடியார் ராஜரீக விஷயங்களில் எல்லாம் தலையிடுவாராம்.
என்னுடைய தந்தைக்கு விரோதமாகக் கலகங்களை உண்டு பண்ணிக்
கொண்டிருக்கிறாராம்..." "என்ன சொன்னாய், அம்மா!
அதிசயமாயிருக்கிறதே! அப்படிப்பட்ட சிவனடியார் யாரையும் எனக்குத்
தெரியாது.

சைவத்தையும் வைஷ்ணவத்தையும் இரு கண்களைப் போல் காத்து
வளர்த்து வருகிறவராயிற்றே உன் தந்தை! நரசிம்மவர்ம சக்கரவர்த்தியின்
ஆட்சியில் சிவனடியார்கள் எதற்காக ராஜரீகக் காரியங்களில் ஈடுபட
வேண்டும்? அதுவும் உன் தந்தைக்கு விரோதமாகக் கலகத்தைக்
கிளப்புவதா? வேடிக்கைதான்! அப்படி யாராவது இருந்தால், அவன்
சைவனாகவோ, வைஷ்ணவனாகவோ இருக்க மாட்டான். பாஷாண்ட
சமயத்தான் யாராவது செய்தால்தான் செய்யலாம்." "நான் போய்
வருகிறேன் சுவாமி!" என்று குந்தவி அவருக்கு நமஸ்கரித்து விடை
பெற்றுக் கொண்டு கிளம்பினாள். பல்லக்கில் ஏறி அரண்மனைக்குப்
போகும் போது அவள் பின்வருமாறு எண்ணமிட்டாள்:- "முதுமை வந்து
விட்டால் எவ்வளவு பெரியவர்களாயிருந்தாலும் இப்படி ஆகிவிடுவார்கள்
போலிருக்கிறது. பேச ஆரம்பித்தால் நிறுத்தாமல் வளவளவென்று பேசிக்
கொண்டே போகிறார்! கேட்டதற்கு மறுமொழி உண்டா என்றால், அதுதான்
கிடையாது! எல்லாம் வயதான தோஷந்தான்!"

அத்தியாயம் பதினைந்து

கடற் பிரயாணம்

இளவரசன் விக்கிரமனை ஏற்றிக் கொண்டு கிளம்பிய கப்பல் சீக்கிரத்திலேயே வேகம் அடைந்து கிழக்கு நோக்கிச் செல்லத் தொடங்கியது. சிறிது நேரத்துக்கெல்லாம் மாமல்லபுரக் காட்சிகளையும், கோவில் கோபுரங்களையும், மரங்களின் உச்சிகளும் மறைந்துவிட்டன. கரை ஓரத்தில் வெண்மையான நுரைகளுட னும் இரைச்சல்களுடனும் எழுந்து விழுந்து கொண்டிருந்த சிற்றலைகள் இப்போது காணப்படவில்லை. கடல் நீர் தூய நீல நிறமாயிருந்தது. அந்த நீல நிறப் பரப்பிலே பெரும் பள்ளங்களும் மேடுகளும் பெரு மூச்சு விட்டுக் கொண்டு மேலே எழும்பியும் கீழே விழுந்தும் அவதிப்பட்டுக் கொண்டிருந்தன. அதே சமயத்தில் துயரம் நிறைந்த 'ஹோ' என்ற இடைவிடாத புலம்பல் ஒலியும் கேட்டுக் கொண்டிருந்தது. இவ்விதம் விக்கிரமன் வெளியே கண்ட காட்சியானது அவனுடைய உள்ளத்தின் நிலைமையைப் பிரதிபலிப்பதாயிருந்தது. கடலின் ஆழத்தில் குடிகொண்டிருக்கும் எல்லையற்ற மோன அமைதியைப் போல் அவனுடைய இருதயத்தின் அடிவாரத்திலும் விவரிக்கவொண்ணாத பரிபூர்ண சாந்தி நிலவிற்று. அதே சமயத்தில் அவனுடைய உள்ளத்தின் மேற்பரப்பில் என்னவெல்லாமோ எண்ணங்கள் அலை அலையாக எழுந்து கொந்தளிப்பை உண்டாக்கின.

பார்த்திப மகாராஜா சோழ நாட்டின் மேன்மையைக் குறித்துத் தாம் கண்ட கனவுகளைப் பற்றிச் சொன்னதெல்லாம் ஒவ்வொன்றாக ஞாபகம் வந்தன. கடற்பிரயாணம் செய்ய வேண்டுமென்று இளம்பிராயத்திலிருந்து அவனுடைய மனத்தில் குடி கொண்டிருந்த ஆசையும் நினைவுக்கு வந்தது. அந்த ஆசைதான், அடடா என்ன வினோதமான முறையில் இன்று நிறைவேறுகிறது? புலிக்கொடி கம்பீரமாகப் பறக்கும் பெரிய பெரிய கப்பல்களில் சோழநாட்டு வீரர் படைகளுடன் பிரயாணம் செய்து கடல்களுக்கப்பாலுள்ள தேசங்களிலெல்லாம் வெற்றிக் கொடி நாட்ட வேண்டுமென்ற மனோரதத்துக்கும், இன்று பல்லவர்களின் சிங்கக் கொடி பறக்கும் கப்பலில் கையும் காலும் சங்கிலியால் கட்டுண்டு தேசப் பிரஷ்டனாய்ப் பிரயாணம் செய்வதற்கும் எவ்வளவு தூரத்துக்கு எவ்வளவு தூரம்! இப்படி விக்கிரமன் சிந்தித்துக் கொண்டிருந்த போதே கப்பலின்

தலைவன் சில ஆட்களுடன் அங்கு வந்து விக்கிரமனைப் பிணித்திருந்த சங்கிலிகளை எடுக்கச் செய்தான். "இது ஏன்?" என்று விக்கிரமன் வினவ, "சக்கரவர்த்தியின் ஆணை?" என்றான் கப்பல் தலைவன். "என்னை எங்கே கொண்டு போகிறீர்கள்?" என்று விக்கிரமன் கேட்டதற்கு, "இங்கிருந்து பன்னிரண்டு நாள் பிரயாணத்தில் நடுக்கடலிலே ஒரு தீவு இருக்கிறது.

அதன் அருகே தங்களை இறக்கி விட்டுவிட வேண்டுமென்று கட்டளை!" என்று மறுமொழி வந்தது, "அங்கே வசிப்பவர்கள் யார்?" என்று விக்கிரமன் மேலும் கேட்டான். "அதெல்லாம் எங்களுக்கு ஒன்றும் தெரியாது. தீவுக்குப் போய்ச் சேரும் வரையில், இந்தப் கப்பலுக்குள்ளே தாங்கள் சுயேச்சையாக எங்கு வேண்டுமானாலும் போகலாம். ஆனால் தப்பிச் செல்வதற்கு மட்டும் பிரயத்தனம் செய்யக் கூடாது. செய்தால் மறுபடியும் தலையிடும்படி நேரும்" என்றான் கப்பல் தலைவன். விக்கிரமன் கப்பலுக்குள்ளே அங்குமிங்கும் சிறிது நேரம் அலைந்தான். மாலுமிகளுடன் பேச்சுக் கொடுக்கப் பார்த்ததில் ஒன்றும் பிரயோஜனம் ஏற்படவில்லை. அவர்கள் எல்லாரும் விக்கிரமன் சம்பந்தப்பட்டவரை ஊமைகளாகவேயிருந்தனர். பின்னர், கப்பல் மேல் தளத்தின் ஓரமாக அவன் வந்து, வானையும் கடலையும் நோக்கிய வண்ணம் முன்போலவே சிந்தனையில் ஆழ்ந்தான். அன்னை அருள்மொழியின் நினைவுதான் எல்லாவற்றிற்கும் முன்னால் நின்றது. அவர் இச்சமயம் என்ன செய்து கொண்டிருப்பார்? என்ன எண்ணிக் கொண்டிருப்பார்? தன்னுடைய முயற்சி நிஷ்பலனாய்ப் போனது பற்றி ஏமாற்றமடைந்திருப்பாரா? பல்லவ சக்கரவர்த்தியின் முன்னிலையிலே தான் சிறிதும் பணிந்து போகாமல் பேசிய வீர வார்த்தைகளைக் கேட்டுப் பெருமையடைந்திருப்பாரா? தன்னுடைய பிரிவைக் குறித்து வருத்தப்படுவாரா? எப்படியும் அவருக்கு ஆறுதல் கூறச் சிவனடியார் போயிருப்பாரல்லவா?

உடனே, சிவனடியாரின் ஞாபகம் வந்தது. கப்பல் கரையை விட்டுக் கிளம்பிய தருணத்தில் அந்தப் பெரியவர் எங்கிருந்தோ வந்து குதித்துத் தமது திருக்கரத்தை நீட்டி ஆசீர்வாதம் செய்தாரே? அவருக்குத்தான் நம்மிடத்தில் எவ்வளவு அன்பு! சிவனடியாரைப் பற்றி நினைக்கும்போதே மற்றோர் உருவம் விக்கிரமனுடைய மனக்கண் முன் தோன்றியது. அது ஒரு பெண்ணின் உருவம். முதல் நாள் காஞ்சிபுரத்து வீதியில் பார்த்த அந்தப் பெண் மறுநாள் மாமல்லபுரத்துக் கடற்கரைக்கு எப்படி வந்தாள்? அவள் யாராயிருக்கும்? ஆகா அவளுடைய கண்கள்தான் எவ்வளவு

நீண்டு படர்ந்திருந்தன? அந்தக் கண்களிலே கண்ணீர் துளித்து நின்ற காரணம் என்ன? தன்னிடத்தில் உள்ள இரக்கத்தினாலா? முன்பின் தெரியாத அந்தப் பெண்ணுக்குத் தன்மேல் இரக்கம் உண்டாவானேன்? இல்லாவிட்டால் தன்னை எதற்காக அவ்வளவு கனிவுடன் பார்க்க வேண்டும்? இப்படி வெகு நேரம் அவளைப் பற்றியே எண்ணி கொண்டிருந்த விக்கிரமன், சூரியன் மறைந்து நாலுபுறமும் இருள் சூழ்ந்ததைக்கூடக் கவனிக்கவில்லை. தற்செயலாகக் கீழே கடலை நோக்கியபோது விண்மீன்கள் தண்ணீரில் பிரதிபலிப்பதைக் கண்டு திடுக்கிட்டான். அத்தனை நேரமும் முன்பின் தெரியாத அந்தப் பெண்ணைப் பற்றியே தான் சிந்தித்துக் கொண்டிருந்ததை நினைத்துச் சிறிது வெட்கமடைந்தான்.

பிறகு பொன்னனையும், வள்ளியையும் பற்றி எண்ணினான். அவர்களுக்குத் தன் பேரில் எவ்வளவு பிரியம்? இந்த நேரமெல்லாம் அவர்கள் தன்னைப் பற்றிப் பேசிக் கொண்டிருப்பார்கள். அல்லது ஒரு வேளை வள்ளியின் பாட்டனைப் பற்றிப் பேசிக்கொண்டிருக்கலாம். அந்தக் கிழவனுக்குத்தான் என்ன தைரியம்? சோழநாட்டு ஆண்மக்களெல்லாம் அவனைப் போன்ற வீரர்களாயிருக்கக் கூடாதா? இருட்டி ஒரு ஜாமம் ஆனபோது, நீலக் கடலைச் செம்பொற் கடலாகச் செய்துகொண்டு கீழ்வானத்தில் சந்திரன் உதயமானான். பூரண சந்திரனில்லை; முக்கால் சந்திரன் தான். பார்ப்பதற்கு ஒரு பெரிய பொற்கிண்ணம் கடலிலிருந்து வெளிக்கிளம்புவது போலிருந்தது. முன்னம் பாற்கடலைக் கடைந்தபோது இந்தச் சந்திரனாகிய பொற்கிண்ணத்திலேதான் அமுதம் வந்ததோ, என்னவோ? இன்றும் அப்பொற் கிண்ணத்திலிருந்த நிலவாகிய அமுதம் பொங்கிப் புவனமெல்லாம் பரவியதாகத் தோன்றியது. இந்த மோகனக் காட்சியை விக்கிரமன் பார்த்தான். கடலிலிருந்து எழும்பிய சந்திர பிம்பத்துடனேகூட அவனுடைய மனக் கண்ணின் முன்னால் அந்தப் பெண்ணின் முகமும் மறுபடி எழுந்தது.

இந்த உதயசந்திரனுடைய பொன்னிறந்தான் அவளுடைய முகத்தின் நிறமும்! "ஆகா! அது என்ன அழகான முகம்!" என்ற எண்ணம் அப்போது விக்கிரமனுக்கு முதன் முதலாகத் தோன்றியது. அந்தப் பொன் முகத்தின் அழகை அதைக் கவிந்திருந்த கருங்கூந்தல் எவ்வளவு நன்றாய் எடுத்துக் காட்டிற்று! ஆம்; நிகரில்லாத சௌந்தரியம் வாய்ந்தவள் அந்தப் பெண். சித்திரத்திலும் சிலையிலும் கூட அத்தகைய திவ்ய சௌந்தரியத்தைக்

காண்பது அரிதுதான். அவள் யாராயிருக்கும்? பன்னிரண்டு தினங்கள் சென்றன. அடிக்கடி குந்தவியைப் பற்றிய சிந்தனையில் ஆழ்ந்திருந்த விக்கிரமனுக்கு இந்தப் பன்னிரண்டு தினங்கள் போனதே தெரியவில்லை. பதின்மூன்றாம் நாள் பொழுது விடிந்தபோது சூரியோதயமான திசையில் விக்கிரமன் கண்ட காட்சி அவனை ஆச்சரியக் கடலில் மூழ்கடித்தது. ஏனெனில் வழக்கம் போல் சூரியன் சமுத்திரத்திலிருந்து கிளம்பி ஜோதிப் பிழம்பாய் மேலே வருவதற்குப் பதிலாக, பச்சை மரங்களுக்குப் பின்னால் உதயமாகி மேலே ஒளிக்கிரணங்களைப் பரப்பினான். இந்த அபூர்வக் காட்சியைப் பார்த்துக் கொண்டு விக்கிரமன் நிற்கும்போதே கப்பல் தலைவன் அவனை நெருங்கி, 'இளவரசே! அதோ தெரிகிறதே, அந்தத் தீவின் அருகில்தான் தங்களை விட்டுவிடும்படி எங்களுக்குக் கட்டளை. தங்களுக்கு நீந்தத் தெரியுமல்லவா?" என்றான்.

"கரைக்கு எவ்வளவு தூரத்தில் விடுவீர்கள்?" "ரொம்ப தூரத்தில் விடமாட்டோ ம் ஒத்தாசைக்கு ஒரு மரக்கட்டை போடுவோம்" "நான் இறங்க மாட்டேன் என்றால் என்ன செய்வீர்கள்?" "மரக்கட்டையில் கட்டி மிதக்க விட்டு விடும்படி கட்டளை, தங்களுடைய விருப்பம் என்ன?" "நானே இறங்கி விடுகிறேன்" என்றான் விக்கிரமன். அவ்வாறே கப்பல் இன்னும் சிறிது கரையை நெருங்கியதும், விக்கிரமனைக் கடலில் இறக்கிவிட்டு ஒரு மரக்கட்டையையும் போட்டார்கள். விக்கிரமன் அதைப் பிடித்துக் கொண்டு அதிக நேரம் நீந்தியும், சிறிது நேரம் அதன் மேல் உட்கார்ந்து மிதந்தும், கரையை நோக்கிச் சென்றான். கரையை நெருங்க, நெருங்க தூரத்தில் கப்பலிலிருந்து பார்த்தபோது எறும்புக் கூட்டம் மாதிரி காணப்பட்டது உண்மையில் மனிதர்கள் கூட்டமே என்று தெரிய வந்தது. அந்த மனிதர்கள் யார்? எதற்காகக் கடற்கரையில் வந்து கூடியிருக்கிறார்கள்? அவர்கள் என்ன பாஷை பேசுவார்கள்? சக்கரவர்த்தி தன்னை இந்தத் தீவில் விட்டு வரச் சொன்னதின் நோக்கம் என்ன? இப்படிப் பற்பல எண்ணங்கள் விக்கிரமனுடைய மனத்தில் அலை அலையாக எழுந்தன.

அத்தியாயம் பதினாறு

செண்பகத் தீவு

விக்கிரமன் கரையை நெருங்க நெருங்க, கடல் அலைகளின் ஓசையையும் அடக்கிக்கொண்டு பலவித வாத்தியங்களின் ஒலி முழங்குவதைக் கேட்டான். சங்கு, தாரை, எக்காளம், பேரிகை ஆகியவை ஏக காலத்தில் முழங்கி வான முகடு வரையில் பரவி எதிரொலி செய்தன. இவ்வளவு சத்தங்களுக்கிடையில் மாந்தர்களின் குரலில் கிளம்பிய கோஷம் ஒன்று விக்கிரமனுக்கு மயிர்க்கூச்சல் உண்டாக்கிற்று. "வீரவேல்! வெற்றிவேல்!" என்னும் கோஷம்தான் அது. அந்தத் தீவில் வாழும் மனிதர்கள் என்ன ஜாதி, யாரோ, எப்படிப்பட்டவர்களோ என்ன பாஷை பேசுபவர்களோ, ஒருவேளை நரமாமிச பட்சணிகளாய்க்கூட இருக்கலாமல்லவா? - என்று இவ்விதமெல்லாம் எண்ணமிட்டுக் கொண்டிருந்த விக்கிரமனுக்கு அங்கு எழுந்த "வீரவேல், வெற்றிவேல்!" என்னும் சோழ நாட்டின் வீரத் தமிழ் முழக்கமானது அளவிலாத வியப்பையும் மகிழ்ச்சியையும் ஊட்டிற்று. "இது என்ன அதிசயத் தீவு? இங்கே சோழ நாட்டுத் தமிழரின் முழக்கம் கேட்கும் காரணம் என்ன? எதற்காக இவ்வளவு ஜனக்கூட்டம் இங்கே கூடியிருக்கிறது?" - இம்மாதிரி எண்ணங்கள் முன்னைக் காட்டிலும் அதி விரைவாக விக்கிரமனுடைய உள்ளத்தை அலைத்தன. அவனுடைய நெஞ்சு படபடவென்று அடித்துக் கொண்டது. திடீரென்று உடம்பில் வெலவெலப்பு உண்டாயிற்று. மரக்கட்டை பிடியினின்று நழுவிற்று.

தலை சுழலத் தொடங்கியது. கண் பார்வை குன்றியது. அதே சமயத்தில் ஒரு பிரம்மாண்டமான அலை வந்து விக்கிரமன்மீது பலமாக மோதியது. விக்கிரமனுக்கு அந்த நிமிஷத்தில் கடலிலுள்ள நீர் அவ்வளவும் புரண்டு வந்து தன்மீது மோதுவதாகத் தோன்றிற்று. ஒரு கணம் மூச்சுத் திணறிற்று. "நமது வாழ்நாள் முடிந்து விட்டது" என்று நினைத்தான் விக்கிரமன். பார்த்திப மகாராஜாவுக்கு அவன் அளித்த வாக்குறுதி நினைவுக்கு வந்தது. அன்னை அருள்மொழித் தேவியின் கருணை முகமும், சிவனடியாரின் கம்பீரத் தோற்றமும், கடைசியாக விரிந்து படர்ந்த கண்களுடன் கூடிய அந்தப் பெண்ணின் மதிவதனமும் ஒன்றறன்பின் ஒன்றாகவும் மின்னலைக் காட்டிலும் விரைவாகவும் தோன்றி மறைந்தன. பிறகு அவனுடைய அறிவை ஒரு மகா அந்தகாரம்

வந்து மூடிவிட்டது. விக்கிரமனுக்கு மறுபடியும் பிரக்ஞை வந்தபோது தான் மணல் தரையில் கிடப்பதாக அவனுக்கு உணர்ச்சி உண்டாயிற்று. கண்கள் மூடியபடி இருந்தன. கடல் அலைகளின் 'ஓ' என்ற ஓசை காதில் கேட்டுக் கொண்டிருந்தது. நெற்றியில் யாரோ திருநீறு இடுவது போல் தோன்றியது. மெதுவாகக் கண்ணை விழித்துப் பார்த்தான். சுற்றிலும் ஜனக் கூட்டம் நெருங்கி நிற்பது தெரிந்தது.

ஒரு நொடிப் போதில் எல்லாம் ஞாபகத்துக்கு வந்தன. அவன் கரையை நெருங்கியபோது அந்த ஜனக் கூட்டத்திலிருந்து கிளம்பிய வாத்திய முழக்கங்களும் வாழ்த்தொலிகளும் இப்போது கேட்கவில்லை. இதற்கு மாறாக அசாதாரணமான நிசப்தம் குடி கொண்டிருப்பதை அவன் உணர்ந்தான். கொஞ்ச தூரத்தில் எங்கேயோ மாஞ்சோலையில் குயில் ஒன்று 'குக்கூ' 'குக்கூ' என்று கூவிற்று. அந்தக் குயிலின் இனிய குரல் அங்கே குடிகொண்டிருந்த நிசப்தத்தை அதிகமாய் எடுத்துக் காட்டிற்று. கரையை நெருங்கியபோது தனக்கு நேர்ந்த விபத்தின் காரணமாகவே அங்கே கூடியிருந்த ஜனங்கள் அவ்வளவு கவலையுடன் நிசப்தமாயிருந்தார்கள் என்பதை அறிந்து கொண்டான். ஒரு பெரும் பிரயத்தனம் செய்து உடம்பை உதறிக்கொண்டு ஒரு குதி குதித்து எழுந்து நின்றான். அவ்வளவுதான், அந்த ஜனக் கூட்டத்திலிருந்து ஒரு மகத்தான ஆனந்த கோஷம் கிளம்பிற்று. வாத்திய முழக்கங்களுடன்கூட, மனிதர்களின் கண்டங்களிலிருந்து எழுந்த வாழ்த்தொலிகள் போட்டியிட்டு ஆகாயத்தை அளாவின. இவ்வளவு சத்தங்களுக்கும் மத்தியில் விக்கிரமனுக்கு அருகில் கவலை தோய்ந்த முகத்துடன் நின்ற ஒரு பெரிய மனிதர், "விலகுங்கள்! விலகுங்கள்! கஜராஜனுக்கு வழிவிடுங்கள்!" என்று கூவினார்.

கொஞ்சம் கூர்ந்து கவனித்தோமானால் இந்த மனிதரை நாம் முன்னமே பார்த்திருக்கிறோம் என்பது நினைவு வரும். ஆமாம்; மாமல்லபுரத்தில் நடந்த கலைத் திருநாளின்போது நரசிம்ம சக்கரவர்த்தியின் சமூகத்தில் செண்பகத் தீவு வாசிகளின் விண்ணப்பத்தைச் சமர்ப்பித்த தூதர் தான் இவர்! "விலகுங்கள்" என்ற அவருடைய குரலைக் கேட்டுச் சுற்றிலும் நின்ற ஜனங்கள் விரைவாக விலகிக் கொண்டார்கள். சற்றுத் தூரத்தில் பட்டத்து யானையைப்போல் அலங்கரித்த ஒரு யானை நின்றது. அதை யானைப்பாகன் நடத்திக் கொண்டு விக்கிரமன் நின்ற இடத்தை நோக்கி வந்தான். பட்டணப் பிரவேசத்துக்காக அலங்கரிக்கப்பட்டது போலக்

காணப்பட்ட அந்த கஜராஜனுடைய தூக்கிய துதிக்கையில் ஓர் அழகான புஷ்பஹாரம் இருந்தது. விக்கிரமன் மந்திர சக்தியினால் கட்டுண்டவனைப் போல் யானையைப் பார்த்த படி கையைக் கட்டிக் கொண்டு அசையாமல் நின்றான். யானை மிகவும் சமீபத்தில் நெருங்கி வந்தபோது விக்கிரமனுடைய சிரம் அவனை அறியாமலே சிறிது வணங்கியது. யானை தன் துதிக்கையில் ஏந்தி வந்த மாலையை அவனுடைய கழுத்தில் சூட்டிற்று. அப்போது அந்த ஜனக்கூட்டத்தில் ஏற்பட்ட ஆரவாரத்தையும் முழக்கத்தையும் வர்ணித்தல் அசாத்தியமான காரியம். "வீரவேல்!" "வெற்றிவேல்!" என்னும் கோஷங்களுடன், "விக்கிரம சோழ மகாராஜா வாழ்க!" "செண்பக நாட்டு மன்னர்பிரான் வாழ்க!" என்னும் கோஷங்களையும் கேட்டு, விக்கிரமனுடைய உள்ளம் பெருங்கிளர்ச்சியடைந்தது.

மகா ஆச்சரியம் விளைவித்த இந்தச் சம்பவங்களைப் பற்றி யாரிடமாவது கேட்டுத் தெரிந்து கொள்ளவேண்டுமென்று அவனுக்குத் துடிப்பாயிருந்தது. ஆனால் அருகில் நின்றவர்களிடம் பேசுவதற்குக் கூட அச்சமயம் அவனுக்கு அவகாசம் கிடைக்கவில்லை. ஏகஆரவாரங்களுக்கிடையில், விக்கிரமனை அந்த யானையின்மீது அமைந்திருந்த அம்பாரியில் ஏற்றினார்கள். யானை கடற்கரையிலிருந்து உள்நாட்டை நோக்கிக் கம்பீரமாக நடந்து செல்ல, ஜனக்கூட்டமும் ஆரவாரத்துடன் அதைப் பின் தொடர்ந்து சென்றது. அம்பாரியின் மீது வீற்றிருந்த விக்கிரமனோ, "இல்லை; இதெல்லாம் நிச்சயமாக உண்மை இல்லை; கனவுதான் காண்கிறோம்; அல்லது இந்திரஜாலம், மகேந்திரஜாலம் என்று சொல்லுகிறார்களே அப்படி ஏதாவது இருக்க வேண்டும்" என்று அடிக்கடி எண்ணிக் கொண்டான். சுற்று முற்றும் அவன் கண்ணில் பட்ட தென்னந் தோப்புகள், மாஞ்சோலைகள், கழனிகள், கால்வாய்கள் எல்லாம் அவனுக்குச் சோழ நாட்டுக் காட்சிகளாகவே புலப்பட்டன. சிறிது நேரம் போன பிறகு ஒரு கிராமம் தென்பட்டதும் அதுவும் தமிழ்நாட்டுக் கிராமமாகவே தோன்றியது. ஊருக்குப் புறத்திலிருந்த கிராம தேவதையின் கோவிலும் அப்படியே தமிழர் கோவிலாகக் காட்சி தந்தது. இன்னும் சிறிது தூரம் போனதும் ஒரு பட்டணம் காணப்பட்டது. அதன் வீடுகள், வீதிகள், சதுக்கங்கள் எல்லாம் உறையூரின் மாதிரிலேயே அமைந்திருந்தன. ஆனால் அவ்வளவு பெரிய பட்டணமில்லை.

அவ்வளவு ஜன நெருக்கமும் கிடையாது. அத்தனை மாட மாளிகைகள், கூட கோபுரங்களும் இல்லை. அப்பட்டணத்தின் வீதிகளில் அவரவர் வீட்டு வாசல்களில் நின்ற ஸ்திரீகள், புருஷர்கள், குழந்தைகள் எல்லாரும் சிறந்த ஆடை ஆபரணங்கள் அணிந்து மலர்ந்த முகத்துடன் நின்றார்கள். அவர்கள் எல்லாரும் தமிழ்நாட்டு மக்களாகவே காணப்பட்டார்கள். அளவிலாத ஆர்வம் பொங்கிய கண்களுடன் அவர்கள் விக்கிரமனைப் பார்த்துப் பலவித வாழ்த்துகளினால் தங்களுடைய மகிழ்ச்சியைத் தெரிவித்துக் கொண்டார்கள். விக்கிரமனுக்குத் திடீரென்று ஒரு சந்தேகம் உதித்தது. ஒருவேளை இதெல்லாம் அந்தப் பல்லவ சக்கரவர்த்தியின் கபட நாடகமாயிருக்குமோ? தன்னைப் பற்றி வந்த கப்பல் பல நாள் பிரயாணம் செய்வதாகப் பாசாங்கு செய்து விட்டுக் கடைசியில் சோழநாட்டின் கடற்கரையிலேயே தன்னை இறக்கிவிட்டிருக் குமோ? இந்த ஆரவார ஊர்வலமெல்லாம் தன்னை ஏமாற்றிப் பல்லவ சக்கரவர்த்தியின் ஆதிக்கத்தை ஒப்புக்கொள்ளும்படி செய்வதற்கு ஒரு சூழ்ச்சியோ! இவ்விதமாக எண்ணியபோது விக்கிரமனுக்குக் கோபம் பொங்கிக் கொண்டு வந்தது. இதற்குள் யானையானது அந்தப் பட்டணத்துக்குள்ளேயே பெரிய மாளிகையாகத் தோன்றிய ஒரு கட்டடத்துக்கு வெளியே வந்து நின்றது.

விக்கிரமனை யானை மீதிருந்து கீழே இறக்கினார்கள். ஜனக் கூட்டமெல்லாம் வெளியில் நிற்க, முன்னமே நமது கவனத்துக்குள்ளான பெரியவர் மட்டும் விக்கிரமனை அழைத்துக் கொண்டு மாளிகைக்குள் சென்றார். "மகாராஜா! இதுதான் இந்தச் செண்பக நாட்டின் மன்னர்கள் பரம்பரையாக வாழ்ந்து வந்த அரண்மனை, தாங்களும் இந்த அரண்மனையில் வசிக்க வேண்டுமென்று இந்நாட்டுப் பிரஜைகளின் விண்ணப்பம்" என்றார் அப்பெரியவர். "இந்நாட்டின் பெயர் என்னவென்று நீங்கள் சொன்னீர்?" "செண்பக நாடு மகாராஜா!" "இந்தப் பட்டணத்தின் பெயர் என்னவோ?" "செண்பக நாட்டின் தலைநகரம் இது. இதன் பெயர் குமாரபுரி." "குமாரபுரிதானே? மாயாபுரி அல்லவே?" "இல்லை, அரசே! குமாரபுரிதான்." "நீர் யார் என்று கொஞ்சம் சொன்னால் நன்றாயிருக்கும்." "அடியேன் பெயர் சித்தார்த்தன். காலஞ்சென்ற விஷ்ணுவர்த்தன மகாராஜாவுக்கு நான் முதல் மந்திரி தங்களுக்கு விருப்பம் இருந்தால்..." "என்ன சொன்னீர், மந்திரி என்றீரா? மந்திரவாதி என்றீரா?" "மந்திரிதான், மகாராஜா!" "ஒருவேளை மந்திரவாதியோ என்று நினைத்தேன். ஆமாம் நீர்

மந்திரவாதியில்லாவிட்டால் நான் யார் என்பதும், என்னை இன்று காலை இந்தத் தீவுக்கருகில் கொண்டு வந்து இறக்கி விடுவார்களென்பதும் எப்படித் தெரிந்தது?" "அது பெரிய கதை, மகாராஜா! சாவகாசமாக எல்லாம் சொல்கிறேன், இப்போதைக்கு..." "இப்போதைக்கு இது உண்மையாகவே அரண்மனை தானா, அல்லது சிறைச்சாலையா என்று மட்டும் சொன்னால் போதும்."

"என்ன வார்த்தை சொன்னீர்கள்? சிறைச்சாலையா? இந்த நாட்டில் சிறைச்சாலை என்பதே கிடையாது! சிறைச்சாலை, இராஜத்துரோகம், மரணத் தண்டனை என்பதெல்லாம் பரத கண்டத்திலே தான், மகாராஜா!" "அப்படியா? பரத கண்டத்துக்கும் இந்த நாட்டுக்கும் அவ்வளவு தூரமோ?" "சாதாரணமாய்ப் பன்னிரண்டு நாள் கடல் பிரயாணம் புயல், மழை முதலியவை குறுக்கிட்டால் இன்னும் அதிக நாளாகும்." "உண்மைதானே சொல்கிறீர்?" "அடியேன் உண்மையைத் தவிர வேறு பேசுவதில்லை." "அப்படியானால் தமிழகத்திலிருந்து பன்னிரண்டு நாள் பிரயாணத்திலுள்ள நீங்கள், தமிழ் மொழி பேசுகிறீர்களே, எப்படி?" "மகாராஜா! இந்தச் செண்பகத் தீவிலே மட்டுமல்ல இன்னும் கிழக்கே தூரத்திலுள்ள தீவுகளிலும் தமிழ் மக்கள் வசிக்கிறார்கள், தமிழ்மொழி பேசுகிறார்கள். தங்களுடைய மூதாதை கரிகாலச் சோழரின் காலத்தில் சோழ நாட்டுத் தமிழர்கள் வளம் மிக்க இந்தத் தீவுகளில் வந்து குடியேறினார்கள். கரிகாலச் சோழரின் குமாரர் தான் இந்தப் பட்டணத்தை ஸ்தாபித்தார். அதனாலேயே குமாரபுரி என்று அதற்குப் பெயர் ஏற்பட்டது. அந்த நாளில் சோழ சேனாதிபதி ஒருவர் சக்கரவர்த்தியின் ஆக்ஞையின் பேரில் இந்நாட்டை ஆட்சி புரியலானார்.

அவருடைய சந்ததியார் பத்து வருஷத்துக்கு முன்பு வரையில் இந்நாட்டின் அரசர்களாயிருந்து செங்கோல் செலுத்தி வந்தார்கள். அந்த வம்சத்தின் கடைசி அரசரான விஷ்ணுவர்த்தனர் சந்ததியில்லாமல் காலமானார். பிறகு இந்த நாடு இன்று வரையில் அரசர் இல்லாத நாடாயிருந்து வந்தது. அடிக்கடி பக்கத்துத் தீவுகளில் உள்ளவர்கள் வந்து இந்நாட்டின் பட்டணங்களையும் கிராமங்களையும் சூறையாட ஆரம்பித்தார்கள்.... வெவ்வேறு பாஷை பேசுவோரும், அநாகரிகங்களும், தட்டை மூஞ்சிக்காரருமான பற்பல சாதியார் இந்தத் தீவை சுற்றியுள்ள தேசங்களில் வசிக்கிறார்கள். அவர்களை எதிர்த்து நின்று வெற்றி பெறுவதற்கு அரசர் இல்லாக் குடிகளாகிய எங்களால் முடியவில்லை.

இப்படிப்பட்ட சமயத்தில் முருகக் கடவுளே அனுப்பி வைத்தது போல், சோழர் குலக்கொழுந்தான தாங்கள் எங்களைத் தேடி வந்திருக்கிறீர்கள் எங்களுடைய பாக்கியந்தான்." கரிகாலச் சோழனைப் பற்றி அந்தப் பெரியவர் பிரஸ்தாபித்தவுடனே விக்கிரமன் மிகவும் சிரத்தையுடன் கேட்கத் தொடங்கினான். அவனுக்கிருந்த சந்தேகம், அவநம்பிக்கை எல்லாம் போய்விட்டது. சித்தார்த்தரின் குரல், முகத்தோற்றம் ஆகியவற்றிலிருந்து,

அவர் சொல்லுவதெல்லாம் சத்தியம் என்னும் நம்பிக்கையும் விக்கிரமனுக்கு உண்டாயிற்று. 'நமது தந்தை பார்த்திப மகாராஜா எந்தக் கரிகால் வளவனைப் பற்றி அடிக்கடி பெருமையுடன் பேசி வந்தாரோ அந்த சோழர் குல முதல்வன் காலத்திலே தமிழர்கள் வந்து குடியேறிய நாடு இது. என்ன ஆச்சரியமான விதிவசத்தினாலோ அப்படிப்பட்ட நாட்டுக்கு நாம் வந்து சேர்ந்திருக்கிறோம்' என்பதை நினைத்தபோது விக்கிரமனுக்கு மயிர்க்கூச்செறிந்தது, கண்ணில் நீர் துளித்தது. "ஐயா! உம்மை நான் பரிபூரணமாக நம்புகிறேன். எல்லா விஷயங்களையும் விவரமாக அப்புறம் கேட்டுக் கொள்கிறேன். இப்போதைக்கு ஒன்று மட்டும் சொல்லி விடுகிறேன். என்னை நீங்கள் உங்களுடைய அரசனாய்க் கொள்வதாயிருந்தால், இன்னொரு ராஜாவுக்கோ சக்கரவர்த்திக்கோ கப்பம் செலுத்த முடியாது. சுதந்திர நாட்டுக்குத்தான் நான் அரசனாயிருப்பேன். இல்லாவிட்டால் உயிரை விடுவேன். நீங்களும் இந்நாட்டின் சுதந்திரத்தைக் காப்பதற்காக உயிரைக் கொடுக்கச் சித்தமாயிருக்க வேண்டும்.

எதிரிகள் துஷ்டர்களாயிருந்தாலும், நல்லவர்களாக இருந்தாலும், யாராயிருந்தாலும் பணிந்து போகிறது என்ற பேச்சே உதவாது. இதற்குச் சம்மதமாயிருந்தால் சொல்லுங்கள்" என்றான் விக்கிரமன். மகாராஜா, தங்களுடைய தந்தை பார்த்திப மகாராஜா போர்க்களத்தில் அடைந்த வீர மரணத்தின் புகழ் எங்கள் காதுக்கும் எட்டியிருக்கிறது. எங்களுடைய உடம்பில் ஓடுவதும் சோழ நாட்டின் வீர இரத்தந்தான். இந்நாட்டில் வாழும் தமிழ் மக்கள் உடல், பொருள், ஆவியைக் கொடுத்துத் தங்கள் சுதந்திரத்தைக் காப்பாற்றிக் கொள்ள ஆயத்தமாயிருக்கிறார்கள். வீரத்தலைவன் ஒருவன் தான் எங்களுக்கு வேண்டியிருந்தது. தாங்கள் வந்துவிட்டீர்கள் இனி என்ன குறை?" அச்சமயம் கோயில் சேமக்கலத்தின் ஓசை கேட்டது. சித்தார்த்தர், "மகாராஜா! தாங்கள் ஸ்நான பானங்களை

முடித்துக் கொண்டு சிறிது இளைப்பாறுங்கள். சாயங்காலம் முருகவேள் ஆலயத்துக்குப் போய்த் தரிசனம் செய்ய வேண்டும். கூடிய சீக்கிரத்தில் முடிசூட்டு விழா நடத்துவது பற்றியும் யோசனை செய்யவேண்டும்" என்றார்.

அத்தியாயம் பதினேழு

குந்தவியின் சபதம்

காஞ்சி நகர் அரண்மனையின் உப்பரிகை நிலா மாடத்தில்
சக்கரவர்த்தியும் குந்தவி தேவியும் அமர்ந்திருந்தார்கள். கிருஷ்ணபட்சத்து
முன்னிரவு, வானத்தில் விண்மீன்கள் சுடர்விட்டு ஒளிர்ந்தன. கிழக்கே
வெகு தூரத்தில் மாமல்லபுரத்துக் கலங்கரை விளக்கம்
நட்சத்திரங்களுடன் போட்டியிட்டுப் பிரகாசித்துக் கொண்டிருந்தது. காஞ்சி
நகரின் பற்பல சிவாலயங்கள், விஷ்ணு ஆலயங்களிலிருந்து பேரிகைச்
சப்தம், ஆலாட்ச மணி ஓசை, யாழின் இன்னிசையுடன் கலந்து பாடும்
பக்தர்களின் குரலொலி - எல்லாம் கலந்து வந்து கொண்டிருந்தன.
அரண்மனைப் பூந்தோட்டத்திலிருந்து செண்பகம், பன்னீர், பாரிஜாதம்
ஆகிய மலர்களின் சுகந்தம் குளிர்காற்றுடன் கலந்து இலேசாக வந்து
கொண்டிருந்தது. "குழந்தாய்! ஏன் இப்படி ஒரு மாதிரியிருக்கிறாய்? உடம்பு
நன்றாகயில்லையா?" என்று சக்கரவர்த்தி கேட்டார். "எனக்கு உடம்பு
ஒன்றுமில்லை அப்பா, மனந்தான் நன்றாயில்லை!" "மனம் இருக்கிறதே
அம்மா! ரொம்பப் பொல்லாதது 'மத்தக த்தைப் போன்றது' என்று
பெரியவர்கள் சொல்லியிருக்கிறார்கள். அதைப் புத்தி என்கிற
அங்குசத்தால் அடக்கி ஆளவேண்டும்...." "அப்பா!" "ஏன் குழந்தாய்!" "நான்
சமண முனிவரைப் பார்த்துவிட்டு வந்தது தங்களுக்கு எப்படித் தெரிந்தது?"
"என் மகள் என்ன செய்கிறாள் என்பது எனக்குத் தெரியாமல் போனால்
இந்தப் பெரிய பல்லவ சாம்ராஜ்யத்தை நான் எப்படி அம்மா, கட்டி ஆள
முடியும்?"

"அப்பா! நான் சமண சமயத்தையோ, பௌத்த சமயத்தையோ
சார்ந்துவிடப் போகிறேன்." "ஏன் அம்மா, அப்படி? நமது சைவ வைஷ்ணவ
சமயங்கள் என்ன அவ்வளவு துர்ப்பாக்கியத்தைச் செய்து விட்டன?"
"வாழ்க்கையில் எனக்கு வெறுப்பு உண்டாகிவிட்டது. இந்த உலகத்தில்
ஏன் பிறந்தோமென்று இருக்கிறது!" "அடடா! அவ்வளவுக்கு வந்து
விட்டதா? அப்பர் பெருமானைப் போய்ப் பார்த்துவிட்டு வந்தாயே? அவர்
மனிதப் பிறவியின் மகிமையைப்பற்றி உனக்கு ஒன்றும்
சொல்லவில்லையா? தில்லை அம்பலத்தில் ஆனந்த நடனமிடும்
பெருமானைத் தரிசிப்பதற்காகவே...." "நிறுத்துங்கள் அப்பா! வயதாக ஆக
அந்தப் பெரியவர் ஒரே பக்திப் பைத்தியமாகி விட்டார். ஆனந்தமாம்!

நடனமாம்! இந்த அழகான உலகத்தைப் படைத்த கடவுளுக்கு ஆனந்தம் வேறு, நடனம் வேறு வேண்டிக் கிடந்ததாக்கும்?" இதைக் கேட்ட சக்கரவர்த்தி கலகலவென்று சிரித்தார். குந்தவி வெறுப்புடன் வேறு பக்கம் திரும்பிக் கொண்டாள். "நான் ஏன் சிரித்தேன் என்று தெரியுமா, குந்தவி?" "அதுதான் நானும் யோசித்துக் கொண்டிருக்கிறேன். தங்களுக்கு ஒரு வேளை பைத்தியம், கியித்தியம்...." "இல்லை குழந்தாய்! இல்லை; பைத்தியம் எனக்குப் பிடிக்கவில்லை! நான் சிரித்த காரணம் வேறு; உன் மாதிரியே எனக்கும் ஒரு காலத்தில் இந்த உலகம் பிடிக்காமலிருந்தது. வாழ்க்கை வேப்பங்காயாகி விட்டது! அதன் காரணம் என்ன தெரியுமா?" "நான் உங்களுக்குப் பெண்ணாய்ப் பிறந்தது தானோ என்னவோ?" சக்கரவர்த்தி புன்சிரிப்புடன், "இல்லை அம்மா, இல்லை! நீ பிறந்த பிறகு எனக்கு மறுபடியும் உலகம் பிடிக்க ஆரம்பித்து விட்டது.

அதற்கு முன்னாலேதான் சில காலம் எனக்கு உலக வாழ்க்கையின்மேல் ரொம்பவும் வெறுப்பாயிருந்தது. அதற்குக் காரணம்.... என் தந்தையின் மீது எனக்கு ரொம்பக் கோபமாயிருந்ததுதான்! என்றார். குந்தவியின் முகத்தில் அவளை அறியாமலே புன்னகை தோன்றியது. இதைப் பார்த்த நரசிம்மவர்மர், "உனக்கு இப்போது வாழ்க்கையில் வெறுப்பு உண்டாகியிருப்பதற்கு அதுதானே காரணம்? என்மேல் உனக்கு இப்போது சொல்லமுடியாத கோபம் இல்லையா?" என்றார். குந்தவி கண்களில் துளிர்த்த நீர்த்துளிகளைத் துடைத்துக் கொண்டாள். தலை குனிந்தபடி, "அப்பா! உங்கள் பேரில் எனக்கு என்ன கோபம்? உங்களுடைய தர்ம ராஜ்யத்தில் இப்படிப்பட்ட அநீதி நடந்துவிட்டதே என்றுதான் வருத்தமாயிருக்கிறது" என்றாள். "இதுதானா பிரமாதம், குந்தவி? இதற்கு ஏன் இவ்வளவு கவலை? அநியாயத்தைச் செய்வதற்கு எனக்குச் சக்தி உண்டு என்றால் அதை நிவர்த்திப்பதற்கும் சக்தி உண்டல்லவா? உண்மையில் அநீதி நடந்து விட்டதாக எனக்குத் தெரிந்தால் உடனே அதற்குப் பரிகாரம் செய்து விட்டு மறுகாரியம் பார்க்கிறேன்" என்றார் சக்கரவர்த்தி. "நிஜந்தானே, அப்பா! சோழ ராஜகுமாரனுடைய செயலுக்கு அவன் பொறுப்பாளி இல்லையென்று தெரிந்தால் தண்டனையை மாற்றிவிடுவீர்கள் அல்லவா?" "நிச்சயமாய் அம்மா!"

அப்போது குந்தவி தன் மனத்திற்குள் "அந்த வேஷதாரிச் சிவனடியாரை எப்படியாவது கண்டுபிடித்து, அவருடைய தாடியைப்பற்றி இழுத்துக் கொண்டு வந்து சக்கரவர்த்தியின் முன்னிலையில் நிறுத்தாவிட்டால் என்

பெயர் குந்தவி அல்ல!" என்று சபதம் செய்து கொண்டாள்." குந்தவி! என்ன யோசனையில் ஆழ்ந்து விட்டாய்? இன்னும் இரண்டு நாளில் நான் உறையூர்க்குப் போகப் போகிறேன். நீயும் வருவாயல்லவா?" என்று சக்கரவர்த்தி கேட்டார். "வருகிறேன் அப்பா! அங்கே எனக்கும் ஒரு காரியம் இருக்கிறது; அதற்கு நீங்கள் குறுக்கே ஒன்றும் சொல்லக் கூடாது." "என்ன காரியம் என்று எனக்குச் சொல்லலாமோ, அதுவும் இரகசியமோ?" "இரகசியம் ஒன்றுமில்லை, அப்பா! அருள்மொழி ராணியை நான் பார்க்கப் போகிறேன்." "சரிதான்; ஆனால் அருள்மொழி ராணி உன்னைப் பார்க்கச் சம்மதிக்க வேண்டுமே!" "அவர் என்னைப் பார்ப்பதற்கு என்ன தடை? எதற்காக மறுக்கிறார்?" "அவளுடைய பிள்ளையைத் தேசப் பிரஷ்டம் செய்தவன் மகள் ஆயிற்றே நீ? உன்மேல் கோபம் இல்லாமல் இருக்குமா?" "என்மேல் எதற்காகக் கோபித்துக் கொள்ள வேண்டும்? ரொம்ப அழகு தான்! நானா இவருடைய பிள்ளைக்குத் துர்ப்போதனை செய்து சக்கரவர்த்திக்கு விரோதமாய்க் கலகம் செய்யும்படி தூண்டினேன்? என் மேல் கோபித்துக் கொண்டு என்ன பிரயோஜனம்?" என்றாள் குந்தவி. இதைக் கேட்ட சக்கரவர்த்தி தம் மனத்திற்குள், "பெண்ணாய்ப் பிறந்தவர்களிடம் தர்க்க ரீதியை எதிர்பார்ப்பதிலேயேயும் பிரயோஜனமில்லைதான்!" என்று எண்ணிக் கொண்டார்.

அத்தியாயம் பதினெட்டு

பொன்னனின் அவமானம்

சென்ற மூன்று தினங்களாகப் பொன்னன் குடிசைக்குள்ளே இடியும் மழையும் புயலும் பூகம்பமுமாக இருந்தது. "நான் செய்தது தப்பு என்று தான் ஆயிரந் தடவை சொல்லி விட்டேனே! மறுபடியும் மறுபடியும் என் மானத்தை வாங்குகிறாயே!" என்றான் பொன்னன். "தப்பு, தப்பு, தப்பு என்று இப்போது அடித்துக் கொள்கிறாயே, என்ன பிரயோஜனம்? இந்தப் புத்தி அப்போது எங்கே போச்சு?" என்று வள்ளி கேட்டாள். "இப்போது என்ன குடி முழுகிப் போய்விட்டதென்று ஓட ஓட விரட்டுகிறாய், வள்ளி! அந்தச் சக்கரவர்த்தி எங்கே போய்விட்டார்! என் வேல் தான் எங்கே போச்சு?" "வேல் வேறயா, வேல்? கெட்ட கேட்டுக்குப் பட்டுக் குஞ்சந்தான், ஓடம் தள்ளுவதற்கும் கும்பிடுவதற்குந்தான் கடவுள் உனக்குக் கையைக் கொடுத்திருக்கிறார்! கும்பிடுகிற கையினால் எங்கேயாவது வேலைப் பிடிக்க முடியுமா?" இரண்டு உடலும் ஓர் உயிருமாயிருந்த தம்பதிகளுக்குள் இப்படிப்பட்ட ஓயாத வாய்ச் சண்டை நடப்பதற்குக் காரணமாயிருந்த சம்பவம் இதுதான்:- இரண்டு நாளைக்கு முன் இந்தக் காவேரிக்கரைச் சாலை வழியாக நரசிம்ம சக்கரவர்த்தியும் குந்தவி தேவியும் அவர்களுடைய பரிவாரங்களும் உறையூரை நோக்கிப் போய்க் கொண்டிருந்தபோது, தோணித் துறைக்கு அருகில் சக்கரவர்த்தி சிறிது நின்றார். தோணித்துறையையும், காவேரியின் மத்தியிலிருந்த தீவையும், அந்தத் தீவில் பச்சை மரங்களுக்கிடையே காணப்பட்ட வசந்த மாளிகையின் பொற் கலசத்தையும் குந்தவிக்குச் சுட்டிக்காட்டி ஏதோ சொல்லிக் கொண்டிருந்தார்.

அச்சமயம் குடிசையின் வாசலில் நின்று கொண்டிருந்த பொன்னன், வள்ளி இவர்கள் மேல் சக்கரவர்த்தியின் பார்வை விழுந்தது. பொன்னனை அருகில் வரும்படி அவர் சமிக்ஞை செய்யவும், பொன்னன் ஓடோ டியும் சென்று, கைகூப்பித் தண்டம் சமர்ப்பித்து, பயபக்தியுடன் கையைக் கட்டிக் கொண்டு அவர் முன்னால் நின்றான். சக்கரவர்த்தியைப் பழிக்குப்பழி வாங்கப் போவதாகவும், அவருடைய மார்பில் தன் வேலைச் செலுத்தப் போவதாகவும் அவன் சொல்லிக் கொண்டிருந்ததெல்லாம் அச்சமயம் அடியோடு மறந்து போய் விட்டது. சக்கரவர்த்தியின் கம்பீரத் தோற்றமும் அவருடைய முகத்தில் குடி கொண்டிருந்த தேஜசும் அவனை அவ்விதம்

வசீகரித்துப் பணியச் செய்தன. "இந்தத் தோணித் துறையில் படகு ஓட்டுகின்றவன் நீதானே, அப்பா!" என்று சக்கரவர்த்தி கேட்கவும், பொன்னனுக்குத் தலைகால் தெரியாமற் போய் விட்டது. "ஆமாம், மகா....சக்ர...பிரபு!" என்று குழறினான். "அதோ தெரிகிறதே, அந்த வசந்த மாளிகையில் தானே அருள்மொழி ராணி இருக்கிறார்!" "ஆமாம்" "இதோ பார்! நமது குழந்தை குந்தவி தேவி, ராணியைப் பார்ப்பதற்காகச் சீக்கிரத்தில் இங்கே வரக்கூடும். ஜாக்கிரதையாக ஓடம் செலுத்திக் கொண்டு போய் அந்தக் கரையில் விட வேண்டும், தெரியுமா?" "புத்தி, சுவாமி!" என்றான் பொன்னன். பிறகு சக்கரவர்த்தியும் அவருடைய பரிவாரங்களும் உறையூரை நோக்கிச் சென்றார்கள். இதையெல்லாம் வள்ளி குடிசை வாசலில் நின்றபடி அரை குறையாகக் கேட்டுக் கொண்டிருந்தாள்.

பொன்னன் திரும்பி வந்தபோது, வள்ளியின் முகத்தில் 'எள்ளும் கொள்ளும்' வெடித்தது. முழு விவரமும் அவனிடம் கேட்டுத் தெரிந்து கொண்ட பின்னர் வள்ளி பலமாய்ச் சண்டை பிடிக்க ஆரம்பித்தாள். சக்கரவர்த்திக்குப் பணிந்து மறுமொழி சொன்ன காரணத்தினால் விக்கிரம மகாராஜாவுக்குப் பொன்னன் துரோகம் செய்துவிட்டதாக வள்ளி குற்றம் சாட்டினாள். "உண்ட வீட்டுக்கு இரண்டகம் செய்யும் துரோகி!" என்று நிந்தித்தாள். அப்போது அவர்களுக்குள் ஏற்பட்ட விவகாரம் மூன்று தினங்களாக இடைவிடாமல் நடந்து கொண்டிருந்தது. வள்ளியின் சொல்லம்புகளைப் பொறுக்க முடியாதவனாய், அன்று மத்தியானம் உச்சிவேளையில் பொன்னன் நதிக்கரையோரம் சென்றான். அங்கே நீரோட்டத்தின் மீது தழைத்து கவிந்திருந்த ஒரு புங்க மரத்தினடியில் அதன் வேரின் மேல் உட்கார்ந்து, தனக்கு நேர்ந்த அவமானத்தை எப்படித் துடைத்துக் கொள்வது, வள்ளியிடம் மறுபடியும் எப்படி நல்ல பெயர் வாங்குவது? - என்று சிந்தித்துக் கொண்டிருந்தான். அப்போது கார்த்திகை மாதக் கடைசி, ஒரு மாதம் சேர்ந்தாற்போல் அடைமழை பெய்து விட்டிருந்தது. கழனிகளில் நீர் நிறைந்து தளும்பிக் கொண்டிருந்தது. பச்சை மரங்களின் இலைகள், புழுதி தூசியெல்லாம் கழுவப்பட்டு நல்ல மரகத வர்ணத்துடன் பிரகாசித்தன. குளுகுளுவென்று குளிர்ந்த காற்று வீசிக் கொண்டிருந்தது. இப்படி வெளி உலகமெல்லாம் குளிர்ந்திருந்ததாயினும், பொன்னனுடைய உள்ளம் மட்டும் கொதித்துக் கொண்டிருந்தது.

பத்து வருஷத்துக்கு முன்னால் இந்தக் கார்த்திகை மாதம் எவ்வளவு ஆனந்தமாயிருக்கும்! பார்த்திப மகாராஜாவும் ராணியும் இளவரசரும் இங்கே அடிக்கடி வருவதும் போவதுமாயிருப்பார்கள். அரண்மனைப் படகுக்கு அடிக்கடி வேலை ஏற்படும். தோணித்துறை அப்போது எவ்வளவு கலகலப்பாயிருந்தது! குதிரைகளும், யானைகளும், தந்தப் பல்லக்குகளும் இந்த மாந்தோப்பில், வந்து காத்துக் கொண்டு கிடக்குமே! அந்தக் காலம் போய்விட்டது. இப்போது ஈ, காக்கை இங்கே வருவது கிடையாது. இந்தத் தோணித்துறைக்கு வந்த கேடுதான் என்ன? பார்த்திப மகாராஜா போர்க்களத்தில் இறந்து போனார். இளவரசர் எங்கேயோ கண் காணாத தீவில் தவித்துக் கொண்டிருக்கிறார். அருள்மொழி ராணியோ ஓயாமல் கண்ணீரும் கம்பலையுமாயிருக்கிறார். வசந்த மாளிகைக்குப் போவார் இல்லை; ஓடத்துக்கும் அதிகம் வேலை இல்லை. அந்தச் சண்டாளன் மாரப்ப பூபதி மட்டும் துரோகம் செய்யாமலிருந்தால், இப்போது விக்கிரம மகாராஜா சோழ நாட்டின் சிம்மாசனத்தில் வீற்றிருப்பார் அல்லவா? பல்லவ சக்கரவர்த்தி இங்கே ஏன் வரப்போகிறார்? வள்ளியிடம் தான் ஏச்சுக் கேட்கும்படியாக ஏன் நேரிட்டிருக்கப் போகிறது? இப்படிப் பொன்னன் யோசித்துக் கொண்டிருக்கும் போது, குதிரை வரும் சத்தம் கேட்டுத் திரும்பிப் பார்த்தான். சாலை ஓரத்தில் பொன்னனுடைய குடிசைக்கருகில் மாரப்ப பூபதி குதிரை மேலிருந்து இறங்கிக் கொண்டிருந்தான்.

133

அத்தியாயம் பத்தொன்பது

மாரப்பனின் மனோரதம்

மாரப்ப பூபதி பொன்னனின் குடிசைக் கதவைத் திறந்தபோது, வள்ளி
பின்வருமாறு சொல்லிக் கொண்டிருந்தாள்:- "மானம் போன பிறகு உயிரை
வைத்துக் கொண்டு இருந்து என்ன பிரயோஜனம்? நம்ம தேசத்துக்கும்
நம்ம மகாராஜாவுக்கும் துரோகம் செய்து விட்டு அப்புறம் பிராணனை
வைத்துக் கொண்டு இருக்கிறதாயிருந்தால், உனக்கும் அந்தக் கேடுகெட்ட
மாரப்பனுக்கும் என்ன வித்தியாசம்?" இதைக் கேட்டதும் அவனுடைய
முகம் கோபத்தினால் சிவந்தது. வாசற்படியிலேயே சிறிது நேரம்
அசையாமல் நின்றான். பிறகு என்ன தோன்றிற்றோ என்னவோ,
அவனுடைய முகத்தில் ஒருவிதமான மலர்ச்சி உண்டாயிற்று.
புன்னகையுடன் "என்ன வள்ளி! என் தலையையும் சேர்த்து
உருட்டுகிறாய்? என்ன சமாசாரம்? என்னோடு பொன்னனையும் சேர்க்கும்
படியாக அவன் அப்படி என்ன பாதகம் செய்துவிட்டான்?" என்றான்.
அடுப்பு வேலையைப் பார்த்தபடி பொன்னன்தான் வருகிறான் என்று
நினைத்துக் கொண்டு தலை நிமிராமல் முதலில் பேசிய வள்ளி வேற்றுக்
குரலைக் கேட்டதும் திடுக்கிட்டுப் பார்த்தாள். மாரப்பன் என்று அறிந்ததும்,
அவளுக்குக் கொஞ்சம் திகைப்பாய்த்தானிருந்தது. ஆனாலும் சீக்கிரத்தில்
சமாளித்துக் கொண்டு "உங்கள் தலையை உருட்டுவதற்கு என்னால்
முடியுமா, ஐயா? அதற்கு எந்த உண்மையான வீரம் படைத்த ஆண்
பிள்ளை பிறந்திருக்கிறானோ?" என்றாள்.

இதில் பிற்பகுதியை மெல்லிய குரலில் சொன்னபடியால் மாரப்பன் காதில்
நன்றாக விழவில்லை. "என்ன சொன்னாய் வள்ளி?" என்றான். இதற்குள்
பொன்னன் வெளியிலிருந்து வரவே, மாரப்பன் அவனைப் பார்த்து,
"பொன்னா! உன்னோடு ஒரு சமாச்சாரம் பேச வேண்டும், வா" என்று கூறி
அவனை வெளியில் அழைத்துப் போனான். இருவரும் நதிக் கரைக்குச்
சென்று மரத்தடியில் உட்கார்ந்தார்கள். "பொன்னா! நீ எனக்கு ஒரு பெரிய
உபகாரம் செய்திருக்கிறாய். அதற்காக என்றைக்காவது ஒரு நாள் நான்
உனக்கு நன்றி செலுத்தியாக வேண்டும்" என்றான் மாரப்பன். "நானா
ஐயா? உங்களுக்கு அப்படியொன்றும் செய்ததாகத் தெரியவில்லையே?"
"உனக்குத் தெரியாமலே செய்திருக்கிறாய், பொன்னா!" "ஐயையோ!
அப்படியானால், அதை வள்ளியிடம் மட்டும் சொல்லி விடாதீர்கள். அவள்

என்னை இலேசில் விட மாட்டாள்!" என்றான் பொன்னன். மாரப்பன் சிரித்துக் கொண்டே, "அதுதான் பொன்னா! அதுதான்! வள்ளியை நீ கல்யாணம் செய்து கொண்டாயே, அதுதான் நீ எனக்குச் செய்த பெரிய உபகாரம். ஒரு காலத்தில் அவளை நான் கல்யாணம் செய்து கொள்ளலாமென்ற சபலம் இருந்தது. அப்படி நடந்திருந்தால், என்னை என்ன பாடு படுத்தியிருப்பாளோ?" "ஆமாம் எஜமான் ஆமாம்! தங்களுடைய சாதுக் குணத்துக்கும் வள்ளியின் சண்டைக் குணத்துக்கும் ஒத்துக் கொள்ளாதுதான். சண்டை என்று கேட்டாலே தங்களுக்குச் சுரம் வந்துவிடும் என்பதுதான் உலகமெல்லாம் அறிந்த விஷயமாயிற்றே!" என்றான் பொன்னன்.

"என்ன சொன்னாய்?" என்று மாரப்பன் கத்தியை உருவினான். "ஓகோ! கத்தியைக் கூட கொண்டு வந்திருக்கிறீர்களா? நிஜக் கத்திதானே? கொஞ்சம் இருங்கள் வள்ளியைக் கூப்பிடுகிறேன். உங்கள் உறையில் உள்ள கத்தி நிஜக் கத்தியல்ல - மரக் கத்தி என்று அவள் ரொம்ப நாளாய்ச் சொல்லிக் கொண்டிருக்கிறாள்!" என்று கூறிவிட்டுப் பொன்னன் எழுந்திருந்தான். மாரப்பன் கத்தியைப் பக்கத்தில் தரையில் வைத்து விட்டு, "வேண்டாம், பொன்னா! உட்கார், புருஷர்களின் காரியத்தில் பெண் பிள்ளைகளைக் கூப்பிடக்கூடாது. அவர்கள் வந்தால் விபரீதந்தான். பார்! விக்கிரமனை சோழ தேசத்துக்கு ராஜாவாக்க நாம் பெருமுயற்சி செய்தோமே? அது பலித்ததா? நமது ஆலோசனைகளில் அருள்மொழி ராணியைச் சேர்த்துக் கொண்டதால் தானே, காரியம் கெட்டுப் போயிற்று?" என்றான். "அப்படியா? மகாராணி என்ன செய்தார்கள் காரியத்தைக் கெடுப்பதற்கு? அவர் தான் இங்கே இளவரசரையும் கிளப்பி விட்டுவிட்டு, அங்கே அச்சுதவர்மரிடமும் போய்ச் சொல்லிக் கொடுத்தாரா? பிள்ளைமேல் அவருக்கு என்ன அவ்வளவு விரோதம்?" "இல்லை, பொன்னா! ராணி யாரோ ஒரு சிவனடியாரை நம்பி, அவரிடம் எல்லாவற்றையும் சொல்லிவிட்டாள். அந்த வேஷதாரியை நம்ப வேண்டாமென்று நான் எவ்வளவோ சொன்னேன். கேட்டால்தானே! உண்மையில் அந்தக் கபட சந்நியாசி பல்லவ சக்கரவர்த்தியின் ஒற்றன்! எல்லாவற்றையும் போய்ச் சொல்லிவிட்டான்!" இதைக் கேட்டதும் பொன்னனுக்கு ஏற்கெனவே அந்தச் சிவனடியார் மேல் ஏற்பட்டிருந்த சந்தேகம் கொஞ்சம் பலப்பட்டது.

ஒருவேளை அவருடைய வேலையாகவே இருந்தாலும் இருக்கலாம். நாம் அனாவசியமாய் மாரப்ப பூபதியைச் சந்தேகித்தோமே? என்று சிறிது வெட்கமடைந்தான். "சிவனடியாராயிருந்தாலும் சரி, என்றைக்காவது ஒரு நாள் உண்மை தெரியப் போகிறது, அப்போது துரோகம் செய்தவனை...." என்று பொன்னன் பல்லை நரநரவென்று கடித்த வண்ணம், மாரப்பனுக்குப் பக்கத்தில் தரையில் கிடந்த கத்தியைச் சட்டென்று எடுத்து ஒரு சுழற்றிச் சுழற்றி அருகேயிருந்த ஒரு புங்கமரத்தில் ஒரு போடு போட்டான். வைரம் பாய்ந்த அந்த அடி மரத்தில் கத்தி மிக ஆழமாய்ப் பதிந்தது! மாரப்பனுடைய உடம்பு பாதாதி கேசம் ஒரு கணநேரம் வெடவெட வென்று நடுங்கிற்று. எனினும் பொன்னன் தன்னைத் திரும்பிப் பார்ப்பதற்குள் ஒருவாறு சமாளித்துக் கொண்டான். "பழைய கதையை இனிமேல் மறந்துவிடு, பொன்னா! இளவரசர் என்னவோ இனிமேல் திரும்பி வரப் போவதில்லை. நம்முடைய காரியத்தை நாம் பார்க்க வேண்டியது தான்." "நம்முடைய காரியம் என்ன இருக்கிறது இனிமேல் எல்லாந்தான் போய்விட்டதே!" எல்லாம் போய்விடவில்லை. நானும் நீயும் இருக்கிற வரையில் எல்லாம் போய்விடாது. ஆனால் யுக்தியை மாற்றிக் கொள்ள வேண்டும். சண்டையினால் முடியாத காரியத்தைச் சமாதானத்தினால் முடித்துக் கொள்ள வேண்டும். நீ கெட்டிக்காரன் பொன்னா! நான் எல்லாம் கேள்விப்பட்டேன். சக்கரவர்த்தி இந்த வழியாகப் போன போது உன்னை அழைத்துப் பேசினாராம். நீயும் அவருக்குப் பணிந்தாயாம் இதுதான் சரியான யுக்தி. பெண் பிள்ளை பேச்சைக் கேட்காதே. வள்ளி ஏதாவது உளறிக் கொண்டுதானிருப்பாள். நீ மாத்திரம் எனக்குக் கொஞ்சம் ஒத்தாசை செய்தாயானால், சோழ நாட்டை காப்பாற்றலாம். விக்கிரமன் ஒருவேளை திரும்பிவந்தால், இராஜ்யத்தை அவனிடம் ஒப்படைக்கலாம். இராஜ்யம் அடியோடு கையை விட்டுப் போய்விட்டால், அப்புறம் திரும்பி வராதல்லவா?" ஆரம்பத்தில் மாரப்பனின் பேச்சு பொன்னனுக்கு வேப்பங்காயாக இருந்தது.

விக்கிரமனுக்கு இராஜ்யத்தை திருப்பிக் கொடுப்பது பற்றி பிரஸ்தாபித்ததும், பழைய சேனாதிபதி, சொல்வதில் ஏதேனும் உண்மை இருக்குமோ? என்று பொன்னனுக்கு யோசனை உண்டாயிற்று. "நான் என்ன ஒத்தாசை செய்ய முடியும்?" என்று அவன் கேட்டான். "பிரமாதமாக ஒன்றும் செய்ய வேண்டியதில்லை. சக்கரவர்த்தியின் மகள் குந்தவிதேவி, அருள்மொழி ராணியைப் பார்க்க வரப்போவதாகப் பிரஸ்தாபம். நீ தானே

படகு விடுவாய்? சந்தர்ப்பம் நேரும்போதெல்லாம் என்னைப் பற்றிப் பேசு, உனக்குதான் தெரியுமே. பொன்னா! வள்ளியின் பாட்டன் ஜோசியம் சொல்லியிருக்கிறான் அல்லவா? எல்லாம் அந்த ஜோசியம் பலிப்பதற்கு ஏற்றபடியே நடந்து வருகிறது. இல்லாவிட்டால், குந்தவிதேவி இப்போது இங்கே வர வேண்டிய காரணமேயில்லை. பார்!" என்றான்.

குந்தவிதேவியை விக்கிரமன் மணந்துகொள்ள வேண்டுமென்னும் அருள்மொழி ராணியின் பழைய விருப்பம் பொன்னனுக்கு ஞாபகம் இருந்தது. எனவே, மாரப்பன் மேற்கண்டவாறு பேசியதும், பொன்னனுக்கு அவனிடமிருந்த வெறுப்பெல்லாம் திரும்பி வந்துவிட்டது; உள்ளுக்குள் கோபம் பொங்கிற்று. ஆயினும் அதை வெளியில் காட்டிக் கொள்ளாமல், "அதற்கென்ன? சமயம் நேர்ந்தால் கட்டாயம் உங்களைப் பற்றிக் குந்தவிதேவியிடம் பேசுகிறேன்" என்றான். "நீ செய்யும் உதவியை மறக்கமாட்டேன். பொன்னா! சக்கரவர்த்தி என்னைக் கூப்பிட்டிருக்கிறார். நாளைக்குப் பார்க்கப் போகிறேன். சேனாதிபதி வேலையை இப்போது எனக்குக் கொடுக்கப் போகிறார். பிறகு சோழ இராஜ்யமே என் கைக்குள் வருவதற்கு அதிக நாளாகாது. அப்போது உன்னைக் கவனித்துக் கொள்வேன்" என்று சொல்லிக் கொண்டே மாரப்பன் குதிரை மீதேறி அதைக் தட்டி விட்டான்.

அத்தியாயம் இருபது

சக்கரவர்த்தி சந்நிதியில்

மாரப்ப பூபதி போனவுடனே பொன்னன் குதித்துக் கொண்டு குடிசைக்குள் சென்றான். வள்ளியின் கோபத்தை மாற்றுவதற்கு ஒரு வழி கிடைத்தது என்ற எண்ணம் அவனுக்குக் குதூகலம் உண்டாக்கிற்று. மாரப்பன் சொன்னதையெல்லாம் கொஞ்சம் கைச்சரக்கும் சேர்த்து அவன் வள்ளியிடம் தெரிவித்த போது உண்மையாகவே அவன் எதிர்பார்த்த பலன் கிட்டிற்று. அதாவது வள்ளியின் கோபமெல்லாம் மாரப்பன்மேல் திரும்பிற்று. "ஓகோ! சக்கரவர்த்தியின் மகளை இவன் கல்யாணம் செய்து கொள்ள வேண்டும்; அதற்கு நீ தூது போகவேண்டுமோ? என்னிடம் மட்டும் அந்த மாதிரி அவன் சொல்லியிருந்தால், தலையிலே ஒரு சட்டி நெருப்பைக் கொட்டியிருப்பேன்; நீ கேட்டுக்கொண்டு சும்மா வந்தாய்!" என்றாள். "சும்மாவா வந்தேன்? உனக்கு என்ன தெரியும்? எப்பேர்ப்பட்ட கோபம் அப்போது எனக்கு வந்தது தெரியுமா வள்ளி! அவன் வாளைக் கொண்டே அவன் தலையை வெட்டிப் போடப் பார்த்தேன்; புங்கமரம் நடுவிலே நின்று தடுத்து விட்டது!" என்றான். "ஆமாம், நீ வாய்வெட்டுத்தான் வெட்டுவாய்! வாள் வெட்டுக்கு உன் கையிலே சக்தி இருக்கிறதா!" என்றாள் வள்ளி. பொன்னன் "இங்கே வா! நான் சொல்லுகிறது நிஜமா, இல்லையா? என்று காட்டுகிறேன்" என்று சொல்லி அவள் கையைப் பிடித்து கரகரவென்று இழுத்துக் கொண்டு போனான். புங்க மரத்தில் கத்தி வெட்டு ஆழமாய்ப் பதிந்திருந்ததைக் காட்டினான். அதைப் பார்த்ததும் வள்ளி முகம் மலர்ந்தது. "இந்த வெட்டை மரத்தில் ஏன் போட்டாய்? பாவம் பச்சை மரம்! அவன் மேலேயே போடுகிறதுதானே" என்றாள்.

"இருக்கட்டும்; ஒரு காலம் வரும். அப்போது போடாமலா போகிறேன்!" என்றான் பொன்னன். பிறகு, இருவரும் மேலே என்ன செய்வதென்று வெகு நேரம் யோசித்தார்கள். மாரப்ப பூபதி எவ்வளவு துர்நடத்தை யுள்ளவன் என்பதைச் சக்கரவர்த்திக்கு எப்படியாவது தெரிவித்துவிட வேண்டுமென்று அவர்கள் முடிவு செய்தார்கள். ஆனால் எவ்விதம் தெரிவிப்பது? "நீதான் அன்றைக்குச் சக்கரவர்த்திக்குக் கும்பிடு போட்டுக் காலில் விழுந்தாயே! அவரை உறையூரில் போய்ப் பார்த்து எல்லாவற்றையும் சொல்லிவிடேன்" என்றாள் வள்ளி. "நான் கலகத்தில்

சம்பந்தப்பட்டவன் என்று உறையூரில் எல்லாருக்கும் தெரியுமே! உறையூருக்குள் என்னைப் போகவிடவே மாட்டார்கள். அதிலும் சக்கரவர்த்தியைப் பார்க்க வேண்டு மன்று சொன்னால் சந்தேகப்பட்டுக் காராக்கிரகத்தில் பிடித்துப் போட்டு விடுவார்கள்" என்று பொன்னன் சொன்னான். "அப்படியானால் நான் போய்விட்டு வரட்டுமா?" என்றாள் வள்ளி. "நீ எப்படிச் சக்கரவர்த்தியைப் பார்ப்பாய்? உன்னை யார் விடுவார்கள்?" இப்படி இவர்கள் பேசிக் கொண்டிருக்கும்போது குடிசையின் வாசலில் குதிரைகள் வந்து நிற்கும் சத்தம் கேட்டது. "யார் இப்போது குதிரைமேல் வந்திருக்க முடியும்?" என யோசித்துக் கொண்டே வள்ளியும் பொன்னனும் வெளியில் வந்தார்கள். பல்லவ வீரர்கள் ஐந்தாறு பேர் வந்திருப்பதைப் பார்த்ததும், அவர்களுக்குக் கொஞ்சம் திடுக்கிட்டது.

வந்த வீரர்களின் தலைவன், "ஓடக்காரா! உன்னைக் கைப்பிடியாகப் பிடித்துக் கொண்டு வரும்படி சக்கரவர்த்தியின் கட்டளை, மரியாதையாய் உடனே புறப்பட்டு வருகிறாயா? விலங்கு பூட்டச் சொல்லட் டுமா?" என்றான். பொன்னன் கலவரமடைந்த முகத்துடன் வள்ளியைப் பார்த்தான். வள்ளி துணிச்சலுடன் வீரர் தலைவனை நோக்கி,"சோழ நாட்டில் மரியாதைக்கு எப்போதும் குறைச்சல் இல்லை ஐயா! நீங்கள் பிறந்த ஊரில் தான் மரியாதைக்குப் பஞ்சம் போலிருக்கிறது!" என்றாள். "ஓகோ! நீதான் வாயாடி வள்ளியா? உன்னையுந்தான் கொண்டுவரச் சொன்னார், சக்கரவர்த்தி!" "ஆகா! வருகிறேன். உங்கள் சக்கரவர்த்தியை எனக்குந் தான் பார்க்க வேண்டும். பார்த்து "உறையூரிலிருந்து காஞ்சிக்குப் போகும்போது கொஞ்சம் மரியாதை வாங்கிக் கொண்டு போங்கள்!" என்றும் சொல்ல வேண்டும் என்றாள். சக்கரவர்த்தியின் விஜயத்தை முன்னிட்டு உறையூர் வீதிகள் அழகாக அலங்கரிக்கப்பட்டிருப்பதைப் பார்த்த போது பொன்னனுக்கும் வள்ளிக்கும் ஆத்திரமும் துக்கமும் பொங்கிக் கொண்டு வந்தன. முன் தடவை உறையூர் இவ்வளவு அலங்காரத்துடன் காட்சியளித்தது, பார்த்திப மகாராஜா போருக்குக் கிளம்பிய சமயத்தில்தான்.

ஆகா அதையெல்லாம் சோழநாட்டு ஜனங்கள் அடியோடு மறந்துவிட்டார்கள் போலிருக்கிறது! பார்த்திப மகாராஜாவின் மரணத்துக்குக் காரணமான நரசிம்ம சக்கரவர்த்தியின் விஜயத்துக்காக இப்படி யெல்லாம் நகரலங்காரம் செய்திருக்கிறார்களே! இது என்ன அவமானம்? சோழ நாட்டுக்கு என்ன கதி நேர்ந்துவிட்டது? அருள்மொழி

ராணி இப்போது உறையூருக்கு வந்து இந்தக் கோலாகலங்களையெல்லாம் பார்த்தால் மனம் சகிப்பாரா? இவ்விதம் பேசிக் கொண்டே பொன்னனும் வள்ளியும் சக்கரவர்த்திக்கென்று புதிதாக அமைக்கப்பட்டிருந்த அரண்மனையை அடைந்தார்கள். அந்த அரண்மனையில் பெருமிதமும், அதில் காணப்பட்ட சிற்ப வேலைப்பாடுகளும் அவர்களைப் பிரமிக்கச் செய்தன; அவர்களின் ஆத்திரத்தையும் அதிகப்படுத்தின. சோழ மன்னன் அமர்ந்து ஆட்சி செலுத்த வேண்டிய இடத்தில் வெளியூரான் வந்தல்லவா இவ்வளவு ஆர்ப்பாட்டம் செய்கிறான்? அரண்மனைக்குள் அவர்கள் ஒரு அறையில் கொண்டு வந்து நிறுத்தப் பட்டார்கள். அதற்கு அடுத்த அறையில் பேச்சுக் குரல்கள் கேட்டுக் கொண்டிருந்தன. கம்பீரமான ஒரு ஆண் குரல் அதிகமாகக் கேட்டது. ஒரு இளம் பெண்ணின் இனிய குரலும், சிரிப்பின் ஒலியும் இடையிடையே கேட்டன. ஈனஸ்வரத்தில் இன்னொரு ஆடவன் குரலும் கேட்டது. அது மாரப்ப பூபதியின் குரல் மாதிரி இருக்கவே பொன்னன் திடுக்கிட்டான்.

சக்கரவர்த்திக்கு விரோதமான சதியாலோசனையில் கலந்து கொண்டதன் பொருட்டு விசாரிப்பதற்காகத்தான் சக்கரவர்த்தி தங்களை அழைத்து வரச் செய்திருக்க வேண்டும் என்று, பொன்னனும் வள்ளியும் கிளம்பும்போது ஊகித்தார்கள். விசாரணையின்போது தைரியமாக மறுமொழி சொல்லி, சக்கரவர்த்திக்குப் பொன்னன் கும்பிட்ட அவமானத்தைத் துடைத்துக் கொள்ள வேண்டுமென்றும் அவர்கள் பேசிக் கொண்டு வந்தார்கள். மாரப்ப பூபதியின் ஈனக் குரலிலிருந்து தாங்கள் ஊகித்தது சரிதான் என்று அவர்களுக்குப்பட்டது. அப்போது வள்ளி பொன்னன் காதோடு ஏதோ சொன்னாள். அவள் சொல்லி முடிப்பதற்குள், உள்ளேயிருந்து கம்பீரமான குரல் "எங்கே? அந்த ஓடக்காரனைக் கொண்டு வா" என்று கட்டளையிட்டது. பொன்னனையும் வள்ளியையும் அடுத்த அறைக்குள் கொண்டு போனார்கள். அங்கே நவரத்தின கச்சிதமான சிங்காதனத்தில் சக்கரவர்த்தி கம்பீரத் தோற்றத்துடன் வீற்றிருப்பதையும் அவருக்கு அருகில் குந்தவி தேவி சாய்ந்து கொண்டு நிற்பதையும், எதிரே மாரப்பன் குனிந்த தலையுடனும் நடுங்கிய உடம்புடனும் எண்சாணுடம்பும் ஒரு சாணாய்க்குறுகி நிற்பதையும், வள்ளியும் பொன்னனும் போகும் போதே பார்த்துக் கொண்டார்கள். சக்கரவர்த்தியின் எதிரில் போய் நின்ற பிறகு அவர்களால் தலை நிமிர்ந்து பார்க்க முடியவில்லை.

சக்கரவர்த்தியின் முகத்தில் பொங்கிய தேஜஸானது அப்படிக் கண்களைக் கூசச் செய்து அவர்களுக்கு அடக்க ஒடுக்கத்தை அளித்தது. மாமல்ல சக்கரவர்த்தி இடி முழக்கம் போன்ற குரலில் சொன்னார்: "ஓகோ! இவன்தானா? தோணித் துறையில் அன்றைக்குப் பார்த்தோமே? வெகு சாதுவைப்போல் வேஷம் போட்டு நடித்தான்! நல்லது, நல்லது! படகு தள்ளுகிறவன் கூடப் பல்லவ சாம்ராஜ்யத்துக்கு விரோதமாகச் சதி செய்வதென்று ஏற்பட்டுவிட்டால், அப்புறம் கேட்பானேன்? அழகுதான்!" இவ்விதம் சக்கரவர்த்தி சொன்னபோது, பொன்னனும் வள்ளியும் அடியோடு தைரியத்தை இழந்துவிட்டார்கள். அவர்களுடைய நெஞ்சு படபடவென்று அடித்துக் கொண்டது. தோணித்துறையில் இனிய வார்த்தை பேசிய சக்கரவர்த்திக்கும், இங்கே நெருப்புப் பொறி பறக்கும்படி பேசும் சக்கரவர்த்திக்கும் காணப்பட்ட வித்தியாசம் அவர்களைத் திகைக்கச் செய்தது. சக்கரவர்த்தி மேலும் சொன்னார்: "இருக்கட்டும், உங்களைப் பின்னால் விசாரித்துக் கொள்ளுகிறேன். ஓடக்காரா! நான் இப்போது கேட்பதற்கு மறுமொழி சொல்லு. ஏன் தலையைக் குனிந்து கொள்கிறாய்? நிமிர்ந்து என்னைப் பார்த்து, உண்மையைச் சொல்லு. நமது சாம்ராஜ்யத்துக்கு விரோதமாகக் கலகம் செய்யும்படி விக்கிரம இளவரசரை முக்கியமாகத் தூண்டிவிட்டது யார்....?" பொன்னன் பளிச்சென்று நிமிர்ந்து பார்த்து "பிரபோ! இதோ உங்கள் முன்னால் நிற்கிறாரே, இந்த மாரப்ப பூபதிதான்!" என்றான்.

அத்தியாயம் இருபத்தொன்று

வள்ளியின் சாபம்

பொன்னனுடைய குற்றச்சாட்டைக் கேட்டபோது மாரப்பன் திடீரென்று ஆயிரம் தேள் கொட்டிய வனைப்போல் துடிதுடித்தான். பொன்னனைப் பார்வையாலேயே எரித்து விடுகிறவனைப்போல் ஒருகண நேரம் கடூரமாய்ப் பார்த்தான். பின்னர் திரும்பித் தலையைக் குனிந்து கொண்டான். "பூபதி! இதற்கு என்னச் சொல்கிறாய்?" என்று சக்கரவர்த்தி இடிக் குரலில் கேட்கவும், மாரப்பனுக்கு மறுபடியும் தூக்கிவாரிப்போட்டது. ஆத்திரத்தினாலும், கோபத்தினாலும் அவனுக்கு அழுகை வந்துவிட்டது. "பிரபோ! இவன் சொல்வது பொய், பொய், பொய்! இளவரசனை நான் தூண்டிவிடவில்லை. இவர்களுடைய சதியாலோசனையைப் பற்றி நன்றாய்த் தெரிந்து கொள்வதற்காகச் சிறிது காலம் இவர்களுக்கு உதவியாயிருப்பது போல் நடித்தேன்; அவ்வளவு தான். உடனுக்குடனே, தங்களுடைய தளபதி அச்சுதவர்ம பல்லவரிடம் எல்லா விவரங்களையும் சொல்லிக் கொண்டிருந்தேன்...." அப்போது, "பாவி! துரோகி!" என்ற மெல்லிய பெண் குரல் கேட்டது. சக்கரவர்த்தி "யார் அது?" என்று அதட்டிவிட்டுச் சுற்றும் முற்றும் பார்த்தார். அந்தக் குரல் வள்ளி நின்ற திசையிலிருந்துதான் வந்தது. ஆனாலும் வள்ளி சக்கரவர்த்தி அந்தப் பக்கம் பார்த்தபோது பரம சாதுவைப் போல் நின்றாள்.

மாரப்பன் சிறிது தைரியமடைந்து, "பிரபோ! விக்கிரமனை இந்த அடிமைத் தூண்டிவிடவில்லை; இது சத்தியம். அவனைத் தூண்டிவிட்டது யார் என்றும் எனக்குத் தெரியும்! சத்தியமாய்த் தெரியும்! சமூகத்தில் கட்டளை பிறந்தால் சொல்லுகிறேன்" என்றான். "சொல்லு; தைரியமாய்ச் சொல்லு!" என்றார் சக்கரவர்த்தி. "ஜடாமகுடதாரியான ஒரு சிவனடியார் அருள்மொழி ராணியையும் விக்கிரமனையும் அடிக்கடி வந்து பார்த்துக் கொண்டிருந்தார். அவர் உண்மையில் சிவனடியார் இல்லை; கபட சந்நியாசி. அவர் தான் விக்கிரமனை இந்தப் பயங்கரமான காரியத்தில் தூண்டிவிட்டார்." இதுவரை மௌனமாய் இந்த நாடகத்தைப் பார்த்துக் கொண்டிருந்த குந்தவி இப்போது குறுக்கிட்டு "உமக்கு எப்படித் தெரியும்? அந்த கபட சந்நியாசியை நீர் பார்த்திருக்கிறீரா?" என்று கேட்டாள். "ஆமாம், தேவி! இந்தக் கண்களாலேயே பார்த்திருக்கிறேன். இதோ சாதுபோல் நிற்கிறானே, இந்தக் ஓடக்காரனுடைய குடிசையில்தான்

அவர்கள் அடிக்கடி சந்தித்துச் சதியாலோசனை செய்து வந்தார்கள். அந்தக் கபட சந்நியாசியின் சடையைப் பிடித்துக் குலுக்கி அவனை இன்னாரென்று வெளிப்படுத்த நான் பிரயத்தனம் செய்தேன். இந்தப் பொன்னனும் வள்ளியும் தான் அதைக் கெடுத்தார்கள்." "என் பேச்சை எடுத்தால் நாக்கை அறுத்துவிடுவேன்" என்று வள்ளி மெல்லிய குரலில் முணுமுணுத்தாள்.

சக்கரவர்த்தி அவளைப் பார்த்துப் புன்னகையுடன், "பெண்ணே! அடிக்கடி உன் உதடுகள் அசைகின்றன. ஆனால் வார்த்தை எதுவும் வெளியில் வரக் காணோம்! உனக்கு ஏதாவது சொல்ல வேண்டுமானால் பயப்படாமல் சொல்லு!" என்றார். உடனே வள்ளி சக்கரவர்த்தியைப் பார்த்துக் கும்பிட்டுக் கொண்டு, "பிரபோ! இவர் சொல்வதெல்லாம் பொய். சிவனடியார் இளவரசரைத் தூண்டிவிட்டார் என்பது பெரும் பொய். சாமியார் பெரிய மகான், அவர் அடிக்கடி வந்து ஆறுதல் சொல்லிக் கொண்டிருந்தபடியால் தான் எங்கள் மகாராணி இன்னும் உயிரோடிருக்கிறார். அவர் இளவரசரை "இந்தக் காரியம் வேண்டாம், வேண்டாம்" என்று தான் சொல்லிக் கொண்டிருந்தார். இளவரசருடைய மனத்தை மாற்ற முடியவில்லை. சாமியார் மேல் பொய்யாகக் குற்றம் சுமத்துகிறவர்கள் பாவிகள், சண்டாளிகள், அவர்கள் நரகத்துக்குத்தான் போவார்கள்...." என்றாள். "நிறுத்து பெண்ணே! போதும் சாபம் கொடுத்தது!" என்று சக்கரவர்த்தி சொல்லி, குந்தவியை நோக்கிப் புன்னகையுடன் "பார்த்தாயா அம்மா!" என்றார். "பார்த்தேன்; அந்தச் சாமியாரின் மந்திரத்தில் இந்தப் பெண்ணும் நன்றாய் மயங்கிப் போயிருக்கிறாள்! இவர்களில் ஒருவராவது முழுதும் உண்மை சொல்வதாக எனக்குத் தோன்றவில்லை அப்பா! ஒவ்வொருவரும் மனதில் ஒரு நோக்கத்தை வைத்துக் கொண்டு பேசுகிறார்கள்" என்றாள் குந்தவி.

அப்போது சக்கரவர்த்தி மாரப்ப பூபதியைப் பார்த்து, "பூபதி! உன்மேல் ஏற்பட்ட சந்தேகம் தீரவில்லை. போனால் போகிறதென்று இந்தத் தடவை மன்னித்து விடுகிறேன். சேனாதிபதி பதவிக்கு நீ இப்போது ஆசைப்படுவது வீண். அந்தப் பதவிக்கு உன்னுடைய தகுதியை இனிமேல் தான் நீ நிரூபிக்க வேண்டும். அதுவரையில் உன் பேரில் வேறு குற்றம் ஏற்படாதபடி பார்த்துக் கொள்ள வேண்டும் தெரிந்ததா, இப்போது நீ போகலாம்!" என்று மிகக் கடுமையான குரலில் கூறினார். மாரப்ப பூபதி சப்த நாடியும் ஒடுங்கியவனாய் வெளியேறினான். அந்தச் சமயத்தில் ஒரு

சேவகன் உள்ளே வந்து சக்கரவர்த்திக்கு அடிபணிந்து ஒரு ஓலையை
நீட்டினான். சக்கரவர்த்தி அதை வாங்கிப் படித்ததும் "ஓடக்காரா! நீயும்
உன் மனைவியும் இப்போது போகலாம், பிறகு உங்களைக்
கவனிக்கிறேன். உன் மனைவியை அந்தச் சிவனடியார் விஷயத்தில்
மட்டும் கொஞ்சம் ஜாக்கிரதையாயிருக்கச் சொல்லு! அவருடைய
மந்திரத்தில் அவள் ரொம்பவும் மயங்கியிருக்கிறாள்போல் தோன்றுகிறது"
என்றார். அப்போது வள்ளியின் முகத்திலே நாணத்தின் அறிகுறி
தோன்றியது. திடீரென்று அது புன்னகையாக மாறியது. தலை குனிந்த
வண்ணம் சக்கரவர்த்தியைக் கடைக்கண்ணால் பார்த்துக் கொண்டே
அவள் பொன்னனைத் தொடர்ந்து வெளியே சென்றாள்.

சக்கரவர்த்தி அவர்கள் வெளியேறிய திசையைப் பார்த்த வண்ணம்
"நானும் எத்தனையோ பெண்களைப் பார்த்திருக்கிறேன் இந்த
வள்ளியைப்போல்..." என்று ஏதோ சொல்ல ஆரம்பித்தார். "அது
இருக்கட்டும், அப்பா! ஏதோ ஓலை வந்ததே? அது என்ன!" என்று குந்தவி
கேட்டாள். "போலிச் சிவனடியாரைப்பற்றி இத்தனை நேரம் பேசிக்
கொண்டிருந்தோமல்லவா? உண்மையான சிவனடியார் இப்போது
வருகிறார். நகருக்கு வெளியே சென்று அவரை நாம் எதிர்கொண்டழைத்து
வரவேணும்" என்றார் சக்கரவர்த்தி. "அவர் யார், அப்படிப்பட்ட
உண்மையான சிவனடியார்? அப்பா! ஒருவேளை நமது அப்பர்
பெருமானோ? அவரைப் பற்றி அன்று கொஞ்சம் அபசாரமாக
நினைத்தேன். அடிகளை மறுபடியும் தரிசித்து அவரிடம் மன்னிப்புக்
கேட்க வேண்டும்" என்றாள் குந்தவி. "குழந்தையாகிய நீ அபசாரமாக
நினைத்ததனால் அவருக்கு என்ன குறைவு நேர்ந்துவிடப் போகிறது?
எப்போதும் சிவானந்தத்திலே திளைத்திருக்கும் மகான் அவர்.
கொஞ்சங்கூட அதைப்பற்றி உனக்குக் கவலை வேண்டாம். குழந்தாய்!
இப்போது வரப்போகிறவர் அப்பர் பெருமான் அல்ல; பரஞ்சோதி அடிகள்."
"யார்? உங்களுடைய பழைய சேனாதிபதியா? உங்களுடன் வாதாபிக்கு
வந்து புலிகேசியை வெல்ல உதவி புரிந்தவரா?"

"அவர் உதவி புரியவில்லை, குந்தவி! அவர்தான் புலிகேசியை வென்றவர்;
புற்றிலிருந்து ஈசல் கிளம்புவது போல் கிளம்பிய சளுக்கர் படைகளைத்
துவம்சம் செய்தவர். அந்த மகாவீரர்தான் இப்போது அரையில் உடுத்திய
துணியுடன், விபூதி ருத்திராட்சதாரியாய் ஸ்தலயாத்திரை செய்து
கொண்டு வருகிறார். தமது பெயரைக் கூட அவர் மாற்றிக் கொண்டு

விட்டார். "சிறுத் தொண்டர்" என்று தம்மைச் சொல்லிக் கொள்கிறார்."
"அவர் ஏன் சேனாதிபதி பதவியை விட்டார்? அவருக்கு ரொம்ப
வயதாகிவிட்டதா?" என்று குந்தவி கேட்டாள். "இல்லை; அவருக்கு அப்படி
ஒன்றும் வயசாகவில்லை. அவர் சேனாதிபதி பதவியை விட்ட
காரணத்தை இன்னொரு சமயம் சொல்கிறேன். இப்போது அவர் வரும்
நேரம் ஆகிவிட்டது" என்றார் சக்கரவர்த்தி. பிறகு, "குந்தவி!
பரஞ்சோதியுடன் கூட அவருடைய தர்மபத்தினியும் யாத்திரை செய்து
வருகிறார். அவர்களை எதிர்கொண்டழைத்து வரலாம்; நீயும்
வருகிறாயா?" என்று கேட்டார். "அவசியம் வருகிறேன், அப்பா!
அவர்களைப் பார்க்க வேண்டுமென்று எனக்கு எத்தனையோ நாளாக
ஆசை!" என்றாள் குந்தவி.

அத்தியாயம் இருபத்திரண்டு

சிறுத்தொண்டர்

உறையூருக்கு மேற்கே காவேரி நதியிலிருந்து சற்றுத் தூரத்தில் ஒரு அழகான தாமரைக்குளம் இருந்தது. அந்தி நேரமானபடியால், அத்தடாகத்தை அழகு செய்த தாமரை மலர்கள் எல்லாம் அச்சமயம் இதழ் கூம்பியிருந்தன. மேல் வானத்தைப் பொன்மயமாகச் செய்து கொண்டிருந்த சூரியன் சுழலுகின்ற தங்கத் தகட்டைப்போல் அதிவிரைவாய்க் கீழே இறங்கிக் கொண்டிருந்தான். தாமரைக் குளத்தைச் சேர்ந்த படித் துறை மண்டபத்தில் சக்கரவர்த்தியும் அவருடைய செல்வப் புதல்வியும் வந்து தங்கியிருந்தார்கள். மண்டபத் துக்குச் சற்றுப் பின்னால் வேல்பிடித்த வீரர்கள் ஒதுங்கி நின்றார்கள். பட்டத்து யானையும், புரவிகளும் சிறிது தூரத்தில் காணப்பட்டன. மேற்குத் திக்கிலிருந்து காவேரி ஆற்றின் ஓரமாக வந்த சாலையைச் சக்கர வர்த்தி ஆவலுடன் உற்று நோக்கிக் கொண்டிருந்தார். குந்தவி தடாகத்தின் படிக்கட்டில் இறங்கிக் கீழ்ப் படியில் வந்து நின்றாள். தளதளவென்று விளங்கிய தாமரை இலைகளின் வனப்பையும், கூம்பிய தாமரை மலர்கள், மொட்டுகள் இவற்றின் அழகையும் அவள் சிறிது நேரம் பார்த்து மகிழ்ந்தாள். தாமரை இலைகளின் மேலே முத்து முத்தாகத் தண்ணீர்த்துளிகள் நின்றதையும், இளங்காற்றில் தாமரை இலைகள் அசைந்தபோது அந்த முத்துக்கள் அங்குமிங்கும் ஓடிச் சில சமயம் பிரிந்தும் விளையாடியதையும் பார்த்துக் களித்தாள்.

அப்போது தடாகத்தின் தெளிந்த நீரில் பிரதிபலித்த அவளுடைய உருவமானது தற்செயலாக அவள் பார்வையைக் கவர்ந்தது. சந்தன நிறத் தந்தத்தினால் செய்தவை போல் விளங்கிய குந்தவியின் அழகிய நீண்ட புஜங்களும் பங்கஜ மலர்ப் பாதங்களும் பளிங்கு போல் தெளிந்த தண்ணீரிலே பிரதிபலித்தபோது பன்மடங்கு வனப்பும் சோபையும் பெற்று விளங்கின. குந்தவி தன்னுடைய பிரதி பிம்பத்தைத் தானே பார்த்த வண்ணமாகச் சற்றுநேரம் ஸ்தம்பித்து நின்றாள். அந்தக் காட்சி, கைதேர்ந்த சிற்பி ஒருவன் செய்த அற்புத அழகு வாய்ந்த தந்தப்பதுமை ஒன்றை உயர்ந்த ஆடை ஆபரணங்களினால் அலங்கரித்து அக்குளக்கரையில் நிறுத்தி வைத்திருப்பது போல் தோன்றியது. திடீரென்று தந்தப் பதுமைக்கு உயிர் வந்ததுபோல் குந்தவி ஒரு நீண்ட

பெருமூச்சு விட்டாள். அவளுடைய மேனி அழகைப்பற்றி அவளிடம் ஏற்கெனவே பலர் பிரஸ்தாபித்ததுண்டு. தாய்மார்கள் சொல்லியிருக்கிறார்கள்; தோழிகள் அடிக்கடி கூறியிருக்கிறார்கள்; சித்திரக்காரர்களும் சிற்பிகளும் வியந்து பாராட்டியிருக்கிறார்கள். அப்போதெல்லாம் குந்தவி மேற்படி பாராட்டுதல் களைப் பொருட்படுத்தியதேயில்லை. ஆனால், இப்போது அவள் தன் மேனி அழகைப் பற்றித் தானே சிந்திக்கத் தொடங்கினாள். தோழிகள் அழகைப் பற்றிச் சொல்வதெல்லாம் வெறும் புகழ்ச்சியல்ல, விளையாட்டுமல்ல; உண்மைதான். ஆனால், ஆனால்...? "இந்த அழகினாலே என்ன பிரயோஜனம்?" என்று அவளுடைய உள்ளத்தில் ஒரு கேள்வி எழுந்தது.

அடுத்தாற்போல் "ஆகா! அந்த இராஜகுமாரனுக்கு இந்த உறையூர்தானே? அவன் மட்டும் இப்போது என் அருகில் நின்று கொண்டிருந்தால்....?" என்னும் எண்ணம் உண்டாயிற்று. இதை அடுத்து இன்னதென்று விவரிக்க முடியாத மனக்கிலேசம் ஏற்பட்டது. "இந்த அலங்காரமெல்லாம் என்னத்திற்காக? நாளை முதல் ஆபரணம் ஒன்றும் அணிந்து கொள்ளக்கூடாது. இவற்றினால் என்ன பிரயோஜனம்? அழகு அதிகமாகி விடுகிறதா! இருக்கிற அழகு போதுமே?" என்றெல்லாம் சிந்தனைகள் தோன்றின. "இப்போதே இதையெல்லாம் எடுத்து எறிந்துவிடுகிறேனே! என்று தலையில் சூடியிருந்த ஆபரணங்களை முதலில் எடுக்கப் போனாள். அப்போது திடீரென்று அவளுடைய தந்தையின் குரல், 'குந்தவி! இங்கே ஓடி வா!" என்று விரைந்து அழைத்தது காதில் விழுந்தது. தன்னை மறந்த சிந்தனையில் ஆழ்ந்திருந்த குந்தவி, திடுக்கிட்டுத் தந்தை இருந்த பக்கம் நோக்கினாள். "அதோ பார் குந்தவி, சிவிகை வருகிறது! என் அருமைச் சிநேகிதர் வருகிறார்! பல்லவ சேனாதிபதி வருகிறார்! சளுக்கரை முறியடித்துப் புலிகேசியைக் கொன்ற மகா வீரர் வருகிறார்! உறையூருக்கு நாம் இந்தச் சமயம் வந்தது எவ்வளவு நல்லதாய்ப் போயிற்று!..." இவ்விதம், ஊரிலிருந்து உறவினர் வரக்காணும், சின்னஞ்சிறு குழந்தையைப்போல் சக்கரவர்த்தி அளவற்ற உற்சாகத்துடன், சொல்லிக்கொண்டே போனார். அவர் அவ்வளவு குதூகலம் கொண்டதைக் குந்தவி அதற்கு முன்னால் கண்டதேயில்லை.

சிறிது நேரத்துக்கெல்லாம் சிவிகை தாமரைத் தடாகத்தின் அருகில் வந்துவிட்டது. மண்டபத்தில் சக்கரவர்த்தி நிற்பதைக் கண்டதும் ஏவலாளர் சிவிகையை விரைந்து கீழே இறக்கினார்கள். அந்தச் சிவிகையிலிருந்து,

தலையையும் முகத்தையும் நன்கு முண்டனம் செய்தவரும், விபூதி ருத்திராட்சதாரியுமான பெரியவர் ஒருவர் இறங்கினார். அவருடன் ஒரு மூதாட்டியும் இறங்கினார். அந்தப் பெரியவர் "அரசே! என்று சொல்லிக் கொண்டு மண்டபத்தை நோக்கி விரைந்து வந்தார். சக்கரவர்த்தியும் "சேனாதிபதி!" என்று சொல்லிக் கொண்டு மண்டபத்திலிருந்து விரைவாகக் கீழே இறங்கி வந்தார். சற்று நேரம் ஒருவரையொருவர் பார்த்த வண்ணமாகக் கூப்பிய கரத்துடன் நின்றார்கள். இருவருடைய கண்களிலும் நீர் ததும்பியது. பிறகு, ஏக காலத்தில் இருவரும் ஒருவரையொருவர் நெருங்கி வந்து ஆலிங்கனம் செய்து கொண்டார்கள். அப்போது இருவருடைய கண்களிலிருந்தும் கண்ணீர் பெருகி வழிந்து அருவியாக ஓடத் தொடங்கியது. இதற்கிடையில் சிவிகையிலிருந்து இறங்கிய மூதாட்டியை நோக்கிக் குந்தவி வந்தாள். அவருக்குக் குந்தவி நமஸ்காரம் செய்ய யத்தனிக்க, அந்த அம்மையார் அதற்கு இடங்கொடாமல் அவளைத் தம்முடன் சேர்த்து அணைத்துக் கொண்டு, "குழந்தாய்! பிறைசூடும் பெருமானுடைய அருளால் உனக்கு எல்லா மங்களமும் உண்டாகட்டும். உன் மனதிற்கிசைந்த மணவாளனை அடைந்து தீர்க்க சுமங்கலியாக வாழ்வாய்!" என்று ஆசீர்வதித்தார்.

அவர் இவ்விதம் ஆசிகூறியபோது குந்தவியின் தேகத்தில் புளகாங்கிதம் உண்டாயிற்று. பரஸ்பரம் ஆலிங்கனம் செய்து கொண்டு ஆனந்தக் கண்ணீர் சொரிந்த சக்கரவர்த்தியும், அவருடைய பழைய சேனாதிபதியும் சிறிது நேரத்துக் கெல்லாம் சற்று விலகி ஒருவரையொருவர் பார்த்துக் கொண்டு நின்றார்கள். "உறையூருக்கு நான் இச்சமயம் வந்தது எவ்வளவு அதிர்ஷ்டம்! இல்லாவிட்டால் உங்களைப் பார்த்திருக்க முடியாதல்லவா? நீங்கள்தான் என்னை அடியோடு மறந்து விட்டீர்கள்; காஞ்சிக்கு வருவதேயில்லை!" என்றார் சக்கரவர்த்தி. "அரசே! தங்களை நான் மறந்து விடுவதா? தென்னாட்டில் நான் தரிசித்த ஒவ்வொரு ஸ்தலத்திலும் தங்களுடைய நினைவு எனக்கு உண்டாயிற்று. இந்தத் திவ்வியக்ஷேத்திர யாத்திரையில் தாங்களும் என்கூட இல்லையே என்று எவ்வளவோ வருந்தினேன். கடைசியாகப் பழனிமலையில் எழுந்தருளியிருக்கும் ஆண்டவனைத் தரிசித்தபோதும் தங்களுடைய நினைவுதான் எனக்கு. அவருடைய சந்நிதியில் நான் விரும்பியது உடனே நிறைவேறி விட்டது. இங்கே வந்ததும் தங்களைப் பார்த்தேன்..." "சேனாதிபதி!" "பிரபோ! என்னை அவ்விதம் அழைக்க வேண்டாம்!" "பரஞ்சோதி!"

"அது என் பூர்வ ஜன்மப் பெயர்! அதை இப்போது கேட்கப் பிடிக்கவில்லை."
"கேளும், சிவபக்தரே!" "அவ்வளவு பெருமைக்கு நான் உரியவன் அல்ல
பிரபு! இன்று இந்நாட்டில் மகான்களான சிவபக்தர்கள் எத்தனையோ பேர்
இருக்கிறார்கள். அவர்களுக்குத் தொண்டு புரியும் சிறுத்தொண்டன் நான்!"
"கேளும் சிறுத்தொண்டரே! நான் சொல்ல வந்த விஷயம்
என்னவென்றால்..." "சொல்லுங்கள் அரசே!" "இந்த உலகத்தில் நான் செய்து
முடிக்க வேண்டிய காரியங்கள் இன்னும் இரண்டு பாக்கியிருக்கின்றன.
அவற்றை முடித்துவிட்டால், நானும் உங்களைப்போல் துறவு பூண்டு
ஸ்தல யாத்திரை தொடங்கி விடுவேன். ஆனால் உங்களைப் போல்
தலையை முண்டனம் செய்து கொள்ளமாட்டேன். பார்த்தவர்கள்
வசிஷ்டரோ, விசுவாமித்திரரோ அல்லது அகஸ்திய முனிவர்தானோ -
என்று பிரமிக்கும்படியான ஜடாமகுடம் தரிப்பேன்!" என்று சொல்லிச்
சக்கரவர்த்தி நகைக்க சிறுத்தொண்டரும் கூட நகைத்தார்.
அவ்விருவருடைய சிரிப்பின் ஒலியும், அந்தி நேரத்தில் கூட்டை நோக்கிப்
பறந்த பறவைகளின் குரல்களுடன் கலந்து நாற்றிசையும் பரவி எதிரொலி
செய்தன.

அத்தியாயம் இருபத்துமூன்று

நள்ளிரவில்

அன்றிரவு ஏறக்குறைய ஒன்றரை ஜாமம் ஆனபோது உறையூர் நகரில் நிசப்தம் குடிகொண்டது. வீதிமுனைகளில் கல் தூண்களின்மேல் எரிந்து கொண்டிருந்த அகல் விளக்குகள் ஒவ்வொன்றாக மங்கி அணையத் தொடங்கின. உறையூருக்கும் ஸ்ரீஅரங்கத்துக்கும் இடையில் சென்ற காவேரி நதியின்மேல் காரிருள் படர்ந்திருந்தது. அன்று சுக்கிலபட்சத்துச் சதுர்த்தி. போதாதற்கு வானத்தைக் கருமேகங்கள் மூடியிருந்தன. இரண்டொரு மழைத்தூறலும் விழுந்தது. அத்தகைய காரிருளில் காவேரி நதியின் ஓரமாக ஜலத்தைக் கிழித்துக் கொண்டு படகு செல்லும் சலசலப்புச் சத்தம் கேட்டது. கொஞ்சம் உற்றுப் பார்த்தோமானால், ஒரு சிறு படகு கிழக்கேயிருந்து மேற்கே கரையோரமாகப் போவதைக் காணலாம். படகில் யாரோ ஒருவர் உட்கார்ந்திருப்பதும் மங்கலாகத் தெரிகிறது. கரையில் நின்ற வண்ணம் ஒருவர், படகைக் கயிற்றினால் இழுத்துக் கொண்டு போவதும் புலப்படுகிறது. இன்னும் கொஞ்சம் நெருங்கிப் பார்த்தோமானால், அவர்கள் இருவரும் நமக்குத் தெரிந்த புள்ளிகள்தான் என்பதைக் காண்கிறோம். வேறு யாருமில்லை; கரையிலிருந்து படகை இழுத்துக் கொண்டு போகிறவன் படகோட்டி பொன்னன். படகில் உட்கார்ந்திருப்பது வள்ளிதான். வள்ளியின் கையில் ஒரு சிறு கூடை இருக்கிறது. அதற்குள்ளே அகல் விளக்கு ஒன்று மினுக் மினுக்கென்று எரிகிறது.

அது அணைந்துவிடாமல் வள்ளி தன்னுடைய சேலைத் தலைப்பால் மறைத்துக் கொண்டு ஜாக்கிரதையாக எடுத்து வருகிறாள். அந்தக் கும்மிருட்டில் பிரவாகத்துக்கு எதிராகப் படகை மேற்கு நோக்கி இழுத்துக் கொண்டு போவது இலேசான காரியமில்லை. வழியில் படித் துறைகளும் நதிக்கரை மண்டபங் களும், ஓங்கி வளர்ந்து ஆற்றில் கவிந்திருந்த விருட்சங்களும் குறுக்கிட்டன. ஆனாலும் பொன்னன் சிறிதும் தளர்ச்சியடையாமல் மேற்படி தடங்கல்களையெல்லாம் தாண்டிப் படகை இழுத்துக்கொண்டு போனான். படகுக்குப் பின்னால் சுமார் முந்நூறு அடி தூரத்தில் ஒரு நெடிய உருவம் வந்து கொண்டிருந்தது. படகு நின்ற போதெல்லாம் அதுவும் நின்றது. படகு மேலே சென்றால் அதுவும் தொடர்ந்து வந்தது. கொஞ்சம் நெருங்கிப் பார்த்தால் இந்த உருவமும்

நமக்குத் தெரிந்த மனிதனின் உருவந்தான் என்பதைக் காண்கிறோம்.
ஆமாம்; மாரப்ப பூபதிதான் அப்படிப் பொன்னனுடைய படகை நள்ளிரவில்
தொடர்ந்து வந்து கொண்டிருந்தான். அவனுக்குப் பின்னால் இன்னும்
கொஞ்ச தூரத்தில் அதே நதிக்கரை ஓரமாக இன்னொரு உருவம் சத்தம்
செய்யாமல் வந்து கொண்டிருந்தது. ஜடா மகுடம் தரித்த சந்நியாசியின்
உருவம் அது.

ஆம், போர்க்களத்தில் பார்த்திபனுக்கு வரமளித்தவரும், பொன்னன்
குடிசையில் நாம் சந்தித்தவருமான அதே சிவனடியார்தான்! ஏறக்குறைய
நள்ளிரவு ஆன சமயத்தில், பொன்னன் படகை நிறுத்தி மிகவும் மெல்லிய
குரலில், "வள்ளி! இறங்கு! வந்து விட்டோ ம்" என்றான். அதே சமயத்தில்
ஸ்ரீஅரங்கநாதரின் ஆலயத்தில் அர்த்த ஜாம பூஜைக்குரிய மணிச் சத்தம்
'ஓம் ஓம்' என்று கிளம்பி, நள்ளிரவின் நிசப்தத்தை மீறிக்கொண்டு,
வானவெளியெங்கும் வியாபித்து எதிரொலி செய்தது. பொன்னனுக்கும்
வள்ளிக்கும் உடம்பு நடுங்கிற்று, "நல்ல சகுனம், வள்ளி! காரியம்
ஜெயந்தான்! சீக்கிரம் இறங்கு!" என்றான் பொன்னன். வள்ளி விளக்குக்
கூடையை ஜாக்கிரதையாக எடுத்துக்கொண்டு படகிலிருந்து இறங்கினாள்.
பொன்னன் படகை அங்கிருந்த மரத்தின் வேரில் கட்டினான். பிறகு
இருவரும் கரைமேல் ஏறினார்கள். அங்கே ஒரு நீண்ட மதிற்சுவர்
இருந்தது. அந்தச் சுவரில் ஒரு வாசற்படி காணப்பட்டது. அதன் கதவு
பூட்டியிருந்தது. பொன்னன் தன் மடியிலிருந்து ஒரு கொத்துச் சாவியை
எடுத்து ஒரு சாவியினால் பூட்டைத் திறந்தான். இருவரும் கதவைத்
தள்ளிக் கொண்டு உள்ளே பிரவேசித்தார்கள். 'கம்'மென்று செண்பகப்
பூவின் நறுமணம் வந்தது. "பார்த்தாயா, வள்ளி! செண்பகப்பூவின்
வாசனையை? இந்த அரண்மனைத் தோட்டத்துக்குள் இதற்கு முன் நீ
வந்தது கிடையாதே?" என்றான்.

"இரையாதே!" என்றாள் வள்ளி. பொன்னன் மறுபடியும் கதவைச் சாத்தி
உட்புறம் தாளிட்டான். "பயப்படாதே! என் பின்னோடு வா!" "நீ சத்தம்
போடுவதில்தான் எனக்குப் பயம்." இருவரும் அந்தச் செண்பகத்
தோட்டத்துக்குள் புகுந்து சென்றார்கள். சிறிது நேரத்துக்கெல்லாம் அதே
மதில் வாசற்படியண்டை மாரப்ப பூபதி வந்தான். கதவின் வெளிப்புற
நாதாங்கியை இழுத்து மாட்டினான். பிறகு அவன் நதியில் இறங்கிப்
பொன்னன் மரத்தின் வேரில் கட்டியிருந்த படகை அவிழ்த்து ஆற்றோடு
மிதந்து போகும்படி இழுத்துவிட்டான். பின்னர் மதிற்சுவர் ஓரமாக மிக

விரைவாய் நடந்து சென்றான். படகு கரையோரமாக மிதந்து கொண்டு சிறிதுதூரம் போயிற்று. அங்கே வந்து கொண்டிருந்த சிவனடியார் அதைப் பிடித்து நிறுத்தினார். நிறுத்திய இடத்துக்கு அருகிலிருந்து ஒரு பெரிய விருட்சத்தின் வேரில் அதை இழுத்துக் கட்டினார். மறுபடியும் மேல்நோக்கிச் சென்று அதே மதிற்சுவரின் வாசற்படிக்கு வந்தார். மாரப்ப பூபதி இழுத்துப் போட்ட நாதாங்கியைக் கழற்றிவிட்டார். மீண்டும் திரும்பிச் சென்று படகு கட்டியிருந்த மரத்துக்குப் பின்னால் அமர்ந்தார். அச்சமயம் நதியின் அக்கரையில் அநேக தீவர்த்திகளுடன் ஒரு கும்பல் காணப்பட்டது.

சிறிது நேரத்துக்கெல்லாம் அந்தத் தீவர்த்திகள் நதியின் நடு மத்திக்கு வந்துவிட்டன. பல படகுகள் நதியைக் கடந்து வந்து கொண்டிருந்தன என்று தெரிந்தது. சிவனடியார் மறைந்திருந்த மரத்துக்குச் சிறிது கிழக்கே படகுகள் கரைக்கு வந்து சேர்ந்தன. படகுகளிலிருந்து பலர் இறங்குகிறது தீவர்த்திகளின் ஜோதியில் தெரிந்தது. அவர்களில் சிறுத்தொண்டரும், அவர் மனைவியாரும், குந்தவி தேவியும் காணப்பட்டனர்.
சக்கரவர்த்தியின் பிரதிநிதியாக உறையூரை ஆண்டு வந்த தளபதி அச்சுதவர்மர், அவர்கள் எல்லாருக்கும் முன்னால் சென்றார். மற்றப் பரிவாரங்களும் ஏவலாளர்களும் பின்னால் வந்தார்கள். ஸ்ரீஅரங்கநாதரின் அர்த்த ஜாம ஆராதனையைத் தரிசித்து விட்டுத் திரும்பிய அந்தப் பக்தர் குழாத்தில் சக்கரவர்த்தி நரசிம்மவர்மரை மட்டும் காணவில்லை.
காவேரிக் கரையை ஒளிமயமாக்கிய தீவர்த்திகளுடன் அந்தக் கும்பல் படகிலிருந்து கரையில் இறங்கியபோது சிவனடியார் தாம் இருந்த மரத்தின் மறைவில் இன்னும் நன்றாய் மறைந்து கொண்டு அசையாமல் நின்றார். அவர் மூச்சுவிடும் சத்தம்கூட அப்போது கேட்கவில்லை.
தீவர்த்திகளுடனே அந்தக் கும்பல் நகருக்குள் புகுந்து மறைந்த பிறகு காவேரி நதிதீரத்தில் முன்னால் இருந்ததை விட அதிகமான கனாந்தகாரம் குடிகொண்டது. சிவனடியார் மரத்தின் மறைவிலிருந்து மறுபடியும் வெளிவந்து நதிக்கரையில் படகின் அருகில் அமர்ந்தார்.
அந்தக் காரிருளிலுங்கூட மேற்கூறிய மதில் வாசலின் பக்கம் அவருடைய கண்கள் கூர்மையாகப் பார்த்தன. அவருடைய செவிகளும் கதவு திறக்கப்படும் சத்தத்தை எதிர்நோக்கிக் கூர்மையாய்க் கேட்கலாயின.

அத்தியாயம் இருபத்துநான்கு

மாரப்பனின் மனக் கலக்கம்

பொன்னனையும் வள்ளியையும் நள்ளிரவில் மாரப்பபூபதி தொடர்ந்துபோன காரணம் என்ன? இதை அறிந்து கொள்வதற்கு நாம் மறுபடியும் அன்று சாயங்கால நிகழ்ச்சிகளுக்குப் போக வேண்டும். சக்கரவர்த்தியின் சந்நிதியிலிருந்து வெளியேறியபோது மாரப்பன் அளவில்லாத மனச்சோர்வு கொண்டிருந்தான். சாம்ராஜ்யத்திற்காகத் தான் செய்த சேவையெல்லாம் இவ்விதம் பிரதிபலன் இல்லாமற் போகும் என்று அவன் எதிர்பார்க்கவேயில்லை. பார்த்திபன் போர்க்களத்தில் மாண்டு ஏறக்குறைய ஏழு வருஷமாயிற்று. அந்தப் போரில் தான் கலந்து கொள்ள மறுத்ததற்காகவே உறையூர்ச் சிம்மாசனம் தனக்குக் கிடைக்குமென்று மாரப்பன் எதிர்பார்த்தான். அந்த ஆசை நிறைவேறவில்லை. அதனால் அதிருப்தியோ, வெறுப்போ கொண்டதாக அவன் காட்டிக் கொள்ளவில்லை. பல்லவ சாம்ராஜ்யத்தில் அவனுடைய பக்தி குன்றியதாகவும் தெரியப்படுத்தவில்லை. தன்னுடைய உண்மையான சாம்ராஜ்ய சேவைக்கு ஒரு நாள் நிச்சயம் பலன் கிட்டும் என்ற நம்பிக்கையுடன் அவன் வருஷக்கணக்காகக் காத்திருந்தான்.

கடைசியாக, விக்கிரமனுடைய சதியாலோசனையைப்பற்றி அவனுக்குச் செய்தி தெரிந்தபோது, தளபதி அச்சுதவர்மரிடம் உடனே சென்று தெரியப்படுத்தினான். அதன் பலனாக அச்சதியாலோசனையை முளையிலேயே கிள்ளி எறிவது சாத்தியமாயிற்று. இதன் பிறகாவது, தன்னுடைய சேவைக்குத் தகுந்த சன்மானம் கிடைக்குமென்று அவன் நிச்சயமாக நம்பியிருந்தான். அவன் ஆசைப்பட்டது பல்லவ சக்கரவர்த்திக்குக் கப்பம் செலுத்திக் கொண்டு உறையூரை ஆளும் பதவிதான். இது உடனே கிடைக்காவிட்டாலும், தான் முன்னர் வகித்து வந்த சேனாதிபதி பதவியாவது கிடைக்குமென்று நினைத்தான். ஆனால், நடந்தது என்ன? சக்கரவர்த்தி தன் பேரிலேயே சந்தேகம் கொள்ளலாயிற்று. கேவலம் ஒரு ஓடக்காரன் - அவன் பெண்டாட்டி - இவர்கள் முன்னிலையில் சோழ நாட்டுப் பட்டத்துக்கு உரியவனான தான் அவமானப்பட நேர்ந்தது. இதை நினைத்தபோது மாரப்பனுடைய நெஞ்சு வெடித்து விடும் போலிருந்தது. "இது என்ன உலகம்? இது என்ன வாழ்வு?" என்று உலகத்தையே வெறுக்கும் வழியில் மனம் திரும்பிற்று.

எங்கே போகிறோமென்ற சிந்தனையே இல்லாதவனாய்க் குதிரைபோன வழியே போக விட்டுக் கொண்டிருந்தான். அறிவுமிக்கப் பிராணியான குதிரை நம் எஜமானனுடைய மனநிலையை உணர்ந்து மந்த நடையுடன் யதேச்சையாகப் போய்க் கொண்டிருந்தது.

உறையூரின் வீதிகளில் அங்குமிங்குமாக அது சிறிது நேரம் சுற்றிவிட்டுக் கடைசியில் காவேரிக் கரையை அடைந்தது. பிறகு காவேரிக்கரைச் சாலையோடு கிழக்குத் திக்கை நோக்கிச் செல்லலாயிற்று. சூரியன் அஸ்தமித்தது, அன்று சுக்கிலபட்சத்துச் சதுர்த்தியாதலால் மேற்குத் திசையில் நாலாம் பிறை தோன்றிற்று. வானத்தில் நட்சத்திரங்கள் ஒவ்வொன்றாய்த் தோன்றி மினுக்கத் தொடங்கின. சற்று நேரத்துக் கெல்லாம் வானவெளி முழுவதிலும் கோடிக்கணக்கான வைரங்களை வாரி இறைத்ததுபோல் நட்சத்திரங்கள் பொறிந்து கிடந்தன. மாரப்பன் இந்த வான விசித்திரம் ஒன்றையும் கவனியாமல் ஏதேதோ சிந்தனையில் ஆழ்ந்திருந்தான். அரைக்காத வழி இவ்விதம் போனபிறகு அவன் திடுக்கிட்டுச் சுயநினைவு வந்தவனாய் எங்கே போகிறோமென்று ஆராய்ந்தான். இதற்குள் நாலாம்பிறைச் சந்திரன் மேற்கு வானத்தின் அடிப்பாகத்துக்கு வந்துவிட்டது. குதிரையைத் திருப்பி உறையூர்ப் பக்கம் செலுத்தினான். உறையூர்க் கோட்டை வாசலைத் தாண்டி உள்ளே சிறிது தூரம் அவன் சென்றபோது, எதிரே அநேக தீவர்த்திகளுடனும், சங்கம் முதலிய வாத்திய முழக்கங்களுடனும் ஒரு கூட்டம் வருவதைக் கண்டான். கூட்டத்தின் மத்தியில் சிங்கக்கொடி பறந்ததைப் பார்த்தபோது, ஒருவேளை சக்கரவர்த்தி தன் பரிவாரங்களுடன் ஸ்ரீஅரங்கநாதர் ஆலயத்துக்குப் போகிறாரோ என்று நினைத்துச் சட்டென்று குதிரையிலிருந்து இறங்கிச் சாலை ஓரமாக அடக்க ஒடுக்கத்துடன் நின்றான்.

கூட்டம் அருகில் வந்தபோது அதில் சக்கரவர்த்தி இல்லையென்பது தெரிந்தது. தளபதி அச்சுதவர்மரும், அவருக்குப் பக்கத்தில் தலை மொட்டையடித்த ஒரு சாமியாரும் வந்து கொண்டிருந்தார்கள். அந்தச் சாமியார் திடகாத்திர தேகமுடையவராயும் முகத்தில் நல்ல தேஜஸ் உடையவராயுமிருந்தார். மாரப்பனுடைய மனத்தில் மின்னலைப் போல் ஒரு எண்ணம் உதித்தது. "ஒரு வேளை இவர் தான் அந்த ஜடா மகுடதாரியான கபட சந்நியாசியோ?" என்று நினைத்தான். அதே சமயத்தில் தளபதி அச்சுதவர்மரின் பார்வை மாரப்ப பூபதியின் மீது

விழுந்தது. அவர் பூபதியைச் சமிக்ஞையினால் அருகில் அழைத்து, பக்கத்திலிருந்த சிறுத்தொண்டரை நோக்கி, "அடிகளே! இவன் யார் தெரிகிறதா? பார்த்திப மகாராஜாவின் சகோதரன் மாரப்ப பூபதி!" என்றார். சிறுத்தொண்டர் மாரப்பனை ஏற இறங்கப் பார்த்த வண்ணம், "அப்படியா? வெகு காலத்துக்கு முன்னால், மகேந்திர சக்கரவர்த்தியின் காலத்தில் இவனைப் பார்த்திருக்கிறேன். இப்போது அடையாளம் தெரியவில்லை" என்றார். "விக்கிரமனுடைய சதியாலோசனையைக் கண்டுபிடித்துச் சொன்னது பூபதிதான். ஆனாலும் சக்கரவர்த்திக்கு ஏனோ இவன் பேரில் தயவு பிறக்கவில்லை!" என்றார் அச்சுதவர்மர்.

சிறுத்தொண்டர் இதற்கு ஒன்றும் சொல்லாமல் மறுபடியும் ஒரு தடவை மாரப்பனை ஏற இறங்கப் பார்த்து விட்டு மேலே போகத் தொடங்கினார். அவர்கள் இருவரும் அப்பால் சென்றதும், சேடிகள் சூழ்ந்த பல்லக்கு பின்னால் வருவதைப் பார்த்து, சக்கரவர்த்தியின் திருமகளாயிருக்கலாம் என்று மாரப்பன் ஊகித்துக் கொண்டு அவசரமாய் விலகிச் செல்லத் தொடங்கினான். ஆனால் என்ன ஆச்சரியம்! அதே இடத்தில் பல்லக்கு நின்றது. "பூபதி!" என்று மதுரமான பெண் குரலில் அழைப்பது கேட்டது. மாரப்பன் திரும்பிப் பார்த்தபோது, பல்லக்கில் பூரண சந்திரனை ஒத்த முககாந்தியுடைய குந்தவி தேவியும், அவளருகே சிவபக்தியே உருவங்கொண்டது போன்ற மூதாட்டி ஒருவரும் இருக்கக் கண்டான். குந்தவி தேவிதான் தன்னை அழைக்கிறாள் என்று அறிந்ததும், மாரப்பனுடைய உள்ளத்தில் வியப்பும் மகிழ்ச்சியும் சேர்ந்தாற்போல் பொங்கின. ஒரு பக்கம் சங்கோசம் பிடுங்கித் தின்றது. பல்லக்கின் அருகில் சென்று, குந்தவியைப் பார்க்க விரும்பினானாயினும் கூச்சத்தினால் நிமிர்ந்து பார்க்க முடியாதவனாய்த் தரையைப் பார்த்துக் கொண்டு நின்றான்.

"பூபதி! இன்று என் தந்தை உன்னிடம் ரொம்பக் கடுமையாயிருந்துவிட்டார். அதற்காக நீ வருத்தப்பட வேண்டாம். உன் பேச்சில் எனக்கு நம்பிக்கை இருக்கிறது. எப்படியாவது அந்தப் போலி வேஷதாரிச் சிவனடியாரை மட்டும் நீ கண்டுபிடித்துவிடு. அப்புறம் உன்னுடைய கட்சியில் நான் இருப்பேன்!" என்று குந்தவிதேவி அனுதாபம் நிறைந்த குரலில் கூறியபோது, மாரப்பனுக்கு ஏற்பட்ட மனக் கிளர்ச்சியை வர்ணிக்கத் தரமன்று, அதல பாதாளத்திலிருந்து ஒரே அடியாகச் சொர்க்கத்துக்கு வந்துவிட்டதாகவே அவனுக்குத் தோன்றியது. சிறிது

தலைநிமிர்ந்து, "அம்மணி! தங்களுடைய சித்தம் என்னுடைய பாக்கியம். அந்தப் போலிச் சிவனடியாரைக் கண்டுபிடிக்காமல் இனி மேல் நான் ஊணுறக்கம் கொள்ள மாட்டேன்" என்றான். "சந்தோஷம், கண்டுபிடித்ததும் எனக்கு உடனே தெரியப்படுத்து" என்று சொல்லிவிட்டு, குந்தவி தேவி பல்லக்கை மேலே செல்லும்படி கட்டளையிட்டாள். பல்லக்கும் பரிவாரங்களும் போன பிறகு மாரப்பன் சிறிது நேரம் ஸ்தம்பித்து நின்றான். தான் இப்போது கண்டதும் கேட்டதும் கனவல்ல என்று நிச்சயம் செய்து கொண்டபின், பக்கத்தில் வந்து நின்ற புரவியின் மீது மறுபடியும் ஏறிக்கொண்டான். அச்சுதவர்மருடன் சென்ற மொட்டைச் சாமியாரின் நினைவு வந்தது. வாதாபிப் போரில் வென்ற தளபதி பரஞ்சோதியைப் பற்றியும் மாரப்பன் கேள்விப்பட்டதுண்டு.

அந்நாளில் அவர் பார்த்திப மகாராஜாவுக்கு மிகவும் வேண்டியவர் என்றும் கேட்டிருந்தான். எனவே, அவர் தான் அவ்வப்போது ஜடாமகுட வேஷம் பூண்ட சிவனடியாராய்த் தோன்றி நடித்து வந்தாரோ, என்னவோ? ஏன் இருக்கக்கூடாது? - இதன் உண்மையை எப்படியாவது கண்டுபிடித்தாக வேண்டும். ஆனால், எப்படி? பொன்னனையும் வள்ளியையும் சிநேகம் செய்து கொண்டு அவர்கள் மூலமாகத்தான் இதை நிறைவேற்ற வேண்டும். உடனே மாரப்ப பூபதிக்கு ஒரு விஷயம் ஞாபகம் வந்தது. தான் அன்று தோணித் துறைக்குப் போகும் காவேரிக் கரைச் சாலையில் வெகு தூரம் போய் விட்டுத் திரும்பியிருந்தும், போகும்போதோ, வரும் போதோ பொன்னனையும் வள்ளியையும் சந்திக்கவில்லை. ஆகவே, அவர்கள் இன்றிரவு உறையூரில் தான் இருப்பார்கள். எங்கே தங்கியிருப்பார்கள்? வள்ளியின் பாட்டன் வீட்டில் ஒரு வேளை இருக்கலாமல்லவா!... உடனே மாரப்பன் விரைவாகக் குதிரையை விட்டுக் கொண்டு சென்று தன் மாளிகையை அடைந்தான். வாசலில் நின்ற ஏவலாளர்களிடம் குதிரையைக் கொடுத்து விட்டு, அங்கிருந்து கால்நடையாகக் கிளம்பினான். இரவு சாப்பாட்டைப் பற்றிய நினைவே அவனுக்கில்லை. பசிதாகமெல்லாம் மறந்து போய்விட்டது.

பொன்னனையும் வள்ளியையும் இன்றிரவு சந்திக்க வேண்டுமென்னும் ஆவலினால் உறையூர்க் கம்மாளத்தெருவை நோக்கி நடக்கலுற்றான். அப்போது அஸ்தமித்து ஒரு ஜாமத்துக்கு மேலிருக்கும். உறையூரின் வீதிகளில் ஜனங்களின் நடமாட்டம் பெரிதும் குறைந்திருந்தது. சந்தடி அநேகமாக அடங்கிவிட்டது. ஆலயங்களுக்குப் போய்விட்டுத்

திரும்புவோர், தெருக்கூத்துப் பார்க்கச் செல்வோர், இராப் பிச்சைக்காரர் ஆகியவர்கள் அங்கொருவரும் இங்கொருவருமாய்க் காணப்பட்டனர். எங்கேயோ வெகுதூரத்தில், "அகோ வாரும் பிள்ளாய்! அரிச்சந்திர மகாராஜனே!" என்று விசுவாமித்திர முனிவர் அலறிக் கொண்டிருந்தார்! மாரப்பன் வீதிகளின் ஓரமாகத் தன்னை யாரும் கவனிக்காதபடி நடந்து விரைந்து போய்க் கொண்டிருந்தான். அவன் கம்மாளத் தெருவை நெருங்கிய போது திடீரென்று பேய் பிசாசைக் கண்டவன் போல் ஒரு கணம் திகைத்து நின்றுவிட்டான். ஏனென்றால் கம்மாளத்தெரு திரும்பும் முனையில் அப்போதுதான் அணைந்து கொண்டிருந்த அகல்விளக்கின் வெளிச்சத்தில் அவன் ஒரு உருவத்தைக் கண்டான். அது, அவனுடைய உள்ளத்தில் நிலை பெற்றிருந்த சிவனடியாரின் உருவந்தான். அந்த உருவத்தை அவன் பார்த்த அதே சமயத்தில் விளக்கு அணைந்து போய்விட்டது.

திகைத்து நின்ற மாரப்ப பூபதி மறுகணம் அந்த உருவம் நின்ற இடத்தை நோக்கி விரைந்து ஓடினான். ஆகா! அந்தப் பொல்லாத வஞ்சக வேஷதாரியை அன்றிரவு கையும் மெய்யுமாய்ப் பிடித்துக் கொண்டுபோய்ச் சக்கரவர்த்தித் திருமகளின் முன்னால் நிறுத்தினால் எவ்வளவு நன்றாயிருக்கும்? அந்த ஆவலுடனே அவன் ஓடினான். ஆனால், விளக்குத் தூணின் அருகில் சென்று பார்த்தபோது அங்கு ஒருவரையும் காணவில்லை. அந்த இடத்திலிருந்த நான்கு திசையிலும் நாலு வீதிகள் போய்க் கொண்டிருந்தன. அவற்றுள் எந்த வீதி வழியாகச் சிவனடியார் போயிருக்கக்கூடுமென்று தீர்மானிக்க முடியவில்லை. மாரப்ப பூபதியின் உள்ளத்தில் சட்டென்று ஒரு யோசனை உதித்தது. ஆம்; தான் பார்த்த உருவம் அந்தச் சிவனடியாராயிருக்கும் பட்சத்தில், அவர் பொன்னனையும் வள்ளியையும் பார்ப்பதற்குத்தான் அங்கு வந்திருக்க வேண்டும். வீரபத்திர ஆச்சாரியின் வீட்டுக்குத்தான் போயிருப்பார். இன்னும் என்ன சதியாலோசனைக்காக அவர்கள் அங்கே கூடுகிறார்களோ, என்னவோ தெரியவில்லை.

நரசிம்மவர்ம சக்கரவர்த்தி உறையூருக்கு வந்திருக்கும் சமயத்தில் இந்தச் சதியாலோசனை நடக்கிறது! ஆகா! குற்றம் செய்வதில் ஈடுபட்டிருக்கும் போதே மூன்று பேரையும் கையும் மெய்யுமாய்ப் பிடித்துவிட முடியுமானால்? சக்கரn வர்த்திக்குத் தன் பேரில் அகாரணமாக ஏற்பட்டிருக்கும் சந்தேகத்தை நிவர்த்தி செய்து விடலாமல்லவா? பிறகு....

இப்படி சிந்தித்துக் கொண்டே மரப்பன் வீரபத்திர ஆச்சாரியின் வீட்டை
நெருங்கியபோது, இன்னொரு அதிசயம் அவனுக்கு அங்கே காத்திருந்தது.
அந்த வீட்டின் கதவைத் திறந்து கொண்டு இருவர் வெளியில் வந்தார்கள்.
மாரப்பன் ஒரு வீட்டுத் திண்ணை ஓரத்தில் தூண் மறைவில் நின்றபடி
உற்றுக் கவனித்தான். வெளியே வந்தவர்கள் பொன்னனும்
வள்ளியுந்தான். வள்ளி இடையில் வைத்திருந்த விளக்கைச் சேலைத்
தலைப்பினால் மறைத்து எடுத்துக் கொண்டு வந்ததும் தெரிந்தது.
அவர்கள் இருவரும் வீரபத்திர ஆச்சாரி வீட்டுக்குப் பக்கத்திலிருந்த
சந்தின் வழியாக வடக்கு நோக்கிச் சென்றார்கள். "இதில் ஏதோ மர்மம்
இருக்கிறது; இவர்கள் ஏதோ பெரிய சதித்தொழில் இன்று
செய்யப்போகிறார்கள். இதில் அந்தச் சிவனடியாரும் சேர்ந்திருக்கிறார்.
அவர் முன்னால் போயிருக்கும் இடத்துக்கு இவர்கள் பின்தொடர்ந்து
போகிறார்கள்" என்று மாரப்பன் தீர்மானித்துக் கொண்டான்.

சொல்ல முடியாத பரபரப்பும் உற்சாகமும் அவனை ஒரு புது மனிதனாகச்
செய்துவிட்டன. பொன்னனும் வள்ளியும் போன வழியே, அவர்கள்
கண்ணுக்கு மறையாத தூரத்தில் மாரப்பன் சிறிதும் ஓசை கேட்காதபடி
நடந்து போனான். அந்தச் சந்து வழியே பொன்னனும் வள்ளியும் சென்று
காவேரிக் கரையை அடைந்தார்கள். அங்கே ஒரு மரத்தின் வேரில் கட்டிப்
போட்டிருந்த படகில் வள்ளி ஏறி உட்கார்ந்து கொண்டாள். கூடையைப்
படகின் அடியில் வைத்துப் பத்திரமாய் மூடிக்கொண்டாள். சென்ற
அத்தியாயத்தில் நாம் பார்த்தபடியே பொன்னன் படகை இழுத்துக்கொண்டு
போய் அரண்மனைத் தோட்டத்தின் மதிலை அடைந்ததும் படகை
அங்கேயே கட்டிப் போட்டுவிட்டு, வள்ளியையும் அழைத்துக் கொண்டு
தோட்டத்துக்குள்ளே பிரவேசித்தான். அந்த தோட்டம், பார்த்திப மகாராஜா
வாழ்ந்த பழைய சோழ வம்சத்து அரண்மனைத் தோட்டம் என்பதை
மாரப்பன் அறிந்திருந்தான். அந்த அரண்மனையில் அச்சமயம்
யாருமில்லை. அது சக்கரவர்த்தியின் கட்டளையினால் பூட்டிக் கிடந்தது -
என்பதும் அவனுக்குத் தெரிந்ததுதான்.

ஆகவே, பொன்னனும் வள்ளியும் அந்த அரண்மனைக்குள்
கொல்லைப்புரத்தின் வழியாக நுழைவது ஏதோ கெட்ட
காரியத்திற்காகத்தான் என்றும், அநேகமாக அந்த அரண்மனைக்குள்
அச்சமயம் சிவனடியார் இருக்கலாமென்றும் மாரப்பபூபதி ஊகித்தான்.
இன்னும் ஒரு பயங்கரமான - விபரீதமான சந்தேகம் அச்சமயம்

அவனுடைய உள்ளத்தில் உதித்தது. பார்த்திப மகாராஜா போர்க்களத்தில் இறந்த செய்தியே ஒருசமயம் பொய்யாயிருக்குமோ? அவர் போர்க்களத்திலிருந்து தப்பி ஓடி, பிறகு இப்படிச் சிவனடியாரின் வேஷத்தில் வந்து விபரீதமான காரியங்களையெல்லாம் செய்து வருகிறாரோ? - என்று நினைத்தான். எப்படியிருந்தாலும் இன்று இரவு எல்லா மர்மங்களும் வெளியாகி விடப் போகின்றன! இந்த நம்பிக்கையுடன் அவன் மதிற்கதவின் வெளிப்புற நாதாங்கியைப் போட்டுவிட்டு, பொன்னன் திரும்பி வருவதற்குள் தன்னுடைய ஆட்களை உதவிக்கு அழைத்துக் கொண்டு அங்கே வந்து விடுவது என்ற தீர்மானத்துடன் விரைந்து சென்றான்.

அத்தியாயம் இருபத்தைந்து

சமய சஞ்சீவி

தன்னைப் பின்தொடர்ந்து இரண்டு பேர் வந்து கொண்டிருக்கிறார்கள் என்பதை அறியாத பொன்னன், அரண்மனை தோட்டத்திற்குள் உற்சாகத்துடன் போய்க் கொண்டிருந்தான். இடையிடையே அவன், "வள்ளி! அதோ அந்த மாமரத்தடியில் தான் மகாராஜாவும் மகாராணியும் சாயங்கால வேளையிலே உட்காருவது வழக்கம். அதோ பார்த்தாயா? அந்த மூலையில் ஒரு தாமரைக்குளம் இருக்கிறது. அதில்தான் முதன் முதலில் இளவரசர் நீந்தக் கற்றுக் கொண்டார்!" என்று இவ்விதம் சொல்லிக் கொண்டே போனான். வள்ளி ஒவ்வொரு தடவையும், "கொஞ்சம் மெதுவாகப் பேசு!" என்று எச்சரித்துக் கொண்டு வந்தாள். இவர்களுடைய பேச்சுக் குரலைக் கேட்டு மரங்களின் மீது உறங்கிக் கொண்டிருந்த பட்சிகள் சில விழித்துச் சிறகுகளை அடித்துக் கொண்டன. அப்போது பொன்னன் கையைத் தட்டி ஓசைப்படுத்தியதுடன், "உஷ்!" என்று சத்தமிட்டான். "ஆமாம்! உன்னுடைய தைரியமெல்லாம் பாதி ராத்திரியில் தூங்குகிற பட்சிகளிடம்தான்.

எதிரியின் கையில் கத்தியைக் கண்டால் உடனே விழுந்தடித்து ஓடிவந்து விடுவாய்!" என்று வள்ளி சொன்ன பிறகு பொன்னன் சற்று வாயை மூடினான். அரண்மனையின் பின்புறத்தை அவர்கள் அடைந்ததும் பொன்னன், "வள்ளி! உள்ளே போய் எல்லாம் பார்க்கலாமா அல்லது வந்த காரியத்தைப் பார்த்துக் கொண்டு திரும்புவோமா?" என்று கேட்டான். விளக்கில் எண்ணெய் கூட ஆகிவிட்டது, சீக்கிரம் வந்த காரியத்தைப் பார்க்கலாம்! கோயில் எந்தப் பக்கம் இருக்கிறது? என்று வள்ளி கேட்டாள். "அப்படியானால் இங்கே வா!" என்று பொன்னன் கிழக்குப் பக்கமாக அவளை அழைத்துச் சென்றான். பார்த்திப மகாராஜாவின் காலத்தில் ஒரு முறை நாம் அரண்மனைக் கோயிலைப் பார்த்திருக்கிறோம். அந்த அழகிய சிறு கோயிலானது அரண்மனையைச் சேர்ந்தாற் போல கீழ்ப் பாகத்தில் அமைந்திருந்தது. அதற்குள் பிரவேசிப்பதற்கு மூன்று வழிகள் இருந்தன. அரண்மனைக்குள்ளேயிருந்து நேராகக் கோயிலுக்குள் வரலாம். இதுதான் பிரதான வாசல். பின்புறத்துத் தோட்டத்திலிருந்து பிரவேசிப்பதற்கு ஒரு வாசல் இருந்தது. அபிஷேகத்திற்குக் காவேரி நீரும்,

அலங்காரத்திற்குப் புஷ்பமும் கொண்டு வருவதற்காக இந்த வாசல் ஏற்பட்டது.

இவற்றைத் தவிர அர்ச்சகர் வெளியில் இருந்து நேரே வருவதற்காகக் கிழக்கு மதிலில் சிறு வாசல் இருந்தது. இவற்றுள் தோட்டத்திலிருந்து பிரவேசிப்பதற்குரிய வாசலைப் பொன்னன் அடைந்து, கதவின் பூட்டைத் திறந்து கொண்டு உள்ளே சென்றான். அவனுடன் வள்ளியும் போனாள். மங்கிய அகல் விளக்கின் வெளிச்சத்தில் அங்கிருந்த விக்கிரகங்களின் காட்சியைக் கண்டு இருவரும் சிறிதுநேரம் பிரமித்து நின்றார்கள். நெடுங்காலமாகப் பூசை முதலியவை ஒன்றுமில்லாமலிருந்தும், அந்த தெய்வீகச் சிலைகளின் ஜீவகளை சிறிதும் குறையவில்லை. முதலில் திகைப்பு நீங்கியவனான பொன்னன், "வள்ளி! நிற்க நேரமில்லை" என்று சொல்லி, மகாவிஷ்ணு விக்கிரகத்தின் சமீபம் சென்று, விஷ்ணு பாதத்தின் அடியிலிருந்த அழகிய வேலைப்பாடுகளுடன் கூடிய நீளவாட்டான மரப்பெட்டியை எடுத்துக் கொண்டான். "சோழ குலத்தின் விலையில்லாப் பொக்கிஷம் இந்தப் பெட்டிக்குள் இருக்கிறது. வள்ளி! நல்ல வேளை, இது அந்த நரசிம்ம சக்கரவர்த்தியின் கண்ணில் படவில்லை; பட்டிருந்தால், இதற்குள் காஞ்சிக்குக் கட்டாயம் போயிருக்கும்!" என்று சொல்லிக் கொண்டே கோயிலிலிருந்து வெளியேறினான். அவனைப் பின்தொடர்ந்து வெளியே வந்த வள்ளி, "ஐயையோ! விளக்கு அணைந்துவிட்டதே!" என்றாள். "நல்ல வேளை! காரியம் ஆனபிறகு அணைந்தது! போனால் போகட்டும்.

இப்போது எப்படிப் போகலாம், தோட்டத்தின் வழியாக இருட்டில் போவது கஷ்டம்? கிழக்கு மதில் வாசல் வழியாக வேணுமானால் போய் விடலாமா? வா! கதவு திறக்கிறதா, பார்ப்போம்" என்று சொல்லிப் பொன்னன் தோட்டத்தின் கிழக்கு மதிலை நோக்கி விரைந்து சென்றான். அங்கிருந்து வாசற்படியருகில் இருவரும் போனதும், மதிலுக்கு வெளியில் பேச்சுக் குரலைக் கேட்டுத் திடுக்கிட்டார்கள். பின்வரும் சம்பாஷனை அவர்கள் காதில் லேசாக விழுந்தது. "மாரப்ப பூபதியின் பேச்சை நம்பியா இந்தக் கத்தியை உருவிக் கொண்டு நிற்கிறாய்? அரண்மனையிலாவது, திருடன் நுழையவாவது?" "திருடன் நுழைகிறதைக் கண்ணாலே பார்த்தேன் என்று மாரப்பபூபதி சொல்லும்போது எப்படி அதை நம்பாமலிருப்பது?" "தப்பிப் போவதற்கு இதுதான் வழியா? வேறு வழியில்லையா?" "திருடன் அரண்மனை வாசல் வழியாகத் துணிந்து

கிளம்பமாட்டான். இந்த வாசலுக்கு வராவிட்டால், தோட்டத்தின்
வழியாகக் காவேரியில் போய் இறங்க வேண்டியது தான். அதற்குள்ளாக...
அதோ பார்." "என்ன அங்கே? ஏக தீவர்த்தி வெளிச்சமாகத் தெரிகிறதே!"
"மாரப்ப பூபதி ஆட்களைத் திரட்டிக் கொண்டு வருகிறார்." இந்தப்
பேச்சைக் கேட்டதும் பொன்னனுக்கு உடம்பு வெலவெலத்துப்
போய்விட்டது.

ஒரு கண நேரத்தில் அவனுடைய உள்ளம் என்னவெல்லாமோ கற்பனை
செய்துவிட்டது. தன்னைப் பெட்டியுடன் மாரப்ப பூபதி கைப்பிடியாகப்
பிடித்து சக்கரவர்த்தியின் முன்னால் கொண்டு வந்து நிறுத்துவது
போலவும், சக்கரவர்த்தி தன்னைப் பார்த்து, "வெகு யோக்கியன் போல்
நடித்தாயே? திருடனா நீ?" என்று கேட்பது போலவும் அவனுடைய
மனக்கண் முன் தோன்றியது. உடனே, வள்ளியையும் ஒரு கையினால்
பற்றி இழுத்துக் கொண்டு தோட்டத்தில் புகுந்து வட திசையை நோக்கி
ஓடினான். மரங்களில் முட்டிக் கொண்டும் செடி, கொடிகளின் மேல்
விழுந்தும் அவர்கள் விரைந்து சென்று கடைசியில் தோட்டத்தின்
கொல்லைப்புற மதிற்சுவரை அடைந்தார்கள். கதவருகில் சிறிது நின்று
ஏதாவது வெளியில் சத்தம் கேட்கிறதா என்று உற்றுக் கேட்டார்கள்;
சத்தம் ஒன்றும் இல்லை. மெதுவாகக் கதவைத் திறந்து கொண்டு
வெளியே வந்தார்கள். அவசரமாகக் காவேரியில் இறங்கிப்
பார்க்கும்போது, அங்கே அவர்கள் கட்டிவிட்டுப் போயிருந்த படகைக்
காணோம்! பொன்னனுக்கும் வள்ளிக்கும் ஒரு கணம் மூச்சே நின்று
விட்டது! தூரத்தில் தீவர்த்திகளின் வெளிச்சம் தெரிந்தது. ஆட்கள்
ஓடிவரும் ஆரவாரமும் கேட்டது.

இன்னது செய்வதென்று தெரியாமல் சிறிது திகைத்து நின்ற பிறகு,
"வள்ளி படகு ஒருவேளை ஆற்றோடு மிதந்து போய்க் கிழக்கே
எங்கேயாவது தங்கியிருக்கும், வா, பார்க்கலாம்" என்றாள். இருவரும்
நதிக்கரையோடு கிழக்கு நோக்கி ஓடினார்கள். அரண்மனை மதிலுக்குப்
பக்கத்தில் தெற்கே இருந்து வந்த சாலை வழியாகத் தீவர்த்திகளுடன்
ஒரு கும்பல் வருவது தெரிந்தது. "அதோ ஓடுகிறார்கள்!" என்ற சத்தமும்
கேட்டது. பொன்னனும் வள்ளியும் இன்னும் விரைவாக ஓடினார்கள்.
கொஞ்சதூரம் போனதும் ஒரு மரத்தின் வேரில் தங்களுடைய படகு
இழுத்துக் கட்டப்பட்டிருப்பதைப் பார்த்து அவர்களுக்கு பரம
ஆச்சரியமாய்ப் போய்விட்டது. ஆனால் ஆச்சரியப்பட்டுக்கொண்டு

162

நிற்பதற்கு அதுவா தருணம்? அதற்குள், தீவர்த்திகளுடன் வந்த கும்பலும் காவேரிக் கரையை நெருங்கி விட்டது. "ஐயோ! அவர்களிடம் பெட்டியுடன் சிக்கிக் கொள்ளப் போகிறோமே!" என்று பொன்னன் பதைபதைத்தான். அதே சமயத்தில் படகு கட்டியிருந்த மரத்துக்குப் பின்னாலிருந்து ஒரு உருவம் வெளிவந்தது! அது சிவனடியாருடைய உருவம் என்பதை அறிந்ததும் வள்ளி, "சுவாமி! நீங்களா!" என்று ஆச்சரியமும், மகிழ்ச்சியும் பொங்கக் கூச்சலிட்டாள்.

"உஷ்" என்று அடக்கினார் சிவனடியார், "பொன்னா! இது பேசிக் கொண்டிருக்கும் சமயமில்லை. பெட்டியை இப்படிக் கொடு! நான் காப்பாற்றி உன்னிடம் ஒப்புவிக்கிறேன். இல்லாவிட்டால், அகப்பட்டுக் கொள்வாய்!" என்றார். "கொடு! கொடு!" என்று வள்ளி பொன்னனைத் தூண்டினாள். பொன்னன் சிவனடியாரிடம் பெட்டியைத் தயக்கத்துடன் தூக்கிக் கொடுத்தான். சிவனடியார், "வள்ளி! நீ ஒரு சமயம் மாரப்பனிடமிருந்து என்னைத் தப்புவித்தாய். அதற்குப் பிரதியாக இன்று உங்களை அதே மாரப்பனிடமிருந்து தப்புவிக்கிறேன்!" என்றார். அடுத்த நிமிஷம் சிவனடியாரைக் காணோம். மர நிழலில் மறைந்து மாயமாய்ப் போய்விட்டார். பொன்னன் படகை அவசரமாக அவிழ்த்துவிட்டு, வள்ளியை அதில் ஏற்றித் தானும் ஏறிக் கொண்டான். அதே சமயத்தில் மாரப்பனும் அவனுடைய ஆட்களும் காவேரிக் கரையை அடைந்து படகு இருந்த இடத்தை நோக்கி விரைந்து ஓடிவரத் தொடங்கினார்கள்.

அத்தியாயம் இருபத்தாறு

குடிசையில் குதூகலம்

மறுநாள் பொன்னனும் வள்ளியும் பேசிப் பேசிச் சிரிப்பதற்கும் ஆச்சரியப்படுவதற்கும் எத்தனையோ விஷயங்கள் இருந்தன. படகு கிளம்புகிற சமயத்தில் தீவர்த்திகளுடனும் ஆட்களுடனும் வந்து சேர்ந்த மாரப்ப பூபதிதான் என்ன ஆர்ப்பாட்டம் செய்தான்? என்ன அதிகார தோரணையில் பேசினான்? "நிறுத்து படகை!", "பிடித்துக்கட்டு இரண்டு பேரையும்!" "விடாதே!","படகைச் சோதனை போடு!" என்று என்ன தடபுடல் செய்துவிட்டான். இவ்வளவு தடபுடலுக்கும் பொன்னனும் வள்ளியும் அமைதியாயிருந்தார்கள். படகைச் சோதனை போடும் போது, அவர்கள் கரையிலேயே இறங்கி நின்று விட்டார்கள். படகில் ஒன்றுமில்லையென்று கண்டதும், மாரப்பனுடைய முகத்தில் ஏமாற்றமும் கோபமும் கொந்தளித்தன. "பொன்னா! எங்கே அது!" என்றான். "எது எங்கே, சேனாதிபதி?" என்று கேட்டான் பொன்னன். "கையிலே என்னவோ கொண்டு வந்தாயே, அதுதான்!" "என்னவோ கொண்டு வந்திருந்தால், அது என்னமாய் இல்லாமலிருக்கும்?" என்றான் பொன்னன். மாரப்பன் மிரட்டி உருட்டிப் பார்த்ததெல்லாம், பலிக்கவில்லை. மாரப்பன் தன்னுடைய ஆட்களை விட்டு மரத்தடியிலும், தண்ணீரிலுங்கூடத் தேடிப் பார்க்கச் சொன்னான், ஒன்றும் கிடைக்கவில்லை.

நடு நடுவே வள்ளி பொன்னன் காதோடு என்னவோ சொல்லிக் கலீரென்று சிரித்தபடியால் மாரப்பனுடைய கோபம் அதிகமாயிற்று. "இந்த அர்த்த ராத்திரியில் என்னத்துக்காக இங்கிருந்து திருட்டுத்தனமாகக் கிளம்புகிறீர்கள்? படகு ஏது?" என்று கேட்டான். "காலையில் தோணித்துறைக்குப் போய்ச் சேர்ந்துவிடலாம் என்று இப்போதே கிளம்புகிறோம். எங்கள் பாட்டன் படகு; அதைத் தோணித்துறைக்குக் கொண்டு போகிறோம்" என்று வள்ளி மறுமொழி சொன்னாள். "அரண்மனையில் புகுந்து நீங்கள் எதையோ திருடிக் கொண்டு வந்தீர்கள்; கொண்டு வந்ததை எங்கேயோ ஒளித்து வைத்திருக்கிறீர்கள். உண்மையை ஒத்துக் கொள்ளாவிட்டால், உங்களை இப்படியே கொண்டு போய்க் காராகிரகத்தில் அடைத்துவிடுவேன்" என்றான் மாரப்பன். எந்தக் காராகிரகத்தில் அடைப்பீர்கள்?" என்றான் பொன்னன். "நீ என்னத்துக்காக அவரோடு பேசறே? நாளைக்குச் சக்கரவர்த்தியின் சமூகத்தில் வழக்கைத்

தீர்த்துக் கொண்டால் போகிறது!"என்றாள் வள்ளி. இதைக் கேட்டதும் மாரப்பனுடைய முகம் தொங்கிப் போய்விட்டது. சிறிது நேரம் சிந்தனையில் ஆழ்ந்திருந்தான்.

பிறகு தன்னுடன் வந்திருந்த ஆட்களைப் போகச் சொல்லி விட்டுப் பொன்னனைப் பார்த்துச் சாவதானமாய்ச் சொன்னான்! "இதோ பார், பொன்னா! உனக்கும் எனக்கும் பழக்கம் ஏற்பட்டது இப்போது அப்போதல்ல, சில சமயம் நமக்குள் மனஸ்தாபம் ஏற்பட்டிருக்கிறதென்றால், அதற்கு உன் பெண்டாட்டியின் வாய்த்துடுக்குத்தான் காரணம்..." "இவருடைய கையிலே துடுப்பு, என்னுடைய வாயிலே துடுக்கு..." என்றாள் வள்ளி. "நீ சற்றுப் பேசாமலிரு, வள்ளி! ஆண் பிள்ளைகள் பேசிக் கொண்டிருக்கும்போது நீ ஏன் குறுக்கிடுகிறாய்?" என்றான் பொன்னன். "ஓகோ? நீங்கள் ஆண் பிள்ளைகளா? இருட்டிலே தெரியவில்லை. வெளிச்சம் போட்டுப் பார்த்தால் ஒரு வேளை தெரியும்" என்று வள்ளி முணுமுணுத்தாள். மாரப்பன், "பொன்னா! அவ்விதம் வள்ளியை நீ தள்ளிவிட வேண்டாம். நான் சொல்லுகிறது அவளுக்கும் தெரிய வேண்டியதுதான். உங்களால் எனக்கும் ஒரு முக்கிய காரியம் ஆக வேண்டியிருக்கிறது. அதை மட்டும் நீங்கள் செய்து கொடுத்தீர்களானால் உங்கள் உதவியை நான் மறக்கமாட்டேன். என்னாலும் உங்களுக்கு ஏதாவது ஒத்தாசை வேண்டியதாயிருக்கும்.

சிறு துரும்பும் பல் குத்த உதவும்..." என்றான். "உங்களைச் சிறு துரும்பு என்று யாராவது சொல்வார்களா, சேனாதிபதி?" என்றான் பொன்னன். "சரிதான்; இந்தத் துரும்பினால் பல்லைக் குத்தினால், பல்லு உடைந்து போய்விடும்" என்று வள்ளி முணுமுணுத்தாள். "என்னால் தங்களுக்கு ஆகக்கூடிய ஒத்தாசை என்ன இருக்கிறது? சேனாதிபதி! இந்த ஏழைப் படகோட்டி..." மறுபடியும் வள்ளி குறுக்கிட்டு, "நீ ஏழை என்றால் யாராவது நம்புவார்களா? உன்னை உருக்கினால் ஒரு ராஜ்யத்தை வாங்கலாமே..." என்றாள். மாரப்பன் கூடச் சிரித்துவிட்டான். "ஆமாம் பொன்னா! உன் பெயரே உனக்கு விரோதமாயிருக்கிறது. போகட்டும், நான் சொல்ல வந்தது என்னவென்றால், அந்தக் கபடச் சாமியார் இருக்கிறார் அல்லவா? அவர் இருக்கிற இடத்தை மட்டும் சொல்லிவிடு. அவரைப் பிடித்துக் கொடுப்பதாகச் சக்கரவர்த்தி குமாரிக்கு வாக்களித்திருக்கிறேன். உன் பேரிலும் வள்ளி பேரிலும் குந்தவி தேவிக்கு ரொம்பக் கோபம். நீங்கள்

எனக்கு ஒத்தாசை செய்தால் குந்தவி தேவியிடம் உங்களைப் பற்றிச் சொல்லிக் கோபம் தீரும்படி செய்வேன்...." "சேனாதிபதி! நாங்கள் படகோட்டிப் பிழைப்பவர்கள்; யார் கோபம் எங்களை என்ன செய்யும்?" என்றான் பொன்னன்.

"சிவனடியார் எங்கே இருக்கிறார் என்று சொல்லமாட்டாயா?" "தெரிந்தால்தானே சொல்லுவேன்!" "அந்த வேஷதாரிச் சாமியார் இன்றைக்குக்கூட இந்த உறையூரிலேதான் இருக்கிறார். 'இல்லை' என்று சத்தியமாய்ச் சொல்வாயா?" "அதெப்படிச் சொல்கிறது? சாமியார் மந்திர சக்தியுள்ளவராச்சே! எந்த நேரத்தில் எங்கே இருக்கிறாரோ, யாருக்குத் தெரியும்?" என்றாள் வள்ளி. "இந்தச் சமயம் அவர் எங்கே இருக்கிறார் என்று உனக்குச் சத்தியமாய்த் தெரியாதா?" "சத்தியமாய்த் தெரியாது" என்று பொன்னனும் வள்ளியும் ஏககாலத்தில் உண்மையைச் சொன்னார்கள். நிஜமாகவே அவர்களுக்குத் தெரியாதுதானே? "இருக்கட்டும், பொன்னா! நான் மட்டும் மீசை முளைத்த ஆண் பிள்ளையானால் ஒரு நாளைக்கு அந்தச் சடைச் சாமியாரைக் கையும் மெய்யுமாகப் பிடித்து அவர் சடையைப் பிய்த்தெறிந்து, அவருடைய உண்மைச் சொரூபத்தை வெளிப்படுத்துவேன்! அப்போது உங்களையும் லேசில் விடமாட்டேன்" என்று கருவிக்கொண்டே மாரப்பன் போய்ச் சேர்ந்தான். அவற்றையெல்லாம் ஒவ்வொன்றாய் இப்போது நினைத்துக் கொண்டு சிரித்த வள்ளி, "ஆகா; சாமியாருடைய சடையை மட்டும் நிஜமாகவே பிய்த்துவிட்டுப் பார்த்தால்... மனுஷன் உடனே மூர்ச்சை போட்டு விழுந்து விடமாட்டானா!" என்றாள். "ஆமாம், வள்ளி! அந்தச் சாமியார் யார்? சொல்கிறேன், சொல்கிறேன் என்று பயமுறுத்திக் கொண்டிருக்கிறாயே?" என்று பொன்னன் கேட்டான்.

"பெட்டிக்குள் என்ன இருக்கிறது என்று நீ சொல்லு; பிறகு சாமியார் யார் என்று நான் சொல்லுகிறேன்." "அதை நினைத்தால்தான் எனக்கு வேதனையாயிருக்கிறது! பெட்டி மட்டும் கிடைக்காமற் போனால்.... ஐயோ! மகாராணியின் முகத்தில் நான் எப்படி விழிப்பேன்?" "அப்படி என்னதான் அந்த அதிசயப் பெட்டிக்குள் இருக்கிறது? சொல்லேன்!" "அது அதிசயப் பெட்டிதான் வள்ளி! அதற்குள் சோழ வம்சத்தின் பரம்பரைப் பொக்கிஷம் இருந்தது. கரிகாலச் சக்கரவர்த்தியின் உடைவாளும், வள்ளுவர் பெருமான் தம் கையால் எழுதிய தமிழ் வேதச் சுவடியும் இருந்தன. பார்த்திப மகாராஜா, போக்களத்துக்குக் கிளம்பியபோது, அந்தப் பெட்டியை

166

மகாராணியிடம் ஒப்புவித்தார். இளவரசருக்கு வயது வந்து சுதந்திர மன்னராகும்போது அவரிடம் ஒப்படைக்கும்படி சொல்லிவிட்டுப் போனார்." "இத்தனை நாளும் அரண்மனையில் இருந்ததை இப்போது என்னத்திற்காக மகாராணி எடுத்துவரச் சொன்னார்? இளவரசருக்கு அனுப்பி வைக்கலாம் என்றா?" "இளவரசருக்கு எப்படி அனுப்புகிறது? அவர் இருக்குமிடந்தான் யாருக்குத் தெரியும்? பாவம்! எந்தக் கண்ணில்லாத் தீவிலே என்ன கஷ்டப்பட்டுக் கொண்டிருக்கிறாரோ?... அதற்காக இல்லை, வள்ளி! பல்லவ சக்கரவர்த்தி உறையூருக்கு வருகிறார் என்ற செய்தி தெரிந்தவுடனே மகாராணி எனக்கு இந்தக் கட்டளையை இட்டார்.

பல்லவ குலத்தாரின் வழக்கம் தெரியுமோ, இல்லையோ? நல்ல வேலைப்பாடான பொருள் எதைக் கண்டாலும் கொண்டு போய் விடுவார்கள். சிற்பிகள், சித்திரக்காரர்கள் இருந்தால், அழைத்துப் போய்விடுவார்கள். சுவரில் எழுதியிருக்கும் சித்திரங்களை மட்டுந்தான் அவர்களால் கொண்டு போக முடியாது. அதற்காகத்தான் நமது பார்த்திப மகாராஜா உறையூரில் சித்திரக் காட்சி மண்டபம் மட்டும் ஏற்படுத்தியிருந்தார்!" "ஐயையோ! அப்படியா சமாசாரம்? எனக்குத் தெரியாமல் போச்சே!" "அதனால்தான் நான் சிவனடியாரிடம் பெட்டியைக் கொடுக்கத் தயங்கினேன். நீ 'கொடு கொடு' என்று அவசரப் படுத்தினாய்!" "நான் என்ன செய்வேன்? அந்த அவசரத்தில், வேறு என்னதான் பண்ணியிருக்க முடியும்? இருந்தாலும், என் மனத்திற்குள் ஏதோ சொல்கிறது. பெட்டி பத்திரமாய் வந்துவிடும் என்று." "வந்தால் நல்லதுதான். இல்லாவிட்டால் மகாராணியின் முகத்திலேயே நாம் விழிக்க முடியாது! ஆமாம்; அந்தச் சிவனடியார் யார் வள்ளி? அவரைப் பற்றி உனக்கு என்ன சந்தேகம்?" அப்போது வள்ளி பொன்னன் காதோடு ஏதோ சொன்னாள். அதைக் கேட்டதும், அவனுக்கு உண்டான ஆச்சரியம் முகத்தில் தெரிந்தது. அதே சமயத்தில் வெளியில் குதிரைகளின் குளம்புச் சத்தம், பல்லக்குச் சுமப்பவர்களின் குரலொலி முதலியவை கேட்கவே, பொன்னன் வள்ளி இரண்டு பேருமே வியப்படைந்து குடிசை வாசலுக்கு வந்து பார்த்தார்கள்.

அத்தியாயம் இருபத்தேழு

கண்ணீர்ப் பெருக்கு

வள்ளியும் பொன்னனும் குடிசைக்கு வெளியில் வந்த போது பார்த்திப மகாராஜாவின் காலத்திற்குப் பிறகு அவர்கள் பார்த்திராத அதிசயமான காட்சியைக் கண்டார்கள். உறையூர்ப் பக்கத்திலிருந்து காவேரிக் கரைச் சாலை வழியாக அரச பரிவாரங்கள் வந்து கொண்டிருந்தன. குதிரை வீரர்களும், காலாட் படைகளும், கொடி, பரிவட்டம் அலங்கரித்த உயர்ஜாதிப் புரவிகளும், இராஜ ஸ்திரீகளுக்குரிய முத்து விதானம் கட்டிய தந்தப் பல்லக்குகளும் வந்து கொண்டிருந்தன. இந்த இராஜ பரிவாரமெல்லாம் தோணித் துறைத்தோப்பில் வந்து இறங்கத் தொடங்கியபோது, ஓடக்காரப் பொன்னனும், அவன் மனைவியும் ஆச்சரியக் கடலில் மூழ்கினார்கள். இதோடு ஆச்சரியம் முடிந்தபாடில்லை. காவேரி நதியில் அதே சமயத்தில் ஒரு விந்தைக் காட்சி காணப்பட்டது. உறையூர்ப் பக்கத்திலிருந்து அலங்கரித்த பல படகுகள் அன்னப் பட்சிகளைப் போல் மிதந்து கிழக்கு நோக்கி வந்து கொண்டிருந்தன. அவற்றின் நடுவில் சிங்கக்கொடி பறந்த அழகிய படகைப் பார்த்ததும், சக்கரவர்த்தியும் அவருடைய பரிவாரங்களுந்தான் வருகிறார்கள் என்பது பொன்னனுக்குத் தெரிந்து போயிற்று.

ஒரு வேளை அந்தப் படகுகள் எல்லாம் இந்தத் தோணித் துறைக்குத்தான் வருமோ என்று பொன்னன் எண்ணமிட்டுக் கொண்டிருக்கையிலேயே, படகுகளின் திசைப்போக்கு மாறியது! காவேரியைக் குறுக்கே கடந்து, வசந்தத் தீவை நோக்கி அவை செல்லத் தொடங்கின. "ஓகோ! சக்கரவர்த்தி வசந்தத் தீவுக்கு ஏன் போகிறார்? ஒருவேளை மகாராணியைப் பார்க்கப் போகிறாரோ?" என்று பொன்னன் நினைத்தான். உடனே, தோப்பில் வந்து இறங்கிய வீரர்களிடம் நெருங்கிப்போய் விசாரித்தான். அவன் எண்ணியது உண்மையென்று தெரிந்தது. சக்கரவர்த்தியுடன், குந்தவி தேவி, சிறுத்தொண்டர், அவருடைய பத்தினி முதலியோர் அருள்மொழி ராணியைப் பார்க்க வசந்தத் தீவுக்குப் போகிறார்களென்று அறிந்தான். மேலும், விசாரித்து அவர்கள் அங்கிருந்து திரும்பி இந்தத் தோணித் துறைக்கு வருவார்களென்றும் இங்கிருந்து சிறுத்தொண்டர் கீழச் சோழநாட்டுக்கு யாத்திரை போகிறார் என்றும் சக்கரவர்த்தியும் குந்தவிதேவியும் உறையூருக்குத் திரும்புகிறார்கள்

என்றும் தெரிந்து கொண்டான். அந்தச் சமயம் வசந்தத் தீவில் தானும் இருக்கவேண்டும் என்றும், என்ன நடக்கிறதென்று தெரிந்து கொள்ள வேண்டும் என்றும் பொன்னனுக்கு உள்ளம் துடித்தது.

ஆனால், அந்த ஆவலை வள்ளியிடம் தெரிவித்தபோது அவள் "நன்றாயிருக்கிறது! சக்கரவர்த்தி அங்கே போயிருக்கும் போது, அவருடைய கட்டளையில்லாமல் நீ ஏன் அங்கே போக வேண்டும்? என்ன நடக்கிறதென்று தானே தெரிகிறது. அவசரம் என்ன?" என்றாள். எனவே, பொன்னன் துடிதுடித்துக் கொண்டு இக்கரையிலேயே இருந்தான். ஒரு முகூர்த்த காலம் ஆயிற்று. வசந்தத்தீவின் தோணித் துறையில் கலகலப்பு ஏற்பட்டது. பலர் அங்கே கும்பலாக வந்தார்கள். படகுகளிலும் ஏறினார்கள் படகுகள் இக்கரையை நோக்கி வரத்தொடங்கின. வருகிற படகுகளை மிகவும் ஆவலுடன் வள்ளியும் பொன்னனும் பார்த்துக் கொண்டிருந்தார்கள். அருகில் நெருங்க நெருங்கப் படகுகளில் இருந்தவர்கள் கண்ணுக்குத் தெரிய ஆரம்பித்தார்கள். சிங்கக்கொடி கம்பீரமாகப் பறந்த படகிலே சக்கரவர்த்தியும், ஒரு மொட்டைச் சாமியாரும் இருந்தார்கள். இதற்குள் அவர்களுடைய பார்வை இன்னொரு படகின் மேல் சென்றது. அதில் மூன்று பெண்மணிகள் இருந்தார்கள்? அருள்மொழித் தேவி போல் அல்லவா இருக்கிறது? ஆமாம். அருள்மொழித் தேவிதான். படகு கரையை அடைந்து எல்லாரும் இறங்கியபோது, பொன்னனும் வள்ளியும் வேறு யாரையும் பார்க்கவுமில்லை; கவனிக்கவுமில்லை. அருள்மொழித் தேவியின் காலில் விழுந்து எழுந்து அவள் முகத்தையே பார்த்துக் கொண்டு திகைத்து நின்றார்கள்.

அருள்மொழித்தேவி அவர்களை நோக்கித் தழுதழுத்த குரலில் கூறினாள்:- "பொன்னா! வள்ளி! என்னால் இங்கே தனியாகக் காலங் கழிக்க முடியவில்லை. நான் திவ்ய ஸ்தல யாத்திரை போகிறேன். நீங்கள் என்னைப் பற்றிக் கவலைப்பட வேண்டாம். இந்தத் தோணித் துறையிலேயே இருந்து கொண்டிருங்கள். ஒருவேளை எப்போதாவது மறுபடியும் திரும்பி வந்தால்..." இச்சமயம் பொன்னன் - வள்ளி இவர்கள் கண்களில் கண்ணீர் பெருகுவதை அருள்மொழித்தேவி கண்டதும், அவளுக்கும் கண்களில் நீர் துளித்தது. பேச முடியாமல் தொண்டையை அடைத்தது. பக்கத்திலிருந்த சிவவிரதையின் கரத்தைப் பிடித்துக் கொண்டு மேலே நடக்கத் தொடங்கினாள். அன்றைய தினம் அந்தக்

காவேரிக்கரைத் தோணித்துறையிலே கண்ணீர்ப் பிரவாகம் ஏராளமாய்ப் பெருகித் தண்ணீர்ப் பிரவாகத்துடன் போட்டியிட்டது. சக்கரவர்த்தியும் சிறுத்தொண்டரும் பிரிந்தபோது, அவர்களுடைய கண்களிலிருந்து கண்ணீர் பெருகிற்று. சிறுத்தொண்டரின் பத்தினியிடமும், அருள்மொழித் தேவியிடமும் குந்தவி விடை பெற்றுக் கொண்ட சமயம், அவர்கள் எல்லாருடைய கண்களிலிருந்தும் கண்ணீர் ஆறாய்ப் பெருகிற்று.

கிழக்குத்திசை போகிறவர்கள் முதலில் கிளம்பினார்கள். சிறுத்தொண்டர் தனியாக ஒரு பல்லக்கில் ஏறி அமர்ந்தார். அவர் பத்தினியும் அருள்மொழித் தேவியும் இன்னொரு பல்லக்கில் அமர்ந்தார்கள். சேடிகளும் பரிவாரங்களும் தொடர்ந்துவர, குதிரை வீரர்கள் முன்னும் பின்னும் காவல் புரிந்துவர, சிவிகைகள் புறப்பட்டன. சிவிகைகள் சற்றுத் தூரம் போனபிறகு, பொன்னனுக்குத் திடீரென்று ஒரு விஷயம் ஞாபகம் வந்தது. அவன் ஓட்டமாய் ஓடி அருள்மொழி இருந்த பல்லக்கை நெருங்கினான், தேவியும் சிவிகையை நிறுத்தச் சொல்லி, "பொன்னா! என்ன? இவ்வளவு படபடப்பு ஏன்?" என்றாள். "தேவி!" என்று பொன்னன் மேலே பேச நாவெழாமல் திகைத்தான். "ஏதோ சொல்ல விரும்புகிறாய் போலிருக்கிறது. பயப்படாமல் சொல்லு. இந்த அம்மையார் இருப்பதினால் பாதகமில்லை" என்றாள் ராணி. "தேவி! பெட்டியைப் பற்றிச் சொன்னீர்களல்லவா?" "என்ன? கிடைத்து விட்டதா?" என்று ராணி ஆவலுடன் கேட்டாள். "ஆமாம்; இல்லை. சீக்கிரம் கிடைத்துவிடும். அதை...." என்று தடுமாறினான் பொன்னன்.

அருள்மொழி சிறிதுநேரம் சிந்தனையில் ஆழ்ந்திருந்தாள். பிறகு, "பொன்னா! பெட்டியை நீதான் பத்திரப்படுத்தி வைக்க வேண்டும். முன்னமே, உன்னிடம் ஒப்புவிப்பதாகத்தான் இருந்தேன். ஒரு வேளை, ஒரு வேளை.... நான் இல்லாத சமயத்தில்... அவன் வந்தால்..." ராணி மேலே பேசமுடியாமல், விம்மத் தொடங்கினாள். பொன்னன், "ஆகட்டும், அம்மா! இளவரசரிடம் பத்திரமாய் ஒப்புவித்து விடுகிறேன்" என்று அழுது கொண்டே சொன்னான். சிவிகை மேலே சென்றது. பொன்னன் திரும்பி வந்தபோது, சாலையில் பல்லக்கின் அருகில் நின்று குந்தவி தேவி கண்ணீர் விடுவதையும், சக்கரவர்த்தி அவளைத் தேற்றுவதையும் கண்டான். "எனக்குத் தாயார் கிடைத்ததாக எண்ணி மனமகிழ்ந்தேன். அப்பா! அதற்குக் கொடுத்து வைக்கவில்லை!" என்று குந்தவி சொன்னது பொன்னன் காதில் விழுந்தது. குந்தவி சிவிகையில் ஏறினாள்.

சக்கரவர்த்தி குதிரை மீது ஆரோகணித்தார். உறையூரை நோக்கி அவர்கள் கிளம்பினார்கள். பொன்னன் குடிசைக்குள் நுழைந்ததும் வள்ளி கண்ணீர் பெருக்கிக் கொண்டிருப்பதைக் கண்டான். "ஐயோ! எனக்கு முன்னமே தெரியாமல் போச்சே! தெரிந்திருந்தால் மகாராணியுடன் நானும் வருவதாகச் சொல்லியிருப்பேனே! எனக்கு மட்டும் இங்கே என்ன வேலை!" என்று வள்ளி புலம்பினாள். பொன்னன் சிறிது தைரியப்படுத்திக் கொண்டு, "கடைசியில் பெண் பிள்ளை என்பதைக் காட்டி விட்டாயல்லவா?" பிரமாத வீரமெல்லாம் பேசினாயே!" என்றான்.

அச்சமயத்தில் மறுபடியும் வெளியில் குதிரையின் காலடிச் சத்தம் கேட்கவே, இருவரும் ஓடி வந்து பார்த்தார்கள். சக்கரவர்த்தி மட்டும் குதிரைமேல் தனியாகத் திரும்பி வந்தார். "பொன்னா! நீ இந்தத் தோணித் துறையில்தானே இருக்கப் போகிறாய்? எங்கேயும் போய்விடமாட்டாயே?" என்று கேட்டார். "இங்கேதான் இருப்பேன், பிரபோ! எங்கும் போகமாட்டேன்" என்றான் பொன்னன். "அதோபார்! அரண்மனைப் படகை இங்கேயே விட்டுவைக்கச் சொல்லியிருக்கிறேன். குந்தவி தேவி ஒரு வேளை வசந்த மாளிகையில் வந்து இருக்க ஆசைப்படலாம். அப்போது நீதான் படகு ஓட்ட வேண்டும்...." "காத்திருக்கிறேன், பிரபோ!" "இன்னொரு சமாசாரம்; சிவனடியார் ஒருவர் - என் சிநேகிதர் உன்னிடம் ஒப்புவிக்கும்படி ஒரு பெட்டியைக் கொடுத்தார். அது அந்தப் படகின் அடியில் இருக்கிறது. பார்த்து எடுத்துக்கொள்." இவ்விதம் சொல்லிவிட்டு, சக்கரவர்த்தி வள்ளியை நோக்கினார். அதுவரையில் அவரையே உற்றுப் பார்த்துக்கொண்டிருந்த வள்ளி சட்டென்று தலையைக் குனிந்தாள். அவளுடைய முகத்தில் வெட்கத்துடன் கூடிய புன்னகை உண்டாயிற்று. அடுத்த கணத்தில், சக்கரவர்த்தியின் குதிரை காற்றாய்ப் பறந்து சென்றது.

இரண்டாம் பாகம் முற்றிற்று.

மூன்றாம் பாகம்

அத்தியாயம் ஒன்று

இரத்தின வியாபாரி

அமைதியான நீலக் கடலில் அழகிய அன்னப் பறவை போல் வெள்ளைப் பாய் விரித்த கப்பல் மேற்கு நோக்கிப் போய்க் கொண்டிருந்தது. சூரியன் உதயமாகும் நேரம். அவனுடைய தேஜோ மயமான வரவை எதிர்பார்த்துக் கீழ்வான முகட்டில் இயற்கைத் தேவி வர்ணக் கோலங்கள் போட்டுக் கொண்டிருந்தாள். கப்பலில் இருந்தவர்களிடையே பரபரப்பு அதிகமாய்க் காணப்பட்டது. அவர்கள் பெரும்பாலும் வர்த்தகர்களாகக் காணப்பட்டார்கள். எல்லாரும் அவரவர்களுடைய மூட்டைகளை எடுத்து வைத்து, கப்பலிலிருந்து இறங்குவதற்கு ஆயத்தமாகிக் கொண்டிருந் தார்கள். சிலர் கப்பல் மேல் தளத்தின் ஓரமாக வந்து, மேற்குத் திசையை ஆவலுடன் நோக்கினார்கள்.

இப்படி மேற்குத் திக்கை நோக்கி நின்றவர்களில் வாலிப வர்த்தகன் ஒருவன் காணப்பட்டான். பிராயம் இருபது, இருபத்தொன்று இருக்கலாம். அவனுடைய உடையிலிருந்தும் அவன் பக்கத்தில் கிடந்த மூட்டையிலிருந்தும் தான் அவனை வியாபாரி என்று சொல்லலாமே தவிர, மற்றபடி தோற்றத்தை மட்டும் கவனித்தால் அவன் இராஜ குலத்தைச் சேர்ந்தவன் என்று சொல்லும்படியிருந்தது. அவன் வியாபாரியாயிருக்கும் பட்சத்தில், சாதாரண வியாபாரியாயிருக்க முடியாது; பெருஞ் செல்வனான இரத்தின வியாபாரியாகத் தான் இருக்க வேண்டும். கப்பலி லிருந்த மற்றவர்கள் அடிக்கடி அந்த இளம் வர்த்தகன் நிற்கும் இடத்தை நோக்கினார்கள். அப்போது அவர்களுடைய கண்களில் பயபக்தி காணப்பட்டது; சிறிது கவலையும் தோன்றியது.

அந்த வாலிப வர்த்தகனோ மற்றவர்களை யெல்லாம் சிறிதும் கவனிக்கவில்லை. கண்கொட்டாமல் மேற்குத் திக்கையே நோக்கிக் கொண்டு நின்றான். அவனுடைய முகத்திலேதான் எத்தனை ஆவல்? எவ்வளவு கிளர்ச்சி? அவ்வளவு ஆவலுக்கும் கிளர்ச்சிக்கும் என்னதான் காரணமாயிருக்கும்? நீண்ட காலம் அன்னிய நாட்டில் இருந்துவிட்டுத்

தாய் நாட்டுக்குத் திரும்பி வருகிறானோ இந்த வாலிபன்? ஜன்ம பூமியின் தோற்றம் எப்போது கண்ணுக்குப் புலனாகும் என்றுதான் இவ்வளவு ஆவலுடன் பார்த்துக் கொண்டிருக்கிறானோ? "ஆமாம்; அதுதான் உண்மை யாயிருக்க வேண்டும். ஏனென்றால், அதோ கொஞ்ச தூரத்தில் கருநிறமாக வரம்புபோல் காணப்படும் பூமியைக் கண்டதும் அவனுடைய முகம் மலர்வதைக் காண்கிறோம். சூரியனைக் கண்ட தாமரை இப்படித்தான் மலரும் போலும்! சற்று நேரம் அப்படியே அசைவின்றி நிற்கிறான் அந்த வாலிப வியாபாரி. ஆரம்பத்தில் வெறும் வரம்பாக மட்டும் தோன்றிய காட்சியானது வரவர மரங்கள், குன்றுகள், கோவில் கோபுரங்களாக மாறிவரும்போது, அவனுடைய உள்ளத்தில் ஆனந்தம் பொங்குவதை முகம் காட்டுகிறது. இதற்கிடையில் கிழக்கே சூரியனும் ஜகஜ்ஜோதியாக உதயமாகித் தன் வன யாத்திரையைத் தொடங்கினான்.

கரையையே பார்த்துக் கொண்டிருந்த வாலிபன் சட்டென்று திரும்பி நோக்கினான். கப்பலிலிருந்தவர்களில் பெரும்பாலோர் அச்சமயம் அவனையே கவனித்துக் கொண்டிருந்தார்களாதலால், அவன் சமிக்ஞை செய்ததும் உடனே நெருங்கி அவனருகில் வந்து பயபக்தியுடன் நின்றார்கள். "நான் சொன்னதெல்லாம் ஞாபகம் இருக்கிறதா?" என்று வாலிபன் கேட்டான். "இருக்கிறது மகா...!" என்று சொல்லத் தொடங்கிய ஒருவன், சட்டென்று வாயைப் பொத்திக் கொண்டான். "பார்த்தீர்களா? இதுதானா நீங்கள் என் கட்டளையை நிறைவேற்றுகிற லட்சணம்?" என்று வாலிபன் கோபமாய்க் கேட்டான். "மன்னிக்க வேண்டும், சுவாமி!" "என்னுடைய கட்டளையைச் சத்தியமாய் நிறைவேற்றுவீர்களா?" "நிறைவேற்றுவோம். சுவாமி!" "தாய் நாட்டில் இருக்கும்போது என்னை நீங்கள் சந்திக்க முயலவே கூடாது, தெரியுமா?" "தெரியும் சுவாமி!" "ஒருவேளை தற்செயலாய்ச் சந்தித்தால் என்னைத் தெரிந்ததாகக் காட்டிக் கொள்ளக் கூடாது." "சித்தப்படி நடக்கிறோம்." "அடுத்த அமாவாசையன்று எல்லாரும் இந்தத் துறைமுகத்திற்கு வந்துவிடவேண்டும்." "வந்துவிடுகிறோம்!" "அன்று நான் எக்காரணத்தினாலாவது கப்பலுக்கு வந்து சேராவிட்டால் என்னைப் பற்றி எவ்விதம் விசாரிப்பீர்கள்?" "இரத்தின வியாபாரி தேவசேனர் என்று விசாரிக்கிறோம்."

"இதிலெல்லாம் கொஞ்சங்கூடத் தவறக்கூடாது." "இல்லை, சுவாமி!" மேற்படி வாலிப இரத்தின வியாபாரி உண்மையில் யார் என்பதை நேயர்கள் இதற்குள்ளாக ஊகித்துக் கொண்டிருக்கலாம். ஆம்; பார்த்திப

சோழ மகாராஜாவின் புதல்வனும், தற்போது செண்பகத் தீவின் அரசனுமான விக்கிரமன் தான் அவன். சென்ற அத்தியாயத்தில் கூறிய சம்பவங்கள் நடந்து ஏறக்குறைய மூன்று வருஷங்கள் ஆகிவிட்டன. இந்த மூன்று வருஷத்தில் விக்கிரமனுடைய ஆட்சியில் செண்பகத் தீவு எல்லாத் துறைகளிலும் முன்னேற்றமடைந்து பேரும் புகழும் அடைந்து வந்தது. விக்கிரமனுடைய வரவுக்குப் பிறகு ஒரே தடவை செண்பகத் தீவின் மீது பகைவர் படையெடுத்து வந்தார்கள். அவர்களுக்கு நேர்ந்த கதியை அறிந்த பிறகு செண்பகத் தீவின் மீது படையெடுக்க யாரும் துணியவில்லை. அதற்கு மாறாக, விக்கிரமனுடைய தலைமையில் செண்பகத் தீவின் படை வீரர்கள் வேறு தீவுகளின் மேல் படையெடுத்துச் சென்று அந்தத் தீவுகளிலெல்லாம் புலிக்கொடியை நாட்டி விட்டுத் திரும்பினார்கள். விக்கிரமனுடைய வீரப் பிரதாபங்களையும், மேதா விலாசத்தையும், மற்ற உயர் குணங்களையும் பற்றிய கீர்த்தியானது தூர தூரத்திலேயுள்ள தீவாந்திரங்களிலெல்லாம் பரவத் தொடங்கியது. பல தீவுகளிலுள்ள ஜனங்கள் நல்லாட்சியையும், பாதுகாப்பையும், விரும்பித் தாங்களே விக்கிரமனுடைய ஆட்சிக்குள் வந்து கொண்டிருந்தார்கள்.

இந்த மூன்று வருஷ காலத்தில் விக்கிரமன் தன்னுடைய தாயாரையாவது, தாய்நாட்டையாவது மறந்து விடவில்லை. மற்றும், பல்லவ சாம்ராஜ்யத் தலைநகரின் வீதியில் அவன் கண்ட இளநங்கையின் சந்திர வதனத்தையும் அவனால் மறக்க முடியவில்லை. செண்பகத்தீவின் பிரஜைகள் தங்களுடைய பாக்கிய வசத்தினால் கிடைத்த புதிய அரசனின் வம்சம் நீடூழி விளங்க வேண்டுமென்னும் ஆசையுடன், விக்கிரமனுடைய விவாகத்தைக் குறித்துச் சிலமுறை விக்ஞாபனம் செய்து கொண்டார்கள். மகாராஜா விடை கொடுத்தால், தாய்நாட்டுக்குச் சென்று சிறந்த அரசர் குலத்துப் பெண்ணை மணம் பேசி வருவதாகவும் சொன்னார்கள். அப்போதெல்லாம் விக்கிரமன் அவர்களுடைய விக்ஞாபனத்தை மறுதளித்து, விவாகத்தைப் பற்றிப் தன்னுடைய பரிபூரண வெறுப்பையும் தெரிவித்தான். இதற்கு அடிப்படையான காரணம், அந்தக் காஞ்சி நகர்ப் பெண்ணினுடைய கருவிழிகள் ஞாபகந்தானோ, என்னவோ, யாருக்குத் தெரியும்?

நாளாக ஆக, விக்கிரமன் செண்பகத் தீவில் தன்னுடைய தனிமையை அதிகமாய் உணரத் தொடங்கினான். எவ்வளவோ ஜனக்கூட்டத்துக்கு நடுவில் இருந்தும் தான் துணையின்றித் தனித்திருப்பதை அவன்

கண்டான். வெற்றியும், புகழும், செல்வாக்கும், திரளான மக்களின் போற்றுதலும் இருந்தும் அவனுடைய இதயத்தில் நிறைவு ஏற்படவில்லை. அதில் ஒரு மூலை சூன்யமாக இருந்தது. அந்தச் சூன்ய மூலையானது நாளுக்கு நாள் பெரிதாகிக் கொண்டு வந்தது. 'நீண்ட நயனங்களையுடைய அந்தப் பெண் மட்டும் இங்கே என் அருகில் இருந்தால்?' - என்ற எண்ணம் அடிக்கடி உண்டாயிற்று. அது அவனுக்கு அளவிலாத வேதனையையளித்தது. அந்த வேதனை தரும் எண்ணத்தை அவனால் மறக்க முடியாமலிருந்ததோடு, அந்த வேதனையின் நடுவிலேயே ஒருவித இன்பமும் இருப்பதை அவன் உணர்ந்தான். தன்னை அறியாமல் அடிக்கடி அவன் பெருமூச்சு விட்டான். சில சமயம் அவனுடைய உள்ளத்தைக் கொள்ளை கொண்ட பெண்ணின் முகம் அவன் மனக்கண்ணின் முன்னால் தோன்றும்போது, அவனுடைய இருதயமானது விரிந்து பொங்கி மேல் நோக்கி எழுந்து நெஞ்சை அடைத்து விடுவதுபோல் உணர்ச்சி உண்டாகும்.

வேதனையுடன் இன்பமும் கலந்து உண்டாக்கிய இந்த ஞாபகத்தை அவன் ஓரளவு மறப்பதற்கு உதவியான ஒரு சம்பவம் இரண்டு மாதத்திற்கு முன்பு நேர்ந்தது. ஒருநாள் இரவு விக்கிரமனுடைய கனவில் அருள்மொழி ராணி தோன்றினாள். மகாராணிக்குரிய ஆடை ஆபரணங்கள் ஒன்றுமில்லாமல், தூயவெள்ளைக் கலையுடுத்தி விபூதி ருத்திராட்சமணிந்து அவள் சிவபக்தியில் கனிந்த சிவவிரதையாகக் காட்சி தந்தாள்! முன் எப்போதையும் விட அவளுடைய முகத்தில் தேஜஸ் அதிகமாக ஜொலித்தது. நாவில் நமசிவாய மந்திரத்தை ஜபித்துக் கொண்டு வந்த அருள்மொழித் தேவி விக்கிரமனைக் கனிவு ததும்ப நோக்கி "குழந்தாய் எனக்கு விடை கொடு!" என்றாள். விக்கிரமன் ஒன்றும் புரியாமல் திகைத்து "அம்மா! இத்தனை நாள் கழித்து இப்போது தானே உன்னைப் பார்த்தேன்? அதற்குள் போக விடை கேட்கிறாயே? எங்கே போகப் போகிறாய்?" என்றான். அருள்மொழி ராணி அதற்கு விடை கூறாமல், "அப்பா குழந்தாய்! நான் ஒரு வாக்குறுதி கொடுத்து விட்டேன். அதை நீ நிறைவேற்றித் தரவேண்டும். முக்கியமாக அதன் பொருட்டே உன்னைப் பார்க்க வந்தேன்" என்றாள்.

"என்ன வாக்குறுதி, அம்மா? யாருக்குக் கொடுத்தாய்?" "சக்கரவர்த்தியின் மகள் குந்தவியை நீ கல்யாணம் செய்து கொள்ள வேண்டும்!" விக்கிரமன் திடுக்கிட்டு, "இது என்ன அம்மா சொல்கிறாய்? சக்கரவர்த்தி மகளுக்கும்

எனக்கும் என்ன சம்பந்தம்? யாருக்கு இம்மாதிரி வாக்குக் கொடுத்தாய்?"
என்று கேட்டான். "சிவனடியாருக்கு வாக்குக் கொடுத்தேன். குழந்தாய்!
இராமபிரான் தகப்பனாரின் வாக்கை நிறைவேற்றியது போல் நீ
என்னுடைய வாக்கைக் காப்பாற்ற வேண்டும்." இவ்விதம் சொல்லிவிட்டு,
அருள்மொழித் தேவி விக்கிரமனுடைய அருகில் நெருங்கி அவனுடைய
சிரசின் மீது கையை வைத்து ஆசீர்வதித்தாள். உடனே, விக்கிரமன் கண்
விழித்து எழுந்தான். "நல்ல வேளை! இதெல்லாம் கனவாய்ப் போயிற்றே!"
என்று சந்தோஷப்பட்டான். கனவில் கண்டதெல்லாம் வெறும்
சித்தப்பிரமை என்பதில் ஐயமில்லை. பழைய பேச்சுகளும் நினைவுகளும்
குழம்பி இப்படிக் கனவாகத் தோன்றியிருக்க வேண்டும். இல்லாவிடில்
இத்தனையும் நடந்த பிறகு, "சக்கரவர்த்தி மகளைக் கல்யாணம்
செய்துகொள்" என்று தாய் தனக்குக் கட்டளையிடுவாளா? இதைப் பற்றிச்
சிவனடியாருக்கு அவள் ஏன் வாக்குக் கொடுக்க வேண்டும்?

ஆனாலும் இந்தக் கனவுதான் விக்கிரமன் காஞ்சி நகர்ப் பெண்ணின்
நினைவை ஒருவாறு மறப்பதற்கு உதவி செய்தது. கனவு கண்டது முதல்,
அவனுக்குத் தன் அன்னையைப் பார்க்க வேண்டுமென்ற ஆசை மிகுந்தது.
அவள் எங்கே இருக்கிறாளோ? தன்னைக் காணாமல் எவ்விதம்
பரிதவிக்கிறாளோ? அன்று முதல், தாய் நாட்டுக்குத் திரும்பிப் போக
வேண்டுமென்ற ஆர்வம் விக்கிரமனுடைய உள்ளத்தில் பொங்கத்
தொடங்கிற்று. போய், அன்னையை இங்கே அழைத்துக் கொண்டு
வந்துவிடலாம்; தந்தை கொடுத்து விட்டுப்போன சோழர் குலத்து வீர
வாளையும் திருக்குறளையும் எடுத்துக் கொண்டு வரலாம் - இவ்விதம்
தீர்மானித்துக் கொண்டு மந்திரி பிரதானிகளிடமும் மற்றுமுள்ள முக்கிய
பிரஜைகளிடமும் தன் தீர்மானத்தைத் தெரிவித்தான். அவர்கள்
எவ்வளவோ ஆட்சேபித்தும் விக்கிரமனுடைய உறுதியை மாற்ற
முடியவில்லை. "ஒருவேளை திரும்பி வரும்போது உங்களுக்கு ஒரு
மகாராணியை அழைத்துக் கொண்டு வந்தாலும் வருவேன்" என்று
விக்கிரமன் விளையாட்டாகச் சொன்னது அவர்களுக்கு ஒருவாறு திருப்தி
அளித்தது. ஆகவே, தாய் நாட்டுக்குப் போகச் சகல வசதிகளுடன்
வர்த்தகக் கப்பல் ஒன்று சித்தமாயிற்று. அந்தக் கப்பலில் இரத்தின
வியாபாரியாக வேஷம் பூண்டு விக்கிரமன் பிரயாணமானான். வர்த்தக
வேஷம் தரித்த மெய்க்காவலர் சிலரும், செண்பகத் தீவின் நிஜ
வியாபாரிகள் சிலரும் அவனுடன் கப்பலில் புறப்பட்டார்கள்.

தாய் நாட்டில் எந்தத் துறைமுகத்தில் இறங்குவது என்பது பற்றிக் கொஞ்சம் சர்ச்சை நடந்தது. விக்கிரமன் முக்கியமாகப் போக விரும்பிய இடம் உறையூராதலால், நாகப்பட்டினம் துறைமுகத்தில் இறங்கலாம் என்று மற்றவர்கள் சொன்னார்கள். ஆனால், விக்கிரமனோ மாமல்லபுரத்துக்கே போகவேண்டும் என்றான். அவன் குழந்தையாயிருந்த காலத்திலிருந்து மாமல்லபுரத்துச் சிற்ப வேலைகளைப் பற்றிக் கேட்டிருந்தான். அவற்றைப் பார்க்க வேண்டுமென்ற ஆசை அவனுக்கு நெடுநாளாக உண்டு. பல்லவ வீரர்கள் அவனைச் சிறைப்படுத்திக் கொண்டு வந்து மாமல்லபுரத்துக் கடற்கரையில் கப்பலேற்றியபோதே, "ஐயோ! இவ்வூரின் சிறந்த சிற்பங்களைப் பார்க்காமல் போகிறோமே?" என்று வருந்தினான். இப்போது அங்கே இறங்கினால் அந்த ஆசை நிறைவேறுமல்லவா?

இதுவன்றி, இன்னொரு முக்கிய நோக்கமும் இருந்தது. தாய் நாட்டிலிருந்து சிறந்த சிற்பிகளையும், சித்திரக்காரர்களையும் செண்பகத்தீவுக்கு அழைத்துப்போக அவன் விரும்பினான். நாளடைவில் செண்பகத் தீவை ஓர் அற்புத சிற்பக் கூடமாகவே செய்துவிட வேண்டுமென்பது அவன் கொண்டிருந்த மனோரதம். அத்தகைய சிற்பங்களையும் சித்திரக்காரர்களையும் மாமல்லபுரத்திலல்லாமல் வேறு எங்கே கண்டுபிடிக்க முடியும்? சோழநாடுதான் இப்போது பழைய பெருமையெல்லாம் போய் பாழடைந்து கிடக்கிறதே! இதையெல்லாந் தவிர, ஒருவேளை விக்கிரமன் மாமல்லபுரத்தில் இறங்க விரும்பியதற்கு இன்னொரு காரணமும் இருந்திருக்கலாம். காஞ்சிநகர் வீதியிலும், பின்னர் மாமல்லபுரத்துக் கடற்கரையிலும் அவன் பார்த்த இளநங்கையை மீண்டும் ஒருகால் பார்க்கக் கூடுமோ என்ற ஆசை அவன் உள்ளத்தின் அடிவாரத்தில் கிடந்திருக்கக்கூடும். இது விக்கிரமனுக்குக் கூடத் தெரியாமலும் இருக்கலாம். மனித உள்ளத்தின் அந்தரங்க மர்மம் அனைத்தையும் அறிந்து விட்டதாக யார் தான் சொல்ல முடியும்?

அத்தியாயம் இரண்டு

சந்திப்பு

மாமல்லபுரத்தில் கலைத் திருவிழா வழக்கம் போல் நடந்து கொண்டிருந்தது. இவ்வருஷம் சக்கரவர்த்தி திருவிழாவுக்கு விஜயம் செய்யவில்லை. சில காலமாகச் சக்கரவர்த்தி ஏதோ துக்கத்தில் ஆழ்ந்திருப்பதாகவும், அதனால் தான் கலைவிழாவுக்கு வரவில்லையென்றும் ஜனங்கள் பேசிக் கொண்டார்கள். வேறு சிலர், சக்கரவர்த்தி கொஞ்ச காலமாகப் பல்லவ நாட்டிலேயே இல்லையென்றும், அவருடைய குமாரன் இலங்கையிலிருந்து திரும்பிய பிறகு அவனிடம் இராஜ்ய பாரத்தை ஒப்புவித்துவிட்டு மாறுவேஷத்துடன் தேச யாத்திரை போயிருக்கிறார் என்றும் சொன்னார்கள். ஆனால், சக்கரவர்த்தியின் குமாரன் மகேந்திரனும், குமாரி குந்தவி தேவியும் இவ்வருஷம் கலைவிழாவுக்கு விஜயம் செய்திருந்தபடியால், மாமல்லபுர வாசிகள் சிறிதளவும் உற்சாகம் குன்றாமல் விழாவைச் சிறப்பாக நடத்தினார்கள். கலைவிழாவின் காட்சிகளையும், கற்பாறைகளில் செதுக்கிய அற்புதமான சித்திரங்களையும், ஆங்காங்கு நடைபெற்றுக் கொண்டிருந்த இசை விருந்து, நாட்டியம், கூத்து ஆகியவைகளையும் பார்த்து அனுபவித்துக் கொண்டு கப்பலிலிருந்து இறங்கிய நமது இரத்தின வியாபாரி குறுக்கும் நெடுக்குமாகப் போய்க்கொண்டிருந்தான்.

அவனுடைய முகத்தில் அபூர்வமான கிளர்ச்சி தோன்றியது; கண்களில் அளவில்லாத ஆர்வம் காணப்பட்டது. எவ்வளவுதான் பார்த்த பிறகும் கேட்ட பிறகுங்கூட அவனுடைய இருதய தாகம் தணிந்ததாகத் தெரியவில்லை. பார்க்கப் பார்க்க, கேட்கக் கேட்க, அந்தத் தாகம் அடங்காமல் பெருகிக் கொண்டிருந்ததென்று தோன்றியது. அந்த அதிசயமான சிற்பக் காட்சிகளையும், உயிருள்ள ஓவியங்களையும் பார்க்கும்போது, ஊனையும் உள்ளத்தையும் உருக்கும் இசை அமுதத்தைப் பருகும் போதும் அவன் அடைந்த அனுபவம் ஆனந்தமா? அல்லது அசூயையா? அல்லது இரண்டும் கலந்த உணர்ச்சியா? இரத்தின வியாபாரிக்குப் பக்கத்தில் தலையிலும் தோளிலும் மூட்டைகளைச் சுமந்து கொண்டு ஒரு குள்ளன் போய்க் கொண்டிருந்தான். அவனுடன் இரத்தின வியாபாரி ஜாடை காட்டிப் பேசுவதைப் பார்த்தால் குள்ளனுக்குக் காது செவிடு என்று ஊகிக்கலாம். அவன் செவிடு மட்டுமல்ல -

ஊமையாகக்கூட இருக்கலாமென்றும் தோன்றியது. தன்னுடைய நடவடிக்கைகளைப் பற்றி வேறு யாருக்கும் தெரியப்படுத்த முடியாமலிருக்கும் பொருட்டே நமது இரத்தின வியாபாரி அத்தகைய ஆளைப் பொறுக்கி எடுத்திருக்க வேண்டும்.

ஆமாம்; அந்த இளம் வர்த்தகங்களின் நடவடிக்கைகள், கவனித்துப் பார்ப்பவர்களின் உள்ளத்தில் சந்தேகத்தை உண்டு பண்ணுவனவாய்த் தான் இருந்தன. அவன் ஆங்காங்கு சிற்பக் காட்சியோ, சித்திரக் காட்சியோ உள்ள இடத்தில் சிறிது நேரம் நிற்பான். சிற்பங்களையும் சித்திரங்களையும் பார்ப்பதோடல்லாமல் பக்கத்தில் நிற்கும் சிற்பிகளையும் கவனிப்பான். அவர்களில் யாராவது ஒருவன் தனித்து நிற்க நேர்ந்தால் அவனை நெருங்கி முதுகைத் தட்டி "உன்னிடம் ஒரு விஷயம் பேச வேண்டும்; கொஞ்சம் ஒதுக்குப்புறமாக வருகிறாயா?" என்று கேட்பான். இரத்தின வியாபாரியின் கம்பீரத் தோற்றத்தையும் களையான முகத்தையும் பார்த்த யாருக்குத்தான் அவன் பேச்சைத் தட்ட மனம் வரும்? அவன் சொற்படியே கொஞ்சம் தனியான இடத்துக்கு அவர்கள் வருவார்கள். அவர்களிடம் அவ்வர்த்தகன் கடல்களுக்கு அப்பால் தான் வசிக்கும் தேசத்தைப் பற்றியும், அந்த தேசத்தின் வளத்தையும் செல்வத்தைப் பற்றியும் பிரமாதமாக வர்ணிப்பான். கரிகாலச் சோழச் சக்கரவர்த்தியின் காலத்தில் கடல் கடந்து சென்ற தமிழர்கள் தான் அத்தேசத்தில் வசிக்கிறார்களென்றும், அவர்களுக்குத் தாய்நாட்டிலுள்ளவை போன்ற திருக்கோயில்களும் சிற்பங்களும் இல்லையே என்ற ஒரு குறையைத் தவிர வேறு குறையே கிடையாதென்றும் எடுத்துச் சொல்வான்.

"அந்தத் தேசத்துக்கு நீ வருகிறாயா? வந்தால் திரும்பி வரும்போது பெருஞ் செல்வனாகத் திரும்பி வரலாம். அந்த நாட்டில் தரித்திரம் என்பதே கிடையாது. தெருவெல்லாம் இரத்தினக் கற்கள் இறைந்து கிடக்கும்!" என்று சொல்லி, குள்ளன் தூக்கிக் கொண்டு வந்த பையிலிருந்து ஒரு பிடி இரத்தினக் கற்களை எடுத்து அவர்களிடம் காட்டுவான். இரத்தின வியாபாரியின் பேச்சிலேயே அநேகமாக அந்தச் சிற்பி மயங்கிப் போயிருப்பான். கை நிறைய இரத்தினக் கற்களைக் காட்டியதும் அவன் மனத்தை நிச்சயப்படுத்திக் கொண்டு தன்னுடைய சம்மதத்தைத் தெரிவிப்பான். அப்படிச் சம்மதம் தெரிவிக்கும் ஒவ்வொருவரிடமும் பெரிய இரத்தினம் ஒன்றைப் பொறுக்கிக் கொடுத்து,

"அடுத்த அமாவாசையன்று புலிக் கொடி உயர்த்திய கப்பல் ஒன்று இந்தத் துறைமுகத்துக்கு வரும். அந்தக் கப்பலுக்கு வந்து இந்த இரத்தினத்தைக் காட்டினால் கப்பலில் ஏற்றிக் கொள்வார்கள்" என்பான் நமது இளம் வர்த்தகன்.

கலைத் திருவிழா நடந்த மூன்று தினங்களிலும் ரத்தின வியாபாரி மேற்சொன்ன காரியத்திலேயே ஈடுபட்டிருந்தான். மூன்றாவது நாள் விஜயதசமியன்று அவன் வீதியோடு போய்க் கொண்டிருக்கையில் திடீரென்று எதிர்பாராத ஒரு காட்சியைக் கண்டான். (எதிர்பாராததா? அல்லது ஒரு வேளை எதிர்பார்த்தது தானா? நாம் அறியோம்.) ஆம்; அவன் உள்ளத்தைக் கொள்ளை கொண்ட நங்கை முன் போலவே பல்லக்கில் சென்ற காட்சிதான். மூன்று வருஷத்துக்கு முன்பு பார்த்ததற்கு இப்போது அந்தப் பெண்ணின் முகத்தில் சிறிது மாறுதல் தோன்றியது. அன்றைக்கு அவளுடைய முகம் சூரியன் அஸ்தமித்த பிறகு நீலக் கடலில் உதயமாகும் பூரண சந்திரனைப்போல் பசும்பொன் காந்தியுடன் பிரகாசித்தது. இன்றோ அதிகாலை நேரத்தில் மேற்குத் திசையில் அஸ்தமிக்கும் சந்திரனைப் போல் வெளிறிய பொன்னிறமாயிருந்தது. அப்போது முகத்தில் குடிகொண்டிருந்த குதூகலத்துக்குப் பதிலாக இப்போது சோர்வு காணப்பட்டது. விஷமம் நிறைந்திருந்த கண்களில் இப்போது துயரம் தோன்றியது. இந்த மாறுதல்களினாலே அந்த முகத்தின் சௌந்தரியம் மட்டும் அணுவளவும் குன்றவில்லை; அதிகமாயிருந்ததென்றும் சொல்லலாம்.

வீதியோடு போய்க் கொண்டிருந்த இரத்தின வியாபாரி தனக்குப் பின்னால் கூட்டத்தில் ஏதோ கலகலப்புச் சத்தம் உண்டாவதைக் கேட்டுத் திரும்பிப் பார்த்தான். காவலர் புடைசூழ ஒரு சிவிகை வருவதைக் கண்டான். அச்சிவிகையில் இருந்த பெண் தன் இருதய மாளிகையில் குடிகொண்டிருந்தவள்தான் என்பதை ஒரு நொடியில் தெரிந்து கொண்டான். அச்சமயத்தில் அவன் நெஞ்சு விம்மிற்று, கண்களில் நீர் தளும்பிற்று. இம்மாதிரி சந்தர்ப்பம் நேருங்கால் என்ன செய்ய வேண்டும் என்பதைப் பற்றி அவன் யோசித்து வைத்திருந்ததெல்லாம் சமயத்துக்கு உதவவில்லை. வீதி ஓரமாக ஒதுங்கி நின்று கொண்டான். பல்லக்கின் பக்கம் பார்க்காமல் திரும்பி வேறு திசையை நோக்கினான். அவன் இருந்த இடத்தைச் சிவிகை தாண்டியபோது தன்னை இரண்டு விசாலமான கரிய கண்கள் கூர்ந்து நோக்குவதுபோல் அவனுக்கு

உணர்ச்சி உண்டாயிற்று. திரும்பிப் பார்க்கவேண்டுமென்ற ஆவல் அளவு மீறிப் பொங்கிற்று. பல்லைக் கடித்துக் கொண்டு அவன் வேறு திசையையே பார்த்துக் கொண்டிருந்தான். பல்லக்கு கொஞ்சதூரம் முன்னால் போன பிறகுதான் அந்தப் பக்கம் திரும்பிப் பார்த்தான். பல்லக்கில் உட்கார்ந்திருந்த பெண் தன்மீது வைத்த கண்ணை எடுக்காமல் பார்த்துக் கொண்டிருப்பதைக் கண்டான். அடுத்த கணம் அவனுடைய கண்கள் மறுபடியும் கீழே நோக்கின.

ஆனால் பல்லக்கு மேலே போகவில்லை; நின்றுவிட்டது. பல்லக்குடன் போய்க் கொண்டிருந்த வீரர்களில் ஒருவன் இரத்தின வியாபாரியை நோக்கி வந்தான். அருகில் வந்ததும், "அப்பா! தேவிக்கு உன்னிடம் ஏதோ கேட்க வேண்டுமாம்; கொஞ்சம் வந்துவிட்டுப்போ!" என்றான். இரத்தின வியாபாரி அவனுடன் பல்லக்கை நோக்கிப் போனான். அந்தச் சில வினாடி நேரத்துக்குள் அவனுடைய உள்ளத்தில் என்னவெல்லாமோ எண்ணங்கள் கொந்தளித்தன. 'இந்தப் பெண் யாராயிருக்கும்? எதற்காக நம்மை அழைக்கிறாள்? நம்மை அடையாளங் கண்டு கொண்டாளோ? அப்படியானால் இத்தனை நாளும் நம்மை ஞாபகத்தில் வைத்துக் கொண்டிருந்ததாக ஏற்படுகிறதே? இவள் உயர் குலத்துப் பெண் என்பதில் சந்தேகமில்லை. ஒருவேளை சக்கரவர்த்தியின் மகளாகவே இருக்குமோ? ஐயோ! அவ்விதம் இருந்துவிட்டால்...! இரத்தின வியாபாரி பல்லக்கை நெருங்கி வந்து அந்தப் பெண்ணின் முகத்தை ஏறிட்டுப் பார்த்தான். அப்பப்பா! அவளுடைய பார்வைதான் எவ்வளவு கூரியது? பெண்களின் கண்களை வாளுக்கும் வேலுக்கும் இதனால்தான் ஒப்பிடுகிறார்கள் போலும்! ஆமாம்; குந்தவி அவனுடைய கண்களின் வழியாக அவனது இருதயத்தையே ஊடுருவி அதன் இரகசியத்தைக் கண்டுபிடிக்க விரும்புகிறவளைப் போலேதான் பார்த்தாள். இவ்விதம் சற்று நேரம் மௌனமாகப் பார்த்துக் கொண்டிருந்துவிட்டு, "ஐயா! நீர் யார்? இந்த தேசத்து மனுஷர் இல்லை போலிருக்கிறதே?" என்றாள்!

"ஆம். தேவி! நான் கடலுக்கப்பால் உள்ள செண்பகத்தீவில் வசிப்பவன் இரத்தின வியாபாரம் செய்வதற்காக இவ்விடம் வந்தேன். என் பெயர் தேவசேனன்" என்று மளமளவென்று பாடம் ஒப்புவிக்கிறவனைப்போல் மறுமொழி கூறினான் இரத்தின வியாபாரி. அவனுடைய படபடப்பு குந்தவி தேவிக்கு வியப்பை அளித்திருக்க வேண்டும். மறுபடியும் சிறிது நேரம் மௌனமாக உற்றுப் பார்த்துக் கொண்டிருந்து விட்டு, "எந்த தீவு

என்று சொன்னீர்?" என்றாள். "செண்பகத் தீவு - செண்பகத் தீவு - செண்பகத் தீவு - கேட்ட ஞாபகமாய் இருக்கிறதே! அந்தத் தீவை ஆளும் அரசன் யாரோ?" "செண்பகத் தீவின் பூர்வீக அரச வம்சம் நசித்துப் போயிற்று. சோழ நாட்டு இளவரசர் விக்கிரமர்தான் இப்போது எங்கள் அரசர்." இவ்விதம் சொன்னபோது குந்தவியின் முகத்தில் உண்டான பிரகாசத்தை இரத்தின வியாபாரி கவனிக்காமல் போகவில்லை. அந்தத் தேசப் பிரஷ்டனை இன்னும் இவள் நினைவு வைத்துக் கொண்டுதானிருக்கிறாள்! ஆனால் இவள் யார்? இவ்வளவு முககாந்தியும் சௌந்தரியமும் உள்ளவள் ஒருவேளை...? அத்தகைய சந்தேகமே இரத்தின வியாபாரிக்குத் திகில் உண்டாக்கிற்று.

அப்போது குந்தவி, "நீர் இரத்தின வியாபாரி என்பதாகச் சொன்னீரல்லவா?" என்று கேட்டாள். "ஆம், அம்மா; இதோ இந்தக் குள்ளன் தலையில் உள்ள மூட்டைகளில் மேன்மையான இரத்தினங்கள் இருக்கின்றன. வேணுமானால் இப்போது எடுத்துக் காட்டுகிறேன்." "இப்போது வேண்டாம், வீதியில் கூட்டம் சேர்ந்து போகும். சாயங்காலம் அரண்மனைக்கு வாரும்" என்றாள் குந்தவி. அரண்மனை! இந்த வார்த்தையைக் கேட்டதும் அந்த இளம் வர்த்தகனுடைய முகமானது அப்படி ஏன் சிணுங்குகிறது? அந்தச் சிணுக்கத்தைக் குந்தவி கவனித்தாளோ, என்னவோ தெரியாது. எதையோ மறந்து போய் நினைத்துக் கொண்டவள் போல், "ஆமாம்; சாயங்காலம் கட்டாயம் அரண்மனைக்கு வாரும். சக்கரவர்த்தியின் குமாரி குந்தவி தேவிக்கு இரத்தினம் என்றால் ரொம்பவும் ஆசை கட்டாயம் உம்மிடம் வாங்கிக் கொள்வாள். ஒருவேளை இந்த மூட்டையிலுள்ள இரத்தினங்கள் அவ்வளவையும் வாங்கிக் கொண்டாலும் வாங்கிக் கொள்ளலாம்" என்றாள். இரத்தின வியாபாரி பெருமூச்சு விட்டான். மனத்திலிருந்த பெரிய பாரம் ஏதோ ஒன்று நீங்கியவன் போலத் தோன்றினான். "அப்படி எல்லாவற்றையும் ஒரே இடத்தில் விற்றுவிட வேண்டுமென்ற ஆசை எனக்கில்லை. இந்தத் தேசத்தில் இன்னும் பல இடங்களையும் சுற்றிப் பார்க்க விரும்புகிறேன். உங்களுக்கு வேண்டிய இரத்தினங்களை நீங்கள் வாங்கிக் கொண்டால் போதும்" என்றான்.

"அதற்கும் நீர் அரண்மனைக்குத்தான் வந்தாக வேண்டும். கட்டாயம் வருகிறீரா?" "வருகிறேன்; ஆனால் அரண்மனைக் குள் வந்து யார் என்று கேட்கட்டும்." "குந்தவி தேவியின் தோழி மாதவி என்று கேட்டால் என்னிடம் அழைத்து வருவார்கள்." "தடை ஒன்றும் இராதே?" "ஒரு

தடையும் இராது. இருக்கட்டும், இப்படி நீர் இரத்தின மூட்டைகளைப் பகிரங்கமாக எடுத்துக் கொண்டு சுற்றுகிறீரே! திருடர் பயம் இல்லையா உமக்கு?" "நன்றாகக் கேட்டீர்கள்! நரசிம்ம பல்லவ சக்கரவர்த்தியின் ஆட்சியில் திருட்டுப் பயமும் உண்டா?" என்றான் இரத்தின வியாபாரி. குந்தவி புன்னகையுடன், "அப்படியா? எங்கள் சக்கரவர்த்தியின் புகழ் அப்படிக் கடல் கடந்த தேசங்களில் எல்லாம் பரவியிருக்கிறதா? சந்தோஷம். நீர் சாயங்காலம் அவசியம் அரண்மனைக்கு வருகிறீர் அல்லவா?" என்று கேட்டாள். "கட்டாயம் வருகிறேன்" என்றான் வியாபாரி. பிறகு, குந்தவியின் கட்டளையின் பேரில் பல்லக்கு மேலே சென்றது. இரத்தின வியாபாரி நின்ற இடத்திலேயே நின்று பல்லக்கு ஜனக்கூட்டத்தில் மறையும் வரையில் அந்தத் திசையையே பார்த்துக் கொண்டிருந்தான். "என்ன அப்பா? எத்தனை நேரம் ஒரே பக்கம் பார்ப்பாய்? கண்விழி பிதுங்கப் போகிறது" என்று ஒரு கடூரமான குரலைக் கேட்டு அந்த இளம் வர்த்தகன் திடீரென்று காலால் நெருப்பை மிதித்தவன் போல் துள்ளித் திரும்பிப் பார்த்தான். ஒரு கருநிறக் குதிரைமேல் சாக்ஷாத் மாரப்ப பூபதி அமர்ந்து தன்னை ஏளனப் பார்வையுடன் பார்த்துக் கொண்டிருப்பதைக் கண்டான்.

அத்தியாயம் மூன்று

மாரப்பன் புன்னகை

விக்கிரமன் செண்பகத்தீவில் இருந்த காலத்தில் தாய் நாட்டையும், தாய்நாட்டில் உள்ளவர்களைப் பற்றியும் அடிக்கடி சிந்தனை செய்வான். அருள்மொழி, சிவனடியார், பொன்னன், வள்ளி, காஞ்சி நகர்ப் பெண் ஆகியவர்கள் அவனுடைய உள்ளத்தில் இடைவிடாமல் தோன்றுவார்கள். அவர்களுக்கிடையில் மாரப்ப பூபதியும் சில சமயம் அவனுடைய நினைவுக்கு வருவான். அப்போது விக்கிரமனுடைய உள்ளமும் உடலும் அருவருப்பினாலும் அவமானத்தினாலும் சுருங்கிப்போகும். சித்தப்பா தன்னை வஞ்சித்து நம்பிக்கைத் துரோகம் செய்து விட்டாரென்று சிராப்பள்ளி மலையில் அவன் புலிக்கொடியை உயர்த்த முயன்ற அன்றைத் தினமே வெளியாகிவிட்டது. அந்த முயற்சிக்கு மாரப்ப பூபதி பூரண உதவி செய்வதாய் வாக்களித்திருந்ததற்கு மாறாக அவர் அச்சமயம் அருகில் வராமலே இருந்துவிட்டது மாத்திரமில்லை - அவரே முன்னதாகப் பல்லவ சேனாதிபதிக்குத் தகவல் தெரிவித்தவர் என்பதும் அவனைச் சிறைப்படுத்திக் காஞ்சிக்குக் கொண்டு போன வீரர்களின் பேச்சிலிருந்து தெரிந்துவிட்டது.

ஆகையால், மாரப்ப பூபதியைப் பற்றி நினைக்கும் போதெல்லாம் விக்கிரமனுடைய உள்ளம் கசந்ததோடு, நாவும் கசந்தது. சோழ வம்சத்தில் இப்படிப்பட்ட மனிதர் ஒருவரும் பிறந்ததை எண்ணி எண்ணி அவன் மனம் குன்றினான். இவ்வாறு அவனுடைய அருவருப்புக்கும் அவமான உணர்ச்சிக்கும் காரணமாயிருந்த மாரப்ப பூபதி, இப்போது சற்றும் எதிர்பாராத சமயத்தில் திடீரென்று எதிரில் நின்றதும், விக்கிரமனுக்கு எப்படியிருந்திருக்குமென்று சொல்லவும் வேண்டுமா? இரத்தின வியாபாரியின் முகத்தில் தோன்றிய திகைப்பை மாரப்ப பூபதி கவனித்தவனாய், "ஏனையா இப்படி மிரளுகிறீர்? ஏதோ திருடனைப் பற்றிப் பேச்சு நடந்ததே? ஒருவேளை நான் தான் திருடன் என்று நினைத்துக் கொண்டீரோ?" என்று சொல்லி மீண்டும் ஏளனச் சிரிப்பு சிரித்தான். இதற்குள் விக்கிரமன், ஒருவாறு சமாளித்துக் கொண்டு விட்டான். "இந்த நாட்டுத் திருடர்கள் எப்படியிருப்பார்கள் என்று எனக்குத் தெரியாது. ஐயா! நான் இந்த நாட்டான் அல்ல. ஆனால் நரசிம்ம சக்கரவர்த்தியின் ஆட்சியில் திருட்டுப்புரட்டே கிடையாதென்று

கேள்விப்பட்டிருக்கிறேன். ஆகையால் நீர் திருடராயிருக்க முடியாது" என்றான்.

"அசலூர்க்காரனாயிருந்தாலும் அகம்பாவத்தில் மட்டும் குறைச்சல் இல்லை. நீர் எந்தத் தேசம், ஐயா? உமது பெயர் என்ன? எதற்காக இந்த நாட்டுக்கு வந்திருக்கிறீர்?" என்று பூபதி கேட்டான். "உமக்குத் தெரிந்தேயாக வேண்டுமானால் சொல்கிறேன். என் பெயர் தேவசேனன்; இரத்தின வியாபாரம் செய்ய வந்திருக்கிறேன்." "ஓகோ! இரத்தின வியாபாரம் செய்வதற்கா வந்திருக்கிறீர்? அப்படியா சமாசாரம்? இரத்தின வியாபாரி ஒவ்வொரு கல் தச்சனாகக் கூப்பிட்டு எதற்காக இரகசியம் பேச வேண்டும்? பல்லவ நாட்டிலிருந்து சிற்பிகளைக் கலைத்து அழைத்துப் போகிறவர்களுக்கு நரசிம்ம சக்கரவர்த்தி என்ன தண்டனை விதிப்பார் தெரியுமா?" "எனக்குத் தெரியாது! ஐயா! நான்தான் அயல் நாட்டான் என்றேனே? இவ்வளவு விசாரணை புரியும் நீர் யார் என்று எனக்குத் தெரியவில்லையே?" மாரப்ப பூபதி கடகடவென்று சிரித்தான். "நான் யார் என்று தெரியவில்லையா? நல்லது; வெண்ணாற்றங்கரைப் போர்க்களத்தில் உயிரைவிட்ட பார்த்திப மகாராஜாவுக்கு உடன்பிறந்த சகோதரன் நான்! தற்சமயம் சோழ நாட்டின் பிரதம சேனாதிபதி!"

இப்படிச் சொல்லியபோது இரத்தின வியாபாரியின் முகத்தில் ஏதாவது மாறுதல் தெரிகிறதா என்று மாரப்பன் உற்றுப் பார்த்தான். ஒன்றும் தெரியாமல் போகவே "என்னுடைய கீர்த்தி உம்முடைய காதுக்கு எட்டியிராவிட்டாலும் வீராதி வீரரும் சூராதி சூரருமான பார்த்திப மகாராஜாவின் புகழ் கண்டிப்பாக எட்டியிருக்க வேண்டுமே? அந்தப் பெயரைக் கூட நீர் கேட்டதில்லையா? அப்படி எந்தக் கண்காணாத தேசத்து மனுஷர் ஐயா நீர்?" என்று கேட்டான். இரத்தின வியாபாரி சற்று யோசிப்பவன்போல் காணப்பட்டான். பிறகு அவன் மாரப்பனை ஏறிட்டுப் பார்த்து, "ஆமாம். பார்த்திப மகாராஜாவின் புகழை நிச்சயம் கேள்விப்பட்டிருக்கிறேன். அவருடைய புதல்வர் விக்கிரமர்தான் இப்போது எங்கள் செண்பகத் தீவுக்கு அரசர், நான் அவருடைய பிரஜை. ஆகையால் பார்த்திப மகாராஜாவைப் பற்றிக் கெடுதலாகவோ பரிகாசமாகவோ எதுவும் என் காது கேட்கச் சொல்ல வேண்டாம்!" என்றான்.

மாரப்பனுடைய முகத்தில் இப்போது சிறிது திகைப்புக் காணப்பட்டது. ஆயினும் அவன் உடனே சமாளித்துக் கொண்டு கூறினான்! "ஓஹோ!

அவ்வளவு ராஜபக்தியுள்ள பிரஜையா நீர்? உம்முடைய முகத்தில் விழித்தாலே புண்ணியம், ஐயா! அதனால்தான் உம்மை விட்டுப் போகவே மனம் வரமாட்டேன் என்கிறது. ஆமாம், உமது பெயர் என்னவென்று சொன்னீர்?" "தேவசேனன்." "தேவசேனன் - ஆகா! என்ன திவ்யமான பெயர்! - இவ்வுலகில் பெயர், புகழ் எல்லாம் பொய் என்று சொல்வது எவ்வளவு பிசகு? உம்முடைய பெயருக்காகவே உம்மிடம் இரத்தினம் வாங்கலாம். இருக்கட்டும்; கோமகள் குந்தவி தேவி இரத்தினம் வாங்குவதற்குத்தானே உம்மை அரண்மனைக்கு வரச் சொல்லியிருக்கிறார்கள்?" "கோமகள் குந்தவி தேவியா? யாரைச் சொல்கிறீர்?" என்று இரத்தின வியாபாரி உண்மையான வியப்புடனே கேட்டான். "இப்போது பல்லக்கில் போனாளே. அந்தத் தேவியைத்தான்!" "அவள் குந்தவி தேவியின் தோழி மாதவி அல்லவா?"

"ஓஹோ! உன்னிடம் அப்படி ஒரு பொய் சொல்லி வைத்தாளாக்கும். அப்பாவுக்கு ஏற்ற பெண்தான். நீ இந்தத் தேசத்து மனுஷன் அல்லவென்று நிச்சயமாய்த் தெரிகிறது. அல்லது இந்தத் தேசத்தைவிட்டு வெளியேற்றப் பட்டவனாயிருக்க வேண்டும்...." இந்த இடத்தில் மாரப்பபூபதி தனக்குதானே பேசிக் கொண்டான். பிறகு திடீரென்று தேவசேனனை உற்றுப் பார்த்து, "ஆமாம்; உங்கள் தேசத்து ராஜா விக்கிரமன் என்று சொன்னீரே? அவனுடைய தாயார் அருள்மொழி ராணிக்கு நேர்ந்த விபத்தைப் பற்றி அவனுக்குத் தெரியுமா?" என்று கேட்டான். இந்தக் கேள்வியினால் மாரப்பபூபதி என்ன எதிர்பார்த்தானோ, அது சித்தியாகிவிட்டது. இத்தனை நேரமும் மாறாமல் பதுமை போலிருந்த இரத்தின வியாபாரியின் முகம் மாறிவிட்டது. அளவிலாத பீதியுடனும் ஆத்திரத்துடனும், "என்ன? அருள்மொழி ராணிக்கு என்ன?" என்று அவன் அலறிக் கொண்டு கேட்டான். மாரப்பன் முகத்தில் புன்னகை தவழ்ந்தது. அதே சமயத்தில், அவர்களுக்குப் பின்னால் வெகு சமீபத்தில் ஒரு பெரும் கோலாகல கோஷம் எழுந்தது. "வாதாபியை அழித்து வாகை சூடிய நரசிம்ம பல்லவேந்திரர் வாழ்க!" "ஜய விஜயீ பவ!" என்று ஏககாலத்தில் அநேகம் குரல்களிலிருந்து வாழ்த்தொலிகள் கிளம்பி ஆரவாரித்தன. "சக்கரவர்த்தி வருகிறார், சக்கரவர்த்தி வருகிறார்" என்று பலர் பேசுவது காதில் விழுந்தது.

அத்தியாயம் நான்கு

வழிப்பறி

சக்கரவர்த்தி கம்பீரமான பட்டத்து யானைமீது ஆரோகணித்து வந்தார். அவர் நெடுங்காலத்துக்குப் பிறகு மாமல்லபுரத்துக்கு வந்தபடியாலும், முன்னறிவிப்பு இல்லாமல் எதிர்பாராத விதமாக வந்தபடியாலும், நகரவாசிகள் பட்டத்து யானையைச் சூழ்ந்து கொண்டு அளவில்லா ஆரவாரங்களைச் செய்தார்கள். இந்த ஆரவாரம் காதில் விழுந்ததும், மாரப்பபூபதி குதிரையைச் செலுத்திக் கொண்டு அவசரமாக அங்கிருந்து நழுவிச் சென்றான். தேவசேனன் வீதி ஓரமாக ஒதுங்கி நின்றான். அவன் நெஞ்சு படபடவென்று அடித்துக் கொண்டது. சக்கரவர்த்தியைத் தான் பார்க்கக் கூடாதென்று அவன் பல்லைக் கடித்துக் கொண்டு வேறு திசையை நோக்கி நின்றான். ஆனால் பட்டத்து யானை அவன் நின்ற இடத்துக்கு நேராக வீதியில் சென்றபோது அவனுடைய உறுதி கலைந்தது. சோழ வம்சத்தின் பரம வைரியானாலும், உலகெல்லாம் புகழ் பரப்பிய வீராதி வீரரல்லவா நரசிம்ம சக்கரவர்த்தி? அவனை அறியாமலே அவனுடைய பார்வை அவர்மீது சென்றது. அச்சமயத்தில் சக்கரவர்த்தியும் அவன் நின்ற பக்கமாகத் தம்முடைய கண்ணோட்டத்தைச் செலுத்தினார். அந்தக் கண்ணோட்டத்தின் போது இரத்தின வியாபாரியின் முகமும் ஒரு விநாடி நேரம் அவருடைய பார்வைக்கு இலக்காயிற்று. ஆனால், அப்படிப் பார்க்கும்போது அவருடைய கண்களில் தினையளவேனும் மாறுதல் காணப்படவில்லை. கண்ணிமைகள் சிறிது மேலே போகக் கூட இல்லை. அவனுடைய முகத்தைத் தாண்டிக்கொண்டு அவருடைய பார்வை அப்பால் சென்றுவிட்டது.

பட்டத்து யானையும் மேலே சென்றது. இரத்தின வியாபாரி பெரும் ஆபத்திலிருந்து தப்பியவன்போல் ஆழ்ந்த பெருமூச்சு விட்டான். ஜனக்கூட்டம் எல்லாம் போகும் வரைக்கும் சற்று நேரம் அங்கேயே நின்று அவன் யோசனை செய்து கொண்டிருந்தான். அவன் உள்ளத்தில் பெருங் குழப்பம் உண்டாயிற்று. முக்கியமாய் மாரப்ப பூபதியை அங்கே சந்தித்ததை எண்ணியபோது நெஞ்சம் துணுக்கமுற்றது. சித்தப்பாதான் இப்போது சோழநாட்டுச் சேனாதிபதியாமே! அவருடைய துரோகத்துக்குக் கூலி கிடைத்து விட்டதாக்கும்! தன்னிடம் ஏன் அவ்விதம் பேசினார்? ஒருவேளை அடையாளங் கண்டு கொண்டிருப்பாரோ? அந்தப் பெண்

உண்மையில் சக்கரவர்த்தியின் குமாரிதானா? அப்படியானால் தன்னிடம் எதற்காகப் பெயரை மாற்றிக் கூறினாள்! அரண்மனைக்கு வரும்படி ஏன் வற்புறுத்திச் சொன்னாள்? நாலு புறத்திலும் தன்னை அபாயங்கள் சூழ்ந்திருப்பதாகத் தேவசேனனுக்குத் தோன்றியது. இனிமேல் மாமல்லபுரத்தில் இருந்தால் விபரீதங்கள் நேரலாம் என்று நினைத்தான். மேலும், அருள்மொழித் தேவியைப் பற்றி மாரப்ப பூபதி மர்மமாகச் சொன்னதை நினைத்தபோது அவனுடைய நெஞ்சு துடித்தது. முதலில் உறையூருக்குப் போய் அன்னையைப் பார்க்க வேண்டும். மற்றக் காரியங்கள் எல்லாம் பிறகு பார்த்துக் கொள்ளலாம்.

மாமல்லபுரத்தில் ஒரு குதிரையை வாங்கிக் கொண்டு உறையூருக்கும் போகலாம் என்ற உத்தேசம் விக்கிரமனுக்கு இருந்தது. அந்த உத்தேசத்தை இப்போது கைவிட்டான். குதிரை வாங்குவதற்குப் பிரயத்தனம் செய்தால் அதனால் என்ன விளையுமோ, என்னமோ? மாரப்பன் மறுபடியும் தன்னைப் பார்த்துவிட்டால், அவனிடமிருந்து தப்புவது கஷ்டமாகலாம். நல்ல வேளையாக அந்தச் சமயத்திலேயே சக்கரவர்த்தி வீதியிலே வந்தார்! அருள்மொழியைப் பற்றி மாரப்பன் ஏதோ சொன்னதும் தான் பதறிவிட்டது விக்கிரமனுக்கு ஞாபகம் வந்தது. ஒருவேளை தன்மேல் சந்தேகம் கொண்டு உண்மையைக் கண்டுபிடிப்பதற்காகத்தான் அப்படி வஞ்சகமாகப் பேசினாரோ? இன்னும் ஒரு வினாடிப் பொழுது சக்கரவர்த்தி வராதிருந்தால் சித்தப்பா தன்னைக் கண்டுபிடித்திருப்பார்! கண்டுபிடித்து என்ன செய்திருப்பாரோ?- என்பது மறுபடியும் விக்கிரமனுக்கு நினைவு வந்தபோது அவனை என்னவோ செய்தது, மாமல்லபுரத்துக்கு அவர் எதற்காக வந்திருக்கிறார்? இங்கே என்ன செய்து கொண்டிருக்கிறார்? எதுவாயிருந்தாலும் அவர் இப்போது இங்கே இருப்பது ஒரு விதத்தில் நல்லதாய்ப் போயிற்று. அவர் அங்கு இருக்கும்போதே, தான் உறையூருக்குப் போய் அன்னையைப் பார்த்துவிட்டுத் திரும்பிவிடவேண்டும்.இன்றைக்கே இவ்விடமிருந்து கிளம்பி விட வேண்டும். வழியிலே எங்கேயாவது குதிரை கிடைத்தால் வாங்கிக் கொள்ளலாம்.

இவ்விதம் தீர்மானம் செய்துகொண்டு விக்கிரமன் அவனுடைய உண்மைப் பெயராலேயே இனி நாம் அழைக்கலாம். தான் தங்கியிருந்த சத்திரத்தை நோக்கி விரைந்து சென்றான். போகும்போது முன்னும் பின்னும் அடிக்கடி பார்த்துக் கொண்டான். குதிரைச் சத்தம் கேட்டால் உடனே கூட்டத்தில்

மறைந்து கொண்டான். இவ்விதம் சென்று சத்திரத்தை அடைந்ததும்,
அங்கு வழிப் பிரயாணத்திற்காகத் தான் சேகரித்து வைத்திருந்த
பொருள்களை எடுத்துக் கொண்டு குள்ளனையும் மூட்டைகளைச் சுமந்து
வருவதற்காக அழைத்துக் கொண்டு கிளம்பினான். தான்
சத்திரத்துக்குள்ளே சென்றிருந்தபோது, குள்ளன் வெளியில் காத்திருந்த
ஒரு மனிதனுடன் சமிக்ஞை மூலம் ஏதோ பேசியதை அவன்
கவனிக்கக்கூட இல்லை. விக்கிரமன் குள்ளனுடன் மாமல்லபுரத்தை
விட்டுக் கிளம்பிய போது அஸ்தமிக்க ஜாமப் பொழுது இருக்கும். நகர
வாசலைக் கடந்து அவன் வெளியே ராஜபாட்டையில் நடக்க ஆரம்பித்த
சமயம் மாலைக் கதிரவனின் கிரணங்கள் பசும்பொன் நிறத்தை
அடைந்திருந்தன. அந்தக் காலத்தில் மாமல்லபுரத்திலிருந்து காஞ்சி
நகருக்கும், காஞ்சியிலிருந்து உறையூருக்கும் ராஜபாட்டைகள் சென்றன.
மாமல்லபுரத்திலிருந்து காஞ்சி செல்லும் பாதையானது எப்போதும்
ஜனங்களின் போக்குவரவினால் ஜே ஜே என்று இருக்கும். குதிரைகள்
மீதும் யானைகள் மீதும் பல்லக்குகளிலும் ஜனங்கள் போய்க் கொண்டே
இருப்பார்கள். அந்த ராஜ பாதை நெடுகிலும் ஒன்றுக்கொன்று வெகு
சமீபத்தில் ஊர்கள் உண்டு. கோவில்களும், மடாலயங்களும்,
சத்திரங்களும், தண்ணீர்ப் பந்தல்களும், பலவிதக் கடைகளும்,
பாடசாலைகளும் நெடுகிலும் காணப்படும். இதனாலெல்லாம்
வெளிநாடுகளிலிருந்து புதிதாக வருகிறவர்களுக்கு மாமல்லபுரத்திலிருந்து
காஞ்சி வரையில் ஒரு பெரிய நகரந்தானோ என்று தோன்றும்.

இத்தகைய ராஜபாட்டையிலிருந்து இடையிடையே பிரிந்து சென்ற
குறுக்குப் பாதைகளும் ஆங்காங்கு இருந்தன. இந்தக் குறுக்குப் பாதையில்
ஒன்று மாமல்லபுரத்துக்குக் கொஞ்ச தூரத்துக்கப்பால் பிரிந்து அடர்ந்த
காடுகளின் வழியாகச் சென்றது. மாமல்லபுரத்திலிருந்து நேரே
உறையூருக்குப் போக விரும்புவோர் இந்தக் குறுக்குப் பாதை வழியாகப்
போனால் காஞ்சிக்குக் கொஞ்ச தூரம் தெற்கே உறையூர் ராஜபாட்டையை
அடையலாம். குறுக்கு வழியில் செல்வதால் மூன்று காததூரம்
அவர்களுக்கு நடை மீதமாகும். ஆனாலும், அந்தக் காட்டுப்பாதை
வழியாக ஜனங்கள் அதிகமாகப் போவதில்லை. முக்கியமாக, இரவில்
யாருமே போகமாட்டார்கள். அந்தப் பாதையில் சில இடங்களில் துஷ்ட
மிருகங்களின் தொல்லை அதிகமாயிருந்தது. இதுமட்டுமல்லாமல்,
பிரசித்தமான பத்திரகாளி கோயில் ஒன்றும் அந்த வழியில் இருந்தது.

சக்கரவர்த்தியின் கட்டளைக்கு மாறாக இந்தப் பத்திரகாளி கோயிலில் 'சாக்தர்' 'கபாலிகர்' முதலியோர் சில சமயம் நரபலி கொடுப்பது வழக்கம் என்ற வதந்தி இருந்தபடியால், இரவு நேரத்தில் அந்தப் பாதை வழியாகப் போக எப்பேர்ப்பட்ட வீரர்களும் தயங்குவார்கள்.

இதையெல்லாம் அறிந்திராத விக்கிரமன் குள்ளனால் வழி காட்டப்பட்டவனாய், சூரியன் அஸ்தமிக்கும் சமயத்தில் அந்தக் குறுக்குக் காட்டுப்பாதை பிரியும் இடத்துக்கு வந்து சேர்ந்தான். குள்ளன் அந்தப் பாதை வழியாகப் போகலாமென்று சமிக்ஞையால் சொன்னபோது, விக்கிரமன் முதலில் கொஞ்சம் தயங்கினான். பிறகு, 'பயம் என்ன?' என்று எண்ணி மனதைத் திடப்படுத்திக் கொண்டு அந்தக் குறுக்குப் பாதையில் இறங்கினான். உறையூருக்குச் சீக்கிரத்தில் போய் அன்னையைப் பார்க்க வேண்டுமென்ற ஆர்வமானது அவனுடைய மனத்தைத் திடப்படுத்திக் கொள்ள உதவியாயிருந்தது. அதோடு இன்னொரு காரணமும் சேர்ந்தது. அந்த முச்சந்திக்குச் சற்று தூரத்தில் குறுக்குப் பாதையில் நாலுபேர் உட்கார்ந்து பேசிக் கொண்டிருந்ததை விக்கிரமன் பார்த்தான். அவன் குறுக்குப் பாதையில் இறங்கியவுடனே மேற்சொன்ன நால்வரும் எழுந்திருந்து விறுவிறுவென்று நடக்கத் தொடங்கினார்கள். தான் கொஞ்சம் சீக்கிரமாக நடந்தால் அவர்களோடு சேர்ந்து கொள்ளலாம் என்றும், வழித் துணையாயிருக்குமென்றும் விக்கிரமன் எண்ணியவனாய் அந்தப் பாதையில் வேகமாக நடக்கலானான். ஆனால் குள்ளன் வழக்கத்தைக் காட்டிலும் கொஞ்சம் மெதுவாகவே நடந்தபடியால், விக்கிரமனுடைய எண்ணம் நிறைவேறுவதாயில்லை.

அந்தப் பாதையில் போகப்போக இருபுறங்களிலும் காடு அடர்த்தியாகிக் கொண்டு வந்தது. முன்னிருட்டுக் காலமாதலால், நாலா புறத்திலிருந்தும் இருள் சூழ்ந்து கொண்டு வந்தது. சற்று நேரத்துக்கெல்லாம் நன்றாய் இருட்டி விட்டது. ஆனால் வானம் துல்லியமாயிருந்தபடியால், வழி கண்டுபிடித்து நடப்பதற்கு அவசியமான வெளிச்சத்தை விண்மீன்கள் அளித்தன. மற்றபடி பாதையின் இருபுறமும் மரங்கள் அடர்ந்திருந்தபடியால் ஒரே அந்தகாரமயமாயிருந்தது. அந்தக் கனாந்தகாரத்தில் அந்த வனாந்தரப் பிரதேசத்தில் எண்ணில் அடங்காத மின்மினிகள் பிரகாசித்துக் கொண்டிருந்த காட்சியானது வனதேவதைகள் தங்களுடைய மாயாஜால சக்தியினால் தீபாலங்காரம் செய்தது போலத் தோன்றியது. நேரம் ஆக ஆக, விக்கிரமனுடைய தீரம் மிகுந்த உள்ளத்தில்

கூடச் சிறிது பதைபதைப்பு உண்டாகத் தொடங்கியது. காட்டில் சில சமயம் சலசலப்புச் சத்தம் உண்டாகும்; துஷ்ட மிருகங்களின் குரல் ஒலியும் ஆந்தைகளின் அருவருப்பான கூவலும் கேட்கும். இந்தக் காட்டுப் பாதை இப்படியே எவ்வளவு தூரம் வரை போகும். இரவில் எங்கே தங்கலாம் என்னும் விஷயங்களை அந்த ஊமைக் குள்ளனிடம் விக்கிரமன் கேட்டுத் தெரிந்து கொள்ள விரும்பினான். ஆனால் இருள் காரணமாகக் குள்ளனுடன் சமிக்ஞை மூலம் சம்பாஷணை நடத்துவது எளிதாக இல்லை.

இருட்டி சுமார் ஒரு ஜாமப் பொழுது ஆகியிருக்கும். விக்கிரமன் அப்பால் போக இஷ்டப்படவில்லை. இருண்ட அந்த வனப்பிரதேசத்தில் தன்னைத் திடீரென்று தாக்கும் பொருட்டு அபாயங்கள் பல மறைந்து காத்திருப்பதாக அவனுடைய இருதய அந்தரங்கத்தில் ஏதோ ஒரு குரல் சொல்லிக் கொண்டே இருந்தது. திரும்பி இராஜபாட்டைக்கே போய்விடலாமா என்ற எண்ணம் உண்டாயிற்று. போகப் போக இந்த எண்ணம் ரொம்பவும் வலுப்பட்டது. மேலே நடக்க அவனுடைய கால்கள் மறுத்தன. குள்ளனுடைய தோளைத் தட்டி நிறுத்தித் தானும் நின்றான். அவன் நின்ற அதே சமயத்தில் எங்கேயோ வெகுதூரத்தில் 'டக் டக்' 'டக் டக்' என்று குதிரையின் காலடிச் சத்தம் கேட்டது. குள்ளன் அதைக் கூர்ந்து கவனிப்பதைப் பார்த்ததும், விக்கிரமனுக்கு உண்டான ஆச்சரியத்துக்கு அளவே இல்லை. இவன் செவிடனாய் இருந்தால் அவ்வளவு லேசான சத்தம் எப்படி இவனுக்குக் கேட்டது? உடனே விக்கிரமன் தன் அரையில் மேலங்கியினால் மறைக்கப்பட்டுக் கட்டித் தொங்கிய உடைவாளைப் பளிச்சென்று கையில் எடுத்தான். அந்தக் காரிருளில், நெய் தடவித் தீட்டப்பட்டிருந்த கத்தியானது பளபளவென்று மின்னிற்று. விக்கிரமன் குள்ளனுடைய தலையிலிருந்த பரட்டை மயிரை ஒரு கையினால் பற்றிக் கத்தியை ஓங்கி, அடேய்! உண்மையைச் சொல்லு! நீ நிஜமாகச் செவிடன்தானா? உனக்குக் காது கேட்பதில்லையா? உண்மையைச் சொல்லாவிட்டால் இங்கேயே இந்த க்ஷணமே இந்த வாளுக்குப் பலியாவாய்?" என்றான்.

குள்ளன் உரத்த குரலில் சிரித்தான். 'கக் கக், கக் கக்' என்ற ஒலியை எழுப்பிய அந்தச் சிரிப்பின் பயங்கரமானது, விக்கிரமனுடைய உடம்பின் இரத்தத்தை உறைந்து போகும் படி செய்தது. இதனால் விக்கிரமன் ஒரு கணம் திகைத்து நின்றபோது, குள்ளன் அவனுடைய பிடியிலிருந்து

திமிறிக் கொண்டு விடுபட்டு, ஒரு பத்தடி தூரம் பாய்ந்து சென்றான். அங்கு நின்றபடி இரண்டு கைகளையும் வாயினருகில் குவித்துக் கொண்டு மிகக் கோரமான நீடித்த சத்தத்தை உண்டாக்கினான். மனிதக் குரலுமில்லாமல், மிருகங்களின் குரலுமில்லாமல், கேட்பதற்குச் சகிக்க முடியாத அருவருப்பை உண்டாக்குவதாயிருந்த அந்தச் சத்தத்தைத் தூர இருந்து கேட்பவர்கள், 'பேய் பிசாசுகள் ஊளையிடுகின்றன' என்று எண்ணிப் பீதி அடைந்தார்களானால், அதில் ஆச்சரியம் அடைவதற்கு இடம் இராது. அந்தச் சத்தத்தைக் கேட்டபோது விக்கிரமனுடைய உடம்பு ஒரு நடுக்கம் நடுங்கிற்று. ஆனாலும் உடனே அவன் சமாளித்துக் கொண்டு, அந்த க்ஷணமே அக்குள்ளனை வெட்டிக் கொன்று விடுவது என்ற தீர்மானத்துடன் பாய்ந்து சென்றான். அதே சமயத்தில் பாதையில் ஒரு பக்கத்திலிருந்து மரங்களின் மறைவிலிருந்து நாலு பேர் பாய்ந்து ஓடிவந்தார்கள். அவர்களுடைய கைகளில் கத்திகளைக் கண்டதும் விக்கிரமனுக்கு நெஞ்சில் பழையபடி துணிவும் தைரியமும் பிறந்தன. இருட்டினாலும், தனிமையினாலும், குள்ளனுடைய பயங்கரக் கூவலினாலும், மனிதர் உலகுக்குப் புறம்பான பேய் உலகத்துக்கு வந்திருக்கிறோமோ என்று எண்ணி மனதில் திகில் அடைந்திருந்த விக்கிரமனுக்கு கத்திகளைக்கண்டவுடன், இது மனித உலகத்தைச் சேர்ந்த காரியந்தான் என்ற நிச்சயம் ஏற்பட்டது.

எனவே, பீதியும் போய்விட்டது. உடனே தன் வாளை எடுத்துச் சுழற்ற ஆரம்பித்தான். வந்த நால்வரும் விக்கிரமனை ஏக காலத்தில் தாக்கத் தொடங்கினார்கள். விக்கிரமன் சக்ராகாரமாகச் சுழன்று அவர்களுடன் போரிட்டான். அவனுடைய கத்தியின் முதல் வீச்சிலேயே ஒருவன் படுகாயம் பட்டுக் கீழே விழுந்தான். இன்னொருவனுடைய கத்தி அடிபட்டுத் தூரப் போய் விழுந்தபோது குள்ளன் மேலே விழுந்தது. அவன் 'வீல்' என்று கத்திக் கொண்டு தரையில் சாய்ந்தான். கத்திச் சண்டையில் விக்கிரமன் சாதாரண மனிதனல்ல என்று தெரிந்து கொண்ட மற்ற இருவரும் மிகவும் எச்சரிக்கையுடன் அவனுடைய கத்தி வீச்சுக்குள் வராமல் தூர நின்றே சண்டையிட்டார்கள். அவர்கள் திரும்பித் திரும்பிப் பார்த்ததிலிருந்து யாரையோ அவர்கள் எதிர்பார்த்தது போலத் தோன்றியது. அதற்குத் தகுந்தாற்போல் குதிரைக் காலடிச் சத்தம் அதிவிரைவாக நெருங்கி வந்து கொண்டிருந்தது. வெகு சீக்கிரத்தில் குதிரை வந்துவிட்டது. குதிரையின் மேல் ஓங்கிய கத்தியுடன் ஒரு வீரன்

உட்கார்ந்திருப்பது நட்சத்திர வெளிச்சத்தில் மங்கலாகத் தெரிந்தது. விக்கிரமனுடன் போரிட்டவர்களில் ஒருவன் "எஜமானே! சீக்கிரம்!" என்று கத்தினான். 'குதிரையின் மேல் வருகிறவன் இவர்களுடைய எஜமானன் போலும்! நம்முடைய முடிவு நெருங்கிவிட்டது' என்று எண்ணினான் விக்கிரமன். ஏற்கனவே அவன் சண்டையில் களைப்புற்று வந்தான் எனினும் இ ந்த இரண்டு பேரையும் எப்படியாவது சமாளிக்கலாம் என்ற நம்பிக்கை இருந்தது. ஆனால் குதிரையின் மேல் புதிதாக வந்த மூன்றாவது மனிதனோடும் எப்படிச் சண்டையிட்டுச் சமாளிக்க முடியும்?

விக்கிரமனது உள்ளத்தில் "அன்னையைப் பார்க்காமல் போகிறோமே!" என்ற எண்ணம் உதித்தது. பல்லக்கிலிருந்த கனிவு ததும்பிய கண்களுடன் தன்னைப் பார்த்துப் பேசிய பெண்ணின் நினைவும் வந்தது. உடனே, பட்டத்து யானை மேல் வந்த சக்கரவர்த்தியின் முகம் அவன் மனக்கண்ணின் முன் தோன்றியது. "நரசிம்ம மகா சக்கரவர்த்தியின் ஆட்சியா இவ்வளவு லட்சணமாயிருக்கிறது! பல்லவ சாம்ராஜ்யத்தில் வழிப்பறியும் கொள்ளையுமா?" என்று நினைத்தான். "இப்படிப்பட்ட சக்கரவர்த்தியா நமது சோழ நாட்டை ஆளுகிறார்?" என்ற எண்ணத்தினால் உண்டான ஆத்திரத்துடன் கத்தியை ஓங்கி வீசினான். இருவரில் ஒருவன் விழ்ந்தான். அதே சமயத்தில் குதிரை மீது வந்த வீரன் தன்னுடைய கத்தியை இன்னொருவன் மீது செலுத்த அவனும் மாண்டு வீழ்ந்தான். விக்கிரமனுக்கு உண்டான வியப்புக்கு அளவில்லை. அவ்வீரன் தன்மீது வீசவேண்டிய வாளைத்தான் தவறுதலாய் அவன்மீது செலுத்திவிட்டானோ என்று நினைப்பதற்கு இல்லை. ஏனெனில் தான் மேலங்கி அணிந்திருந்தபடியாலும் அவர்கள் வெறும் உடம்பினராயிருந்த படியாலும் எளிதில் அடையாளம் கண்டுபிடிக்கக் கூடியதாயிருந்தது. அப்படியானால் இந்த வீரன் யார்! இவர்களால் எதிர்பார்க்கப்பட்டவன் இல்லையா? அச்சமயம் குதிரை மேலிருந்து கீழே குதித்த அவ்வீரன், "ஐயா! நீர் யார்? இந்த இருட்டில் தனி வழியே வந்த காரணம் என்ன?" என்று வினவினான்.

அத்தியாயம் ஐந்து

ஒற்றர் தலைவன்

நல்ல சமயத்தில் வந்து தன்னைக் காப்பாற்றிய குதிரை வீரனிடம் விக்கிரமனுக்கு நன்றி உணர்ச்சி உண்டாயிற்று. அவ்வீரனுடைய கேள்விக்கு மறு மொழியாக, "ஐயா! நான் வியாபாரி. உறையூருக்குப் போவதற்காக இந்தக் குறுக்கு வழியில் வந்தேன். வந்த இடத்தில் இந்த ஆபத்து நேர்ந்தது. நல்ல சமயத்தில் நீங்கள் வந்து உதவி செய்தீர்கள்" என்றான். "வியாபாரியா நீர்? துலாக்கோல் பிடிக்கும் கையா இவ்வளவு லாவகமாய்க் கத்தி சுழற்றுகிறது? நம்ப முடியவில்லை, ஐயா! என்ன வியாபாரம் செய்கிறீரோ?" "இரத்தின வியாபாரி நான்; கத்தியை உபயோகிக்கவும் பழகியிருக்கிறேன்..." "அழகுதான்! இரத்தின வியாபாரியா இம்மாதிரி காட்டு வழியில் தனியாகக் கிளம்பினீர்? அதுவும் இரா வேளையில்...." "நரசிம்ம சக்கரவர்த்தியின் புகழைக் கேட்டு ஏமாந்து போனேன். அவருடைய ஆட்சியில் திருட்டுப் புரட்டே கிடையாது என்று கடல்களுக்கு அப்பால் உள்ள தேசங்களில் எல்லாம் ஜனங்கள் பேசிக் கொள்வதைக் கேட்டிருக்கிறேன்...." "ஓகோ! வெளிநாட்டிலிருந்து வந்தீரா! நினைத்தேன் அப்போதே. எந்த நாட்டிலிருந்து வருகிறீர், ஐயா?" "எனக்குச் செண்பகத் தீவு." "செண்பகத் தீவா? நானும் கேள்விப்பட்டிருக்கிறேன். அந்த நாட்டில் இரத்தினங்கள் அதிகம் உண்டு என்று. நல்லது; இரத்தின வியாபாரம் செய்ய வந்த நீர் முதலில் காஞ்சிக்கல்லவா போக வேண்டும்? இவ்வளவு அவசரமாக உறையூர்க்குக் கிளம்பியது ஏனோ?" "சொல்லுகிறேன், ஐயா! ஆனால் தாங்கள் யார் என்பதைத் தெரியப்படுத்தவில்லையே!" "நான் யாராயிருந்தால் என்ன?" "என் உயிரைக் காப்பாற்றியவர் யார் என்று நான் தெரிந்து கொள்ள வேண்டாமா?"

"உம்முடைய உயிரை நான் காப்பாற்றவில்லை; நீரே தான் காப்பாற்றிக் கொண்டீர். மூன்று பேரை வேலை தீர்த்த உமக்கு இன்னும் ஒருவனைத் தீர்ப்பது பிரமாதம் ஒன்றும் இல்லை. ஆனாலும் நான் யாரென்று சொல்லுகிறேன். காஞ்சி சக்கரவர்த்தியைப் பற்றி நீர் கேள்விப்பட்டது பொய்யாகப் போயிற்று என்றீரே? அந்தச் சக்கரவர்த்தியின் ஊழியர்களில் ஒருவன் நான்; ஒற்றர் படைத்தலைவன். நீர் தனியாக இந்தக் காட்டு வழியே போகிறீர் என்று எனக்குத் தகவல் வந்தது. ஏதாவது அபாயம்

நேரலாம் என்று எதிர்பார்த்து உடனே புறப்பட்டு வந்தேன்..." "அப்படியா? என்ன விந்தை? சக்கரவர்த்தியின் ஒற்றர் படை அவ்வளவு திறமையாகவா வேலை செய்கிறது? அப்படியானால், நான் எண்ணியது தவறு..." "செண்பகத் தீவில் நடக்கும் ஆட்சியைப் போல் அவ்வளவு திறமையாக இங்கே அரசாங்கம் நடக்காமலிருக்கலாம், ஐயா! ஆனாலும், எங்களால் முடிந்தவரையில் கொலை, களவு நடக்காமல் பார்த்துக் கொண்டு வருகிறோம். பார்க்கப் போனால், இரவில் தனிவழியே வந்து நாலு உயிர்களின் மரணத்துக்குக் காரணமாயிருந்ததின் பொருட்டு உம்மை நான் பிடித்துக் கொண்டு போய்ச் சக்கரவர்த்தியின் முன்னால் நிறுத்த வேண்டும்." விக்கிரமனுடைய கை அப்போது அவனுடைய வாளை இறுக்கிப் பிடித்ததை நட்சத்திரங்களின் மங்கிய ஒளியில் அவ்வீரன் கவனித்தான்.

"வேண்டாம் ஐயா, வேண்டாம். அவ்விதம் செய்கிற உத்தேசம் எனக்கு இல்லை. அயல் தேசத்திலிருந்து வந்தவரானதால், இந்த வழியின் அபாயம் தெரியாமல் வந்துவிட்டீர். உம்மைப்போல் வேண்டுமென்று விபத்தில் அகப்பட்டுக் கொள்கிறவர்கள் இல்லாமற்போனால், அப்புறம் எங்களுக்குத்தான் என்ன வேலை இருக்கும்? ஒற்றர் படைத் தலைவன்தான் எதற்காக? நல்லது; நான் வந்த வேலை ஆகிவிட்டது. பார்க்கப் போனால் நான் வந்திருக்க வேண்டியதில்லை. யாருடைய உதவியும் இல்லாமல் உம்மை நீரே காப்பாற்றிக் கொள்ளக் கூடியவராயிருக்கிறீர். நான் போய் வருகிறேன்" என்றான் அவ்வீரன். விக்கிரமனுடைய உள்ளம் குழம்பிற்று. அவ்வீரனுக்குத் தான் தகுந்தபடி நன்றி செலுத்தவில்லையென்று அவன் கருதினான். அன்றியும், அவ்வீரனுடன் இன்னும் கொஞ்சம் சிநேகம் செய்துகொண்டு உறையூர் போவதற்கு அவனுடைய குதிரையை வாங்கிக் கொள்ளலாம் என்ற ஆசையும் உண்டாயிற்று. இரவை எங்கே, எப்படிக் கழிப்பது என்ற கவலையும் தோன்றியது. "அப்படியன்று. அந்தச் சமயத்தில் தாங்கள் வந்திராவிட்டால், ஒருவேளை நான் உயிரிழந்திருப்பேன். எனக்கு உயிர் அளித்தவர் தாங்கள்தான். அதோடு இன்னொரு உதவியும் தாங்கள் எனக்குச் செய்ய வேண்டும்" என்றான் விக்கிரமன்.

"என்னிடம் யாராவது உதவி கேட்டால், அதை மறுக்கும் வழக்கம் கிடையாது. உதவி கேட்காதவர்களுக்குக் கொடுப்பதும் இல்லை. "உறையூருக்கு நான் அவசரமாய்ப் போக வேண்டியிருக்கிறது. அதற்கு

நீங்கள் தாம் உதவி செய்ய வேண்டும். உங்கள்...." "நீர் கேட்கப்போவது தெரிகிறது, என் குதிரையைக் கேட்கிறீர். ஆனால், இந்த இராத்திரியில் இனிமேல் இக்காட்டு வழியில் போனால், உம்முடன் குதிரையும் துஷ்ட மிருகங்களுக்கு இரையாக வேண்டியதுதான், உம்மைப் பற்றி எனக்குக் கவலையில்லை. ஆனால் என் குதிரையைப் புலிக்கு ஆகாரமாக்க எனக்கு இஷ்டமில்லை." "வேறு என்ன யோசனை சொல்கிறீர்கள்?" "இங்கிருந்து கொஞ்ச தூரத்தில் ஒரு சிற்பியின் வீடு இருக்கிறது. என்னுடன் வந்தால், அங்கே படுத்திருந்துவிட்டு அதிகாலையில் எழுந்து போகலாம்." விக்கிரமன் சற்று யோசித்து, "அப்படியே செய்யலாம்" என்றான். கீழே கிடந்த மூட்டைகளை எடுத்துக் குதிரைமேல் வைத்துக் கட்டினார்கள். பிறகு, வீரன் குதிரையைப் பிடித்துக் கொண்டு காட்டுக்குள் புகுந்து செல்ல, விக்கிரமனும் அவன் பின்னால் சென்றான்.

அத்தியாயம் ஆறு

சிற்பியின் வீடு

அடர்ந்த காட்டின் வழியே ஒரு கொடி வழி சென்றது. பட்டப்பகலிலேயே அந்த வழியில் இருள் சூழ்ந்திருக்கும். நடுநிசியில் கேட்கவேண்டியதில்லை. பெரிய பாதையில் ஆங்காங்கு எட்டிப் பார்த்த நட்சத்திர வெளிச்சம் கூட இந்தக் கொடி வழியில் கிடையாது. அப்படிப்பட்ட இருளில், முன்பின் தெரியாத யாரோ ஒருவனைப் பின்தொடர்ந்து காட்டுக்கொடி வழியில் செல்லும்போது விக்கிரமனுடைய தீர நெஞ்சம்கூட 'திக் திக்' என்று அடித்துக்கொண்டது. வழியோ மிகவும் குறுகலானது. இருபுறத்திலும் தழைத்திருந்த மரக்கிளைகளும் செடிகளும் கொடிகளும் அடிக்கடி விக்கிரமன் மேல் உராய்ந்தன. வெகு சமீபத்திலிருந்து ஆந்தைகளும் கோட்டான்களும் கர்ண கடூரமான குரலில் சத்தமிட்டன. எங்கேயோ வெகு தூரத்திலிருந்து ஒரு உறுமல் சத்தம் வந்தது. அதைக் கேட்ட குதிரை கனைத்தது. ஒற்றர் தலைவன் அப்போது குதிரையைத் தட்டிக் கொடுத்தான். அது, "நான் இருக்கிறேன்; பயப்படாதே!" என்று சொல்வது போலிருந்தது.

முதலில் குதிரையும், பிறகு ஒற்றர் தலைவனும் பின்னால் விக்கிரமனுமாகப் போய்க்கொண்டிருந்தார்கள். ஓரிடத்தில் ஒரு மரத்தின் வேரில் கால் தடுக்கி விக்கிரமன் கீழே விழுந்தான். ஒற்றர் தலைவன் அவனுடைய கையைப் பிடித்துத் தூக்கி விட்டான். அப்போது விக்கிரமனுக்கு உண்டான வியப்புக்கு அளவேயில்லை. 'ஆகா! இது எத்தகைய இரும்புக் கை! இந்தக் கையில்தான் எவ்வளவு வலிவு! இந்த ஒற்றர் தலைவன் சாதாரண மனுஷன் இல்லை. மகா வீரனாயிருக்க வேண்டும். சக்கரவர்த்தி ஒவ்வொரு வேலைக்கும் சரியான ஆளைத்தான் தெரிந்திருக்கிறார்' என்று எண்ணினான். இன்னும் எவ்வளவு தூரம் இந்தக் கொடி வழியாகப் போகவேண்டுமோ என்று விக்கிரமன் எண்ணிய சமயத்தில் சட்டென்று இருள் சிறிது அகன்று வானம் தெரிந்தது. எதிரில் ஒரு கட்டடம் இருப்பது லேசாகப் புலப்பட்டது. "நான் சொன்ன இடத்துக்கு வந்து விட்டோ ம். இந்த வீட்டில் இரவைக் கழிக்கலாம். பொழுது விடிந்ததும் நீர் கிளம்பலாம்" என்றான் ஒற்றர் தலைவன். 'ஆகட்டும்; ஆனால் இது யாருடைய வீடு? இப்படிப்பட்ட அடர்ந்த காட்டின் நடுவே

யார் வீடுகட்டிக் கொண்டு வசிக்கிறார்கள். எதற்காக?" என்று விக்கிரமன் வியப்புடன் கேட்டான்.

இந்த வீட்டைக் கட்டியவர் இப்போது இல்லை. அவர் இருந்தபோது இங்கே இவ்வளவு அடர்ந்த காடாகவும் இல்லை. அது பெரிய கதை; இராத்திரி உமக்குத் தூக்கம் வராவிட்டால் சொல்கிறேன்" என்றான் ஒற்றர் தலைவன். பிறகு, அவன் வீட்டண்டை நெருங்கிக் கதவை இடித்தான். வீட்டின் சமீபத்தில் வந்ததும் விக்கிரமன் அது சாதாரண வீடு அல்ல வென்பதைக் கண்டான். சித்திர மண்டபமோ, அல்லது சிற்பக் கோயிலோ என்று சொல்லும்படியாயிருந்தது. சற்று நேரத்துக்கெல்லாம் கதவு திறந்தது. கதவைத் திறந்தவள் ஒரு தொண்டுக் கிழவி. அவள் கையில் ஒரு கல் விளக்கு இருந்தது. கிழவி கதவைத் திறந்ததும் முன்னே நின்ற ஒற்றர் தலைவனை வியப்புடன் ஏறிட்டுப் பார்த்தாள். அப்போது அவளுடைய புருவங்கள் சிறிது மேலே சென்றன. இடது கையின் ஆட்காட்டி விரலை அவன் லேசாகத் தன் உதடுகளின் மேலே வைத்து உடனே எடுத்துவிட்டான். அந்தச் சமிக்ஞையின் கருத்தைக் கிழவி உணர்ந்திருக்க வேண்டும். உடனே அவளுடைய முகத்திலிருந்து வியப்புக் குறி மாறிவிட்டது. "வாருங்கள், ஐயா!" என்று சொல்லிவிட்டு, கிழவி கதவை நன்றாய்த் திறந்தாள்.

இருவரும் உள்ளே பிரவேசித்தார்கள். அந்த வீட்டுக்குள் அடிக்கடி சென்று பழக்கப்பட்டது போல் குதிரை உள்ளே நுழைந்தது. அது நேரே கூடம், முற்றம் எல்லாவற்றையும் தாண்டிப் பின்புறக் கதவண்டை போய் நின்றது. கிழவி அங்கே சென்று அந்தக் கதவையும் திறந்தாள். குதிரை தானாக அதன் வழி புகுந்து சென்றது. ஒற்றர் தலைவன் அப்போது விக்கிரமனைப் பார்த்து, "இந்தக் குதிரையின் அறிவை என்னவென்று சொல்வது? முன்னொரு தடவை இங்கே நான் வந்தபோது பின்கட்டில் குதிரையைக் கட்டியிருந்தேன். இம்முறை அதுவே தன் இருப்பிடத்தைத் தேடிக்கொண்டு போகிறது. நானும் போய் அதைக் கொஞ்சம் கவனித்துவிட்டு வருகிறேன்; நீர் இங்கேயுள்ள சிற்ப வேலைகளைப் பார்த்துக்கொண்டிரும்" என்று சொல்லிவிட்டுப் பின் கதவு வழியாகப் புகுந்து சென்றான். கிழவியும் கல் விளக்குடன் அவனைத் தொடர்ந்தாள். சுவரிலிருந்து மாடத்தில் நந்தா விளக்கு எரிந்து கொண்டிருந்தது. அதன் வெளிச்சத்தில் விக்கிரமன் சுற்று முற்றும் பார்த்தான். அது நிச்சயமாக வீடு அல்ல - சிற்ப மண்டபம் தான் என்று அவனுக்குத் தோன்றிற்று.

எங்கே பார்த்தாலும் அற்புதச் சிற்பத் திறமை வாய்ந்த சிலைகள் காணப்பட்டன. சுவர்களில் பல வர்ணங்களில் தீட்டப்பட்டிருந்த சித்திரங்கள் காட்சியளித்தன. அவை வரையப்பட்டு அநேக வருஷங்கள் ஆகியிருக்க வேண்டுமென்றாலும் ஓவியங்களின் உயிர்க்களை சிறிதும் குன்றவில்லை.

சிலைகளிலும் சித்திரங்களிலும் முக்கியமாக ஒரு பெண்ணின் உருவம் அதிகமாய்க் காணப்பட்டது. அந்த உருவத்தில் தெய்வீக சௌந்தரியத்தின் களை தோன்றிற்று. நாட்டியக் கலைக்குரிய பலவிதத் தோற்றங்களிலும் பாவங்களிலும் அந்தப் பெண் உருவத்தின் சிலைகளும் ஓவியங்களும் அமைக்கப்பட்டிருந்தன. அவற்றின் அழகையும், கலைத்திறனையும் கண்டு விக்கிரமன் பிரமிப்பை அடைந்தான். உறையூர் சித்திர மண்டபத்திலும் மாமல்லபுரத்துக் கலை விழாவிலும் தான் முன்னர் பார்த்த சித்திரங்கள், சிற்பங்கள் எவையும் இந்தப் பாழடைந்த மண்டபத்துக்குள் மறைந்து கிடக்கும் சிற்பங்களுக்கு அருகில் கூட வரமுடியுமா என்று வியந்தான். இவற்றையெல்லாம் அமைத்த மகா சிற்பி எவனோ என்று அறிந்துகொள்ள அவன் துடிதுடித்தான். இதற்குள் ஒற்றர் தலைவன் குதிரையின் போஷாக்கைக் கவனித்துவிட்டு உள்ளே வந்தான். விக்கிரமன் அவனை நோக்கி, "ஐயா! என்ன ஆச்சரியமான சிற்பங்கள் இவை! எந்த மகா சிற்பி இவற்றை அமைத்தவன்? தெய்வீக அழகு பொருந்திய ஒரு பெண்ணின் உருவம் இங்கே அதிகமாய்க் காணப்படுகிறது! அந்தப் பெண் உண்மையாக இருந்தவளா? அல்லது சிற்பியின் சிருஷ்டியா? இந்த அற்புதச் சிற்பங்கள் எல்லாம் ஏன் இந்த இருண்ட காட்டுக்குள் கிடக்க வேண்டும்? ஏன் எல்லா ஜனங்களும் வந்து பார்க்கும்படி செய்யக் கூடாது? இதை எல்லாம் எனக்கு விவரமாய்ச் சொல்ல வேண்டும்" என்றான்.

"நான் தான் சொன்னேனே, அது பெரிய கதை என்று. மிஞ்சியுள்ள இரவைத் தூக்கமின்றித் கழிக்க உனக்கு இஷ்டமிருந்தால், சொல்கிறேன். எனக்குப் பசி பிராணன் போகிறது. இதோ பாட்டி பொரிமாவும் வெல்லமும் கொண்டு வருகிறாள், முதலில் சாப்பிடுவோம்" என்றான் ஒற்றர் தலைவன். அவ்விதமே இருவரும் சாப்பிட்டார்கள். சாப்பிடும் போது, "தங்கள் பெயர் இன்னதென்று இன்னும் எனக்குச் சொல்லவில்லையே" என்றான் விக்கிரமன். "என் பெயர் வீரசேனன். உம்முடைய பெயர்?" விக்கிரமன் சிறிது வியப்புடன், "என் பெயர் தேவசேனன்" என்றான். "ரொம்ப நல்லது; நம் இருவருக்கும் பெயர்

ஒற்றுமை இருக்கிறது. ஆகையால், நீர் மனம் விட்டு என்னிடம் பேசலாம். உறையூருக்கு நீர் இவ்வளவு அவசரமாகப் போக விரும்பிய காரணம் என்ன? இரத்தின வியாபாரம் செய்வது உமது நோக்கமாயிருந்தால், முதலில் காஞ்சி நகருக்கல்லவா போக வேண்டும்?" ஒற்றர் தலைவனிடம் நன்றியும் அன்பும் கொண்டிருந்த விக்கிரமனுக்கு இப்போது சந்தேகமும் பயமும் தோன்றின. ஒருவேளை இவன் நம்முடைய உண்மையைக் கண்டுபிடித்து விட்டால்? கொஞ்சம் ஜாக்கிரதையாகவே நடந்து கொள்ள வேண்டும். "என்னுடைய தாயார் உறையூரில் இருக்கிறாள். அவளைப் பார்க்கும் ஆவலில்தான் சீக்கிரமாய்ப் போக விரும்புகிறேன்." "இதென்ன? நீர் செண்பகத் தீவைச் சேர்ந்தவர் என்றல்லவா சொன்னீர்?"

"என்னுடைய சொந்த ஊர் உறையூர்தான். சில வருஷங்களுக்கு முன்பு பொருள் தேடுவதற்காகச் செண்பகத் தீவு சென்றேன். உறையூர் பல்லவ ராஜ்யத்துடன் சேர்ந்துவிட்டபிறகு, அதன் பழைய செழிப்பெல்லாந்தான் போய் விட்டதே? இராஜ குடும்பம் இல்லாத ஊரில் இரத்தின வியாபாரம் என்ன நடக்கும்?" இராஜ குடும்பத்தைப் பிரஸ்தாபித்தால், ஒரு வேளை ராணி அருள்மொழியைப்பற்றி வீரசேனன் ஏதாவது சொல்லக்கூடுமென்று விக்கிரமன் எதிர்பார்த்தான். ஆனால், அவனுடைய எண்ணம் நிறைவேறவில்லை. அதன் பின் வீரசேனன் சாப்பிட்டு முடியும் வரையில் மௌன விரதத்தை மேற்கொண்டிருந்தான். சாப்பாடு முடிந்த பிறகு, விக்கிரமன் மறுபடியும் அந்தச் சிற்ப மண்டபத்தின் கதையைச் சொல்லும்படி கேட்டான். "ஐயா, தேவசேனரே, உமக்கு மரணத்தில் நம்பிக்கை உண்டா?" என்று ஒற்றர் தலைவன் கேட்டபோது, விக்கிரமனுக்கு ஒன்றும் புரியவில்லை. "இதென்ன கேள்வி? மரணத்தில் நம்பிக்கை உண்டா? என்றால்...?"

"அதாவது மனிதர்கள் உண்மையில் மரணமடைகிறார்கள் என்பதாக நீர் நினைக்கிறீரா? 'உயிர் போய்விட்டது' என்று நாம் சொல்லும்போது, உண்மையில் உயிர் போகிறதா? அல்லது உடல் மட்டும் போய் உயிர் இங்கேயே இந்த உலகத்திலேயே, சுற்றிக் கொண்டிருக்கிறதா? இறந்து போனவர்கள் நம்மைப்பற்றி நினைக்கிறார்களா? நம்மைப் பார்க்க வருகிறார்களா? நம்முடைய நடவடிக்கைகளை அவர்கள் கவனிப்பதுண்டா?" விக்கிரமனுக்கு ஏனோ தன்னுடைய தந்தை பார்த்திப மகாராஜாவின் நினைவு வந்தது. அவருக்குத் தான் கொடுத்த வாக்குறுதியும் ஞாபகம் வந்தது. அவர் இப்போது இவ்வுலகில் இருந்து

200

தன்னுடைய செயல்களைக் கவனித்துக் கொண்டு வருகிறாரா? "எனக்கும் உங்களைப் போல் சில சமயம் தோன்றுவதுண்டு. அந்தச் சந்தேகத்தைத் தீர்ப்பாரைத்தான் காணோம்." "எனக்கென்னவோ, மரணம் என்பதே பொய் என்று தோன்றுகிறது. மரணத்துக்காக விசனப்படுவதும் பெரும் மூடத்தனம் என்று நினைக்கிறேன். இதோ இந்த வீட்டில் முப்பது வருஷத்துக்கு முன்னால் ஆயனச் சிற்பியும், அவருடைய மகள் சிவகாமியும் வாழ்ந்தார்கள். அப்போதெல்லாம் இங்கே ஜல்ஜல் என்ற சதங்கை ஒலியும், கல்கல் என்று கல்லுளி ஒலியும் மாறி மாறிக் கேட்டுக் கொண்டிருக்கும். சிவகாமி அற்புத நடனம் ஆடுவாள். அவளுடைய நடனத் தோற்றங்களைப் பார்த்துப்பார்த்து ஆயனச் சிற்பி சித்திரம் எழுதுவார்! சிலைகள் அமைப்பார்...."

"ஓகோ! இந்தத் தெய்வீகக் களையுள்ள பெண் அந்தச் சிவகாமிதானா?" "ஆமாம்; அப்போது நான் இங்கே அடிக்கடி வருவதுண்டு. மகேந்திர சக்கரவர்த்தியின் காலம்... அவருடைய புதல்வருக்கு அச்சமயம் உம்முடைய வயதுதானிருக்கும். அவருடன் - நரசிம்மவர்மருடன் - நானும் வருவேன். தூரத்தில் வரும்போதே, இந்த வீட்டுக்குள்ளிருந்து சதங்கையின் ஒலி கிளம்புவது கேட்கும். ஆயனரும் சிவகாமியும் இப்போது இங்கே இல்லை என்று என்னால் நம்பவே முடியவில்லை. அவர்கள் இன்னும் இங்கே இருக்கிறார்கள் என்றே நினைக்கிறேன். இதோ! உற்றுக் கேட்டால் சதங்கையின் ஒலியும் கல்லுளியின் ஒலியும் என் காதுக்குக் கேட்கின்றன...." விக்கிரமனுடைய ஆவல் அளவுகடந்து பொங்கிற்று. ஆயனரையும் சிவகாமியையும் பற்றி விவரமாய்ச் சொல்ல வேண்டுமென்று வீரசேனரை வேண்டிக் கொண்டான். அவரும் விவரமாகச் சொன்னார். ஆயனருடைய அபூர்வ சிற்பத் திறமையைக் குறித்தும், அவருடைய பெண்ணின் அற்புத சௌந்தரியத்தைப் பற்றியும், அவளுடைய நடனக்கலைத் திறனைப் பற்றியும் சொன்னார். நரசிம்ம சக்கரவர்த்தி, இளவரசராயிருக்கும் காலத்தில் அவருக்கும் சிவகாமிக்கும் ஏற்பட்ட தெய்வீகக் காதலைப்பற்றி லேசாகக் குறிப்பிட்டார். வடக்கேயிருந்து இராட்சதப் புலிகேசி படையெடுத்து வந்ததினால் அந்தக் காதல் தடைப்பட்டது பற்றியும், சிவகாமியைப் புலிகேசி சிறைபிடித்துச் சென்றது பற்றியும் விவரித்தார். சிவகாமியை விடுவிக்க நரசிம்மர் செய்த முயற்சிகளையும் சிவகாமியின் சபதத்தையும், அதை நரசிம்மர் நிறைவேற்றி வைத்ததையும், இவ்வளவுக்கும் பிறகு சிவகாமி

தன்னுடைய காதல் பூர்த்தியாக முடியாத காதல் என்பதை உணர்ந்து
நெஞ்சு உ2டைந்ததையும் பற்றிச் சொன்னார்.

கதையைக் கேட்டுக் கொண்டு வரும்போது, விக்கிரமன் பல தடவை
கண்ணீர் விட்டு விட்டான். நரசிம்ம சக்கரவர்த்தியின் மேல்
அவனுக்கிருந்த மதிப்பு பன்மடங்கு உயர்ந்தது. அவரிடம் அவனுக்கு
அபிமானமே உண்டாகிவிட்டது. பார்த்திப மகாராஜாவுக்குத் தான்
கொடுத்த வாக்குறுதியை நினைத்துக் கொண்டு, நரசிம்மர் தன்னுடைய
குலப்பகைவர் என்பதை ஞாபகப்படுத்திக் கொண்டான். கதை முடிந்த
சமயம், வெள்ளி முளைத்துவிட்டது. ஒரு நாழிகைப் பொழுதுதான்
அவர்கள் தூங்க முடிந்தது. பட்சிகளின் உதயகீதத்தினால் எழுப்பப்பட்ட
விக்கிரமன் கண் விழித்தபோது, முதல் நாள் இரவின் சம்பவங்கள்
எல்லாம் கனவோ என்ற சந்தேகம் உண்டாயிற்று. சுற்றுமுற்றும் பார்த்து,
"கனவல்ல; எல்லாம் உண்மைதான்" என்று நிச்சயம் பெற்றான்.

"ஐயா, தேவசேனரே! குதிரை சிரமபரிகாரம் செய்து கொண்டு
சித்தமாயிருக்கிறது. நம்மைப்போல் அது இரவில் கண்
விழிக்கவில்லையல்லவா? நீர் காலைக் கடன்களை முடித்ததும்
உறையூருக்குக் கிளம்பலாம்" என்று ஒற்றர் தலைவனின் குரல்
வெளியிலிருந்து கேட்டது. அவ்விதமே காலைக் கடன்கள் முடிந்து, கிழவி
அளித்த எளிய உணவையும் உட்கொண்டபின் விக்கிரமன் வீரசேனரிடம்
விடை பெற்றான். அப்போது அவன், "ஐயா! உமக்கு நான் எவ்வளவோ
கடமைப் பட்டிருக்கிறேன். என் உயிரைக் காப்பாற்றியதற்குப் பிரதி
ஒன்றும் செய்யமுடியாது. ஆனாலும் குதிரையை இலவசமாகப் பெற்றுக்
கொள்ள எனக்கு விருப்பமில்லை. குதிரைக்கு ஈடாக இந்த
இரத்தினங்களைப் பெற்றுக்கொள்ள வேண்டும்" என்று ஒரு கைப்பிடி
இரத்தினங்களை அள்ளிக் கொடுத்தான்.

"நீர் சொல்வது தவறு, என் அருமைக் குதிரையை நான் உமக்குத் தானம்
செய்யவில்லை; இரவலாகத்தான் கொடுத்திருக்கிறேன். உறையூரில்
உமது காரியத்தை முடித்துக் கொண்டு இதே இடத்தில் வந்து திருப்பிக்
குதிரையை ஒப்புவிக்க வேண்டும்" என்றான் ஒற்றர் தலைவன்.
"அப்படியே செய்கிறேன்; ஆனாலும் என்னுடைய நன்றிக்கு அறிகுறியாக
இந்த இரத்தினங்களைப் பெற்றுக் கொள்ள வேண்டும்" என்றான்
விக்கிரமன். வீரசேனன் அதற்கிணங்கி இரத்தினங்களைப் பெற்றுக்

கொண்டான். விக்கிரமன் குதிரை மீதேறியதும், ஒற்றர் தலைவன் குதிரையைத் தட்டிக்கொடுத்து, "ஐயா! இந்தக் குதிரை அடிக்கடி உறையூருக்குப் போய்ப் பழக்கமானது. அதற்கே பாதை நன்றாகத் தெரியும். அதன் வழியே விட்டு விட்டால் உம்மைக் கொண்டு போய்ச் சேர்த்துவிடும். நீர் வழி விசாரிக்க வேண்டிய அவசியமே இல்லை" என்றான். குதிரை காட்டுப் பாதையில் போகத் தொடங்கியது. சிற்பியின் வீடும் ஒற்றர் தலைவனும் மறையும் வரையில் விக்கிரமன் திரும்பிப் பார்த்துக் கொண்டே போனான். காலை வெளிச்சத்தில் அந்த ஒற்றர் தலைவனைப் பார்த்தபோது ஆஜானுபாகுவான அவனது கம்பீரத் தோற்றமும் முகப்பொலிவும் விக்கிரமனுடைய மனத்தைப் பெரிதும் கவர்ந்தன. வெகுநேரம் வரையில் அந்தத் தோற்றம் அவனுடைய மனத்தைவிட்டு அகலவில்லை.

அத்தியாயம் ஏழு

சிதறிய இரத்தினங்கள்

விக்கிரமன் காட்டு வழிக்குள் புகுந்து கண்ணுக்கு மறைந்ததும் ஒற்றர் தலைவன் மீண்டும் அந்தச் சிற்ப வீட்டுக்குள் புகுந்தான். மார்பில் இரண்டு கைகளையும் கோத்துக் கட்டிய வண்ணமாகச் சற்று நேரம் அங்கிருந்த தெய்வீகச் சிலைகளை பார்த்துக் கொண்டு நின்றான். அப்போது அவனுடைய கண்களில் நீர் ததும்பிற்று. பிறகு, அங்கு வந்த கிழவியைப் பார்த்து, "அம்மா! இந்தப் பிள்ளை மறுபடியும் ஒருவேளை இங்கு வந்தானானால் அவனுக்குத் தங்குவதற்கு இடங்கொடு; ஆனால் என்னுடைய இரகசியத்தை மட்டும் உடைத்து விடாதே! மறுபடியும் ஐந்தாறு நாளில் நான் வருகிறேன்" என்றான். "அப்படியே சுவாமி" என்றாள் கிழவி. பிறகு ஒற்றர் தலைவன் அந்தச் சிற்ப மண்டபத்தின் பின்புறம் சென்றான். அங்கே விக்கிரமன் ஏறிச் சென்றது போலவே தத்ரூபமாய் இன்னொரு குதிரை இருந்தது. அதன்மேல் வெகு லாவகமாக ஏறி உட்கார்ந்து அவ்வீரன் கிளம்பினான். விக்கிரமன் போன வழியாக அவன் போகாமல் முதல் நாள் இரவு வந்த காட்டுக்கொடி வழியில் புகுந்து சென்றான். சற்று நேரத்துக்கெல்லாம் விக்கிரமன் வழிப்பறிக்கு ஆளான இடத்துக்கு வந்து சேர்ந்தான்.

ஒற்றர் தலைவன் அவ்விடத்தை நெருங்கி அங்குமிங்கும் உற்றுப் பார்த்தான். அவனுடைய முகத்தில் ஆச்சரியக் குறி தென்பட்டது. உற்றுப் பார்க்கப் பார்க்க அவனுடைய அதிசயம் அதிகமாயிற்று. ஆச்சரியத்துக்குக் காரணம் என்னவென்றால் முதல்நாள் இரவு இரத்தின வியாபாரியின் வாளுக்கும், தன்னுடைய வாளுக்கும் இரையாகி விழுந்தவர்களின் உடல்கள் அங்கே காணப்படவில்லை! அவ்விடத்தில் மிகவும் அருவருப்பான, கோரக்காட்சி ஒன்றை ஒற்றர் தலைவன் எதிர்பார்த்தான். இரவில் காட்டுமிருகங்கள் இரை தேடி அங்கு வந்திருக்குமென்றும், அவை இரை உண்ட பிறகு மிகுந்த எலும்புக் கூடுகள் சகிக்க முடியாத காட்சியாக இருக்குமென்றும் அவன் எண்ணினான். ஆனால் அங்கே அப்படியொன்றும் காணப்படவில்லை. காட்டு மிருகங்கள் எலும்பைக்கூட விழுங்கியிருக்குமா? அல்லது உடல்களை அப்படியே இழுத்துக் கொண்டு போயிருக்குமா? அப்படிப் போயிருந்தால், அந்த ஆட்களின் துணிமணிகள் வாட்கள் எல்லாம் எங்கே? - "நாம் போன பிறகு இங்கே யாரோ

வந்திருக்கிறார்கள்! என்னமோ நடந்திருக்கிறது!" என்று ஒற்றர் தலைவன் எண்ணினான்.

உடனே அவன் குதிரையிலிருந்து குதித்து இன்னும் கவனமாக அங்குமிங்கும் உற்றுப் பார்க்கத் தொடங்கினான். சட்டென்று ஒரு பொருள் அவனுடைய கவனத்தைக் கவர்ந்தது. அவனுடைய முகத்தில் அப்போது வியப்பு மட்டுமல்லாமல், கேள்விக்குறியும் தோன்றியது. அந்தப் பொருள் என்னவெனில், ஒரு மண்டை ஓடுதான்! நேற்று அங்கு இறந்து விழுந்தவர்களின் மண்டை ஓடாக அது இருக்க முடியாது. அது மிகப் பழமையான மண்டை ஓடு. "நேற்று நாம் போன பிறகு இங்கு வந்தவன் கபாலிகனாயிருக்க வேண்டும். அவன் கழுத்தில் போட்டிருந்த மண்டை ஓட்டு மாலையிலிருந்து தான் இது விழுந்திருக்க வேண்டும். அவனோ, அவர்களோதான், இங்கே செத்து விழுந்தவர்களின் உடல்களை அப்புறப்படுத்தியிருக்க வேண்டும்!" என்று ஒற்றர் தலைவன் எண்ணமிட்டான்.

இன்னும் அவ்விடத்தில் அவன் சுற்றுமுற்றும் பார்த்த போது ஓரிடத்தில் இரத்தினங்கள் கொஞ்சம் சிதறிக் கீழே கிடப்பதைக் கண்டான். குள்ளன் இரத்தின மூட்டைகளைக் கீழே போட்ட போது, ஒரு மூட்டை அவிழ்ந்து போய்ச் சிதறி இருக்கவேண்டும். அந்த இரத்தினங்களைத் திரட்டி எடுத்துக் கொள்ளலாம் என்று எண்ணி ஒற்றர் தலைவன் குனிந்தான். அந்தச் சமயத்தில் கொஞ்ச தூரத்தில் குதிரைகளின் காலடிச் சத்தம் கேட்டது! சத்தத்திலிருந்து நாலைந்து குதிரைகளாவது வருகின்றன என்று தோன்றியது. ஒற்றர் தலைவன் உடனே விரைந்து குதிரைமேல் ஏறி அதைச் செலுத்திக் கொண்டு பக்கத்திலிருந்த காட்டுக்குள் புகுந்தான். குதிரையைக் கொஞ்ச தூரத்தில் விட்டு விட்டுத் தான் மட்டும் இறங்கி வந்து சற்றுத் தூரத்தில் ஒரு மரத்தடியில் நன்கு மறைந்து கொண்டான். அவன் மறைவிலிருந்த போதிலும், பாதை அங்கிருந்து நன்றாகத் தெரிந்தது.

அந்த இடத்துக்கு வந்ததும் குதிரைகள் சடேரென்று நிறுத்தப்பட்டன. ஆறு குதிரைகள் மேல் ஆறு வீரர்கள் வந்தார்கள். அவர்களுக்குத் தலைவனாகத் தோன்றியவன் மீது ஒற்றர் தலைவனின் பார்வை விழுந்ததும், அவனுடைய புருவங்கள் நெரிந்து ரொம்பவும் மேலே போயின. அவன் முகத்தில் அப்போது வியப்பு, அருவருப்பு, கோபம் எல்லாம் கலந்து

காணப்பட்டன. அந்தத் தலைவன் வேறு யாருமில்லை; மாரப்ப பூபதிதான். வேகமாக வந்து கொண்டிருந்த குதிரையைச் சடேரென்று முதலில் நிறுத்தியவனும் மாரப்ப பூபதிதான். அவன் நிறுத்தியதைப் பார்த்துத்தான் மற்றவர்கள் சடேர், சடேரென்று தத்தம் குதிரைகளை நிறுத்தினார்கள். மாரப்ப பூபதி கீழே இறங்கினான். சற்று முன்னால் ஒற்றர் தலைவன் உற்றுப் பார்த்ததைப் போலவே அவனும் அங்குமிங்கும் பார்த்தான். முதலில் மண்டை ஓடுதான் அவனுடைய கவனத்தையும் கவர்ந்தது.

பிறகு, முதல் நாள் இரவு நடந்த வாட் போரின் அறிகுறிகளைக் கவனித்தான். ஆங்காங்கு இரத்தக் கறை இருந்ததையும் பார்த்தான். உடல்கள் அங்கிருந்து இழுத்துச் செல்லப்பட்டிருக்கும் அடையாளங்களும் தெரிந்தன. இரத்தினங்கள் அவனுடைய கண்களில் பட்டதும் அவற்றை ஆவலுடன் கைகளில் திரட்டி எடுத்துக் கொண்டான். அந்த இரத்தினங்களைப் பார்த்தபடியே கலகலவென்று சிரித்தான். தன்னுடன் வந்த மற்றவர்களைப் பார்த்து, "பழம் நழுவிப் பாலில் விழுந்தது போலாயிற்று" என்றான். இன்னும் சிறிது நேரம் அவனும் மற்றவர்களும் ஏதோ பேசிக் கொண்டு நின்றார்கள். பிறகு, மாரப்ப பூபதி குதிரை மேல் ஏறினான். எல்லாக் குதிரைகளும் நாலுகால் பாய்ச்சலில் புறப்பட்டன.

மாரப்பனும் அவனுடைய ஆட்களும் போன பிறகு, ஒற்றர் தலைவன் தன் குதிரை இருந்த இடம் சென்று அதன் மேல் ஏறிக்கொண்டு, நேற்றிரவு தான் வந்த வழியிலே திரும்பிச் செல்லத் தொடங்கினான். குதிரை அக்காட்டுப் பாதையின் வளைவு ஒன்றைத் தாண்டியதும் உடம்பைச் சிலிர்த்தது. ஒற்றர் தலைவன் குதிரையை நிறுத்திச் சுற்று முற்றும் பார்த்தான். கொஞ்சதூரத்தில் காணப்பட்ட ஒரு சிறு பாறைக்குப் பின்புறத்தில் கழுகுகள் வட்டமிடுவதைக் கண்டான். காட்டுப் பாதையில் கிடந்த உடல்கள் என்னவாயின என்னும் மர்மம் வெளியாயிற்று. தானும் இரத்தின வியாபாரியும் போன பிறகு அங்கு வந்தவர்கள் அவ்வுடல்களை அப்புறப்படுத்தி இந்தப் பாறை மறைவில் கொண்டு வந்து போட்டிருக்க வேண்டும். ஆனால், அவர்கள் யாராக இருக்கும்?

அவ்விடத்தில் அதிக நேரம் நிற்காமல் ஒற்றர் தலைவன் மேலே குதிரையை விட்டுக் கொண்டு சென்றான். கொஞ்ச நேரத்துக்கெல்லாம் மாமல்லபுரத்திலிருந்து காஞ்சிக்குப் போகும் இராஜபாட்டையை அவன் அணுகினான். அவ்விடத்தில் அதே சமயத்தில் மாமல்லபுரத்திலிருந்து

இராஜ பரிவாரங்கள் வந்து கொண்டிருந்தன. பரிவாரங்களுக்கு மத்தியில் குந்தவி தேவியின் பல்லக்கும் வந்தது. பல்லக்கின் பக்கத்தில் ஒரு கம்பீரமான வெண்புரவி மீது நரசிம்ம சக்கரவர்த்தியின் புதல்வன் மகேந்திரன் வீற்றிருந்தான். இதையெல்லாம் தூரத்திலேயே கவனித்துக் கொண்ட ஒற்றர் தலைவன், அவ்விடத்தில், குதிரையைச் சற்று வேகமாகவே தட்டிவிட்டான். இராஜ பரிவாரங்களையோ பரிவாரங்களுக்கு மத்தியில் வந்தவர்களையோ சற்றும் பொருட்படுத்தாதவனாய் அவர்களுக்குச் சற்று முன்னதாகவே, இராஜபாட்டையில் சந்திப்பைக் கடந்து காஞ்சியை நோக்கிச் சென்றான்.

அத்தியாயம் எட்டு

வேஷதாரி

ஒற்றர் தலைவன் அவ்விதம் இராஜ, பரிவாரங்கள் வருவதைப் பொருட்படுத்தாமல் முன்னால் காஞ்சிப் பாதையில் சென்றதைக் குந்தவி, மகேந்திரன் இருவரும் கவனித்தார்கள். குந்தவியின் பல்லக்கும், மகேந்திரனுடைய குதிரையும் ஒன்றையொன்று ஒட்டியே சென்று கொண்டிருந்தன. மகேந்திரனுடைய தோற்றத்தில், குந்தவியின் மென்மையும் வனப்பும், நரசிம்மவர்மரின் கம்பீரமும் வீரமும் கலந்து பொலிந்தன. அண்ணனும் தங்கையும் அச்சாலையில் பவனி வந்த காட்சி கண்கொள்ளாக் காட்சியாயிருந்தது. ஓர் ஆண்டு காலமாக நரசிம்மவர்மருடைய ஸ்தானத்தில் யுவராஜா மகேந்திரன் இராஜ்ய பரிபாலனம் செய்து வந்தான். அப்படியிருந்தும், மேற்கூறிய குதிரை வீரன் இராஜ பரிவாரங்களைக் கண்டு ஒதுங்கி நிற்காமலும் மரியாதை செய்யாமலும் முன்னால் விரைந்து சென்றது எல்லாருக்குமே வியப்பை அளித்தது. "அண்ணா! அதோ குதிரைமேல் போகிறானே அந்த வீரனைப் பார்த்தாயா? என்ன கம்பீரமான வடிவம்! அவன் யார் தெரியுமா?" என்று குந்தவி கேட்டாள். "எனக்குத் தெரியவில்லையே, தங்காய்! அவனுடைய தோற்றத்தில் இராஜ வம்சத்தின் களை காணப்பட்டது. நல்ல ஆஜானுபாகுவாவும் தோன்றினான். அவன் குதிரையைப் பார்! இதற்குள் எவ்வளவு தூரம் போய்விட்டது!" என்றான் மகேந்திரன். "காஞ்சிக்குத்தான் போகிறான் போல் தோன்றுகிறது.

ஒருவேளை அயல் தேசத்தானோ, என்னமோ? இல்லாவிடில், இப்படி நம்மைக் கண்டும் நிற்காமல் போக மாட்டான். நாலு நாளைக்கு முன்பு துறைமுகத்துக்கு வந்த கப்பலின் அயல்தேசத்தார் ரொம்ப பேர் வந்து இறங்கியிருக்கிறார்கள். ஆகையினால் தான் தெரியாத முகங்கள் அதிகமாகக் காணப்படுகின்றன!" என்று குந்தவி சொன்னாள். "குந்தவி, செண்பகத் தீவின் இரத்தின வியாபாரியைப் பற்றிச் சொன்னாயே; அவன் வரவேயில்லையே?" என்றான் மகேந்திரன். "இல்லை" என்று சொன்னபோது, குந்தவியின் குரலில் மிகுந்த ஏமாற்றம் தொனித்தது. "எப்படியும் காஞ்சி அரண்மனைக்கு அவன் வராமலா போகிறான்? கண்டிப்பாக வருவான்." குந்தவி இதற்கு ஒன்றும் மறுமொழி சொல்லவில்லை; மௌனமாயிருந்தாள். தன்னுடைய சந்தேகம்

உண்மையாயிருக்குமானால், அவன் அரண்மனைக்கு வரமாட்டான் என்று எண்ணினாள். குந்தவியின் மனக்கண்ணின் முன்னால், மூன்று வருஷங்களுக்கு முன் காஞ்சிபுரத்து வீதியில் அவள் பார்த்த சோழ ராஜகுமாரனுடைய முகமும், நேற்று மாமல்லபுரத்துத் தெருவில் சந்தித்த இரத்தின வியாபாரியின் முகமும் மாறிமாறித் தோன்றின. அவர்கள் இரண்டு பேரும் வெவ்வேறு மனிதர்களா? அப்படியானால் அந்த முக ஒற்றுமை மிகவும் அதிசயமான ஒற்றுமைதான்!

குந்தவியின் மௌனத்தையும், அவளுடைய முகவாட்டத்தையும் மகேந்திரன் கவனித்தான். "தங்காய்" என்று அருமையாக அழைத்தான். "என்ன, அண்ணா!" "ஒரு மாதிரியாக இருக்கிறாயே, ஏன்?" "ஒன்றுமில்லை, அண்ணா!" "நான் ஒரு யோசனை செய்திருக்கிறேன், சொல்லட்டுமா?" "சொல்லு, அண்ணா!" "அப்பாவிடம் நான் சொல்லப் போகிறேன்; இந்தப் பல்லவ இராஜ்யத்தின் பாரத்தை அவர்தான் சுமக்க வேண்டும், என்னால் முடியாது என்று." "ஏன், அப்படிச் சொல்லுகிறாய், அண்ணா!" "அவர் இருக்கும்போது நான் இராஜ்யம் ஆளுவது, சிங்கம் இருக்க வேண்டிய இடத்தில் பூனை உட்கார்ந்திருப்பது போல் இருக்கிறது! தேசத்தில் எல்லாரும் அப்படித்தான் நினைக்கிறார்கள்." "கிடையவே கிடையாது, அண்ணா!" "அதோடு எனக்கு வேறொரு முக்கிய காரியமும் இருக்கிறது. இன்னொரு தடவை கடற்பிரயாணம் செய்ய வேண்டும்." "இலங்கைக்கு மறுபடியும் போகப் போகிறாயா?" "இல்லை, செண்பகத்தீவுக்குப் போகப் போகிறேன்." "என்ன அண்ணா, சொல்கிறாய்?"

"ஆமாம், விக்கிரமனை மன்னிக்க வேண்டுமென்று அப்பாவிடம் கேட்கப் போகிறேன். பிறகு செண்பகத் தீவுக்கும் நானே போய் அவனை அழைத்து வரப் போகிறேன். தங்காய்! நான் இந்த நாட்டுக்குத் திரும்பி வந்து ஒரு வருஷம் ஆகிறது. இதுவரையில் ஒரு தடவையாவது நீ சிரித்து நான் பார்க்கவில்லை; உன் முகத்தில் சிரிப்பைப் பார்த்து விட்டுத்தான் இனிமேல் வேறு காரியம் பார்ப்பேன்!" என்றான் மகேந்திரன். இதைச் சொல்லும்போது, அவனுடைய நாத்தழுதழுத்தது. அவனுடைய தொண்டை அடைத்துக் கொண்டது. குந்தவியின் கண்களில் நீர் ததும்பப் பார்த்தது. அவள் சற்று நேரம் சும்மா இருந்துவிட்டு, "அப்பா சம்மதிக்க மாட்டார்!" என்றாள். "நான் சம்மதிக்கச் செய்கிறேன். நேற்றே அப்பாவிடம் கேட்க வேண்டுமென்றிருந்தேன். இராத்திரி அவர் வரவேயில்லை. இன்று அவரை அவசியம் கேட்கப் போகிறேன்." "அப்பா சம்மதித்து நீ செண்பகத்

தீவுக்குப் போனாலும் என்ன பிரயோஜனம்?" "என்ன பிரயோஜனமா? எனக்கு ஒரு மைத்துனன் கிடைப்பானல்லவா?" "அது நடக்காத காரியம், அண்ணா! அந்தக் கர்வம் பிடித்த சோழ ராஜகுமாரன், பல்லவர் குலப்பெண்ணை மணக்கச் சம்மதிக்கமாட்டான்!" என்றாள் குந்தவி.

அப்போது மகேந்திரன் கலகலவென்று சிரித்தான். "தங்காய்! எப்போதாவது உன் உருவத்தைக் கண்ணாடியில் பார்த்துக்கொண்டதுண்டா?" என்று கேட்டான். "போ, அண்ணா!" என்றாள் குந்தவி. "போகிறேன் தங்காய், போகிறேன். செண்பகத்தீவுக்குப் போய் அந்தச் சோழ ராஜகுமாரனைக் கட்டி இழுத்துக் கொண்டு வந்து உன் முன்னால் நிறுத்தி, கன்னத்தில் போட்டுக் கொள்ளச் சொல்லாவிட்டால் நான் மகேந்திர பல்லவ சக்கரவர்த்தியின் பேரன் அல்ல!" என்றான் யுவராஜா மகேந்திரன். குந்தவியும் மகேந்திரனும் காஞ்சியை அடைந்ததும், அரண்மனையில் அவரவர்களுடைய பகுதிக்குச் சென்றார்கள். குந்தவி தன்னுடைய அந்தப்புர அறைக்குள் பிரவேசித்த போது, அங்கே சக்கரவர்த்தி வந்தால் உட்காருவதற்காகப் போட்டிருந்த ஆசனத்தில் வேற்று மனுஷன் ஒருவன் உட்கார்ந்திருப்பதைப் பார்த்து அப்படியே ஸ்தம்பித்துப் போய்விட்டாள்! அந்த வேற்று மனுஷன், காட்டுக்குறுக்குப் பாதை வழியாக வந்து இராஜபாட்டையில் தங்களைத் தாண்டிச் சென்ற வீரன்தான் என்பது நினைவுக்கு வர ஒரு நிமிஷம் பிடித்தது. இதனால் அவளுடைய ஆச்சரியம் பன்மடங்கு பெருகியதோடு கோபம் பொங்கிற்று.

"யார் ஐயா, நீர்? என்ன தைரியத்தினால் அந்தப்புரத்துக்குள் நுழைந்தீர்?" என்றாள். "தேவி! பல்லவ சாம்ராஜ்யத்தின் ஒற்றர் தலைவன் நான். என் பெயர் வீரசேனன். தங்களிடம் ஒரு துப்பு விசாரிப்பதற்காக வந்தேன்!" என்று அம்மனிதன் சொன்னதும், குந்தவியின் முகத்திலிருந்த கோபம் ஒரு நொடியில் குதூகலமாக மாறியது. "அப்பா! இதென்ன வேடிக்கை?" என்று கூச்சலிட்டுக் கொண்டே குந்தவி ஓடிப்போய் ஒற்றர் தலைவனுடைய தோள்களைக் கட்டிக்கொண்டு அவனுடைய பொய் மீசையைக் களைந்தெறிந்தாள். அப்போது ஒற்றர் தலைவர் இருந்த இடத்தில் நரசிம்மவர்ம சக்கரவர்த்தி காட்சியளித்தார். "உங்களுடைய குரலைக் கொண்டுதான் அப்பா, கண்டுபிடித்தேன். இல்லாவிட்டால் அடையாளம் தெரிந்திராது. எப்படி அப்பா இவ்வளவு நன்றாக வேஷம் போட்டுக் கொள்கிறீர்கள்?" என்று குந்தவி கேட்டாள். "குழந்தாய்! என் தந்தை மகேந்திர சக்கரவர்த்தி எனக்குச் சொல்லிக் கொடுத்த

வித்தைகளில் இதுதான் மிகவும் அருமையான வித்தை!" என்றார்
சக்கரவர்த்தி.

அத்தியாயம் ஒன்பது

விபத்தின் காரணம்

சக்கரவர்த்தியைக் குந்தவி வியப்புடன் நோக்கினாள். அவளுடைய மைதீட்டிய பெரிய கண்கள் அதிசயத்தினால் விரிந்து மலர்ந்தன. "இது என்ன அப்பா, இது? கூத்தாடிகள் அல்லவா வேஷம் போட்டுக் கொள்வார்கள்? இராஜாக்களுக்கு எதற்காக வேஷம் போடும் வித்தை தெரிய வேண்டும்" என்று கேட்டாள். "ஒரு தேசத்தைப் பரிபாலிப்பவனுக்குப் பல கலைகளும் தெரிந்திருக்க வேண்டும் குழந்தாய், முக்கியமாக வேஷம் போட்டுக் கொள்ளத் தெரிந்திருக்க வேண்டும். அப்போதுதான் பிரஜைகளின் மனோபாவங்களை அவ்வப்போது தெரிந்துகொள்ள முடியும். இன்னும் சத்துருக்களைப் பற்றிய இரகசியங்களையும் தெரிந்து கொள்ளலாம். நாட்டில் குற்றங்கள் நடக்காமல் தடுக்கலாம்...." என்று சக்கரவர்த்தி சொல்லி வருகையில் குந்தவி குறுக்கிட்டாள். "இப்போது எந்தக் குற்றத்தைத் தடுப்பதற்காக இந்த வேஷம் போட்டுக் கொண்டீர்கள்? நான் ஏதாவது குற்றம் செய்யப் போவதாகச் சந்தேகமா?" என்று சொல்லி முல்லை மலர்வதுபோல் பல்வரிசை தெரியும்படி நகைத்தாள். "சந்தேகமில்லை. குந்தவி! நிச்சயமாகப் பெரிய குற்றம் ஒன்று நீ செய்திருக்கிறாய். உன்னால் நேற்று இராத்திரி நாலுபேருக்கு மரணம் சம்பவித்தது!" என்று சக்கரவர்த்தி சொன்னதும் குந்தவிக்குத் தூக்கி வாரிப்போட்டது.

"இதென்ன, அப்பா! எனக்கு ஒன்றும் தெரியாதே!" "ஆமாம்; உனக்கு ஒன்றும் தெரியாதுதான். அயல்தேசத்திலிருந்து வந்த இரத்தின வியாபாரி ஒருவனை நீ அரண்மனைக்கு வரச் சொன்னாயா?" "ஆமாம்? சொன்னேன், அது குற்றமா?" "அவனிடம் நீ யாரென்று உண்மையைச் சொல்லாமல், குந்தவி தேவியின் தோழி என்று சொன்னதுண்டா?" "உண்மைதான்; அதனால் என்ன?" "அதனால்தான் ஆபத்து வந்தது. அந்த இரத்தின வியாபாரிக்கு நீதான் சக்கரவர்த்தியின் மகள் என்று யாரோ பிறகு சொல்லியிருக்கிறார்கள். அவன் இதில் ஏதோ அபாயம் இருக்கிறதென்று மிரண்டு போய் விட்டான். மிரண்டு அன்றிரவே உறையூருக்குக் குறுக்குக் காட்டுப் பாதை வழியாகக் கிளம்பிப் போனான்....." "உறையூருக்கா?" என்று குந்தவி கேட்ட குரலில் மிக்க ஆச்சரியம் தொனித்தது. "இல்லை, அப்பா! இரத்தின வியாபாரி காஞ்சிக்கு வராமல் உறையூருக்குப் போவானேன்

என்று யோசித்தேன். அங்கே அரண்மனையில்கூட ஒருவரும் இல்லையே!" "அந்த இரத்தின வியாபாரியின் தாயார் உறையூரில் இருக்கிறாளாம். அவளைப் பார்ப்பதற்காகக் கிளம்பினானாம்...."

குந்தவி ஏதோ சொல்ல வாயெடுத்தவள், பல்லைக் கடித்துக் கொண்டு மௌனமானாள். அந்த இரத்தின வியாபாரி உண்மையில் விக்கிரமன்தானோ என்று அவள் மனத்தில் தோன்றியிருந்த சந்தேகம் ஊர்ஜிதமாயிற்று. அந்தச் சந்தேகம் தன் தந்தைக்கும் ஒருவேளை தோன்றியிருக்குமோ என்று எண்ணினாள். தான் ஏதாவது பிசகாகப் பேசி அவருடைய மனத்தில் சந்தேகத்தை எழுப்பக் கூடாதென்று தீர்மானித்துக் கொண்டாள். "என்ன, அம்மா! யோசனை செய்கிறாய்?" என்று சக்கரவர்த்தி கேட்டார். "ஒன்றுமில்லை, அப்பா! பழைய ஞாபகங்கள் வந்தன. உறையூருக்கு முன் தடவை நாம் போயிருந்ததை நினைத்துக் கொண்டேன்... இருக்கட்டும் அப்பா! அப்புறம் அந்த இரத்தின வியாபாரியின் கதையைச் சொல்லுங்கள்" என்றாள்.

"காட்டுப் பாதையில் இரவில் போகும்போது அவனைத் திடீரென்று நாலு பேர் வளைத்துக் கொண்டு வாளால் தாக்கினார்கள். ஆனால் அந்த இரத்தின வியாபாரி லேசுப்பட்டவன் அல்ல; மூன்று பேரை அவனே தீர்த்துவிட்டான். நாலாவது ஆள் இந்த வாளுக்கு இரையானான்!" என்று சக்கரவர்த்தி தம் வாளைச் சுட்டிக் காட்டினார். மிகுந்த வியப்புடனும் ஆர்வத்துடனும், "நீங்கள் எப்படி அங்கே அந்தச் சமயம் போய்ச் சேர்ந்தீர்கள்?" என்று கேட்டாள் குந்தவி. "இல்லாவிட்டால் இந்தப் பெரிய சாம்ராஜ்யத்தை நிர்வாகம் செய்ய முடியுமா, குழந்தாய்?" "ரொம்பத் தற்பெருமை அடித்துக் கொள்ளாதீர்கள்! 'நரசிம்ம சக்கரவர்த்தியின் இராஜ்யத்தில் திருட்டுப் புரட்டே கிடையாது!' என்னும் கீர்த்தி என்ன ஆயிற்று? காஞ்சிக்கும் மாமல்லபுரத்துக்கும் இவ்வளவு சமீபத்தில் திருடர்கள் ஒரு அயல் தேசத்து வியாபாரியைத் தாக்குவது என்றால்...!"

"நானும் உன்னைப் போல்தான் அவர்கள் திருடர்களோ என்று முதலில் நினைத்தேன். ஆனால், உண்மையில் அவர்கள் திருடர்கள் இல்லை." "பின்னே யார் அவ்வளவு துணிச்சலாகக் காரியம் செய்தவர்கள்?" "திருட்டையும் வழிப்பறியையும் காட்டிலும் பயங்கரமான விஷயம் குழந்தாய்!" "என்ன, அப்பா!" "அந்த இரத்தின வியாபாரியை நன்றாய்ப் பார்த்தாயல்லவா?" "பார்த்தேன்." "அவனைப் பார்த்தபோது உனக்கு என்ன

தோன்றியது?" குந்தவி மென்று விழுங்கிக் கொண்டு, "ஒன்றும் தோன்றவில்லையே!" என்றாள். "அவன் முகத்தில் இராஜ களையைக் கூடவா கவனிக்கவில்லை?" என்று சக்கரவர்த்தி கேட்டபோது குந்தவிக்கு அவர் விக்கிரமனைக் கண்டுபிடித்து விட்டாரோ என்ற சந்தேகத்தினால் உள்ளம் பதறியது. சக்கரவர்த்தி அவளுடைய மறுமொழியை எதிர்பாராமலே, "நரபலி கொடுப்பவர்களுக்கு இந்த மாதிரி இராஜலட்சணம் பொருந்தியவன் கிடைப்பது மிகவும் அருமை!" என்றார். "ஐயோ!" என்று அலறினாள் குந்தவி. "அப்பா! நமது நாட்டில் இன்னுமா இந்தப் பயங்கரம்?" என்று கேட்டாள்.

"ஆமாம், குழந்தாய்! இந்தப் பயங்கர மூடநம்பிக்கைகளை வேரறுப்பதற்கு முயன்றுதான் வருகிறேன். இன்னும் வெற்றி கிடைக்கவில்லை. ஓர் இடத்தில் வேரைக் களைத்தால் இன்னொரு இடத்தில் முளைத்து எழும்புகிறது." "பாவம்! அந்த சாது இரத்தின வியாபாரிக்கு இப்படிப்பட்ட ஆபத்து வந்ததே! நீங்கள் அச்சமயம் அங்கே போயிராவிட்டால் என்ன ஆகியிருக்கும்?" "அவன் அப்படியொன்றும் சாது இல்லை, குந்தவி. அவனும் ஒரு திருடன்தான்; அதனால்தான் இத்தகைய ஆபத்தில் அகப்பட்டுக் கொண்டான்!" என்றார் சக்கரவர்த்தி. குந்தவிக்கு ஒரு நிமிஷம் மூச்சே நின்று விடும் போலிருந்தது. "நிஜமாகவா, அப்பா! இந்த இரத்தினம் எல்லாம் அவன் திருடிக்கொண்டு வந்ததா?" என்று கேட்டாள். "இல்லை, குந்தவி! அவன் இரத்தினம் திருடவில்லை. வேறொரு திருட்டுத்தனம் மாமல்லபுரத்தில் செய்யப் பார்த்தான்! நமது சிற்பிகள் சிலருக்கு ஆசைகாட்டி அவன் வசிக்கும் தீவுக்கு அழைத்துக் கொண்டு போக முயன்றான். இது எப்பேர்ப்பட்ட குற்றம் தெரியுமா, குழந்தாய்! இந்தக் குற்றத்துக்குத் தண்டனை என்ன தெரியுமா?" "தெரியும் அப்பா!"

"ஆகையினால்தான் அவன் தன்னுடைய முயற்சி வெளிப்படாதிருக்கும் பொருட்டு மூட்டை தூக்குவதற்கு ஒரு ஊமைக்குள்ளனை வேலைக்கு அமர்த்திக் கொண்டான். ஆனால் அந்தக் குள்ளன்மேல் எனக்கு ஏற்கனவே சந்தேகம் இருந்தது. அவன் கபாலிகர்களின் ஆள் என்று. அது உண்மையாகிவிட்டது. குள்ளன் இரத்தின வியாபாரியை ஏமாற்றி உறையூருக்கு வழி காட்டுவதாகச் சொல்லிக் காட்டுப்பாதை வழியாக அழைத்துப் போனான். நான் மட்டும் சரியான சமயத்தில் போய்ச் சேர்ந்திராவிட்டால்....?" சக்கரவர்த்தி யோசனையில் ஆழ்ந்தார். "அப்புறம் என்ன நடந்தது; அப்பா! இரத்தின வியாபாரி இப்போது எங்கே?"

"சக்கரவர்த்தி, பின்னர் நடந்ததையெல்லாம் ஒருவாறு சொல்லி அவனைத் தம்முடைய குதிரை மீதே உறையூருக்கு அனுப்பி வைத்ததையும் தெரிவித்தார். குந்தவி சற்றுப் பொறுத்து, "இரத்தின வியாபாரி தங்களை இன்னாரென்று தெரிந்து கொண்டானா?" என்று கேட்டாள். "அவனுக்குத் தெரியாது. ஏன் கேட்கிறாய்?" என்றார் சக்கரவர்த்தி. "ஒன்றுமில்லை; வேஷம் எவ்வளவு தூரம் பலித்தது என்று தெரிந்து கொள்வதற்காகத்தான்." பிறகு குந்தவி, "அப்பா! ஒரு விஷயம் கேட்க வேண்டும் என்றிருந்தேன்" என்றாள்.

"என்ன அம்மா!" "அண்ணா உறையூரே பார்த்ததில்லையல்லவா? நானும் அவனும் உறையூருக்குப் போக எண்ணியிருக்கிறோம்." "ஆகா! ஆனந்தமாய்ப் போய்விட்டு வாருங்கள். உறையூர் என்றதும் ஒரு விஷயம் ஞாபகம் வருகிறது. நேற்று மாமல்லபுரத்தில் மாரப்ப பூபதியைப் பார்த்தேன். அவன் எங்கே வந்தான்? உனக்கு ஏதாவது தெரியுமா?" "தெரியும், மாரப்ப பூபதியை நானும் அண்ணாவும் தான் வரச் சொல்லியிருந்தோம்..." "என்னத்திற்காக?" என்று சக்கரவர்த்தி அதிசயத்துடன் கேட்டார். "அச்சுதவர்மர் தமக்குத் தேகம் மெலிந்துவிட்டதென்றும், இராஜ்ய காரியங்களைக் கவனிக்க முடியவில்லையென்றும் தெரிவித்தார். அதன்மேல் அண்ணா மாரப்ப பூபதியை வரவழைத்து அவனுக்குச் சோழ நாட்டின் சேனாதிபதி பதவியைத் திரும்பவும் கொடுத்திருக்கிறான்." "ஓகோ!" என்றார் சக்கரவர்த்தி மறுபடியும் அவர் யோசனையில் ஆழ்ந்தார். பிறகு அவருடன் பேசுவதில் பயனில்லையென்று, குந்தவி யாழை எடுத்துச் சோகம் பொருந்திய இசையை எழுப்பலானாள்.

அத்தியாயம் பத்து

காட்டாற்று வெள்ளம்

சென்ற அத்தியாயங்களின் சம்பவங்களும், சம்பாஷனைகளும் வாசகர்களில் சிலருக்கு விசித்திரமாய்த் தோன்றுவதுடன், சில விஷயங்கள் விளங்காமலும் இருக்கலாம். நரபலியாவது, மண்டையோடாவது, இதென்ன அருவருப்பான விஷயம்! - என்று தோன்றலாம். ஆனால் நமது தமிழகத்தின் அந்தக் காலத்துச் சரித்திரத்தை ஆராய்ந்தவர்களுக்கு வியப்பு ஒன்றும் இராது. அருவருப்பாயிருந்தாலும், உண்மையைத் தெரிந்து கொள்ள வேண்டியது அவசியமல்லவா?" மகேந்திர பல்லவர் காலத்திலும் நரசிம்மவர்மரின் காலத்திலும் தமிழ்நாட்டில் சைவமும் வைஷ்ணவமும் தழைத்து வளர்ந்தன. இவ்விரண்டு சமயங்களும் அன்பையும் ஜீவகாருண்யத்தையும் அடிப்படையாகக் கொண்டவை. அப்போது தேய்ந்து போய்க் கொண்டிருந்த ஜைன, பௌத்த சமயங்களின் நல்ல அம்சங்களெல்லாம் சைவ - வைஷ்ணவ மதங்களில் ஏற்கப்பட்டிருந்தன. அவற்றுடன் சிவபக்தியும், கண்ணன் காதலும் சேர்ந்து தமிழ் நாட்டைத் தெய்வத் திருநாடாகச் செய்து வந்தன. அப்பர், சம்பந்தர் முதலிய சைவ சமயக் குரவர்களும், வைஷ்ணவ ஆழ்வார்களும் தெய்வீகமான பாடல்களைப் பாடி நாடெங்கும் பக்தி மதத்தைப் பரப்பி வந்தார்கள். சிவன் கோயில்களும் பெருமாள் கோயில்களும் அற்புத சிற்பக் கனவுகளைப் போல் தோன்றி வளர்ந்து வந்தன.

ஒருபுறம் இப்படிப்பட்ட அன்பு - மதங்கள் பெரும்பாலான ஜனங்களிடையே பரவி வருகையில், மிகச் சிலரான மக்களிடையே நரபலியைத் தூண்டும் பயங்கரமான கபாலிகம், சாக்தம், பைரவம் என்னும் மதங்கள் எப்படியோ இரகசியமாக வேரூன்றி வந்தன. இந்த மதங்களை ஆரம்பித்தவர்கள் மிதமிஞ்சிய மூடபக்தியை வளர்த்தார்கள். மூடபக்தி காரணமாக அவர்கள் காளிக்கோயில்களிலும், துர்க்கைக் கோயில்களிலும் தங்களுடைய சிரங்களைத் தாங்களே அநாயாசமாக வெட்டி எறிந்து கொண்டார்கள்! இப்படித் தங்களைத் தாங்களே பலிக்கொடுத்துக் கொள்வதால் அடுத்த ஜன்மத்தில் மகத்தான பலன்களை அடையலாமென்று நம்பினார்கள். இம்மாதிரி நம்பிக்கைகளை வளர்ப்பதற்குப் பூசாரிகளும் இருந்தார்கள். ஆங்காங்கு அடர்ந்த

காடுகளிலும், மனிதர்கள் எளிதில் புகமுடியாத மலைப்
பிராந்தியங்களிலும் காளி கோயில்களையும், துர்க்கைக் கோயில்களையும்
இவர்கள் நிறுவினார்கள்.

மகேந்திர பல்லவரின் காலத்தில் வடக்கே வாதாபியிலிருந்து புலிகேசி
என்பவன் தமிழகத்தின் மீது படையெடுத்து வந்தபோது, அவனுடைய
சைன்யங்களுடனே மேற்கூறிய பயங்கர மதங்களும் தமிழ்நாட்டில்
புகுந்தன. பிறகு, புலிகேசி திரும்பிப் போன அடியோடு ஒரு முறையும்,
நரசிம்ம பல்லவர் வாதாபிக்குப் படையெடுத்துச் சென்ற காலத்தில் ஒரு
முறையும், தமிழகத்தில் கொடும் பஞ்சங்கள் தோன்றி ஜனங்களை
வருத்தின. இந்தக் காலங்களில் மேற்கூறிய நரபலி மதங்கள் அதிகமாக
வளர்ந்தன. இந்த மூட மதங்களை வேரோடு களைவதற்கு நரசிம்ம
சக்கரவர்த்தி பெரும் பிரயத்தனம் செய்து கொண்டிருந்தார். குருட்டு மத
நம்பிக்கையை ஒழிப்பதற்குத் தண்டோ பாயம் மட்டும் பயன்படாது என்று
அவருக்குத் தெரிந்திருந்தது. தங்களுடைய கழுத்தைத் தாங்களே வெட்டிக்
கொள்ளச் சித்தமாயிருப்பவர்களை எந்த விதத்தில் தண்டிக்க முடியும்?
ஆகையால்தான் அவர் சென்ற இரண்டு வருஷமாகத் தமது மூத்த
குமாரனிடம் இராஜ்ய பாரத்தை ஒப்புவித்துவிட்டுத் தாம் மாறுவேடம்
பூண்டு, நாடெங்கும் சஞ்சரித்து, மேற்படி மதங்கள் எவ்வளவு தூரம்
பரவியிருக்கின்றன, எங்கெங்கே அந்த மதங்களுக்கு வேர் இருக்கிறது
என்பதையெல்லாம் கண்டுபிடிப்பதில் ஈடுபட்டிருந்தார். இதனாலேதான்
விக்கிரமனுக்கு நேர்வதற்கிருந்த பேராபத்திலிருந்து அவனைச்
சக்கரவர்த்தி காப்பாற்றுவதும் சாத்தியமாயிற்று.

ஆனால், விக்கிரமனோ தனக்கு நேர இருந்த அபாயம்
எப்படிப்பட்டதென்பதை அறிந்து கொள்ளவில்லை. தன்னைத் திருடர்கள்
தாக்கியதாகவே அவன் எண்ணியிருந்தான். ஒற்றர் தலைவனிடம்
விடைபெற்று அவனுடைய குதிரைமீது ஏறிச் சென்ற விக்கிரமனுடைய
உள்ளத்தில் பல விதமான எண்ணங்கள் அலைமேல் அலை எறிந்து
கொந்தளித்துக் கொண்டிருந்தன. அன்னையைப் பார்க்க வேண்டுமென்ற
ஆசை அவனுடைய உள்ளத்தில் முதன்மையாக இருந்தது. ஒற்றர்
தலைவனின் உயர்ந்த ஜாதிக் குதிரை எவ்வளவோ விரைவாகச் சென்றும்,
அவனுடைய உள்ளத்தின் வேகம் காரணமாக, "குதிரை இன்னும்
வேகமாய்ப் போகக் கூடாதா?" என்று தோன்றியது. பிறகு, அந்த ஒற்றர்
தலைவனின் கம்பீரத் தோற்றமும் அவன் மனக் கண்முன் அடிக்கடி

217

வந்தது. அவன் தனக்குச் செய்த உதவியை நினைத்தபோது அளவில்லாத நன்றி உணர்ச்சி கொண்டான். இடையிடையே ஒரு சந்தேகமும் உதித்தது. அவ்வளவு அறிவுக் கூர்மையுடைய ஒற்றர் தலைவன் தன்னுடைய இரகசியத்தை மட்டும் கண்டுபிடிக்காமலிருந்திருப்பானா? ஏதோ ஒரு பெரிய சூழ்ச்சியில் தன்னை அகப்படுத்துவதற்காக இப்படி குதிரையைக் கொடுத்து அனுப்பியிருக்கிறானோ?

பின்னும், ஒற்றர் தலைவன் கூறிய நரசிம்ம சக்கரவர்த்தியின் இளம் பிராயத்துக் காதற் கதை அவனுக்கு அடிக்கடி நினைவு வந்தது. காட்டின் மத்தியில் இருந்த சிற்பியின் வீட்டில், சிவகாமி நடனமாடுவதும், அதைப் பார்த்துப் பார்த்துச் சிற்பி சிலை அமைப்பதும், இதையெல்லாம் நரசிம்மவர்மர் பார்த்துக் களித்துக் கொண்டிருப்பதுமான மானசீகக் காட்சியில் அவன் அடிக்கடி தன்னை மறந்தான். இவ்வளவுக்கும் நடுவில், பல்லக்கில் இருந்தபடி தன்னை ஆர்வம் ததும்பிய பெரிய கண்களால் விழுங்கி விடுபவள் போல் பார்த்த பெண்ணின் பொன்னொளிர் முகமும் அவன் மனக்கண் முன் அடிக்கடி தோன்றிக் கொண்டிருந்தது. அவ்வளவு அழகு ததும்பும் முகத்தையுடையவளின் நெஞ்சில் வஞ்சனை இருக்க முடியுமா?- ஒரு நாளுமிராது. ஆனால் அவள் யார்? சக்கரவர்த்தியின் மகளா? அல்லது தோழிப் பெண்ணா?

இப்படியெல்லாம் எண்ணமிட்டுக் கொண்டும் இடையிடையே ஊர் கண்ட இடங்களில் இது சரியான வழிதானா என்று கேட்டுக் கொண்டும் விக்கிரமன் போய்க் கொண்டிருந்தான். ஒற்றர் தலைவன் கூறியபடியே குதிரை தானாகவே சரியான உறையூர்ப் பாதையில் போய்க் கொண்டிருந்தது. அவனுக்கு மிகுந்த வியப்புடன் மகிழ்ச்சியும் அளித்தது. இதனால் ஒற்றர் தலைவனிடம் அவனுடைய நம்பிக்கையும் மரியாதையும் அதிகமாயின. அவன் கண்டிப்பாகச் சொல்லியிருப்பதை நினைத்து, இரவிலே பிரயாணம் செய்யக்கூடாதென்றும், இருட்டுகிற சமயத்தில் ஏதேனும் ஒரு கிராமத்துச் சத்திரத்தில் தங்க வேண்டுமென்றும் எண்ணிக் கொண்டே சென்றான். ஆனால் சூரியன் அஸ்தமிப்பதற்குக் கொஞ்ச நேரம் முன்னதாகவே அவனுடைய பிரயாணத்துக்கு ஒரு பெரிய தடங்கல் ஏற்பட்டு விட்டது.

திடீரென்று கிழக்கே வானம் கருத்தது. கருமேகங்கள் குமுறிக் கொண்டு மேலே வந்தன. குளிர்ந்த காற்று புழுதியை அள்ளி வீசிக் கொண்டு

அடித்தது. தூரத்தில் மழை பெய்து தரை நனைந்ததினால் கிளம்பிய மணம் பரவி வந்தது. சற்று நேரத்துக்கெல்லாம் மழையே வந்துவிட்டது. அற்பசொற்பமாக வரவில்லை; இடியும் மின்னலுமாய் நாலு புறமும் இருண்டு கொண்டு வந்து 'சோ' என்று சோனாமாரியாகப் பொழிந்தது. வானம் திடீரென்று பொத்துக் கொண்டு வெகுநாள் தேக்கி வைத்திருந்த ஜலத்தையெல்லாம் தொபதொபவென்று பூமியில் கொட்டுவது போலிருந்தது. சொட்ட நனைந்து குளிரால் நடுங்கிய விக்கிரமன் ஒரு மரத்தடியில் சற்று நேரம் ஒதுங்கி நின்று பார்த்தான். மழை நிற்கும் வழியாயில்லை. நேரமாக ஆக இரவு நெருங்கிக் கொண்டிருந்தது. இந்தக் கன மழையோடு இரவின் அந்தகாரம் சேர்ந்து விட்டால் கேட்கவேண்டியதில்லை. எனவே எப்படியாவது மேலே போக வேண்டியதுதான் என்றும் கிராமம் அல்லது கோவில் ஏதாவது தென்பட்டதும் அங்கே தங்கி விடலாமென்றும் எண்ணி விக்கிரமன் குதிரையை மேலே செலுத்தினான்.

சற்று நேரத்துக்கெல்லாம் ஒரு காட்டாறு குறுக்கிட்டது. பார்க்கும்போது தண்ணீர் முழங்காலளவுதான் இருக்குமென்று தோன்றியது. காட்டாற்றில் மளமளவென்று வெள்ளம் பெருகிவிடுமாதலால் சீக்கிரம் அதைத் தாண்டி விடுவதே நல்லது என்று நினைத்து விக்கிரமன் குதிரையை ஆற்றில் இறக்கினான். கொஞ்ச தூரம் போனதும், பிரவாகத்தின் வேகம் அதிகரித்தது. குதிரை வெள்ளத்தின் குறுக்கே போக முடியாமல் நீரோட்டத்துடன் போக தொடங்கியது. பிரவாகமோ நிமிஷத்துக்கு நிமிஷம் பெருகிக் கொண்டிருந்தது. முன்னால் போகலாமா பின்னால் திரும்பிக் கரையேறி விடலாமா என்று விக்கிரமன் சிந்தித்துக் கொண்டிருக்கையிலேயே, குதிரை பிரவாகத்தில் நீந்த வேண்டிய நிலைமை ஏற்பட்டு விட்டது. இனிக் குதிரைக்கும் ஆபத்து என்று எண்ணமிட்டவனாய் விக்கிரமன் வெள்ளத்தில் பாய்ந்தான்.

அத்தியாயம் பதினொன்று

பழகிய குரல்

குதிரை மேலிருந்து வெள்ளத்தில் பாய்ந்த விக்கிரமன் சற்று நேரம் திக்கு முக்காடிப் போனான். படுவேகமாக உருண்டு புரண்டு அலை எறிந்து வந்த காட்டாற்று வெள்ளம் விக்கிரமனையும் உருட்டிப் புரட்டித் தள்ளியது. உறுதியுடன் பல்லைக் கடித்துக் கொண்டு விக்கிரமன் தன்னுடைய பூரண பலத்துடன் சமாளித்துத் தண்ணீர் மட்டத்துக்கு வந்தான். பின்னர், வெள்ளத்தின் போக்கை அனுசரித்து நீந்தத் தொடங்கினான். சட்டென்று குதிரையின் ஞாபகம் வந்தது. "ஐயோ! அது வெள்ளத்தில் போயிருக்குமே?" என்ற எண்ணத்தினால் அவன் திடுக்கிட்டான். திரும்பிப் பார்த்தபோது, வெகு தூரத்தில் தான் ஆற்றில் இறங்கிய இடத்துக்கருகில் குதிரை வெள்ளத்துடன் போராடிக் கொண்டிருப்பதைப் பார்த்தான். "நல்ல வேளை! குதிரையாவது பிழைத்ததே!" என்று அவனுக்குச் சிறிது ஆறுதல் உண்டாயிற்று. ஏனெனில், தான் தப்பிக் கரையேறலாம் என்ற ஆசை அவனுக்கு வரவரக் குறைந்து வந்தது. அக்கரையை நெருங்க நெருங்க, வெள்ளத்தின் வேகம் அபரிமிதமாயிற்று. யானைகளையும் குன்றுகளையும் கூடப் புரட்டித் தள்ளிவிடக்கூடிய வேகத்துடனும் 'ஓ' வென்ற இரைச்சலுடனும் அந்த வெள்ளம் அலைமோதிக் கொண்டு வந்தது. விக்கிரமனுடைய கைகள் களைப்படையத் தொடங்கின. நீந்திக் கரை ஏறுவது அசாத்தியம் என்றே விக்கிரமன் முடிவு செய்துவிட்டான். ஆகா! விதியின் விசித்திரத்தை என்னவென்று சொல்வது; என்னவெல்லாம் பகற் கனவு கண்டோம்! ஆகாசக் கோட்டைகள் கட்டினோம்? எல்லாம் இப்படியா முடியவேணும்! தந்தை பார்த்திப மகாராஜா கண்ட கனவைப் போலவே தன்னுடைய கனவும் முடிந்துவிட்டதே!

அவராவது போர்க்களத்தில் வீர மரணம் அடைந்தார். தான் ஆற்று வெள்ளத்தில் அகால மரணமல்லவா அடைய வேண்டியிருக்கிறது! இதற்காகவா இவ்வளவு அவசரமாகத் தாய்நாட்டுக்குத் திரும்பி வந்தோம்? ஐயோ? அம்மாவைப் பார்க்காமலேயல்லவா போகிறோம்! ஒரு தடவையாவது அவளைப் பார்த்து, "அம்மா! தகப்பனாருக்கு நான் கொடுத்த வாக்குறுதியை நிறைவேற்றிவிட்டேன். கடல்களுக்கு அப்பாலுள்ள தேசத்தில் சுதந்திர இராஜ்யத்தை ஸ்தாபித்திருக்கிறேன்"

என்று சொல்லக் கொடுத்து வைக்கவில்லையே! - அவ்விதம் சொன்ன பிறகு இத்தகைய மரணம் சம்பவித்திருந்தால்கூடப் பாதகமில்லை. ஆகா! திரும்புங்காலையில் மாமல்லபுரத்தின் அந்தத் தாமரைக் கண்ணாளைக் கண்டுபிடித்து, அவள் யாராயிருந்தாலும் சரிதான், "என்னுடன் நீயும் தேசப் பிரஷ்டையாகி வரச் சம்மதமா!" என்று கேட்க எண்ணியிருந்தோமே? அவள் ஒருவேளை நம்மை எதிர்பார்த்துக் கொண்டிருப்பாளோ? அப்படியானால், எத்தகைய ஏமாற்றம் அடைவாள்? - ஆகா, கம்பீரத் தோற்றமுள்ள அந்த ஒற்றர் தலைவனை மறுபடியும் பார்த்து, அவனிடம் குதிரையை ஒப்புவிக்காமல் அல்லவா போகிறோம்?

விக்கிரமனுடைய கைகள் அடியோடு களைத்துவிட்டன. அவனுடைய உடம்பு இரும்பினால் ஆனதுபோல் கனத்தது. முடியாது, இனி ஒரு கணமும் முடியாது... அதோ வெள்ளத்தில் உருண்டு புரண்டு கறுப்பாய் வருகிறதே, அது என்ன? பெரிய மரம் ஒன்றை வெள்ளம் அடித்துக் கொண்டு வருகிறது. நல்ல வேளை! அதைப் பிடித்துக் கொள்ளலாம்... ஐயோ! மரம் அதோ போய் விட்டதே! இனிமேல் நம்பிக்கைக்குச் சிறிதும் இடமில்லை.... விக்கிரமனுடைய கண்கள் இருண்டன; மதி மயங்கிற்று. அந்தச் சமயத்தில் அவனுக்குத் திடீரென்று படகோட்டி பொன்னனுடைய நினைவு வந்தது! இளம் பிராயத்தில் காவேரியில் நீந்தக் கற்றுக் கொள்ளும் போது, சில சமயம் இம்மாதிரி களைப்படைந்து முழுகும் தருவாய்க்கு வந்து விடுவதுண்டு. அப்போதெல்லாம் பொன்னன் அவனைத் தூக்கி எடுத்து காப்பாற்றியிருக்கிறான். அம்மாதிரி இச்சமயமும் பொன்னன் வரமாட்டானா?... இது என்ன பைத்தியக்கார எண்ணம்? ஒரு வேளை பொன்னன்தானோ?.... இது என்ன வீண் பிரமை?... அம்மா! அம்மா!..." விக்கிரமனை ஒரு பெரிய அலை மோதிற்று; அவன் நீரில் அமிழ்ந்து நினைவிழந்தான்.

விக்கிரமனுக்குக் கொஞ்சங் கொஞ்சமாகப் பிரக்ஞை வந்து கொண்டிருந்தது. எங்கேயோ வெகு தூரத்திலிருந்து, பாதாள உலகத்திலிருந்து வருவது போல், - "மகாராஜா" என்ற மெல்லிய குரல் கேட்டது. இது யாருடைய குரல்? கேட்டுப் பழகிய குரல் மாதிரி இருக்கிறதே! ஆம். படகோட்டி பொன்னனுடைய குரல்தான் இது. உண்மையாக நடப்பதுதானா? கனவில்லையா! பிரமையில்லையா! கடைசியாக, காட்டாற்று வெள்ளத்தில் தான் இறங்கியதும், நீந்திக் கை களைத்து நீரில் மூழ்கியதும் விக்கிரமனுக்கு நினைவு வந்தன. ஒரு

வேளை இது மரணத்திற்குப் பிறகு மறு உலகத்தில் கேட்கும் குரலோ?- இதுவரையில் விக்கிரமனுடைய கண்கள் மூடியிருந்தன. இப்போது ஒரு பெரும் பிரயத்தனம் செய்து பார்த்தான். ஆமாம்; படகோட்டி பொன்னனுடைய முகந்தான் அது! மழையில் நனைந்து வெள்ளத்தில் முழுகி எழுந்திருந்த பொன்னனுடைய தேகம் முழுதும் தண்ணீர் சொட்டிக் கொண்டிருந்தது. போதாதற்கு அவனுடைய கண்களிலிருந்து நீர் பெருகி வழிந்து கொண்டிருந்தது. "பொன்னா! நீ தானா? இதெல்லாம் நிஜமா? அல்லது கனவா?" என்றான் விக்கிரமன். "மகாராஜா! நானும் அதையேதான் கேட்க இருந்தேன். நிஜமாக நீங்கள்தானா? அல்லது? அல்லது இது கனவா? பிரமையா? நிஜமாக விக்கிரம மகாராஜாவையா நான் வெள்ளத்திலிருந்து கரையேற்றினேன்... உயிர் பிழைத்துக் கண் விழித்து என்னுடன் பேசுவது நீங்கள்தானா?- ஒன்றுமே நம்ப முடியவில்லையே! - ஆகா! வள்ளி மட்டும் இங்கே இச்சமயம் இருந்தாளானால்..."

ஆற்றங்கரை அரச மரத்தடியில் ஒரு பெரிய வேரின் மேல் பொன்னன் உட்கார்ந்திருந்தான். அவனுடைய மடியின் மீது விக்கிரமனுடைய தலை இருந்தது. மழை நின்று சிறு தூறல் போட்டுக் கொண்டிருந்தது. குளிர்ந்த வாடை வீசிற்று. இரவு சமீபித்துக் கொண்டிருந்தபடியால் நாலாபுறமும் இருள் அடர்ந்து வந்தது. விக்கிரமன் சட்டென்று எழுந்து உட்கார்ந்தான். "பொன்னா! நான்தான்; விக்கிரமன்தான். ஒரு அதிசயத்தைக் கேள், வெள்ளத்தில் முழுகும்போது நான் என்ன நினைத்துக் கொண்டேன் தெரியுமா? கடைசியாக, உன்னைத்தான் நினைத்துக் கொண்டேன். காவேரி நதியில் நான் நீந்தக் கற்றுக் கொண்டபோது, என் கை சளைத்துத் தண்ணீரில் முழுகப் போகும் தருணத்தில் எத்தனை தடவை நீ என்னை எடுத்துப் படகில் ஏற்றி விட்டிருக்கிறாய்? அது எனக்கு நினைவு வந்தது. இந்தச் சமயத்திலும் நீ வரக்கூடாதா என்று நினைத்தேன். கரையிலே ஒரு மனித உருவத்தைப் பார்த்தேன். ஒருவேளை நீதானோ என்றும் எண்ணினேன். இருக்காது- இது பிரமை என்று எண்ணிக் கொண்டே தண்ணீரில் மூழ்கினேன். நிஜமாக நீயாகவே இருந்துவிட்டாயே! என்ன அற்புதம் - அவ்வளவு சரியான சமயத்தில் நீ எப்படி இங்கு வந்து சேர்ந்தாய்?" என்றான்.

"எனக்கும் அப்படித்தான் ஆச்சரியமாயிருக்கிறது மகாராஜா....!" அதோ பாருங்கள், அந்த மண்டபத்தை என்று பொன்னன் சுட்டிக் காட்டினான்.

சற்று தூரத்தில் ஒரு சிறு மண்டபம் காணப்பட்டது. "பெருமழை பிடித்துக் கொண்டபோது, நான் அந்த மண்டபத்தில் ஒதுங்கியிருந்தேன். ஆற்றில் வெள்ளம் பிரமாதமாய்ப் பெருகும் காட்சியைப் பார்த்துக் கொண்டு நின்றேன். அப்போது அக்கரையில் குதிரைமேல் யாரோ வருவது தெரிந்தது. ஆற்றில் இப்போது இறங்கினால் ஆபத்தாயிற்றே என்று நான் எண்ணிக் கொண்டிருக்கும் போதே நீங்கள் மளமளவென்று இறங்கிவிட்டீர்கள். ஆனால், அப்போது நீங்கள் என்று எனக்குத் தெரியாது. குதிரை மேலிருந்து வெள்ளத்தில் குதிப்பதையும், நீந்தி இக்கரைக்கு வர முயற்சிப்பதையும் பார்த்து இவ்விடத்துக்கு வந்தேன். நீங்கள் கை சளைத்து முழுகுவதைப் பார்த்துவிட்டுத் தண்ணீரில் குதித்தேன். மகாராஜா! அந்தச் சமயம் சொல்ல வெட்கமாயிருக்கிறது- 'இந்தப் பெரும் வெள்ளத்தில் நாமும் போய்விட்டால் என்ன செய்கிறது?" என்று கொஞ்சம் யோசனை உண்டாயிற்று. நல்ல வேளையாக அந்த யோசனையை உதறித் தள்ளி விட்டுக் குதித்தேன். அப்படிக் குதிக்காமலிருந்திருந்தால், ஐயோ!" என்று பொன்னன் கண்களை மூடிக் கொண்டான். அவன் உடம்பு வெடவெடவென்று நடுங்கிற்று.

"பொன்னா! அதை ஏன் இப்போது நினைக்கிறாய்? நமது குல தெய்வமான முருகக் கடவுள்தான் அந்தச் சமயத்தில் உனக்கு அவ்வளவு துணிச்சலைக் கொடுத்தார்... இல்லை! இல்லை! காலஞ்சென்ற பார்த்திப மகாராஜாதான் தோன்றாத் துணையாயிருந்து ஆபத்து வரும் சமயங்களிலெல்லாம் என்னைக் காப்பாற்றி வருகிறார்... இருக்கட்டும், பொன்னா! என்ன வெல்லாமோ பேசிக் கொண்டிருக்கிறேன்! - மகாராணி சௌக்கியமா?" என்று ஆவலுடன் கேட்டான் விக்கிரமன். மகாராணி என்றதும் பொன்னன் திடீரென்று கண்ணைக் கைகளால் பொத்திக் கொண்டு விம்மத் தொடங்கினான். இதை பார்த்ததும் விக்கிரமனுக்கு ஏற்பட்ட நெஞ்சத் துடிப்பை விவரிப்பது இயலாத காரியம். "ஐயோ, பொன்னா! என்ன விபத்து நேர்ந்துவிட்டது? மகாராணி இறந்துவிட்டாரா" என்று பதைபதைப்புடன் கேட்டான். அப்போது பொன்னன், "இல்லை மகாராஜா இல்லை. மகாராணி எங்கேயோ உயிரோடுதான் இருக்கிறார். ஆனால், எங்கே என்றுதான் தெரியவில்லை...." என்றான். விக்கிரமனுக்குக் கொஞ்சம் உயிர் வந்தது! "அதெப்படி! பொன்னா! உன்னிடந்தானே நான் மகாராணியை ஒப்புவித்துவிட்டுப் போனேன்? நீ எப்படி அஜாக்கிரதையாயிருந்தாய்?..." "மகாராஜா! எல்லாம் விவரமாய்ச் சொல்ல

வேண்டும். மறுபடியும் மழை வலுக்கும் போலிருக்கிறது. தாங்கள்,
ஏற்கெனவே நனைந்திருக்கிறீர்கள். குளிர் காற்றும் அடிக்கிறது! அதோ
அந்த மண்டபத்துக்குப் போகலாம் வாருங்கள். எவ்வளவோ சொல்ல
வேண்டும்; எவ்வளவோ கேட்கவேண்டும். இரவும் நெருங்கி விட்டது."
இருவரும் எழுந்திருந்து மண்டபத்தை நோக்கிப் போனார்கள்.

அத்தியாயம் பன்னிரண்டு

சூரிய கிரகணம்

விக்கிரமனும் பொன்னனும் மண்டபத்தை அடைந்தபோது நன்றாக இருட்டிவிட்டது. இம்மாதிரி ஜன சஞ்சாரமில்லாத இடங்களில் வழிப்போக்கர்கள் தங்குவதற்காக அத்தகைய மண்டபங்களை அந்நாளில் கட்டியிருந்தார்கள். மகேந்திர சக்கரவர்த்தியின் காலத்தில் அவருடைய கட்டளையினால் கட்டப்பட்டபடியால் அவற்றுக்கு மகேந்திர மண்டபங்கள் என்ற பெயர் வழங்கி வந்தது. மண்டபத்துக்கு வெளிப்புறம் இருந்த திண்ணையில் விக்கிரமனை இருக்கச் செய்து, பொன்னன் உள்ளே சென்று தான் அங்கு வைத்திருந்த உலர்ந்த துணிகளை எடுத்து வந்தான். விக்கிரமன் அவற்றை உடுத்திக் கொண்டான். அந்த மழைக்கால இருட்டில் இனி வழி நடப்பது அசாத்தியமாதலால், அன்றிரவை அந்த மண்டபத்திலேயே கழிப்பது என்று இருவரும் சேர்ந்து தீர்மானித்தார்கள்.

பிறகு, பொன்னன் அருள்மொழி ராணியைப் பற்றிய பின்வரும் அதிசயமான வரலாற்றைக் கூறினான்:- விக்கிரமன் தேசப் பிரஷ்ட தண்டனைக்கு உள்ளாகிக் கப்பல் ஏறிச் சென்ற பிறகு, அருள்மொழி ராணிக்கு உயிர் வாழ்க்கை பெரும்பாரமாயிருந்தது. மீண்டும் தன் புதல்வனை ஒரு முறை காணலாம் என்ற ஆசையினாலும் நம்பிக்கையினாலுமே உயிரைச் சுமந்து கொண்டிருந்தாள். ஆனாலும், முன்னர் கணவனுடனும் பிறகு புதல்வனுடனும் வசித்திருந்த வசந்த மாளிகையில் தன்னந்தனியாக வசிப்பது அவளுக்கு நரக வேதனையாயிருந்தது. இச்சமயத்தில்தான், பார்த்திப மகாராஜாவின் தோழரும் பழைய பல்லவ சேனாதிபதியுமான பரஞ்சோதி அடிகள் தமது தர்ம பத்தினியுடன் தீர்த்தயாத்திரை செய்து கொண்டு உறையூருக்கு வந்தார். அவர்கள் வசந்த மாளிகைக்கு வந்து அருள்மொழி ராணியைப் பார்த்துத் தேறுதல் கூறினார்கள். அருள்மொழி, அவர்களுடன் தானும் ஸ்தல யாத்திரை வருவதாகச் சொல்லவே, அவளையும் அழைத்துக் கொண்டு பிரயாணம் கிளம்பினார்கள். காஞ்சி நகர் ஒன்று நீங்கலாகத் தமிழகத்திலுள்ள மற்ற புண்ணிய ஸ்தலங்களுக்கூழகெல்லாம் அவர்கள் சென்றார்கள். இரண்டு வருஷகாலம் இவ்விதம் யாத்திரை செய்த பிறகு சென்ற வருஷம் தை மாதத்து அமாவாசையில் காவேரி சங்கமத்தில்

ஸ்நானம் செய்யும் பொருட்டு அவர்கள் பரஞ்சோதி அடிகளின் சொந்த ஊராகிய திருச்செங்காட்டாங்குடிக்கு வந்து சேர்ந்தார்கள்.

சென்ற வருஷம் தை அமாவாசையில் மகோதய புண்ணிய காலம் சேர்ந்தது. அதனுடன் அன்று சூரிய கிரகணம் - சம்பூர்ண கிரகணம் - பிடிப்பதாயுமிருந்தது. இந்த விசேஷ புண்ணிய தினத்தை முன்னிட்டு அன்று காவேரி சங்கமத்தில் சமுத்திர ஸ்நானம் செய்வதற்காக நாடெங்கும் இருந்து ஜனங்கள் திரள் திரளாக வந்தார்கள். பொன்னனும் வள்ளியுங்கூட உறையூரிலிருந்து நெடுநாள் பிரயாணம் செய்து காவேரி சங்கமத்துக்கு வந்து சேர்ந்தனர். உறையூர் வாழ்க்கை அவர்களுக்கும் பிடிக்காமற் போயிருந்தபடியாலும், அருள்மொழி ராணியை ஒரு வேளை சந்திக்கலாம் என்ற ஆசையினாலுந்தான் அவர்கள் வந்தார்கள். அவர்களுடைய ஆசையும் நிறைவேறியது.
திருச்செங்காட்டாங்குடியிலேயே அருள்மொழித்தேவியை அவர்கள் சந்தித்துக் கொண்டார்கள். புண்ணிய தினத்தன்று காலையில் பரஞ்சோதி அடிகள், அவர்களுடைய பத்தினி திருவெண்காட்டு நங்கை, அருள்மொழி ராணி, பொன்னன், வள்ளி எல்லாருமாக காவேரி சங்கமத்துக்குக் கிளம்பினார்கள். சங்கமத்தில் அன்று கற்பனைக்கடங்காத ஜனத்திரள் கூடியிருந்தது. உலகத்திலுள்ள மக்கள் எல்லாம் திரண்டு வந்துவிட்டார்களோ என்று தோன்றிற்று. ஜன சமுத்திரத்தைக் கண்ட உற்சாகத்தினால் ஜல சமுத்திரமும் பொங்கிக் கொந்தளித்துக் கொண்டிருந்தது.

சமுத்திரம் பொங்கிக் காவிரிப்பூம்பட்டினத்தைக் கொள்ளை கொண்ட காலத்துக்குப் பிறகு, காவேரி நதியானது மணலைக் கொண்டு வந்து தள்ளித் தள்ளிச் சமுத்திரத்தை அங்கே வெகு தூரத்துக்கு ஆழமில்லாமல் செய்திருந்தது. இதனால் சமுத்திரத்தில் வெகு தூரம் விஸ்தாரமாக ஜனங்கள் பரவி நின்று ஸ்நானம் செய்து கொண்டிருந்தார்கள். அலைகள் வரும்போது ஜலத்தில் முழுகியும், அலைகள் தாண்டியவுடன் மேலே கிளம்பியும், இவ்வாறு அநேகர் சமுத்திர ஸ்நானத்தின் குதூகலத்தை அநுபவித்துக் கொண்டே புண்ணியமும் சம்பாதித்துக் கொண்டிருந்தார்கள். இப்படிப்பட்ட ஜனக் கூட்டத்தின் மத்தியில் பரஞ்சோதி அடிகள், அருள்மொழி ராணி ஆகியவர்களும் ஸ்நானம் செய்வதற்காகச் சமுத்திரத்தில் இறங்கிச் சென்றார்கள்.

இப்போது சூரிய கிரகணம் பிடிக்க ஆரம்பித்து விட்டது. அதிக வேகமாகச் சூரியனுடைய ஒளி குறைந்து கொண்டு வந்தது. கிரகணம் முற்ற முற்ற வெளிச்சம் குன்றி வந்ததுடன், சமுத்திரத்தின் கொந்தளிப்பும் கோஷமும் அதிகமாகி வந்தன. பட்டப் பகலில், மேகமில்லாத துல்லிய ஆகாயத்தில் திடீரென்று சூரிய ஒளி குன்றி இருள் சூழ்ந்து வந்த காட்சியினால் சகலமான ஜனங்களும் மனத்தில் இன்னதென்று சொல்ல முடியாத ஒருவித அச்சம் உண்டாயிற்று. அப்போது இயற்கையிலேயே தெய்வ பக்தியுள்ளவர்கள் அண்ட சராசரங்களையெல்லாம் படைத்துக் காத்து அழிக்கும் இறைவனுடைய லீலா விபூதிகளையெண்ணிப் பரவசம் அடைந்தார்கள். பரஞ்சோதி அடிகள் அத்தகைய நிலையைத்தான் அடைந்திருந்தார். ராணி அருள்மொழித் தேவியும் கண்களை மூடிக் கொண்டு கிழக்குத் திசையை நோக்கித் தியானத்தில் ஆழ்ந்திருந்தாள்.

வள்ளி சமுத்திரத்தையே அன்று வரையில் பார்த்தவள் இல்லை. ஆகையால் அவள் நெஞ்சு திக்திக்கென்று அடித்துக் கொண்டிருந்தது. அவளை அலை அடித்துக் கொண்டு போகா வண்ணம் பொன்னன் அவளுடைய கையைக் கெட்டியாகப் பிடித்துக் கொண்டிருந்தான். வள்ளி பொன்னனிடம், "எனக்குப் பயமாயிருக்கிறதே! கரைக்குப் போகலாமே!" என்றாள். "இவ்வளவுதானா உன் தைரியம்?" என்று பொன்னன் அவளிடம் சொல்லிக் கொண்டிருக்கும்போது, திடீரென்று அந்த அதிசயமான துயரச் சம்பவம்- யாரும் எதிர்பாராத காரியம் நடந்து விட்டது. ராணி அருள்மொழி மூடியிருந்த கண்களைத் திறந்தாள். 'குழந்தாய், விக்கிரமா! இதோ வந்து விட்டேன்!" என்று கூவினாள். ராணியின் அந்த அலறும் குரல் ஒலி, அலைகளின் பேரிரைச்சலையெல்லாம் அடக்கிக்கொண்டு மேலெழுந்து பொன்னன், வள்ளி இவர்களின் செவியில் விழுந்தது. அந்த அலறல் ஒலி கேட்டது ஒரு கணம்; மறுகணத்தில் அருள்மொழி ராணி கிழக்கு நோக்கிக் கடலிலே பாய்ந்தாள். ஒரு பேரலை வந்து மோதி அவளை மூழ்கடித்தது.

பொன்னனும், வள்ளியும் 'ஓ'வென்று கதறினார்கள். தியானத்திலிருந்து கண் விழித்த பரஞ்சோதி அடிகள், "என்ன? என்ன?" என்றார். பொன்னன், "ஐயோ! மகாராணி அலையில் போய்விட்டாரே!" என்று அலறினான். உடனே, பரஞ்சோதி அடிகள் தமது பத்தினியையும் வள்ளியையும் நோக்கி, "நீங்கள் உடனே கரை ஏறிவிடுங்கள்!" என்றார். அச்சமயத்தில் சூரிய கிரகணம் சம்பூரணம் ஆயிற்று. வானத்தில் நட்சத்திரங்கள்

தெரிந்தன. இருட்டினால் கலவரமடைந்த ஜனங்களின் மத்தியில் "அப்பா!" "அம்மா!" "மகனே!" என்ற கூக்குரல்கள் கிளம்பின. பக்தர்களுடைய பரவசக் குரலில், "ஹரஹர" "சம்போ" என்னும் கோஷங்களும் எழுந்தன. அந்தக் கிரகண அந்தகாரத்தில் கடல் அலைகளுடன் போராடிக் கொண்டு பரஞ்சோதி அடிகளும் பொன்னனும் அருள்மொழி ராணியைத் தேடத் தொடங்கினார்கள்.

அத்தியாயம் பதிமூன்று

கபால பைரவர்

அருள்மொழித்தேவி "குழந்தாய்! விக்கிரமா! இதோ வந்துவிட்டேன்!" என்று அலறிக் கொண்டு அலை கடலிலே பாய்ந்தாள் என்ற விவரத்தைக் கேட்டபோது விக்கிரமனுடைய கண்களில் நீர் ததும்பி வழிய ஆரம்பித்து விட்டது. அச்சமயம் கடல்களுக்கப்பால் எங்கேயோ தான் இருக்கும் விஷயம் தன் தாயின் நினைவுக்கு வந்து அதன் பயனாகத்தான் அப்படி அவள் வெறிகொண்டு பாய்ந்திருக்க வேண்டும் என்று விக்கிரமன் எண்ணினான். பொன்னன், தானும் பரஞ்சோதி அடிகளும் தேவியைத் தேடியதைப் பற்றிச் சொல்லி வந்தபோது விக்கிரமன், "பொன்னா! சீக்கிரம் சொல்லேன்? மகாராணி அகப்பட்டாரா?" என்று கதறினான். "இல்லையே, மகாராஜா! அகப்படத்தானே இல்லை! அப்புறம் மகாராணியைத் தரிசிப்பதற்கு இந்தப் பாழும் கண்கள் கொடுத்து வைக்கவில்லையே!" என்று பொன்னனும் கண்ணீர் விட்டான். "பின்னே மகாராணி உயிரோடுதான் இருக்கிறார் என்று சற்று முன்பு சொன்னாயே? எனக்கு ஆறுதலுக்காகச் சொன்னாயா? - ஐயோ! இந்தச் செய்தியைக் கேட்கவா நான் கப்பலேறி கடல் கடந்து வந்தேன்!" என்று விக்கிரமன் புலம்பினான். அப்போது பொன்னன், "பொறுங்கள் மகாராஜா! குறையையும் கேளுங்கள். மகாராணி உயிரோடுதான் இருக்கிறார்; சந்தேகமில்லை, அவர் இருக்கும் இடத்தைக் கண்டுபிடிக்கத்தான் முயன்று கொண்டிருக்கிறேன். நீங்களும் வந்துவிட்டீர்கள், இனிமேல் என்ன கவலை?" என்றான் பொன்னன்.

பிறகு நடந்த சம்பவங்களையும் தான் அறிந்த வரையில் விவரமாகக் கூறலுற்றான். அலைகளுக்கு மத்தியில் அடர்ந்த இருளில் பரஞ்சோதி அடிகளும் பொன்னனும் அருள்மொழி ராணியை வெகுநேரம் தேடினார்கள். மகாராணி அகப்படவில்லை. "பொன்னா! தேவியைச் சமுத்திரராஜன் கொண்டு போய் விட்டான்!" என்று பரஞ்சோதி அடிகள் துக்கம் ததும்பும் குரலில் கூறினார். பொன்னன் 'ஓ' என்று அழுதான். இனிமேல் ஒருவேளை அகப்பட்டாலும் உயிரற்ற உடல்தான் அகப்படுமென்று இரண்டு பேருடைய மனத்திலும் பட்டுவிட்டது. உயிரற்ற உடலை அலைகளே கரையில் கொண்டு வந்து தள்ளிவிடும். இனியும் தேடுவதில் ஒரு உபயோகமுமில்லை. இவ்வாறு மனத்தில் எண்ணிக் கொண்டு இரண்டு பேரும் கரை ஏறினார்கள். அவர்கள் கரைக்கு வந்த

சமயத்தில் கிரகணம் விட ஆரம்பித்திருந்தது. கொஞ்சம் கொஞ்சமாக அந்தகாரத்தை அகற்றிக் கொண்டு சூரியனுடைய ஒளி நாலாதிக்குகளிலும் ஸ்தாபித்து வந்தது. மாரிக்காலத்து மாலை வேளையைப்போல் தோன்றிய அச்சமயத்தில், பரஞ்சோதியாரும் பொன்னனும் கரையேறியபோது அங்கே வெடவெடவென்று குளிரில் நடுங்கிக் கொண்டு நின்ற பரஞ்சோதியாரின் பத்தினியும் வள்ளியும், "வாருங்கள்! சீக்கிரம் வாருங்கள்!" என்று கூவினார்கள்.

அவர்கள் விரைவில் அருகில் நெருங்கியதும், யாரோ ஒரு ஒற்றைக் கை மனிதன் அப்போதுதான் கடலிலிருந்து கரையேறியதாகவும், அவன் அந்த ஒற்றைக் கையினால் ஒரு ஸ்திரீயைத் தூக்கிக் கொண்டு போனதாகவும், மங்கிய வெளிச்சத்தில் பார்த்தபோது, அருள்மொழி ராணி மாதிரி இருந்ததென்றும், தாங்கள் கையைத்தட்டிக் கூச்சல் போட்டுக் கொண்டிருக்கும்போதே அம்மனிதன் ஜனக் கூட்டத்தில் சட்டென்று மறைந்து போய்விட்டதாகவும் சொன்னார்கள். ஒரே படபடப்புடன் பேசிய அவர்களிடமிருந்து மேற்கண்ட விவரங்களைத் தெரிந்து கொள்வதற்கே சற்று நேரம் ஆகிவிட்டது. முன்னால் அலைகடலில் அருள்மொழி ராணியைத் தேடிய பொன்னனும் பரஞ்சோதியாரும் இப்போது மறுபடியும் ஜனசமுத்திரத்தில் ராணியைத் தேடத் தொடங்கினார்கள், இதுவும் நிஷ்பலனே ஆயிற்று. மாநிலத்திலுள்ள மாந்தர் யாவரும் திரண்டு வந்திருந்தது போல் தோன்றிய அந்தப் பெரிய ஜனக்கூட்டத்தில் ஒற்றைக் கை மனிதனையும் அவர்கள் காணவில்லை! அவன் ஒரு கையினால் தூக்கிச் சென்ற அருள் மொழி ராணியையும் காணவில்லை. எவ்வளவோ தேடியும் அகப்படாமற் போகவே, திருவெண்காட்டு நங்கையும் வள்ளியும் பார்த்ததாகச் சொன்னதிலேயே அவர்களுக்கு அவநம்பிக்கை உண்டாயிற்று. அது ஒரு வேளை அவர்களுடைய பிரமையாயிருக்கலாமென்று நினைத்தார்கள். ஆனால், அம் மூதாட்டியும் வள்ளியுமோ தாங்கள் நிச்சயமாய்ப் பார்த்ததாக ஆணையிட்டுக் கூறினார்கள்.

மற்கண்ட வரலாற்றைச் சொல்லி முடித்தபிறகு அருள்மொழி ராணி இன்னும் உயிரோடுதானிருக்கிறார் என்று தான் நம்புவதற்குக் காரணம் என்னவென்பதையும் பொன்னன் கூறினான். வள்ளியும் அவனும் சில தினங்கள் வரையில் திருச்செங்காட்டாங்குடியிலிருந்து விட்டு, அருள்மொழி ராணியைப் பற்றிய மர்மத்தைத் தெரிந்து கொள்ளாமலே

திரும்பி உறையூர் சென்றார்கள். அங்கே போய்ச் சில நாளைக்கெல்லாம் சிவனடியார் வந்து சேர்ந்தார். மகாராணியைப் பற்றிய வரலாற்றைக் கேட்டு அவர் பெருந்துயரம் அடைந்தார். ஒற்றைக் கை மனிதனைப் பற்றிய விவரம் அவருக்குப் பெரும் வியப்பையளித்தது. வள்ளியைத் திரும்பத் திரும்ப அவளுக்கு ஞாபகம் இருக்கும் விவரத்தையெல்லாம் சொல்லும்படி கேட்டார். கடைசியில் அவர், "பொன்னா! வள்ளி சொல்லுவதில் எனக்குப் பூரண நம்பிக்கை இருக்கிறது. ராணியை ஒற்றைக் கை மனிதன்தான் கொண்டு போயிருக்கிறான். ராணி உயிருடன் இருக்கிறாள் என்பதிலும் சந்தேகமில்லை. அவள் இருக்குமிடத்தைக் கண்டுபிடிக்க வேண்டியது நம்முடைய பொறுப்பு" என்றார். பிறகு அவர், "அந்த ஒற்றைக் கை மனிதன் யார், தெரியுமா?" என்று கேட்டார். "தெரியாதே சுவாமி!" என்று பொன்னன் சொன்னபோது சிவனடியார், "அவன்தான் கபாலருத்திர பைரவன், கபாலிக மதக் கூட்டத்தின் தலைமைப்பூசாரி. தமிழகத்தில் நரபலி என்னும் பயங்கரத்தை அவன் பரப்பிக் கொண்டு வருகிறான். அதைத் தடுப்பதற்குத்தான் நான் பிரயத்தனப்பட்டுக் கொண்டு வருகிறேன். எங்கேயோ ஒரு இரகசியமான இடத்தில் அவன் ரணபத்திர காளி கோயில் கட்டியிருக்கிறானாம். அந்த இடத்தைக் கண்டு பிடித்தோமானால், அங்கே அநேகமாக நமது ராணியைக் காணலாம்" என்றார்.

இதைக் கேட்டுப் பொன்னன் நடுநடுங்கிப் போனான். "ஐயோ! மகாராணியை ஒரு வேளை காளிக்குப் பலி கொடுத்திருந்தால்...." என்று அலறினான். "இல்லை பொன்னா, இல்லை! கேவலம் ஒரு பலிக்காகக் கபால பைரவன் இவ்வளவு சிரமம் உள்ள ஒரு காரியத்தில் தலையிட்டிருக்க மாட்டான். வேறு ஏதோ முக்கிய அந்தரங்க நோக்கம் இருக்கிறது. ஆகையால், ராணியை உயிரோடு பத்திரமாய் வைத்திருப்பான். ரணபத்திர காளி கோயில் இருக்குமிடத்தை நாம் கண்டுபிடிக்க வேண்டும்' என்றார் சிவனடியார். இதன்மேல் பல்லவ, சோழநாடுகளைப் பொன்னனும் சிவனடியாரும் இரண்டு பகுதிகளாகப் பிரித்துக் கொண்டு, ஒவ்வொரு பகுதியை ஒவ்வொருவர் தேடுவது என்று தீர்மானித்துக் கொண்டார்கள். பொன்னன் வள்ளியைத் தன்னுடைய அத்தை வீட்டில் விட்டுவிட்டு, சோழநாடு முழுவதும் தேடி அலைந்தான். பிறகு, காவேரியின் அக்கரைக்கு வந்து தேடத் தொடங்கினான்.

மாதக் கணக்காகத் தேடி அலைந்ததற்குக் கடைசியாக நாலு நாளைக்கு முன்புதான் பலன் கிடைத்தது. அந்தக் காட்டாற்றின் கரையோடு பொன்னன் மேற்கே மூன்று, நாலு காத தூரம் போன பிறகு ஒரு பெரிய மலை அடிவாரத்திற்கு வந்து சேர்ந்தான். அந்த மலை அடிவாரத்தில் வெகுதூரம் அடர்த்தியான காடு சூழ்ந்திருந்தது. அவன் வழி பிடித்துக் கொண்டு வந்த காட்டாறானது அந்த மலை உச்சியிலிருந்துதான் புறப்பட்டிருக்க வேண்டுமென்றும், அந்த மலை கொல்லி மலையின் ஒரு பகுதியாயிருக்கலாமென்றும் பொன்னன் ஊகித்தான். அந்த வனப்பிரதேசத்தைப் பார்த்தவுடனேயே, இதற்குள் எங்கேயாவது ரணபத்திர காளியின் கோயில் இருக்க வேண்டுமென்று பொன்னனுக்குத் தோன்றியது. அந்த மலைக்கு உட்புறத்தில் காட்டுமிராண்டி ஜனங்கள் வசிப்பதாகப் பொன்னன் கேள்விப்பட்டிருந்தான். அவர்கள் சில சமயம் மலைக்கு வெளியில் வந்து நரபலி கொடுப்பதற்காக மனிதர்களைக் கொண்டு போவதுண்டு என்றும் கேள்விப்பட்டிருந்தான். ஆகவே, பொன்னன் அந்த வனப் பிரதேசத்தில் நாலாபுறத்திலும் தேடி அலைய ஆரம்பித்தான். ஆனால், எந்தப் பக்கத்திலும் அதிக தூரம் காட்டுக்குள் புகுந்து போவதற்குச் சாத்தியப்படவில்லை.

கடைசியாக, காட்டாறு பெருகி வந்த வழியைப் பிடித்துக் கொண்டு போனான். போகப் போக ஆறானது குறுகி சிறு அருவியாயிற்று. அந்த அருவியின் வழியாக மலைமேல் ஏறிச் செல்வது அவ்வளவு சுலபமான காரியமாக இல்லை. சில இடங்களில் பெரிய பெரிய பாறைகள் கிடந்தன. சில இடங்களில் ஆழமான மடுக்கள் இருந்தன. இன்னும் சில இடங்களில் முள் மரங்கள் அடர்த்தியாகப் படர்ந்து, புகுந்து போக முடியாமல் செய்தன. வேறு சில இடங்களில் பாறையில் செங்குத்தாக ஏற வேண்டியதாயிருந்தது. பொன்னன் இதற்கெல்லாம் சிறிதும் சளைக்காமல் ஏறிச் சென்று கொண்டிருந்தான். காலையிலிருந்து மத்தியானம் வரையில் இவ்விதம் ஏறி மிகவும் களைத்துப்போன பொன்னன் கடைசியாக ஒரு பாறையின் மீது உட்கார்ந்தான். "இனிமேல் இறங்கிப் போக வேண்டியதுதான்; வேறு வழியில்லை. இராத்திரியில் இந்த வனப் பிரதேசத்துக்குள் அகப்பட்டுக் கொண்டால் காட்டு மிருகங்களுக்கு இரையாக நேரலாம்" என்று அவன் எண்ணிக் கொண்டிருந்தபோது, திடீரென்று மனிதப் பேச்சுக் குரல் கேட்டது. அந்த நிர்மானுஷ்யமான காட்டில் மனிதக் குரலைத் திடீரென்று கேட்டதில் பொன்னனுக்கு ஒரு

பக்கம் திகிலுண்டாயிற்று. இன்னொரு பக்கத்தில் ஒருவேளை நாம் தேடிவந்த காரியம் சித்தியாகப் போகிறதோ என்ற எண்ணத்தினால் ஆவலும் பரபரப்பும் அளவில்லாமல் பொங்கின. எதற்கும் ஜாக்கிரதையாயிருக்கலாம் என்று பொன்னன் பக்கத்தில் நீட்டிக்கொண்டிருந்த ஒரு பாறைக்குக் கீழே சரேலென்று ஒளிந்து கொண்டான்.

சற்று நேரத்துக்கெல்லாம் மேலேயிருந்து இரண்டு மனிதர்கள் இறங்கி வருவது தெரிந்தது. ஆனால் எப்பேர்ப்பட்ட மனிதர்கள்? அவர்கள் மனிதர்கள்தானா? ஒருவன் மனிதன்தான், சந்தேகமில்லை. ஆனால், அவ்வளவு பயங்கரத் தோற்றம் கொண்ட மனிதனை அதற்கு முன்னால் பொன்னன் பார்த்ததேயில்லை. அவனுக்கு அந்தப் பயங்கரத் தோற்றத்தை அளித்தவை முக்கியமாக அவனுடைய உருட்டி விழிக்கும் பார்வையுடைய சிவந்த கண்கள்தான். இன்னும், அவனது உயர்ந்து வளர்ந்த உடலின் ஆகிருதி, நீண்ட பெரிய மீசை, தலையில் அடர்த்தியாக வளர்ந்து சுருட்டை சுருட்டையாகத் தொங்கிய செம்பட்டை மயிர், நெற்றியில் அப்பியிருந்த செஞ்சந்தனம், அதன் மத்தியில் இரத்தச் சிவப்பான குங்குமப் பொட்டு - இவையெல்லாம் அவனுடைய தோற்றத்தின் பயங்கரத்தை அதிகமாக்கின. அவன் ஒரு கரிய கம்பளிப் போர்வையைப் போர்த்தியிருந்தான். ஒரு பாறையிலிருந்து இன்னொரு பாறைக்குத் தாண்டியபோது அந்தப் போர்வை நழுவிற்று. அப்போது பொன்னன் "ஹோ!" என்று கதறி விட்டிருப்பான். ஆனால், பயத்தினாலேயே அவனுடைய தொண்டையிலிருந்து சத்தம் வரவில்லை. பொன்னனுக்கு அவ்வளவு ஆச்சரியத்தையும், பயத்தையும் உண்டாக்கிய காட்சி என்னவென்றால், அந்த மனிதனுக்கு ஒரு கை இல்லாமலிருந்தது தான்! அதாவது வலது தோளுக்குக் கீழே முழங்கைக்கு மேலே அவனுடைய கை துண்டிக்கப்பட்டு முண்டமாக நின்றது.

"அருள்மொழி ராணியைத் தூக்கிச் சென்றதாக வள்ளியும் திருவெண்காட்டு அம்மையும் கூறியவன் இவன்தான்! 'கபால ருத்திர பைரவன்" என்று சிவனடியார் கூறியவனும் இவன்தான்!" என்று பொன்னனுக்கு உடனே தெரிந்து போய்விட்டது. கபால பைரவனின் தோற்றம் மட்டுமல்ல, அவனுடன் இருந்த இன்னொரு மனிதனின் தோற்றமும் பொன்னனுக்குத் திகைப்பை அளித்தது. ஆமாம்; அவனும் மனிதன்தான் என்பது அருகில் வந்தபோது தெரிந்தது. ஆனால், அவன்

233

விபரீதமான குள்ள வடிவமுள்ள மனிதன். பத்து வயதுப் பையனின் உயரத்துடன், நாற்பது வயது மனிதனின் முதிர்ந்த முகமுடையவனாயிருந்தான். அவ்வளவு குள்ளனாயிருந்தும் அவன் கபால பைரவனைப் பின்பற்றி அந்த மலைப் பாறைகளில் அதிவிரைவாகத் தாவித் தாவிச் சென்றது, பொன்னனுடைய வியப்புடன் கலந்த திகிலை அதிகரிப்பதாயிருந்தது. பொன்னன் கூறிய வரலாற்றில் மேற்கண்ட இடத்துக்கு வந்ததும், விக்கிரமனும் அளவில்லாத ஆவலைக் காட்டினான். அந்தக் குள்ளனை நன்றாக விவரிக்கும்படி சொன்னான். பொன்னன் அவ்விதமே விவரித்துவிட்டு, "மகாராஜா! என்ன விசேஷம்? இம்மாதிரி யாரையாவது நீங்கள் வழியில் பார்த்தீர்களா, என்ன?" என்று கேட்டதற்கு, விக்கிரமன், ஆமாம்; பொன்னா, அதைப் பற்றி பிறகு சொல்கிறேன். உன்னுடைய வரலாற்றைச் சொல்லிமுடி" என்றான்.

"இனிமேல் அதிகம் ஒன்றுமில்லை மகாராஜா! அருவிப் பாதையில் அவர்கள் இருவரும் வெகுதூரம் இறங்கிப் போய்விட்டார்கள் என்று தெரிந்து கொண்டு நான் மேலே வந்தேன். அவர்கள் இருப்பிடத்தையும் காளி கோயிலையும் கண்டுபிடித்து விடலாம்; ஒருவேளை மகாராணியையே பார்த்தாலும் பார்த்துவிடுவோம் என்ற ஆசையுடன் அந்த அருவிப்பாதையைப் பிடித்துக் கொண்டு மேலே ஏறினேன். ஆனால், சிறிது நேரத்துக்கெல்லாம் என் ஆசை பாழாகிவிட்டது. ஏனென்றால், மேலே கொஞ்ச தூரம் போனதும் அருவியானது மூன்று ஆள் உயரத்திலிருந்து செங்குத்தாக விழுந்தது. பாறையும் அங்கே செங்குத்தாக இருந்தது. அவ்விடத்தில் பாறையின் மேலே ஏறுவதோ, மேலே இருந்து கீழே இறங்குவதோ மனிதர்களால் முடியாத காரியம். அப்படியானால் இவர்கள் எப்படி வந்தார்கள்? மேலேயிருந்து யாராவது கயிறு அல்லது நூலேணி தொங்கவிட்டிருக்க வேண்டும். இல்லாவிட்டால், அந்த இடத்துக்கும் நான் ஒளிந்திருந்த இடத்துக்கும் மத்தியில் எங்கேயாவது இரகசிய வழி இருக்கவேண்டும். ஆனமட்டும் தேடிப் பார்த்தேன் மகாராஜா, பிரயோஜனப்படவில்லை. எப்படியும் போனவர்கள் திரும்பி வருவார்களென்று நினைத்து, மலை அடிவாரத்துக்கு வந்து மூன்று தினங்கள் காத்திருந்தேன். போனவர்கள் திரும்பி வரவில்லை. அதன்மேல் சிவனடியாரிடம் தெரிவித்து யோசனை கேட்கலாமென்று கிளம்பி வந்தேன். நல்ல சமயத்திலே வந்தேன் மகாராஜா!" என்று பொன்னன் முடித்தான்.

"ஆமாம்.... நல்ல சமயத்தில்தான் வந்தாய், பொன்னா! இல்லாவிட்டால் இத்தனை நேரம் நான் ஒரு வேளை என் தந்தையிருக்குமிடம் போய்ச் சேர்ந்திருப்பேன்" என்றான் விக்கிரமன். "எனக்கும் ஒருவேளை அந்தக் கதிதான் நேர்ந்திருக்கும், மகாராஜா! எப்படிப் பெருகி வந்தது பெருவெள்ளம், அவ்வளவும் அந்த மலையிலிருந்துதானே வந்திருக்கிறது? மழை பிடித்தபோது அங்கே நான் அகப்பட்டுக் கொண்டிருந்தேனேயானால்... தங்களை எங்கே பார்த்திருக்கப் போகிறேன்! மகாராணியைத்தான் எப்படித் தேடப் போகிறேன்?" "மகாராணி அந்த மலையில் இருக்கிறார் என்று உனக்கு நம்பிக்கை இருக்கிறதா பொன்னா?" என்று கேட்டான் விக்கிரமன். "ஆமாம், மகாராஜா! முன்னே, சிவனடியார் சொன்னபோதுகூட எனக்கு அவ்வளவு நம்பிக்கைப்படவில்லை. ஆனால் அந்த ஒற்றைக்கை பைரவனைப் பார்த்த பிறகு, நிச்சயமாக மகாராணி பிழைத்துத்தான் இருக்கிறார் என்ற நம்பிக்கை உண்டாகிறது." "எப்படியோ என் உள்ளத்திலும் அந்த நம்பிக்கை இருக்கிறது; பொன்னா! என்னைப் பார்க்காமல் அம்மா இறந்து போயிருப்பார் என்று என்னால் நினைக்க முடியவேயில்லை. சென்ற ஆறுமாதமாக மகாராணி என் கனவில் அடிக்கடி தோன்றி வருகிறார். தை அமாவாசையன்று என் பெயரைக் கூவிக்கொண்டு கடலில் பாய்ந்ததாகச் சொன்னாயே, கிட்டத்தட்ட அந்த நாளிலிருந்துதான் அடிக்கடி அவர் கனவில் வந்து என்னை அழைக்கிறார். அவர் உயிரோடுதானிருக்க வேண்டும். ஐயோ, இந்த நிமிஷத்தில் கூட, அவர் என்னைக் கூவி அழைக்கிறார் பொன்னா! அம்மா! அம்மா!" என்று அலறினான் விக்கிரமன். அப்போது பொன்னன் சட்டென்று விக்கிரமனுடைய வாயைப் பொத்தி, "மகாராஜா! பொறுங்கள்!" என்றான். பிறகு, "அதோ கேளுங்கள், ஏதோ சத்தம் கேட்கிறது, மனிதக்குரல்!" என்று காதோடு கூறினான். உண்மையிலேயே அந்த இருண்ட மண்டபத்துக்கு வெளியே யாரோ இருவர் பேசிக் கொண்டிருக்கும் சத்தம் கேட்டது.

அத்தியாயம் பதினான்கு

காளியின் தாகம்

பேச்சுக்குரல் நெருங்கி வருவதாகத் தோன்றவே, பொன்னன் விக்கிரமனை மண்டபத்துக்குள் ஒதுக்குப்புறமாக இருக்கச் சொல்லிவிட்டு எட்டிப் பார்த்தான். மண்டபத்தை நோக்கி இரண்டு பேர் வருவது தெரிந்தது. ஆனால் இருட்டில் முகம் ஒன்றும் தெரியவில்லை. அப்போது பளீரென்று ஒரு மின்னல் மின்னிற்று. மின்னலில் அந்த இருவருடைய முகத்தையும் பார்த்ததும், பொன்னனுடைய உடம்பெல்லாம் ஒரு தடவை பதறிற்று. வந்தவர்களில் ஒருவன் மாரப்ப பூபதி; இன்னொருவன்...ஆம், கபால ருத்ர பைரவன்தான்! அவர்களை அவ்விதம் திடீரென்று பார்த்த பேரதிர்ச்சியை ஒருவாறு பொன்னன் சமாளித்துக் கொண்டு விக்கிரமன் இருந்த இடத்தின் அருகில் சென்று அவரைத் தொட்டு மெல்லிய குரலில், "மகாராஜா!" என்றான். விக்கிரமன், "இதென்ன, பொன்னா? ஏன் இப்படி நடுங்குகிறாய்?" என்பதற்குள், பொன்னன் விக்கிரமனுடைய வாயைப் பொத்தி, "இரைய வேண்டாம்! பெரிய அபாயம் வந்திருக்கிறது; எதற்கும் சித்தமாயிருங்கள்!" என்று காதோடு சொன்னான். விக்கிரமன் இடுப்பைத் தடவிப் பார்த்து, "ஐயோ! வாள் ஆற்றோடு போய்விட்டதே!" என்று முணுமுணுத்தான். வந்தவர்கள் இருவரும் அந்த மண்டபத்தின் வாசல் திண்ணையில் வந்து மழைக்கு ஒதுங்கி நின்றார்கள். அவர்களுடைய பேச்சு உள்ளே இருந்தவர்களின் காதில் சில சமயம் தெளிவாகவும் சில சமயம் அரைகுறையாகவும் விழுந்தது.

அவர்களில் ஒருவனுடைய குரலைச் சட்டென்று விக்கிரமனும் தெரிந்து கொண்டான். திடுக்கிட்டு அவன் எழுந்திருக்கப் போனபோது பொன்னன் அவனைப் பிடித்து உட்கார வைக்க வேண்டியிருந்தது. "மகாப் பிரபோ! காளிமாதா எனக்கு இன்னும் என்ன ஆக்ஞாபித்திருக்கிறாள்? கிருபை கூர்ந்து சொல்ல வேண்டும்" என்றது மாரப்பனின் குரல். இதற்குப் பதில் கூறிய குரலானது கேட்கும்போதே மயிர்க் கூச்சல் உண்டாக்கக் கூடியதாயிருந்தது. ஒருவேளை பேய், பிசாசுகள் பேசுமானால் இப்படித்தான் அவற்றின் குரல் இருக்கும் என்று எண்ணும்படியிருந்தது. "மாதா உனக்கு இன்னும் பெரிய பெரிய பதவிகளையெல்லாம் கொடுக்கக் காத்திருக்கிறாள். உன்னிடம் இன்னும் பெரிய பெரிய காரியங்களையும் எதிர்பார்க்கிறாள். அன்னைக்கு ரொம்பவும் தாகமாயிருக்கிறதாம். ராஜ

236

வம்சத்தின் இரத்தம் வேண்டுமென்கிறாள்!" "ஆயிரம் வருஷத்துப் பரம்பரை ராஜ வம்சத்தில் பிறந்த அரசிளங் குமரனைக் காளிக்கு அர்ப்பணம் செய்ய முயன்றேன். எப்படியோ காரியம் கெட்டுப் போய்விட்டதே....."

"உன்னாலேதான் கெட்டது; அந்த ராஜ குமாரனுக்காக நானே வந்திருந்தேன். நீ குறுக்கிட்டுக் கெடுத்து விட்டாய்." "மன்னிக்க வேண்டும் பிரபோ...ஆனால் ராஜ குமாரன் வருகிறான் என்று உங்களுக்கு எப்படித் தெரிந்தது? "மறுபடியும் அதே கேள்வியைக் கேட்கிறாயே? காளிமாதா சொல்லித்தான் தெரிந்தது. அருள்மொழி ராணியின் வாய்மொழியாக மாதா எனக்குத் தெரிவித்தாள். 'அதோ கப்பலில் வந்து கொண்டிருக்கிறான்! கரையை நெருங்கிக் கொண்டிருக்கிறான்?' என்று ராணி சொன்னாள். நான் வந்தேன்! அதற்குள்ளாக நீ நடுவில் குறுக்கிட்டுக் காரியத்தைக் கெடுத்து விட்டாய்." "பிரபோ! க்ஷமிக்க வேண்டும்...." "போனது போகட்டும். மாதா உன்னை க்ஷமித்து விட்டாள். ஆனால், 'தாகம்' 'தாகம்' என்று கதறிக் கொண்டிருக்கிறாள்! ராஜ குல ரத்தம் வேண்டும் என்கிறாள்! இந்த அமாவாசை போய்விட்டது. துலா மாதப் பிறப்பிலாவது தாயின் தாகத்தைத் தணிக்க வேண்டும்.... அவனை நீ எப்படியாவது தேடிப் பிடித்துக் கொண்டு வர வேண்டும்...." "கொண்டு வந்தால்...." "கொண்டு வந்தால் உன் மனோரதம் நிறைவேறும். பூபதி! காளி மாதாவைச் சரணமாக அடைந்தவுடனே உனக்குச் சேனாதிபதிப் பதவி கிடைக்கவில்லையா? இன்னும்...." "இன்னும் என்ன சுவாமி?" "இன்னும் மிகப் பெரிய பதவிகள் உனக்கு நிச்சயம் கிடைக்கும்." "பெரிய பதவிகள் என்றால்..."

"சோழநாட்டின் சிம்மாசனம் உனக்காகக் காத்துக் கொண்டிருக்கிறது. மாதா கையில் கிரீடத்தை வைத்துக் கொண்டு உன் தலையில் சூட்டக் காத்திருக்கிறாள்." "அவ்வளவுதானா, பிரபோ!" "அதைவிடப் பெரிய பதவியும் அன்னை வைத்துக் கொண்டிருக்கிறாள்." "அது என்னவோ?" "என்னவா? பல்லவ சாம்ராஜ்யத்தின் சிம்மாசனம் தான்!" "ஆ!" என்றான் மாரப்ப பூபதி. சற்று நேரம் மௌனம் குடிகொண்டிருந்தது. "ஆனால், அப்படிப்பட்ட மகத்தான பதவி லேசில் கிடைத்துவிடாது. அதற்குத் தகுந்த காணிக்கை காளி மாதாவுக்கு நீ சமர்ப்பிக்க வேண்டும்." "அடியேனிடம் மாதா என்ன எதிர்பார்க்கிறாள்?" "முதலில் பார்த்திபன் மகனைத் தேடிப் பிடித்துக் கொண்டு வர வேண்டும்." "செய்கிறேன்; அப்புறம்?" "வரும் துலா

மாதப் பிறப்பன்று...." "சொல்லுங்கள், பிரபோ!" "காளி மாதா சந்நிதிக்கு நீ வரவேண்டும்..." "வந்து..." "உன்னுடைய தலையை உன்னுடைய கையினாலேயே வெட்டி மாதாவுக்கு அளிக்க வேண்டும்!" "ஐயோ!" என்று மாரப்பன் அலறினான். "அளித்தால் அடுத்த ஜென்மத்தில் காஞ்சி சாம்ராஜ்யத்தின் சக்கரவர்த்தியாகலாம். இல்லாவிட்டால்...." "இல்லாவிட்டால் என்ன பிரபோ!" "ஆத்ம பலிக்கு ஈடான இன்னொரு மகா பலி அளிக்க வேண்டும். அளித்தால் இந்த ஜென்மத்திலேயே சக்கரவர்த்தி பதவி கிட்டும்." "அது என்ன பலி, சுவாமி!" "அந்த விபூதி ருத்திராட்சதாரியைப் பலிக்குக் கொண்டு வர வேண்டும்...."

"பிரபோ! இராஜ வம்சத்து இரத்தத்தை விரும்பும் காளி மாதா கேவலம் ஒரு விபூதி ருத்திராட்சதாரியைப் பலி கொள்ள விரும்புவானேன்?" என்று மாரப்பன் கேட்டான். "பூபதி! உனக்கு தெரிந்தது அவ்வளவுதான்; அந்தப் போலி ருத்திரா ட்சதாரி - உண்மையில் யார் தெரியுமா உனக்கு?" "யார் பிரபோ!" என்று பூபதி வியப்புடன் கேட்டான். "பூபதி! அது மகா மர்மம் - யாரும் அறிய முடியாத இரகசியம் - இதோ அடிக்கும் இந்தக் காற்றின் காதிலே கூட விழக் கூடாது. அருகில் வா! காதோடு சொல்கிறேன்..." சொல்ல முடியாத வியப்புடனும் பயத்துடனும் மேற்படி சம்பாஷனையின் பெரும் பகுதியைக் கேட்டுக் கொண்டு வந்த விக்கிரமனும் பொன்னனும் இப்போது செவிகளை மிகக் கூர்மையாக வைத்துக் கொண்டு கேட்டார்கள். ஆனால் ஒன்றும் காதில் விழவில்லை. திடீரென மாரப்பன் இடி இடி என்று சிரிக்கும் சத்தம் கேட்டது. "பூபதி! ஏன் சிரிக்கிறாய்? மாதாவின் வார்த்தையில் உனக்கு அவநம்பிக்கையா?" என்று கபால பைரவர் கோபக் குரலில் கேட்டார். "இல்லை பிரபோ! இல்லை!" என்றான் மாரப்பன். "பின்னர், ஏன் சிரித்தாய்?" "அந்தச் சிவனடியாரைக் கைப்பற்றிக் கொண்டு வரும்படி இன்னொரு தேவியிடமிருந்தும் எனக்குக் கட்டளை பிறந்திருக்கிறது, அந்தத் தேவி யார், தெரியுமா?" "யார்?" "தர்ம ராஜாதி ராஜ மாமல்ல நரசிம்ம பல்லவ சக்கரவர்த்தியின் திருக்குமாரி குந்தவி தேவிதான்!" "ரொம்ப நல்லது. காளி மாதா தன் விருப்பத்தைப் பல விதத்திலும் நிறைவேற்றிக் கொள்கிறாள்!" என்றார் மகா கபால பைரவர். இந்தச் சமயத்தில் சற்று தூரத்தில் குதிரைகளின் குளம்படிச் சத்தமும், இரைச்சலும் ஆரவாரமும் கேட்டன. பொன்னன் சத்தமிடாமல் நடந்து வாசற்படியருகில் வந்து எட்டிப் பார்த்தான். ஐந்தாறு குதிரை வீரர்கள் தீவர்த்தி வெளிச்சத்துடன் வந்து கொண்டிருப்பது தெரிந்தது. பொன்னன்

மனதிற்குள், "இன்று மகாராஜாவும் நாமும் நன்றாய் அகப்பட்டுக் கொண்டோ ம்!" என்று எண்ணினான். அவனுடைய மார்பும் 'பட்பட்' என்று அடித்துக் கொண்டது. சட்டென்று தலையை உள்ளே இழுத்துக் கொண்டான்.

அதே சமயத்தில் மாரப்ப பூபதி, "மகாபிரபோ! அதோ என்னுடைய ஆட்கள் என்னைத் தேடிக் கொண்டு வருகிறார்கள்; நான் போக வேண்டும்" என்றான். "நானும் இதோ மறைந்து விடுகிறேன். மாதாவின் கட்டளை ஞாபகம் இருக்கட்டும்...." "மறுபடியும் எங்கே சந்திப்பது?" "வழக்கமான இடத்தில்தான். சித்ரகுப்தன் உனக்காகக் காத்திருப்பான்." இதற்குள் இரைச்சலும் ஆரவாரமும் அருகில் நெருங்கி விட்டன. "நான் சொன்னதெல்லாம் ஞாபகம் இருக்கட்டும்." "அப்படியே பிரபோ!" இதற்குப் பிறகு சற்று நேரம் பேச்சுக் குரல் ஒன்றும் கேட்கவில்லை. திடீரென்று கொஞ்சதூரத்தில், "சோழ சேனாதிபதி மாரப்பபூபதி வாழ்க! வாழ்க!" என்ற கோஷம் கேட்டது. பொன்னனும் விக்கிரமனும் மண்டபத்துக்கு வெளியில் வந்து பார்த்தபோது, தீவர்த்திகளின் வெளிச்சத்தில் குதிரைகள் உறையூர்ச் சாலையில் விரைவாகப் போய்க் கொண்டிருப்பதைக் கண்டார்கள். "மகாராஜா, எப்பேர்ப்பட்ட இக்கட்டிலிருந்து தப்பினோம்?" என்று சொல்லிப் பொன்னன் பெருமூச்சு விட்டான்.

விக்கிரமன், "பொன்னா! என்ன துரதிர்ஷ்டம்? நான் ஏறிவந்த குதிரை, அதன் மேலிருந்த இரத்தினப் பைகள் எல்லாம் ஆற்றோடு போய்விட்டதினால்கூட மோசம் இல்லை; என் உடைவாளும் போய்விட்டதே! என்ன செய்வேன்?" என்றான். "மகாராஜா!" "என்ன, பொன்னா?" "ஒரு விஷயம் ஞாபகம் வருகிறது. மகாராணி ஸ்தல யாத்திரை கிளம்பும்போது என்னிடம் ஒரு பெட்டியை ஒப்புவித்தார்கள். உங்களிடம் கொடுக்கும்படி...." "என்ன பெட்டி அது? சீக்கிரம் சொல்லு பொன்னா!" "அதில் உங்கள் குலத்தின் வீர வாள் இருக்கிறது. பிடியில் இரத்தினங்கள் இழைத்தது...." "நிஜமாகவா, பொன்னா? ஆகா! முக்கியமாக அந்த வாளுக்காகத்தானே நான் இப்போது தாய் நாட்டுக்கு வந்தேன்! என் தந்தை போருக்குக் கிளம்பும்போது அந்தப் பெட்டியைத் திறந்து அதிலிருந்த பட்டாக்கத்தியையும் திருக்குறள் சுவடியையும் எனக்குக் காட்டி, 'இவைதாம் நான் உனக்கு அளிக்கும் குலதனம்!' என்றார். எங்கள் மூதாதை - பரத கண்டத்தையெல்லாம் ஒரு குடையின் கீழ் ஆண்டு,

கடல் கடந்த தேசங்களிலும் ஆட்சி செலுத்திய கரிகாலச்சோழர் - கையாண்ட வாள் அது. பொன்னா! பத்திரமாய் வைத்திருக்கிறாயல்லவா?"

"வைத்திருக்கிறேன். சுவாமி!" "எங்கே?" "வசந்தத் தீவில் புதைத்து வைத்திருக்கிறேன்." "அங்கே ஏன் வைத்தாய்?" "வேறு எங்கே வைப்பேன். மகாராஜா?" "சரி பொன்னா! நாம் இப்போது வசந்தத் தீவுக்குப் போய் அந்த வாளை எடுத்துக் கொள்ள வேண்டியதுதான். என் தந்தை என்ன சொன்னார் தெரியுமா? ஒன்பது வருஷத்துக்கு முன்னால் சொன்னது நேற்றுத்தான் சொன்னது போலிருக்கிறது. 'விக்கிரமா! இந்தக் கரிகாலச் சோழரின் வீரவாளை வேறொரு அரசனுக்குக் கப்பம் செலுத்தும் கையாலே தொடக்கூடாது. ஆகையினால்தான் என் வாழ்நாளில் நான் இதை எடுக்கவேயில்லை. நீ எப்போது ஒரு கையகலமுள்ள பூமிக்காவது சுதந்திர மன்னனாகிறாயோ, அப்பொழுது இந்த வாளை எடுத்துக்கொள் என்றார். பொன்னா! நான் இப்போது செண்பகத் தீவின் சுதந்திர அரசன் அல்லவா? இனி அந்த வாளை நான் தரிக்கலாம்...." "மகாராஜா! செண்பகத்தீவுக்கு மட்டுந்தானா? சோழ நாட்டுக்கும் நீங்கள்தான் அரசர்...." "அதற்கு இன்னும் காலம் வரவில்லை பொன்னா! ஆனால் சீக்கிரத்தில் வந்து விடும். நாம் உடனே செய்ய வேண்டிய காரியங்கள் இரண்டு இருக்கின்றன.

அந்த வீர வாளையும் திருக்குறளையும் எடுத்துக் கொள்ள வேண்டும். இந்தப் பயங்கர நரபலிக் கூட்டத்திலிருந்து மகாராணியை விடுவித்து அழைத்துப் போக வேண்டும். இவற்றுள் முதலில் எதைச் செய்வது, அப்புறம் எதைச் செய்வது என்பதை இப்போது தீர்மானிக்க வேண்டும்." அவர்கள் மேலும் யோசனை செய்து, முதலில் உறையூருக்குப் போய் வசந்தத் தீவிலிருந்து வீர வாளை எடுத்துக் கொள்வதென்றும், பிறகு திரும்பி வந்து சிவனடியாரைத் தேடிப் பிடித்து அவருடைய உதவியுடன் மகாராணியைக் கண்டுபிடிப்பதென்றும் தீர்மானித்தார்கள். இருவரும் மிகவும் களைத்திருந்த படியால் அன்றிரவு இந்த மண்டபத்திலேயே உறங்கிவிட்டு, அதிகாலையில் எழுந்து உறையூருக்குப் போவதென்றும் முடிவு செய்தார்கள். ஆனால் விக்கிரமனுக்கு ஏற்கனவே கடுமையான சுரம் அடித்துக் கொண்டிருந்ததென்பதையாவது, பொழுது விடிவதற்குள் அவன் ஒரு அடிகூட எடுத்து வைக்கமுடியாத நிலைமையை அடைவானென்பதையாவது அவர்கள் அறிந்திருக்கவில்லை.

அத்தியாயம் பதினைந்து

திரும்பிய குதிரை

குந்தவி குழந்தைப் பருவத்திலிருந்தே தந்தையின் பெண்ணாக வளர்ந்து வந்தவள் என்று முன்னமே குறிப்பிட்டிருக்கிறோம். நரசிம்மச் சக்கரவர்த்தியே அவளுக்குத் தாயும் தகப்பனும் ஆச்சாரியனும் உற்ற சிநேகிதனுமாயிருந்தவர். அவளுக்கு ஏதாவது மனக்கிலேசம் ஏற்பட்டால் அப்பாவிடம் சொல்லித்தான் ஆறுதல் பெறுவாள். சந்தேகம் வந்தால் அவரைத்தான் கேட்பாள்; ஏதாவது குதூகலிக்கக் கூடிய விஷயம் நேர்ந்தாலும் அவரிடம் சொல்லிப் பகிர்ந்து கொண்டால்தான் அவளுக்குப் பூரண திருப்தி உண்டாகும். ஒரு கதையோ, கவிதையோ, நன்றாயிருந்தால் அவரிடம் சொல்லி அனுபவிக்க வேண்டும்; ஒரு சித்திரமோ சிற்பமோ அழகாயிருந்தால் அவருடன் பார்த்து மகிழவேண்டும். இப்படியெல்லாம் வெகுகாலம் வரையில் மகளும் தந்தையும் இரண்டு உடம்பும் ஒரே உள்ளமுமாக ஒத்திருந்தார்கள்.

ஆனால், அந்தக் காலம் போய் மூன்று வருஷம் ஆகிவிட்டது. அப்பாவுக்கும் பெண்ணுக்குமிடையே இப்போதெல்லாம் ஒரு மானசீகத் திரைபோட்டது போலிருந்தது. தேசப் பிரஷ்ட தண்டனைக்குள்ளான சோழ ராஜகுமாரனுடைய ஞாபகம் குந்தவியின் மனத்தை விட்டு அகலவில்லை. எவ்வளவோ முயன்று பார்த்தும் அவனை மறக்க முடியவில்லை. அந்த ராஜகுமாரனைப் பற்றிக் குந்தவி பேச விரும்பினாள். ஆனால் யாரிடம் பேசுவது? இத்தனை நாளும் தன்னுடைய அந்தரங்க எண்ணங்கள், ஆசைகள் எல்லாவற்றையும் தந்தையிடமே சொல்லி வந்தாள். ஆனால் சோழ ராஜகுமாரன் விஷயமாக அவரிடம் மனம் விட்டுப் பேச முடியவில்லை. எப்போதாவது ஏதாவது கேட்டாலும் தன் எண்ணத்தைச் சிறிதும் அறிந்து கொள்ளாதது போலவே அவர் மறுமொழி சொல்லி வந்தார். தனக்குத் தாயார் இல்லையே என்ற குறையைக் குந்தவி இப்போதுதான் உணர ஆரம்பித்தாள்.

அந்தக் குறையை ஒருவாறு நீக்கிக் கொள்வதற்காக அவள் விக்கிரமனுடைய அன்னையுடன் சிநேகம் கொள்ள விரும்பினாள். ஆனால், அருள்மொழியைக் குந்தவி சந்தித்த அன்றே அவள் பரஞ்சோதியடிகளுடன் தீர்த்த யாத்திரை கிளம்பி விட்டதைப் பார்த்தோம்.

யாத்திரையின் போது ஒரு சமயம் அவர்கள் மாமல்லபுரத்துக்கும் வந்திருந்தார்கள். சில தினங்கள் அந்தக் கலாக்ஷேத்திரத்தில் இருந்தாள். அடிக்கடி அருள்மொழி ராணியைப் பார்த்தாள். ராணி அவளிடம் மிகவும் பிரியமாகவே இருந்தாள். ஆனாலும் அவர்களுடைய உள்ளங்கள் கலக்கவில்லை. எப்படிக் கலக்க முடியும்? தன்னுடைய ஏக புதல்வனைக் குந்தவியின் தந்தை கண்காணாத தீவுக்கு அனுப்பிவிட்டதைப் பற்றி அருள்மொழியின் மனம் கொதித்துக் கொண்டிருந்தது. குந்தவிக்கோ தன் தந்தைமேல் அணுவளவேனும் குற்றம் இருப்பதாகத் தோன்றவில்லை. தந்தையினிடத்தில் அவளுக்கு இருந்த ஒப்பில்லாத பிரியத்தோடு அவரைப் பற்றி அவளுக்கு ரொம்பப் பெருமையும் உண்டு. இதிகாசங்களில் வரும் சூரிய, சந்திர வம்சத்துச் சக்கரவர்த்திகளைப் போல் பெருமை வாய்ந்தவர் தன் தந்தை; வடக்கே நர்மதை நதிவரையில் சென்று திக்விஜயம் செய்தவர்; ராட்சஸப் புலிகேசியை வென்று வாதாபியை அழித்தவர்; அப்படிப்பட்டவரின் கீழ் சிற்றரசனாயிருப்பதே அந்தச் சோழ ராஜகுமாரனுக்குப் பெருமையல்லவா? இருநூறு வருஷமாகச் சோழர்கள் பல்லவ சக்கரவர்த்திகளுக்கு அடங்கிக் கப்பம் செலுத்தி வரவில்லையா? இப்போது மட்டும் என்ன வந்தது?

இவ்விதம் அந்த இரண்டு பேருடைய மனோபாவங்களிலும் வித்தியாசம் இருந்தபடியால் அவர்கள் மனங் கலந்து பேச முடியவில்லை. ஒருவரிடம் ஒருவரின் அன்பு வளர்ந்தது. ஆனால் ஒவ்வொருவருடைய இதயத்திலும் ஒரு முக்கியமான பகுதி பூட்டப்பட்டுக் கிடந்தது. ஒருநாள் அருள்மொழி ராணி ஓரளவு தன் இருதயத்தின் கதவைத் திறந்தாள். குந்தவியின் தந்தைக்குத் தன்னை மணஞ் செய்து கொடுப்பதாகப் பேச்சு நடந்ததையும், தான் அதைத் தடுத்துப் பார்த்திப மகாராஜாவைக் கல்யாணம் செய்து கொண்டதையும் கூறினாள். விக்கிரமனுடைய பிள்ளைப் பிராயத்தில் அவனுக்குக் குந்தவியை மணம் முடித்து வைக்கத் தான் ஆசைப்பட்டதையும் தெரிவித்தாள். அப்போது குந்தவியின் உடம்பெல்லாம் புளகாங்கிதம் அடைந்தது. ஆனால், பிறகு ராணி, 'அதெல்லாம் கனவாய்ப் போய்விட்டது. பாக்கியசாலியான வேறொரு ராஜ குமாரனை நீ மணந்து சந்தோஷமாய் வாழ்வாய்!" என்று சொன்னபோது குந்தவிக்குக் கோபமே வந்தது.

"இல்லை அம்மா! எனக்கு இல்லறத்தில் பற்று இல்லை. உலகத்தைத் துறந்து நான் சிவவிரதையாகப் போகிறேன்" என்றாள் குந்தவி. அவள்

அவ்விதம் கூறியதன் கருத்தை ராணி அறிந்து கொள்ளவில்லை. பிறகு ஒரு சமயம் குந்தவி, இளவரசர் விக்கிரமன் பல்லவ சாம்ராஜ்யத்துக்குக் கப்பம் செலுத்த இசைந்தால் இன்னமும் திரும்பி வந்து சோழ நாட்டுக்கு அரசராகலாமே என்று சொன்னபோது, அருள்மொழி ராணியின் முகம் அருவருப்பினால் சிணுங்கிற்று. "அதைக் காட்டிலும் விக்கிரமன் செத்துப் போனான் என்று செய்தி எனக்குச் சந்தோஷத்தையளிக்கும்!" என்றாள். மாமல்லபுரத்தில் அருள்மொழி ராணி தங்கியிருக்கும்போது தான் ஒரு நாளைக்குப் பழைய சிவனடியார் வந்து மகாராணியைப் பார்த்துப் பேசினார். அவர் பேசிவிட்டு திரும்பிப் போகும் சமயத்தில் குந்தவி அவரைப் பார்த்தாள். உடனே பழைய ஞாபகங்கள் எல்லாம் வந்துவிட்டன. ராணியிடம் சென்று அந்தச் சிவனடியார் யார் என்று கேட்டாள். யார் என்று ராணியினால் சொல்ல முடியவில்லை. "யாரோ பெரியவர். என் பதி வீரசொர்க்கம் சென்ற பிறகு இவர்தான் எங்களுக்குக் குலதெய்வமாயிருந்து வருகிறார்!" என்றாள்.

குந்தவி மனதிற்குள், "குல தெய்வமில்லை; குலச் சனியன்!" என்று நினைத்துக் கொண்டாள். பின்னால் அருள்மொழித் தேவி காவேரி சங்கமத்தில் கடலில் மூழ்கிய செய்தியும், அவளை யாரோ தூக்கிச் சென்றதாக வதந்தியும் காதில் விழுந்தபோது, "தூக்கிக் கொண்டு போனவர் அந்தப் போலிச் சிவனடியாராய்த் தானிருக்க வேண்டும். ஏதோ கெட்ட நோக்கத்துடன் அந்த வேஷதாரி இத்தனை நாளாய் மகாராணியைச் சுற்றியிருக்கிறான்!" என்று நிச்சயம் செய்து கொண்டாள். இந்தத் துர்ச் சம்பவத்துக்குச் சில காலத்துக்கு முன்புதான் குந்தவியின் தமையன் இலங்கையை வெற்றி கொண்டு திரும்பி வந்திருந்தான். அவன் தன் சகோதரியிடம் அளவற்ற வாஞ்சை வைத்திருந்தான். குந்தவி தன் உள்ளத்தை ஓரளவு திறந்து காட்டுவதும் சாத்தியமாயிருந்தது. தன் சகோதரியின் மனோநிலையை உணர்ந்து மகேந்திரன் தானே செண்பகத் தீவுக்குப் போய் விக்கிரமனை எந்தச் சாக்கிட்டேனும் திருப்பி அழைத்து வரத் தீர்மானித்தான். இந்த எண்ணத்துடனே அவன் சக்கரவர்த்தியிடம் சாவகம், காம்போஜம் முதலிய கீழ்ச் சமுத்திரத் தீவுகளுக்குப் படையெடுத்துச் செல்ல அனுமதி கேட்டான். சக்கரவர்த்தி இதற்குச் சம்மதியாமல், தமக்கே கடற் பிரயாணம் செய்யும் உத்தேசம் இருக்கிறதென்றும், அதனால் மகேந்திரன் யுவராஜ பதவியை வகித்துப் பல்லவ சாம்ராஜ்யத்தைப் பரிபாலிக்கும் பொறுப்பை வகிக்க

வேண்டுமென்றும் வற்புறுத்தினார். மகேந்திரனால் இதை மறுக்க முடியவில்லை.

இந்த நிலைமையில், குந்தவியின் வற்புறுத்தலின் மேல் மகேந்திரன் மாரப்ப பூபதியைச் சோழ நாட்டின் சேனாதிபதியாக்கியதுடன், அவனை மாமல்லபுரத்துக்கும் தருவித்தான். சிவனடியாரை அவன் கண்டுபிடிக்க வேண்டுமென்றும், அவர் மூலமாக ராணி அருள்மொழித்தேவி இருக்குமிடத்தை அறிய வேண்டு மென்றும் மாரப்ப பூபதிக்குக் கட்டளை பிறந்தது. அதோடு குந்தவியும் மகேந்திரனும் உறையூர் வசந்த மாளிகையில் சில காலம் வந்து தங்கப் போவதாகவும், அதற்கு வேண்டிய ஆயத்தங்கள் செய்ய வேண்டுமென்றும் அறிவிக்கப்பட்டது. அவர்கள் உறையூர் போவதற்குச் சக்கரவர்த்தியும் சம்மதம் கொடுக்கவே, மகேந்திரனும் குந்தவியும் மற்றப் பரிவாரங்கள் புடைசூழ ஒரு நாள் பிரயாணம் கிளம்பினார்கள். விக்கிரமன் காட்டாற்று வெள்ளத்தில் அகப்பட்டுத் தப்பிப் பிழைத்த அன்றைக்கு மறுநாள் உச்சிப் போதில், அந்தக் காட்டாற்றுக்குச் சுமார் ஒரு காத தூரத்தில் அவர்கள் வந்து கொண்டிருந்தார்கள். குந்தவி பல்லக்கிலும், மகேந்திரன் குதிரை மேலும் அமர்ந்து பிரயாணம் செய்தார்கள்.

மகேந்திரன் தன்னுடைய இலங்கைப் பிரயாணத்தைப் பற்றியும் அங்கே தான் நடத்திய யுத்தங்களைப் பற்றியும் தங்கைக்குச் சொல்லிக் கொண்டு வந்தான். இலங்கை நாட்டின் நீர்வள நிலவளங்களைப் பற்றியும் வர்ணித்தான். குந்தவி வியப்புடன் கேட்டுக் கொண்டு வந்தாள். ஆனாலும் இடையிடையே அவளுடைய ஞாபகம் செண்பகத் தீவின் இரத்தின வியாபாரியின் மீது சென்று கொண்டிருந்தது. இது அவளுக்கு ஆச்சரியத்தை அளித்தது. அந்த இரத்தின வியாபாரி வராமல் போனதினால்தான் என்ன, எதற்காகத் தன் மனம் அவ்வளவு கவலையுறுகிறது என்று ஆச்சரியப்பட்டாள். அவன் தனக்குச் செண்பகத் தீவு என்று சொன்னபடியால்,சோழ ராஜகுமாரனைப் பற்றி அவனிடம் விசாரிக்கும் ஆவல்தான் காரணம் என்று தன்னைத்தானே சமாதானம் செய்து கொண்டாள்.

"இல்லை; இல்லை; அவர்கள் இருவருக்கும் உள்ள முக ஒற்றுமைதான் காரணம்!" என்று ஒரு மனம் சொல்லிற்று. "ஆனால் அது உண்மையா? அல்லது நம்முடைய கண்கள் தான் நம்மை ஏமாற்றிவிட்டனவா?

உண்மையில் அத்தகைய முகஒற்றுமையிருந்தால், அப்பா அதைக் கவனித்திருக்கமாட்டாரா? கவனித்திருந்தால் அவனை வழிப்பறிக்காரர் களிடமிருந்து காப்பாற்றி உறையூருக்கு அனுப்பி வைத்திருப்பாரா? அதெல்லாம் இல்லை; நம்முடைய பிரமைதான் காரணம்!" என்று இன்னொரு மனம் சொல்லிற்று. இத்தகைய எண்ணங்களுக்கு மத்தியில், "உறையூரில் ஒருவேளை அந்த ரத்தின வியாபாரியைச் சந்திப்போமா?" என்ற நினைவும் அடிக்கடி தோன்றிக் கொண்டிருந்தது. இப்படியெல்லாம் குந்தவி தன் மனத்திற்குள் எண்ணமிட்டுக் கொண்டும், ஒரு காதில் மகேந்திரனுடைய பேச்சைக் கேட்டு 'ஊங்' கொட்டிக் கொண்டும் பிரயாணம் செய்து கொண்டிருக்கையில், அவர்களுக்கு எதிரே திடீரென்று தோன்றிய ஒரு காட்சி அவளை ஒரே அடியாகத் தூக்கிவாரிப் போட்டது. இத்தனைக்கும் அந்தக் காட்சி வேறொன்றுமில்லை; சேணம் போட்டு அலங்கரிக்கப்பட்டிருந்த ஒரு உயர்ந்த ஜாதிக் குதிரை முதுகில் ஆள் இல்லாமல் தனியாக வந்து கொண்டிருந்த காட்சிதான்.

அதைக் கண்டு ஏன் அவ்வாறு குந்தவி திடுக்கிட வேண்டும்? - அவளுக்கே தெரியவில்லை. குதிரை இன்னும் அருகில் வந்தது. அது அவளுடைய தந்தையின் குதிரைதான் என்பது ஐயமறத் தெரிந்தது. சில சமயம் சக்கரவர்த்தி அதில் ஏறி வந்திருப்பதை அவளே பார்த்திருக்கிறாள். அது எப்படி இங்கே வந்தது? ஒருவேளை, அப்பாதான்...? அவ்விதம் இருக்க முடியாது. அப்பாவிடம் காஞ்சியில் விடை பெற்றுக் கொண்டு தானே கிளம்பினோம்? நமக்கு முன்னால் அவர் எப்படி வந்திருக்க முடியும்? வந்திருந்தாலும் குதிரை ஏன் இப்போது தனியாக வருகிறது? சட்டென்று ஒரு விஷயம் ஞாபகம் வந்தது. இரத்தின வியாபாரிக்குக் குதிரையும் கொடுத்து அனுப்பியதாக அப்பா சொன்னாரல்லவா? குதிரைக்குப் பதிலாக அவன் கொடுத்த இரத்தினங்களையும் காட்டினாரல்லவா? ஆமாம்; இரத்தின வியாபாரி ஏறிச் சென்ற குதிரையாய்த்தான் இருக்க வேண்டும். ஆனால், அது ஏன் இப்போது தனித்து வருகிறது? இரத்தின வியாபாரி எங்கே? அவன் என்ன ஆனான்? குந்தவியின் அடிவயிறு அப்படியே மேலே கிளம்பி அவளுடைய மார்பில் புகுந்து மூச்சை அடைத்து விட்டது போலிருந்தது.

அத்தியாயம் பதினாறு

ஆற்றங் கரையில்

குந்தவியின் முகத்தில் தோன்றிய மாறுதலை மகேந்திரன் கவனித்தான். "என்ன தங்காய்! என்ன" என்றான். தனித்து வந்த குதிரையை வெறித்து நோக்கிய வண்ணம் இருந்தாள் குந்தவி. அவள் வாயிலிருந்து வார்த்தை ஒன்றும் வரவில்லை. இதைக் கவனித்த மகேந்திரன், "தங்காய்! அதோ வருகிறது குதிரைதானே புலி, சிங்கம் அல்லவே? எதற்காக இப்படிப் பயப்படுகிறாய்?" என்று கேட்டான். குந்தவிக்கு ரோசம் பிறந்தது; பேச்சும் வந்தது. "புலி, சிங்கமாயிருந்தால் தானென்ன, அண்ணா! நீ பக்கத்திலே இருக்கும்போது?" என்றாள். "பின் ஏன் இப்படி வெறித்துப் பார்க்கிறாய்! - பேய் பிசாசுகளைக் கண்டதைப் போல!" "அண்ணா! அந்தக் குதிரை யாருடைய குதிரை தெரியுமா?" "தெரியாது; யாருடையது?" "அப்பாவினுடையது!" "என்ன?" "ஆமாம்; இதே மாதிரி உயர் ஜாதிக் குதிரைகள் இரண்டு அப்பாவிடம் இருக்கின்றன. இது புஷ்பகம்; இன்னொன்று பாரிஜாதம்." "அப்படியா? இது எப்படி இங்கே தெறிகெட்டு வருகிறது? அப்பாவிடந்தான் நாம் காஞ்சியில் விடை பெற்றுக்கொண்டு கிளம்பினோமே? அவர் இந்தக் குதிரையில் வந்திருக்க முடியாது?" "செண்பகத் தீவின் இரத்தின வியாபாரிக்கு அப்பா தம் குதிரையை கொடுத்ததாகச் சொன்னார்." "ஓஹோ!" இதற்குள் குதிரை மிகவும் நெருங்கி வந்துவிட்டது. மகேந்திரன் கட்டளைப்படி உடன் வந்த வீரர்களில் ஒருவன் குதிரையைப் பிடித்துக் கொண்டான். அதைத் தன்னருகில் வரும்படி குந்தவி கூறி, அதன் முதுகைத் தடவிக் கொடுத்தாள். குதிரை உடம்பைச் சிலிர்த்துக் கொண்டு கனைத்தது. பிறகு, அக்குதிரையையும் பிரயாண கோஷ்டியோடு கொண்டு போனார்கள்.

"அண்ணா! அந்த இரத்தின வியாபாரிக்கு என்ன நேர்ந்திருக்கும்?" என்று குந்தவி மிக்க கவலையுடன் கேட்டாள். இரத்தின வியாபாரியை விக்கிரமன் என்பதாகக் குந்தவி சந்தேகிக்கிறாள் என்னும் விஷயம் மகேந்திரனுக்குத் தெரியாது. ஆகையால் அவன் அலட்சியமாக, "பல்லவ சக்கரவர்த்தியைச் சுமந்த குதிரை கேவலம் ஒரு வியாபாரியைச் சுமக்குமா? எங்கேயாவது கீழே தள்ளிக் குழியும் பறித்துவிட்டு வந்திருக்கும்!" என்று சிரித்தான். குந்தவியின் உள்ளம் துடித்தது. ஆனால் ஒரு நிமிஷத்துக்கெல்லாம் ஓர் ஆறுதலான எண்ணமும் உண்டாயிற்று.

உண்மையிலே இந்தக் குதிரை அவனைத் தள்ளிவிட்டு வந்திருக்குமானால் அவன் சோழ ராஜகுமாரனாக இருக்க மாட்டான். சாதாரண வர்த்தகனாய்த் தானிருப்பான்- ஆனால் அந்த இரத்தின வியாபாரியின் தீரத்தைப் பற்றியும் போர்த்திறமையைப் பற்றியும் அப்பா ரொம்பச் சொன்னாரே? ஐயோ! அவனுக்கு என்ன நேர்ந்திருக்கும்? - இவ்வளவு அறிவுள்ள பிராணியான குதிரைக்குப் பகவான் பேசும் சக்தி மட்டும் கொடுக்காமல் போய்விட்டாரே? அந்தச் சக்தி இருந்தால் இரத்தின வியாபாரிக்கு என்ன நேர்ந்தது என்ற இரகசியத்தை அது வெளியிடுமல்லவா? - புஷ்பகத்துக்குப் பேசும் சக்தி திடீரென்று ஓர் அற்புதத்தினால் வந்து விடாதா என்று ஆசைப்பட்டவளைப் போல் குந்தவி அதன் முதுகை அடிக்கடி தடவிக் கொண்டு வந்தாள்.

இப்படிப் பிரயாணம் நடந்து கொண்டிருக்கையில், கொஞ்ச நேரத்துக்குப் பிறகு சுற்றுப்புறக் காட்சியின் தோற்றத்தில் ஒரு மாறுதல் காணப்பட்டது. தரை ஈரமாயிருந்தது, அங்கங்கே பள்ளமான இடங்களில் நீர் தேங்கியிருந்தது. மரங்கள் பளிச்சென்று இருந்தன, காற்றும் குளிர்ந்து வந்தது. "தங்காய்! நேற்று இங்கெல்லாம் பெருமழை பெய்திருக்கிறது. காஞ்சியில் ஒரு துளிகூட விழவில்லையே?" என்றான் மகேந்திரன். அதைப்பற்றியேதான் குந்தவியும் சிந்தித்துக் கொண்டிருந்தாள். ஒருவாறு அவளுக்கு உண்மை புலப்பட ஆரம்பித்தது, நேற்று மாலை திடீரென்று இந்தப் பக்கத்தில் பெரும் புயலும் மழையும் அடித்திருக்கிறது. அதில் புஷ்பகமும் இரத்தின வியாபாரியும் அகப்பட்டுக் கொண்டிருக்கிறார்கள். குதிரை எப்படியோ தப்பிப் பிழைத்து வந்திருக்கிறது. இரத்தின வியாபாரி - ஐயோ பாவம்! அவனுக்கு என்ன நேர்ந்ததென்பது வழியில் எங்கேயாவது தெரியவருமா? விபத்து நடந்த இடத்தைப் புஷ்பகம் காட்டுமா? ஒருவேளை உயிர்போன அவனுடைய உடலைக் காணும்படியாக நேருமோ? ... சிவசிவ!....அந்தச் சகிக்க முடியாத நினைப்பினால் குந்தவி கண்களை மூடிக் கொண்டாள். இவ்விதம் ஈரமான பிரதேசங்கள் வழியாக அரைக்காத தூரம் போன பிறகு சூரியன் அஸ்தமிக்க ஒரு நாழிகைப் பொழுது இருக்கும் சமயத்தில் காட்டாற்றங்கரைக்கு வந்து சேர்ந்தார்கள். நேற்று மாலை அந்தக் காட்டாறு அளித்த காட்சிக்கு இப்போதைய காட்சி நேர்மாறாயிருந்தது. நேற்று அங்கே ஊழிக்காலத்து மகாப் பிரளயத்தைப் போல, கண்ணுக்கெட்டிய தூரம் ஒரே ஜலப் பிரவாகமாய்,பிரம்மாண்டமான

சுழல்களுடனும் ஹோ என்று பேரிரைச்சலுடன் அலைமோதிக் கொண்டு போன வெள்ளம் பார்க்கப் பீதிகரமான காட்சியை அளித்தது.

இன்று அதே பிரதேசம் பிரளயத்துக்குப் பிறகு ஏற்படும் புது உலக சிருஷ்டியில் நவ மோகனத்தைப் பெற்றிருந்தது. காட்டாற்றின் மத்தியில் முழங்காலளவு ஜலம் சலசலவென்ற சத்தத்துடன் போய்க் கொண்டிருந்தது. அஸ்தமன சூரியனின் பொற்கிரணங்கள் பசுமரக் கிளைகளின் வழியாக வந்து ஓடும் ஜலத்தில் தவழ்ந்து விளையாடி வர்ண ஜாலங்களைக் காட்டின. நதிக்கரைப் பறவைகள் மதுரகானம் செய்துகொண்டு மரங்களில் உள்ள கூடுகளை நோக்கி வந்தன. அழகும், அமைதியும், ஆனந்தமும் அங்கே குடி கொண்டிருந்தன. ஆனால் குந்தவியின் உள்ளத்திலோ நேற்று அங்கே அடித்த புயலும் மழையும் இப்போது குமுறிக் கொண்டிருந்தன. நேற்று அந்தக் காட்டாற்றில் பெருவெள்ளம் பெருகியிருக்க வேண்டுமென்று அவள் தெரிந்து கொண்டாள். நதிக்கரை மரங்களின் அடிமரத்தில் தண்ணீர்ப் பிரவாகத்தின் புது அடையாளம் நன்றாகப் பதிந்திருந்தது. தாழ்ந்த கிளைகளில் வெள்ளத்தில் வந்த வைக்கோல் முதலியவை சிக்கிக் கொண்டிருந்தன. காட்டாற்று வெள்ளமாதலால் மளமளவென்று பெருகியிருக்க வேண்டும். இரத்தின வியாபாரியின் கதியை ஒருவாறு குந்தவி இப்போது ஊகித்தாள். காட்டாற்று வெள்ளத்தின் சக்தியை அறியாமல் அவன் நதியில் இறங்கியிருப்பான். அல்லது அவன் இறங்கிய பிறகு பிரவாகம் திடீரென்று பெருகியிருக்கும். குதிரை எப்படியோ தப்பி கரையேறியிருக்கிறது. பாவம்! அது வெகுநேரம் கரையிலேயே இரத்தின வியாபாரியை எதிர்பார்த்துக் காத்திருக்கும். அவன் கரைக்கு வராமல் போகவே காஞ்சியை நோக்கிக் கிளம்பியிருக்கிறது. இரத்தின வியாபாரி - ஐயோ! - பிரவாகத்துக்கு இரையாகியிருக்க வேண்டும். அடாடா! தாயாரைப் பார்ப்பதற்காக அவசரமாக உறையூருக்குப் போவதாக சக்கரவர்த்தியிடம் சொன்னானாமே? அவனுக்கு இந்தக் கதியா நேரவேண்டும்?...

இப்படிக் குந்தவி எண்ணமிட்டுக் கொண்டிருக்கையில் பல்லக்கு நீரோட்டத்தின் அருகில் வந்தது. எல்லாரும் ஜலத்தில் இறங்கினார்கள். ஆனால் புஷ்பகம் மட்டும் நீரில் இறங்கத் தயங்கிற்று. நதிக்கரைக்கு வந்ததிலிருந்தே அதனுடைய தயக்கம் அதிகமாயிருந்ததை எல்லாரும் கவனித்தார்கள். அதைப் பிடித்து வந்த போர் வீரன் நீரோட்டத்தில் இறங்கும்படியாக அதைப் பலவந்தப்படுத்தினான் குதிரையும் இறங்கிற்று.

அவ்வளவுதான்; உடனே அது ஒரு திமிறு திமிறிக் கொண்டு போர்
வீரனுடைய பிடியிலிருந்து விடுவித்துக் கொண்டது. வந்த கரையை
நோக்கித் திரும்பி ஒரே பாய்ச்சலாகப் பாய்ந்து ஓடியது.
கரையையடைந்ததும் அது நிற்கவில்லை. வேகம் இன்னும்
அதிகமாயிற்று. வில்லிலிருந்து கிளம்பிய இராமபாணம் என்பார்களே,
அதுமாதிரி நாலு கால் பாய்ச்சலில் பறந்து ஓடி எல்லாரும் பார்த்துக்
கொண்டிருக்கையிலேயே காஞ்சி செல்லும் சாலையில்
கண்ணுக்கெட்டாத தூரம் வரையில் சென்று மறைந்தது. "புஷ்பகம் என்று
அப்பா பெயர் வைத்தது சரிதான். தரையில் அதன் கால்கள்
தொட்டதாகவே தெரியவில்லையே!" என்றான் மகேந்திரன்.

அத்தியாயம் பதினேழு

தீனக்குரல்

ராஜ பிரயாணிகளும் பரிவாரங்களும் அந்தக் காட்டாற்றங்கரையில் உணவு அருந்தினார்கள். விதவிதமான பட்சணங்களும் பான வகைகளும் குந்தவி, மகேந்திரன் இவர்கள் முன் வைக்கப்பட்டன. மகேந்திரன் உற்சாகமாகச் சாப்பிட்டான். குந்தவிக்கு ஒன்றும் வேண்டியிருக்கவில்லை. உணவுப் பொருள்களை ஆற்றங்கரைக் காக்கைகளுக்கு வீசி எறிந்து அவை பறந்து வந்து கௌவிக் கொள்வதைப் பார்த்து மகிழ்ந்தாள். இந்த மகிழ்ச்சியும் வெளிப்படையானதுதான். மனத்திலே அந்த காட்டாற்று வெள்ளத்தில் மூழ்கி மாண்டு போன இரத்தின வியாபாரியின் நினைவு பெரிய பாரமாயிருந்தது. ஆம்; இறந்து போனவன் இரத்தின வியாபாரிதான், - சோழ நாட்டு இராஜகுமாரன் அல்ல என்று குந்தவி ஒருவாறு முடிவு செய்து கொண்டிருந்தாள். தன் உள்ளத்தைக் கவர்ந்த சுகுமாரனுக்கு அத்தகைய கதி நேர்ந்தது என்ற எண்ணத்தை அவளால் சகிக்க முடியவில்லை; ஆகையால் அதில் நம்பிக்கையும் பிறக்கவில்லை.

உணவருந்திச் சற்று இளைப்பாறிவிட்டு எல்லாரும் கிளம்பிக் கரையேறிய போது குந்தவிக்கு ஒரு நினைவு தோன்றியது. அகால மரணமடைந்தவர்களின் ஆவி அவர்கள் இறந்த இடத்திலேயே சுற்றிக் கொண்டிருக்கும் என்று சொல்வார்கள். அது உண்மையா? ஒருவேளை அந்த இளம் இரத்தின வியாபாரியின் ஆவியும் இந்த ஆற்றங்கரையிலேயே வட்டமிட்டுக் கொண்டிருக்குமா? நள்ளிரவில் இங்கே பயங்கரமாக அலறுமோ? - இப்படி அவள் எண்ணியபோது, எங்கேயோ வெகு தொலை தூரத்திலிருந்து மிகவும் தீனமான ஒரு குரல் கேட்பது போலிருந்தது. அந்த மெலிந்த குரல்,'அம்மா! அம்மா!' என்பது போல் அவளுக்குத் தோன்றியது. குந்தவியின் தேகம் சிலிர்த்தது. அது தன்னுடைய சித்தப் பிரமையா? அல்லது உண்மையில் இரத்தின வியாபாரியின் ஆவி அலறும் குரல்தானா? அண்ணாவிடம் கேட்கலாமென்று வாயெடுத்தாள். ஆனால் பேசுதவற்கு நா எழவில்லை.

இது என்ன அதிசயம்? பல்லக்கு மேலே போகப் போக, அந்தக் குரல் கெட்டியாகி வருகிறதே? இரத்தின வியாபாரியின் ஆவி தங்களைத்

தொடர்ந்து வருகிறதா, என்ன? இன்னும் சற்று தூரம் போனதும், "அம்மா! அம்மா!" என்னும் அந்த அபயக் குரல் தெளிவாகக் கேட்கத் தொடங்கியது. அது நிஜமான மனிதக் குரலாகவே தொனித்தது. ஒருவாறு குந்தவி சமாளித்துக் கொண்டு "அண்ணா! ஏதோ தீனக்குரல் கேட்பது போலிருக்கிறதே? உனக்குத் தெரிகிறதா?" என்று கேட்டாள். "ஆமாம், தங்காய்! யாரோ, 'அம்மா! அம்மா!' என்று அலறும் குரல் கேட்கிறது" என்று மகேந்திரன் சொல்லிக் குதிரை மேலிருந்தபடியே சுற்று முற்றும் பார்த்தான். "அதோ அந்த மண்டபத்திலிருந்து குரல் வருவது போலிருக்கிறது!" ஆற்றங்கரையிலிருந்து கூப்பிடு தூரத்திலேதான் விக்கிரமன் தங்கிய மகேந்திர மண்டபம் இருந்தது. சாலையில் அந்த மண்டபம் இருக்குமிடம் நெருங்கியதும், குரல் அங்கிருந்துதான் வருகிறது என்று ஐயமறத் தெரிந்தது. குந்தவி பல்லக்கை அந்த மண்டபத்தருகே கொண்டு போகச் சொன்னாள். ஏதோ ஒரு அதிசயத்தைக் காணப் போகிறோம்- என்ற எண்ணத்தினால் அவளுடைய நெஞ்சம் திக்திக் என்று அடித்துக் கொண்டது. மண்டபத்திலிருந்து வந்த குரல் விக்கிரமனுடையது தான் என்று வாசகர்கள் ஊகித்திருப்பார்கள். அன்று காலையில் பொன்னன் ஆழ்ந்த தூக்கத்திலிருந்து கண் விழித்து எழுந்தபோது, தனக்கு முன்னமே விக்கிரமன் எழுந்து உட்கார்ந்திருப்பதைக் கண்டான். "பொன்னா! கிளம்பலாமா?" என்று கேட்டான் விக்கிரமன். இருவரும் கலந்து யோசித்து, வெய்யிலுக்கு முன்னால் புறப்பட்டுச் சாலையோடு நடந்து போவது என்றும், வழியில் வண்டி கிடைத்தால் வைத்துக் கொள்வது என்றும் தீர்மானித்துக் கொண்டு கிளம்பினார்கள்.

ஆனால், கிளம்பிய விக்கிரமன் சில அடி தூரம் நடப்பதற்கு முன்னமே அவன் தள்ளாடுவதைப் பொன்னன் கவனித்தான். "மகாராஜா...." என்று அவன் ஏதோ கேட்க ஆரம்பிப்பதற்குள்ளே விக்கிரமன் தரையில் அப்படியே உட்கார்ந்து விட்டான். பொன்னன் பரபரப்புடன் விரைந்து விக்கிரமனை அணுகி, "ஐயோ! என்ன மகாராஜா? உடம்புக்கு என்ன?" என்று கேட்டான். "தலையை அசாத்தியமாய் வலிக்கிறது, பொன்னா! ஒவ்வொரு அடி எடுத்து வைக்கும்போதும் பட் பட் என்று போடுகிறது. காலும் தடுமாறுகிறது. எனக்கு என்னமோ தெரியவில்லை!" என்றான் விக்கிரமன். பொன்னன் அவனுடைய உடம்பைத் தொட்டுப் பார்த்து விட்டு, "ஐயோ! மகாராஜா! உடம்பு கொதிக்கிறதே! இராத்திரி நன்றாய்த் தூங்கினீர்களா?" என்று கேட்டான். "இல்லை; என்னவெல்லாமோ

ஞாபகங்கள். சரியாகத் தூக்கம் வரவில்லை." "ஜுரந்தான் காரணம், மகாராஜா! பாவி நான் கும்பகர்ணனைப் போல் தூங்கினேன். என்னை எழுப்பியிருக்கக்கூடாதா? - இந்த உடம்போடு உங்களால் ஒரு அடி கூட நடக்க முடியாது, வாருங்கள்!" என்று சொல்லி விக்கிரமன் கையைப் பிடித்துத் தூக்கிவிட்டு அணைத்துக் கொண்டபடியே மீண்டும் மண்டபத்திற்குள் கொண்டு சேர்த்தான். பிறகு, பொன்னன் நதிக்கரைப் பக்கம் ஓடிச் சென்று அங்கே சிந்திக்கிடந்த வைக்கோலையெல்லாம் திரட்டிக் கொண்டு வந்தான். வைக்கோலைப் பரப்பி அதன் மேல் விக்கிரமனைப் படுத்துக் கொள்ளச் செய்தான்.

மேலே என்ன செய்வது என்று இருவரும் யோசனை செய்தார்கள். சாலையோடு போகும் மாட்டு வண்டிக்காகக் காத்திருந்து, ஏதாவது ஒரு வண்டியை அமர்த்திக் கொண்டு அடுத்த ஊருக்குப் போவதென்றும், அங்கே வைத்தியம் பார்த்துக் கொண்டு கொஞ்சம் உடம்பு தேறியதும் கிளம்புவதென்றும் தீர்மானித்தார்கள். வேறு வழி எதுவும் இருப்பதாகத் தெரியவில்லை. "ஐயோ! இச்சமயம் வள்ளி இங்கே இல்லாமல் போனாளே? ஏதாவது மந்திர சக்தியினால் அவள் திடீரென்று இங்கே வந்துவிடக்கூடாதா?" என்று பொன்னன் அடிக்கடி எண்ணமிட்டான், ஜுரமாகக் கிடக்கும் விக்கிரமனுக்கு வேண்டிய சிசுருஷை செய்ய அவனுக்கு ஒன்றும் தெரியவில்லை. கொஞ்ச நேரத்துக்கெல்லாம் விக்கிரமன் 'தாகம்''தாகம்' என்று பறந்தான். அந்த மண்டபத்தின் பின்புறத்தில் பிரயாணிகள் சமையல் செய்துவிட்டு எறிந்திருந்த மண்சட்டிகள் சில கிடந்தன. அவற்றில் ஒரு சட்டியைப் பொன்னன் எடுத்துக் கொண்டு போய் நதியிலிருந்து தண்ணீர் கொண்டு வந்தான். பொற்கிண்ணத்தில் தண்ணீர் அருந்த வேண்டிய மகாராஜா இந்தப் பழைய மண்சட்டியில் குடிக்க வேண்டியதாயிற்றே என்று பொருமினான்.

நேரமாகிக் கொண்டேயிருந்தது. ஜுரமும் அதிகமாகிக் கொண்டிருந்தது. பொன்னனுக்கு ஒரு பக்கம் பசி எடுத்தது. இன்னது செய்வதென்று தெரியாமல் மனம் குழம்பிற்று. மகாராஜாவுக்கு வைத்தியம் செய்யாமல், தானும் சாப்பிடாமல் இருந்தால் இரண்டு பேரும் அங்கேயே மடிய வேண்டியதுதான். கடைசியாக ஒரு முடிவுக்கு வந்தான். பக்கத்திலுள்ள ஏதாவது ஒரு ஊருக்குப் போய் வைத்தியனையும் அழைத்துக் கொண்டு ஒரு வண்டியையும் அமர்த்திக் கொண்டு வரவேண்டியது. அதுவரையில் விக்கிரமனைச் சோழரின் குலதெய்வமான முருகக் கடவுள்தான்

காப்பாற்ற வேண்டும். விக்கிரமனும் வேறு வழியில்லையென்று இதற்குச் சம்மதிக்கவே, பொன்னன் மீண்டும் மீண்டும் மண்டபத்தைக் திரும்பிப் பார்த்துக் கொண்டு விரைவாக நடந்தான். பொன்னன் போன பிறகு விக்கிரமனுக்கு இன்னும் ஜுரம் அதிகமாயிற்று. கொஞ்ச நேரத்துக்கெல்லாம் நல்ல நினைவு தப்பிவிட்டது. மனத்தில் என்னவெல்லாமோ குழப்பமான எண்ணங்கள் குமுறின. வாய் என்னவெல்லாமோ சம்பந்தமில்லாத சொற்களைப் பிதற்றியது. அளவில்லாத வலியினால் உடம்பை முறித்துப் போட்டது. வர வரப் பலவீனம் அதிகமாயிற்று. கடைசியில் வாயிலிருந்து குமுறிய சொற்கள் வருவது நின்று,"அம்மா! அம்மா!" என்ற கதறல் மட்டும் தீனமான குரலில் வரத் தொடங்கியது.

இப்படிப்பட்ட நிலைமையில்தான் குந்தவியின் பல்லக்கு அந்த மண்டபத்தின் வாசலில் வந்து நின்றது. குந்தவி அவசரமாகப் பல்லக்கிலிருந்து இறங்கி மண்டபத்தின் வாசற்படியில் வந்து நின்று உள்ளே பார்த்தாள். ஆமாம்; இரத்தின வியாபாரிதான். அவனுடைய பால் வடியும் முகம் தாப ஜ்வரத்தினால் கோவைப் பழம் போல் சிவந்திருந்தது. விசாலமான கண்கள் ஒரு கணம் மேல்நோக்கித் திருதிருவென்று விழிப்பதும் மறுபடி மூடுவதுமாயிருந்தன. "அம்மா! அம்மா!" என்று வாய் அரற்றிற்று. இந்தக் காட்சியைக் கண்டதும் குந்தவியின் உள்ளத்தில் உண்டான உணர்ச்சிப் புரட்சியை உள்ளபடி விவரிப்பது இயலாத காரியம். வியப்பு, மகிழ்ச்சி, துக்கம், இரக்கம் ஆகிய பல்வேறு மாறுபட்ட உணர்ச்சிகள் ஒன்றோடொன்று கலந்து போராடின. எல்லாவற்றிற்கும் மேலாகப் பரபரப்பு விஞ்சி நின்றது. "அண்ணா! அண்ணா! இவன் இரத்தின வியாபாரிதான், அண்ணா! இவனுக்கு உடம்பு சரியில்லை போலிருக்கிறது, வைத்தியரைக் கூப்பிடு" என்று கூச்சலிட்டாள். ராஜப் பிரயாணிகளுடன் கூடப் பிரயாணம் செய்த ராஜ வைத்தியர் வந்து பார்த்தார். "கடுமையான விஷ ஜுரம்; உடனே சிகிச்சை செய்ய வேணும். குணமாவதற்குப் பத்து நாள் பிடிக்கும்" என்றார். பாவம்! இவனை நம்முடன் அழைத்துப் போகலாம் அண்ணா! செண்பகத் தீவைப் பற்றி இவனிடம் கேட்க வேண்டிய காரியமும் இருக்கிறதல்லவா?" என்றாள் குந்தவி.

பிறகு காரியங்கள் வெகுதுரிதமாக நடந்தன. இராஜ வைத்தியர் ஏதோ மருந்து எடுத்துக் கொண்டு வந்து விக்கிரமனுடைய நாவில் தடவினார். பின்னர் அவனைத் தூக்கிக் கொண்டு வந்து குந்தவியின் பல்லக்கில்

போட்டார்கள். குந்தவி குதிரை மீது ஏறிக் கொண்டாள். மறுபடியும் பிரயாணம் ஆரம்பமாயிற்று. பொன்னன் போன இடத்தில் வெகு கஷ்டப்பட்டு ஒரு வைத்தியனைத் தேடிப் பிடித்தான். வண்டியும் அமர்த்திக் கொண்டு மகேந்திர மண்டபத்துக்கு வந்து, "மகாராஜாவுக்கு எப்படியிருக்கிறதோ?" என்று திக்திக்கென்று நெஞ்சு அடித்துக் கொள்ள உள்ளே வந்து பார்த்த போது மண்டபம் சூனியமாயிருக்கக் கண்டான். அவன் தலையில் திடீரென்று இடி விழுந்தது போல் இருந்தது.

அத்தியாயம் பதினெட்டு

பராந்தக புரத்தில்

சூனியமான அந்த மகேந்திர மண்டபத்தைப் பொன்னன் உள்ளும் புறமும் பலமுறை சுற்றிச் சுற்றித் தேடினான். மகாராஜா எப்படி மாயமாய்ப் போயிருப்பார் என்று சிந்தனை செய்தான். நேற்றுச் சாயங்காலம் காட்டு வெள்ளத்தில் கரை சேர்த்தது முதல் நடந்தனவெல்லாம் ஒருவேளை கனவோ, என்றுகூட அவனுக்குத் தோன்றியது. இதற்கிடையில் வைத்தியனும் வண்டிக்காரனும் அவனைத் தொந்தரவு செய்யத் தொடங்கினார்கள். தன்னிடம் ஆபத்துக் காலத்தில் செலவுக்காக வைத்திருந்த பொற்காசுகளில் ஒன்றை அவர்களுக்குக் கொடுத்து அனுப்பினான். இளவரசருக்கு ஜுரம் முற்றி ஜன்னியின் வேகத்தினால் எழுந்து ஓடிப் போயிருப்பாரோ என்று பொன்னன் மனத்தில் தோன்றிய போது, பகீர் என்றது. அவனும் பித்தம் கொண்டவனைப் போல் அங்குமிங்கும் அலையத் தொடங்கினான். குடுகுடுவென்று நதிக்கரைக்கு ஓடுவான். மறுபடியும் மகேந்திர மண்டபத்துக்கு வந்து ஆசையுடன், நெஞ்சு திக்திக்கென்று அடித்துக் கொள்ள, உள்ளே எட்டிப் பார்ப்பான். மனம் கலங்கியிருந்த படியால் இன்னது செய்கிறோமென்று தெரியாமல் விக்கிரமன் படுத்திருந்த வைக்கோலை எடுத்து உதறுவான். பிறகு வெளியிலே வந்து, உறையூர் சாலையோடு கொஞ்ச தூரம் போவான், மறுபடியும் திரும்பி வருவான்.

இப்படி ஒரு தடவை அவன் திரும்பி மண்டபத்தை நோக்கி வந்தபோது, மண்டபத்திலிருந்து சற்றுத் தூரத்திலிருந்த ஒரு பெரிய இலுப்ப மரத்துக்குப் பின்னால் ஒரு உருவம் மறைவதைக் கண்டான். அது ஒரு சித்திரக்குள்ளனின் வடிவமாகத் தெரிந்தது. கொல்லி மலையில் அருவிப் பாதையில் தான் அன்று பார்த்த பயங்கர உருவங்கள் பொன்னனுக்கு ஞாபகம் வந்தன. நேற்றிரவு இருளில் நடந்த சம்பாஷனையும் நினைவு வந்தது. "ஓஹோ! மகாராஜா நரபலிக்காரர்களின் கையிலேதான் அகப்பட்டுக் கொண்டார்" என்று எண்ணியபோது, பொன்னனுக்கு வந்த ஆத்திரத்துக்கும் துயரத்திற்கும் அளவேயில்லை. இந்த ஆத்திரத்தையெல்லாம் அந்தக் குள்ளன் மேல் காட்டி விடுவது என்ற நோக்கத்துடன் பொன்னன் இலுப்ப மரத்தை நோக்கி வேகமாய்ப் பாய்ந்து சென்றான். தன்னைப் பிடிக்க வருகிறான் என்று தெரியாமல் மறைந்து

நின்ற குள்ளன் மேல் திடீரெனப் பாய்ந்து கெட்டியாகப் பிடித்துக் கொண்டு இரண்டு குலுக்குக் குலுக்கினான்.

முதலில் சற்றுத் திகைத்த குள்ளன் விரைவில் சமாளித்துக் கொண்டு, "என்ன அப்பா! என்ன சமாசாரம்? எதற்காக இவ்வளவு ஆத்திரம்?" என்று கேட்டான். "அடே குள்ளா! மகாராஜா எங்கே?" என்று பொன்னன் அலறினான். "மகாராஜாவா? அது யாரப்பா, மகாராஜா?" உடனே பொன்னனுக்குத் தன்னுடைய தவறு ஞாபகம் வந்தது. உதட்டைக் கடித்துக் கொண்டு, "அந்த மண்டபத்தில் படுத்திருந்தவர் எங்கே?" என்று கேட்டான். குள்ளன் தன்னுடைய இடுப்புத் துணியின் மடியை அவிழ்த்து உதறினான். பொன்னனைக் கேலியாகப் பார்த்து, "ஐயையோ! என் மடியிலே வைத்திருந்தேன், காணோமே!" என்றான். பொன்னனுக்கு இந்தக் கேலி ரசிக்காமல் குள்ளனை அடிப்பதற்காகக் கையை ஓங்கினான். துடுப்புப் பிடித்த வைரமேறிய அந்தக் கையின் அடி குள்ளன் மேல் விழுந்திருந்தால் என்ன ஆகியிருக்குமோ, தெரியாது. ஆனால், அதற்குள்ளே குள்ளன் உடம்பை ஒரு நெளி நெளித்துப் பொன்னனுடைய பிடியிலிருந்து விடுவித்துக் கொண்டு ஒரே பாய்ச்சலாகப் பாய்ந்து மறுகணம் மாயமாய் மறைந்தான். பொன்னன் அளவிட முடியாத கோபத்துடன் அங்குமிங்கும் ஓடினான். இதற்குள் இருட்டிவிட்டபடியால் பத்தடி தூரத்துக்கு மேல் கண் தெரியவில்லை. மேலும் இந்த இடத்தில் நாலாபுறமும் புதர்களாயிருந்தன. எனவே குள்ளனைக் கண்டுபிடிக்க முடியவில்லை. மிக்க மனச்சோர்வுடன் பொன்னன் திரும்ப யத்தனித்த போது, திடீரென்று அந்த இலுப்ப மரத்தின் மேலேயிருந்து "ஊ" என்று ஆந்தை கத்துவதுபோல் ஒரு குரல் கேட்டது. பொன்னன் திகிலுடன் மேலே அண்ணாந்து பார்த்தான். அடர்ந்த மரக்கிளையில் இருண்ட குள்ளவடிவம் காணப்பட்டது. இன்னொரு தடவை "ஊ" என்று அழகு காட்டுவது போல் அவ்வுருவம் கூவிற்று.

பொன்னனுக்கு அப்போது வந்த கோபம் இவ்வளவு அவ்வளவு அல்ல. அந்த மரத்தை வேரோடு பிடுங்கிச் சாய்த்து விடலாம் என்று எண்ணினான். அப்போது குள்ளன், "அடே புத்தியற்றவனே! மகா பத்திரகாளியின் பக்தனை உன்னால் என்ன செய்ய முடியும்?" என்று கேட்டான். பொன்னனுடைய மனதில் இப்போது ஒரு யுக்தி தோன்றியது. அதைப் பற்றி அவன் யோசித்துக் கொண்டிருக்கும்போதே குள்ளன்,"அடே முரடா! நீயும் மகாகாளியின் பக்தன் ஆகின்றாயா? உன் கஷ்டங்கள்

எல்லாம் நீங்கும்" என்றான். "என்னையா காளி பக்தனாகச் சொல்லுகிறாய்" என்று பொன்னன் சிரித்தான். "ஏண்டா சிரிக்கிறாய்? ஜாக்கிரத்தை! காளியின் கோபத்துக்கு ஆளாவாய்!" அப்போது பொன்னன், "நான் சேர்ந்துவிட்டேன், அப்பா, சேர்ந்துவிட்டேன். ஆனால் என்ன பிரயோசனம்? கபால பைரவர் எனக்கு இட்ட கட்டளையை நிறைவேற்றத் தவறிவிட்டேனே! ஐயோ, அவருக்கு என்ன சொல்வேன்?" என்றான். அப்போது குள்ளன் வியப்புடன், "அப்படியா! என்ன கட்டளையிட்டிருந்தார்?" என்று கேட்டான். "இந்த மண்டபத்தில் படுத்திருந்தவனைப் பத்திரமாய்க் கொல்லி மலைக்குக் கொண்டு வரச் சொன்னார். நேற்று ராத்திரி இந்த இடத்தில்தான் கட்டளை இட்டார். ஐயோ! தவறிவிட்டேனே?" என்று பொன்னன் அழுகிற குரலில் கூறினான். "அடடா! முன்னமே சொல்லியிருக்கக்கூடாதா? நீ வருவதற்குச் சற்று முன்னால், காஞ்சிச் சக்கரவர்த்தியின் மகனும் மகளும் இந்த வழியே போனார்கள். அவர்கள் அந்த மண்டபத்தின் அருகில் நின்றார்கள். மண்டபத்திலிருந்து ஒருவனை எடுத்துக் கொண்டு வந்து பல்லக்கில் ஏற்றிக்கொண்டார்கள். அவன் யார் என்று எனக்குத் தெரியவில்லை, உனக்குத் தெரியுமா?" என்று கேட்டான்.

இந்தக் கேள்வி பொன்னன் காதில் விழவில்லை. ஏனெனில் அவன் வைத்தியனையும் கட்டை வண்டியையும் அழைத்து வந்தபோது எதிரில் குதிரை, பல்லக்கு முதலிய ராஜ பரிவாரங்கள் வருவதைக் கண்டு ஒதுங்கி நின்றான். குதிரைமேல் குந்தவி தேவியைக் கண்டதும் அவளுடைய கண்ணில் பட்டு விடாமல் வண்டியின் பின்னால் நன்றாய் மறைந்து கொண்டான். பல்லக்கை அவன் கவனிக்கவில்லை. இப்போது அதெல்லாம் பளிச்சென்று ஞாபகம் வந்தது. குள்ளன் சொல்வது உண்மையாயிருக்கலாமென்று தோன்றிற்று. "ஏனப்பா மௌனமாயிருக்கிறாய்! என்ன யோசிக்கிறாய்?" என்று குள்ளன் மரத்தின் மேலிருந்து கேட்டான். பொன்னன் அவனைப் பார்த்து, "என்ன யோசிக்கிறேனா! உன்னை எப்படிக் காளிக்குப் பலி கொடுப்பது என்றுதான் யோசிக்கிறேன்" என்று கூறி, கீழே கிடந்த ஒரு கல்லை எடுத்து அவன்மேல் வீசி எறிந்தான்.

குள்ளன் அப்போது முன்னம் விக்கிரமன் கத்தியை ஓங்கியவுடன் செய்ததைப் போல் வாயைக் குவித்துக் கொண்டு, தீர்க்கமான ஒரு கூச்சலைக் கிளப்பினான். அந்தப் பயங்கரமான ஒலியைக் கேட்டதும்

பொன்னனுக்கு உடம்பெல்லாம் மயிர்க் கூச்சலெடுத்தது. அங்கிருந்து அவன் ஒரே ஓட்டமாக உறையூர்ச் சாலையை நோக்கி ஓடத் தொடங்கினான். அந்தக் காட்டாற்றங்கரையிலிருந்து சுமார் காத தூரத்திலிருந்த பராந்தகபுரம் என்னும் ஊரைப் பொன்னன் அடைந்தபோது, இருட்டி ஒரு ஜாமத்துக்கு மேலிருக்கும். ஆனால் அங்கே தீவர்த்தி வெளிச்சமும் வாத்திய முழக்கமுமாய் ஏக தடபுடலாயிருந்தது. பொன்னன் என்னவென்று விசாரித்த போது, சக்கரவர்த்தியின் திருக்குமாரரும், திருக்குமாரியும் விஜயம் செய்திருப்பதாகவும், அவர்களுக்கு வரவேற்பு உபசாரங்கள் அவ்வூர்க் கோயிலில் நடந்து கொண்டிருப்பதாகவும், அதற்காக ஊருக்கு வெளியே கூடாரங்கள் அடிக்கப்பட்டிருப்பதாகவும் தெரிந்து கொண்டான்.

அவர்கள் ஆலயத்தில் இருக்கும் சமயத்தில் தன்னுடைய சோதனையை முடித்துக் கொள்ள வேண்டும் என்ற எண்ணத்துடன் கூடாரங்கள் அடிக்கப்பட்டிருந்த இடத்திற்குப் பொன்னன் விரைந்து சென்றான். ஊரைச் சேர்ந்தாற்போல் ஒரு மைதானத்தில் கூடாரங்கள் அடிக்கப்பட்டிருந்தன. யுவராஜா மகேந்திரனும் குந்தவி தேவியும் கோயிலுக்குப் போயிருந்தபடியால் இங்கே அவ்வளவு ஜனக்கூட்டம் இல்லை. சில காவற்காரர்கள் மட்டும் அங்குமிங்கும் நின்றார்கள். பணிப்பெண்களும் ஏவலாளர்களும் கூடாரங்களுக்குள் படுக்கை விரித்தல் முதலிய காரியங்களைச் செய்து கொண்டிருந்தார்கள். மைதானத்தின் ஒரு புறத்தில் கிளுவைச் செடிகளால் ஆன உயரமான வேலி அமைந்திருந்தது. அந்த வேலி ஓரமாகப் பொன்னன் சென்றான். ஓரிடத்தில் இரண்டு பணிப்பெண்கள் வம்பு பேசிக் கொண்டிருந்தது அவன் காதில் விழுந்தது.

"ஏண்டி, மரகதம்! திருவெண்ணெய் நல்லூரில் போய் இரவு தங்குவதற்காக அல்லவா ஏற்பாடு இருந்தது? இங்கே எதற்காகத் தங்கியிருக்கிறோம்?" என்று ஒருத்தி கேட்டாள். "உனக்குத் தெரியாதா என்ன? வைத்தியர் சொன்னாராம். நோயாளிக்கு அமைதி வேண்டும் என்று. பல்லக்கிலே நெடுந்தூரம் தூக்கிக் கொண்டு போனால் அவரது உடம்பு நெகிழ்ந்து கொள்ளலாம் என்றாராம். அதற்காகத் தான்...." "ஆமாண்டி, அது யாரடி அப்பேர்ப்பட்ட நோயாளி? அவனுக்காக இவ்வளவு தடபுடல் படுகிறதே?" "அவன் செண்பகத் தீவிலிருந்து வந்த இரத்தின வியாபாரியாம், தேவசேனன் என்று பெயராம். மாமல்லபுரத்து வீதியில் நமது தேவியைப் பார்த்தானாம். உறையூரில் இருக்கும் தன் தாயாரைப் பார்க்கப்

போவதாகச் சொன்னானாம். அவன் அந்த ஆற்றங்கரை மண்டபத்தில் அநாதையாய்க்கிடக்கவே, தேவி அவனை நம்மோடு உறையூருக்கு அழைத்துக் கொண்டு போகலாமென்று பல்லக்கில் ஏற்றிக் கொண்டாள்." "அடி மரகதம்! இதில் ஏதோ மர்மம் இருக்கிறதடி!" "என்ன மர்மம்!" "கட்டாயம் இருக்கிறது; இல்லாவிட்டால் வழியில் அநாதையாய்க் கிடந்தவனுக்கு இப்படி இராஜ வைத்தியமும் இராஜோபசாரமும் நடக்காதடி மரகதம்!" "சீச்சீ..."

"அவனை இந்த ஊரிலேயே விட்டுவிட்டு வைத்தியம் பார்த்து அனுப்பி வைக்கச் சொல்லலாமல்லவா? நம்மோடு எதற்காகப் பல்லக்கில் ஏற்றி அழைத்துப் போக வேண்டும்?" "ஆமாண்டி, தங்கம்! அதற்குக் காரணம் இருக்கிறது. ஆனால், உனக்குச் சொல்லமாட்டேன்." "சொல்லாமற் போனால், நான் உன்னோடு பேசப் போவதில்லை." "இல்லையடி, கோபித்துக் கொள்ளாதே, இங்கே கிட்ட வா, சொல்லுகிறேன். யார் காதிலாவது விழப்போகிறது!" "சொல்லு பின்னே..." "உறையூர் இராஜகுமாரன் செண்பகத் தீவில்தான் இருக்கிறானாம். அவனை நம் தேவி காஞ்சிநகர் வீதியிலே பார்த்ததும், அவனை மன்னிக்கும்படி சக்கரவர்த்தியிடம் வேண்டிக் கொண்டதும் தெரியுமோ, இல்லையோ? அந்த இராஜகுமாரனைப் பற்றி விசாரித்துத் தெரிந்து கொள்ளலாமென்றுதான் பின்னோடு இந்த இரத்தின வியாபாரியை அழைத்து வருகிறார்." "ஓகோ! அப்படியானால் உறையூருக்குப் போன பிறகும் இவன் தம்முடன் வஸந்த மாளிகையிலேதான் இருப்பானாக்கும்?" "ஆமாம்." "ஏண்டி மரகதம், அந்த இரத்தின வியாபாரியை நீ பார்த்தாயாடி?" "பார்க்காமலென்ன? நான்தானே அவனுக்கு மருந்து கொடுக்கிறேன்!" "அவன் இளம் வயதாமேடி?" "ஆமாம்; அதனாலென்ன?" "ரொம்ப அழகாயிருக்கிறானாமே? முகத்தில் களை சொட்டுகிறதாமே?" "அதற்காக...." "எனக்கென்னமோ மரகதம், கொஞ்சம் கூடப் பிடிக்கவில்லை. அப்படிப்பட்டவனை நமது தேவி தன் பக்கத்தில்...." "அடி, பாவி! தேவியைப் பற்றி ஏதாவது சொன்னாயோ, உன் நாக்கைச் சுட்டு விடுவேன்!" "சண்டாளி! தேவியைப் பற்றி நான் என்னடி சொன்னேன்?" "ஏதோ சொல்ல ஆரம்பித்தாயே!"

"சீ! தேவியைப் பற்றிச் சொல்வேனாடி? அப்படிப்பட்ட இளம் ரூபவானுக்குப் பக்கத்தில் உன்னைக் கொண்டுபோய் விட்டு, மருந்தும் கொடுக்கச் சொன்னால் நீ இலேசுப்பட்டவளாடி? பெரிய மாயக்காரியாச்சே!

வேறு ஏதாவது மருந்து கொடுத்து விட்டாயானால்... ஐயையோ!
கிள்ளாதேடி!...." இப்படிப் பேசிக் கொண்டே பணிபெண்கள் இருவரும்
வேலி ஓரத்திலிருந்து அப்பால் போய் விட்டார்கள். பொன்னன் மேற்கண்ட
சம்பாஷணையில் ஒரு வார்த்தை விடாமல் மிகவும் கவனமாய்க்
கேட்டான். அவன் மனதில் வெகுகாலமாக அறிந்திராத மகிழ்ச்சி
உண்டாயிற்று. இன்னும் கொஞ்ச தூரம் வேலி ஓரமாகப் போனான். ஒரு
கூடாரத்தில் கொஞ்சம் கலகலப்பாயிருந்தது. அங்கே வேலியைச் சற்று
விலக்கிக் கொண்டு உற்று நோக்கினான். தீவர்த்தி வெளிச்சத்தில்,
கட்டிலில் விக்கிரமன் படுத்திருப்பதும், பக்கத்தில் வைத்தியர் உட்கார்ந்து
கையைப் பிடித்துப் பார்த்துக் கொண்டிருப்பதும் தெரிந்தது. சற்று நேரம்
உற்றுப் பார்த்துக் கொண்டே இருந்து விட்டுப் பொன்னன் அங்கிருந்து
திரும்பினான்.

அத்தியாயம் பத்தொன்பது

பொன்னனின் சிந்தனைகள்

பொன்னன் பராந்தக புரத்தின் வீதியில் போய்க் கொண்டிருந்தபோது, எதிரில் இராஜ பரிவாரங்கள் வந்து கொண்டிருப்பதைக் கண்டு ஒதுங்கி நின்றான். பல்லக்கில் அமர்ந்திருந்த குந்தவிதேவியைத் தீவர்த்தி வெளிச்சத்தில் பார்த்தான். இதற்கு முன் அவன் மனதில் என்றும் தோன்றாத பக்தியும் மரியாதையும் அவளிடம் அவனுக்கு உண்டாயிற்று. தெய்வீக சௌந்தரியம் பொருந்திய இந்தத் தேவியின் உள்ளமும் தெய்வத் தன்மை கொண்டதாக வல்லவா இருக்கிறது? வழியில் அநாதையாய்க் கிடந்தவனைத் தூக்கித் தன்னுடைய பல்லக்கில் ஏற்றிக் கொண்டு வருவதற்கு எவ்வளவு கருணை, தயாளம், பெருந்தன்மை வேண்டும்?

அன்றிரவு பொன்னன் அவ்வூர்க் கோயில் பிராகாரத்தில் படுத்துக் கொண்டே மேலே செய்ய வேண்டியதைப் பற்றிச் சிந்தனை செய்தான். இளவரசரோ சரியான சம்ரக்ஷணையில் இருக்கிறார். குந்தவி தேவியைக் காட்டிலும் திறமையாக அவரைத் தன்னால் கவனிக்க முடியாது. இளவரசர் எங்கே போக விரும்பினாரோ அவ்விடத்துக்கே குந்தவிதேவி அவரை அழைத்துப் போகிறார். ஏதோ சோழ வம்சத்தின் குலதெய்வமே இவ்விதம் ஏற்பாடு செய்ததென்று சொல்லும்படி எல்லாம் நடந்திருக்கிறது. எப்படியும் இளவரசருக்கு உடம்பு நன்றாய்க் குணமாகச் சில தினங்கள் ஆகும். அதுவரைக்கும் அவரைத் தான் பார்க்கவோ, பேசவோ சௌகரியப்படாது. பின்னர், அவருக்கு உடம்பு குணமாகும் வரையில் தான் என்ன செய்வது? பின்னோடு தொடர்ந்து போவதினாலோ, உறையூருக்குப் போய் உட்கார்ந்திருப்பதினாலோ என்ன பிரயோஜனம்? அதைக் காட்டிலும் ராணி அருள்மொழித் தேவியை விடுதலை செய்ய வேண்டிய காரியத்தைப் பார்ப்பது நலமல்லவா? இதற்குச் சிவனடியாரைப் போய்ப் பார்த்து அவருடன் கலந்து ஆலோசனை செய்ய வேண்டும். அருள்மொழித் தேவியைப் பற்றி ஏதாவது துப்புத் தெரிந்தவுடன் தம்மிடம் வந்து தெரிவிக்கும்படி சொல்லியிருக்கிறார். தம்மைச் சந்திக்க வேண்டிய இடத்தையும் குறிப்பிட்டிருக்கிறார். மாமல்லபுரத்துக்குச் சமீபத்தில் அடர்ந்த காட்டுக்குள் மறைந்திருக்கும் சிற்பியின் வீட்டைக் கண்டுபிடிக்கச் சொல்லியிருக்கிறார். அங்கே போய் அவரைச் சந்தித்து எல்லா

விஷயங்களையும் சொல்லி, அவருடைய யோசனைப்படி நடப்பதுதான் உசிதம் என்று தீர்மானித்தான்.

மறுநாள் காலையில் இராஜ பரிவாரங்கள் பராந்தகபுரத்தை விட்டுக் கிளம்பி உறையூர்ச் சாலையில் போவதைத் தூர இருந்து பொன்னன் பார்த்து, "பகவானே! எங்கள் இளவரசரைக் காப்பாற்று; நான் மாமல்லபுரத்திலிருந்து திரும்பி வருவதற்குள் அவர் உடம்பு பூரணமாய்க் குணமாகி விடவேண்டும்" என்று மனதிற்குள் வேண்டிக் கொண்டான். பரிவாரங்கள் மறைந்ததும், எதிர்த் திசையை நோக்கி நடக்கலானான். அவனுடைய கால்கள் மாமல்லபுரத்தை நோக்கிச் சென்று கொண்டிருந்த போதிலும் உள்ளம் மட்டும் இளவரசர் படுத்திருந்த பல்லக்குடன் உறையூரை நோக்கிப் போய்க் கொண்டிருந்தது. குந்தவி தேவியின் பராமரிப்பில் இளவரசர் இருப்பதினால் ஏற்படக்கூடிய அபாயம் அவனுக்கு அடிக்கடி நினைவு வந்து கொண்டிருந்தது. பல்லக்கில் படுத்திருக்கும் நோயாளி உண்மையில் சோழநாட்டு இளவரசர் என்பதைக் குந்தவி அறிந்தால் என்ன ஆகும்? ஜுர வேகத்தில் இளவரசர் பிதற்றும்போது அந்த உண்மை வெளியாகி விடலாமல்லவா? அல்லது வஸந்த மாளிகையில் அவர் நல்லுணர்வு பெற்றதும், திடீரென்று பழைய இடங்களைப் பார்க்கும் வியப்பினால் தாம் இன்னார் என்பதை வெளியிட்டு விடலாமல்லவா? - அதனால் ஒருவேளை ஏதேனும் விபரீதம் விளைந்துவிடுமோ? குந்தவிதேவிக்கு உண்மை தெரிந்தால் அவளுடைய தமையனுக்கும் தெரிந்துதான் தீரும். பிறகு, சக்கரவர்த்திக்கும் தெரியாமலிராது. சக்கரவர்த்தியினால் தேசப் பிரஷ்டம் செய்யப்பட்டவர் அல்லவா இளவரசர்? அதை மீறிப் பொய் வேஷத்தில் வந்ததற்குச் சிட்சை மரணமேயல்லவா?

ஆனால், கடவுள் அருளால் அப்படியெல்லாம் ஒன்றும் நேராது என்று பொன்னன் தன்னைத்தானே தைரியப்படுத்திக் கொண்டான். குந்தவி தேவிக்கு ஒருவேளை உண்மை தெரிந்தால், அவர் இளவரசரைக் காப்பாற்றவே முயல்வார். முன்னம், தேசப் பிரஷ்ட தண்டனை விதிக்கப்பட்ட போதே அவருக்காக மன்னிப்புக் கோரி மன்றாடியதாகக் கேள்விப்பட்டிருக் கிறோமே? அதைப் பற்றிச் சிவனடியார் அருள்மொழி ராணியிடம் எவ்வளவெல்லாம் சொன்னார்?.... சிவனடியாரையும் குந்தவி தேவியையும் பற்றிச் சேர்ந்தாற் போல் நினைத்ததும், பொன்னனுக்கு நேற்றிரவு மகேந்திர மண்டபத்தின் வாசலில் நடந்த சம்பாஷணை

நினைவு வந்தது. மனதில் இன்னதென்று சொல்ல முடியாத கவலையும் திகிலும் உண்டாயின. சிவனடியாரைப் பிடித்துக் கொண்டு வரும்படி குந்தவி தேவி மாரப்ப பூபதிக்குக் கட்டளையிட்டிருக் கிறாராமே? இது எதற்காக?

அந்தச் சிவனடியார்தான் யார்? அவர் உண்மையில் உத்தம புருஷர்தானா? அல்லது கபட சந்நியாசியா? சோழ குலத்துக்கு அவர் உண்மையில் சிநேகிதரா? அல்லது சிநேகிதர் போல் நடிக்கும் பகைவரா? இளவரசர் திரும்பி வந்திருப்பது பற்றியும், இப்போது குந்தவி தேவியின் பராமரிப்பில் வஸந்த மாளிகைக்குப் போயிருப்பது பற்றியும் அவரிடம் சொல்லலாமா, கூடாதா! - ஐயோ அதையெல்லாம் பற்றி இளவரசரிடம் கலந்து பேசாமற் போனோமே என்று பொன்னன் துக்கித்தான். இன்னொரு விஷயம் பொன்னனுக்கு வியப்பை அளித்தது. இளவரசரை ஒற்றர் தலைவன் ஆபத்திலிருந்து விடுவித்த பிறகு அன்றிரவு காட்டில் ஒரு சிற்பியின் வீட்டில் தங்கியதாக அல்லவா சொன்னார்! தன்னைச் சிவனடியார் வந்து காணச் சொல்லியிருப்பதும் காட்டின் நடுவில் உள்ள சிற்பியின் வீட்டில்தானே? அடையாளங்களைப் பார்த்தால் இரண்டும் ஒரே இடமாகவல்லவா தோன்றுகிறது? ஒற்றர் தலைவனுக்கும் சிவனடியாருக்கும் ஏதேனும் சம்பந்தம் உண்டா?

சிவனடியார் ஒரு மகான் என்ற எண்ணம் பொன்னனுக்குப் பூரணமாக இருந்தது. அவர் தன்னை ஒரு சமயம் மாரப்பனிடம் அகப்படாமல் காப்பாற்றியதை அவன் எந்த நாளும் மறக்க முடியாது. இன்னும் அருள்மொழி ராணி அவரிடம் பூரண நம்பிக்கை வைத்திருந்தார் என்பதிலும் சந்தேகமில்லை. ஆனாலும், அவர் உண்மையான சிவனடியார் அல்ல - அவ்விதம் வேடம் பூண்டவர் என்று சந்தேகிப்பதற்கு வேண்டிய ஆதாரங்கள் இருந்தன. வள்ளி இவ்விதம் சந்தேகத்துடன் அவர் யார் என்பதைப் பற்றியும் ஒரு ஊகம் கூறினாள். அதாவது அவர் உண்மையில் பார்த்திப மகாராஜாதான் - மகாராஜா போர்க்களத்தில் சாகவில்லை - தன்னந்தனியே தாம் உயிர் தப்பி வந்ததை அவர் யாருக்கும் தெரிவிக்க விரும்பாமல் சிவனடியார் வேஷம் பூண்டிருக்கிறார் என்று வள்ளி சொன்னாள். அவளுடைய மதியூகத்தில் பொன்னனுக்கு எவ்வளவோ நம்பிக்கை உண்டு என்றாலும் இதை அவனால் ஒப்புக் கொள்ள முடியவில்லை.

அவனுடைய சந்தேகத்தை அதிகப்படுத்தும்படியான இன்னொரு சம்பவம் நேரிட்டிருந்தது. அருள்மொழி ராணி தீர்த்த யாத்திரை கிளம்பிச் சென்ற பிறகு பொன்னன் பெரிதும் மனச்சோர்வு அடைந்திருந்தான். தோணித் துறைக்குச் சற்றுத் தூரத்தில் காட்டிலிருந்த ஐயனார் கோயிலுக்குப் போய்ப் பிரார்த்தனை செய்யலாமென்று அவன் போனான். அங்கே சந்நிதியில் வைத்திருந்த மண் யானைகளில் ஒன்று உடைந்து விழுந்திருப்பதைக் கண்டான். அதனருகில் அவன் சென்று பார்த்தபோது, மண் குதிரையின் வயிற்றுக்குள் ஒரு துணி மூட்டை இருந்தது. அதிசயத்துடன் அவன் அந்த மூட்டையை அவிழ்த்துப் பார்த்தான். அதற்குள் புலித்தோல், ருத்திராட்சம், பொய் ஜடாமுடி முதலியவைகள் இருக்கக் கண்டான். அப்போது அவனுக்கு உண்டான வியப்புக்கு அளவேயில்லை. யோசிக்க, யோசிக்க இது சிவனடியாருடைய வேஷப் பொருள்கள்தான் என்பது நிச்சயமாயிற்று. அந்த வேஷதாரி யார்? அவர் நல்லவரா, பொல்லாத சூழ்ச்சிக்காரரா? அவரை நம்பலாமா, கூடாதா? அந்தப் பயங்கர மகா கபால பைரவர் மாரப்பன் காதோடு, சிவனடியாரைப் பற்றி ஏதோ சொன்னாரே அது என்ன? கருணையும், தயாளமும் உருக்கொண்ட குந்தவி தேவி எதற்காக அச்சிவனடியார் மேல் வெறுப்புக் கொண்டிருக்கிறாள்?

இதெல்லாம் பொன்னனுக்கு ஒன்றும் விளங்கவில்லை. ஆனால், அவன் ஒன்று நிச்சயம் செய்து கொண்டான். இந்தத் தடவை சிவனடியாரைச் சந்தித்ததும் அவரைத் தெளிவாக "சுவாமி! தாங்கள் யார்?" என்று கேட்டுவிட வேண்டியதுதான். திருப்தியான விடை சொன்னால் இளவரசர் திரும்பி வந்ததைப் பற்றியும், அருள்மொழி ராணி இருக்குமிடத்தைப் பற்றியும் அவருக்குத் தெரிவிக்க வேண்டும். தகுந்த மறுமொழி கூறித் தன் சந்தேகத்தைத் தீர்க்காவிட்டால் ஒன்றும் சொல்லாமல் திரும்பி வந்துவிட வேண்டும். இளவரசருக்கு உடம்பு குணமான பிறகு அவரை எப்படியாவது சந்தித்துக் கலந்து ஆலோசித்துக் கொண்டு மேற்காரியங்களைச் செய்ய வேண்டும். இவ்விதம் பலவிதமாக யோசனைகளும், தீர்மானங்களும் செய்துகொண்டு பொன்னன் வழி நடந்து சென்றான். ஆங்காங்கே போக்கு வண்டிகள் கிடைக்கும் போதெல்லாம் ஏறிக்கொண்டு போனான். கடைசியில், மாமல்லபுரம் போகும் குறுக்குப் பாதையிலும் இறங்கிச் சென்றான். காட்டின் மத்தியிலுள்ள சிற்பியின் வீட்டுக்குச் சிவனடியார் மிகத் தெளிவாக அடையாளங்கள்

சொல்லியிருந்தார். அந்த அடையாளங்கள் புலப்படுகின்றனவா என்று வெகு கவனமாய்ப் பார்த்துக் கொண்டு அவன் போய்க் கொண்டிருக்கையில் அவனுக்கு எதிரே சற்றுத் தூரத்தில் ஒரு குதிரை வருவதையும், அது சட்டென்று குறுக்கே காட்டில் புகுந்து போவதையும் பார்த்தான். குதிரை மேலிருந்த வீரன் தன்னைக் கவனித்தானா இல்லையா என்பது பொன்னனுக்குத் தெரியவில்லை. ஆனால் இளவரசர் சொன்ன அடையாளத்திலிருந்து அவன் ஒற்றர் தலைவனாயிருக்கலாமென்று தோன்றியது.

திரும்ப வேண்டிய இடத்தைப் பற்றிச் சிவனடியார் கூறிய அடையாளங்கள் அதே இடத்தில் காணப்படவே பொன்னன் அங்கேயே தானும் திரும்பினான். படர்ந்து தழைத்திருந்த செடிகொடிகளை உராய்ந்து கொண்டு குதிரை போகும் சத்தம் நன்றாய்க் கேட்டுக் கொண்டிருந்தது. அந்த வழியைத் தொடர்ந்து பொன்னனும் போனான். ஒரு நாழிகை நேரம் இவ்விதம் போன பிறகு கொஞ்சம் திறந்தவெளி காணப்பட்டது. அதில் ஒரு அழகான சிற்ப வீடு தோன்றியது. அவன் சாலையில் பார்த்த குதிரை அவ்வீட்டின் பக்கத்தில் நிற்பதைக் கண்டான். அதே சமயத்தில் அவ்வீட்டிற்குள்ளிருந்து சிவனடியார் வெளியே வந்து புன்னகையுடன் அவனை வரவேற்றார். பொன்னனோ, அளவில்லாத வியப்புடனும் திகைப்புடனும் அவரை உற்று நோக்கினான்.

அத்தியாயம் இருபது

பொன்னனும் சிவனடியாரும்

சிவனடியாரைப் பார்த்த பொன்னன் ஏன் அவ்வளவு ஆச்சரியமடைந்தான் என்று சொல்ல வேண்டியதில்லை. குதிரையிலிருந்து இறங்கி அந்தச் சிற்ப வீட்டுக்குள் நுழைந்தவர் ஒருவராயும், வெளியில் வந்தவர் இன்னொருவராயும் இருந்ததுதான் காரணம். இரண்டு பேரும் ஒருவர்தானா, வெவ்வேறு மனிதர்களா? இந்த ஆச்சரியத்தையும் சந்தேகத்தையும் பொன்னன் முகத்தில் வெளிப்படுத்திய போதிலும் வார்த்தைகளினால் வெளியிடவில்லை. வெளியிடுவதற்கு அவனுக்குச் சந்தர்ப்பமும் கிடைக்கவில்லை. ஏனென்றால், அவனைப் பார்த்தவுடனேயே, சிவனடியார், "பொன்னா! எவ்வளவு சரியான சமயத்தில் வந்தாய்? இப்போதுதான் உன்னை நினைத்துக் கொண்டிருந்தேன். உறையூருக்குப் புறப்பட்டுக் கொண்டிருந்தேன். இன்னும் சற்று நேரம் கழித்து வந்திருந்தாயானால் என்னைப் பார்த்திருக்க மாட்டாய்..." என்று பரபரப்புடன் பேசிக் கொண்டே போனார். திண்ணையில் அவர்கள் உட்கார்ந்து கொண்டதும், "பொன்னா! சீக்கிரம் உன் சமாசாரத்தைச் சொல்லு! ரொம்ப முக்கியமான காரியம் ஏற்பட்டிருக்கிறது. அதைப் பற்றி பிறகு சொல்கிறேன். மகாராணியைப் பற்றி ஏதாவது தகவல் தெரிந்ததா?" என்று கேட்டார்.

பொன்னன், "தெரிந்தது, சுவாமி!" என்றான். பிறகு, தான் கொல்லிமலை அடிவாரத்துக்குப் போனது. அருவியைப் பிடித்துக்கொண்டு மேலேறியது, அங்கே ஒற்றைக் கை மனிதனும் குள்ளனும் வந்ததைக் கண்டு மறைந்திருந்தது. அவர்கள் திரும்பி வருவார்களென்று எதிர்பார்த்து மூன்று நாள் காத்திருந்துவிட்டுத் திரும்பியது ஆகிய விவரங்களைச் சொன்னான். காட்டாற்று வெள்ளத்திலிருந்து விக்கிரமனைக் காப்பாற்றியது முதலியவற்றைச் சொல்லவில்லை. சிவனடியாரைப் பற்றிய உண்மையைத் தெரிந்து கொண்டு பிறகு சொல்லலாமென்று இருந்தான். ஒற்றைக் கை மனிதனுடைய தோற்றத்தைப் பற்றி விவரமாகச் சொல்லும்படி சிவனடியார் கேட்க, பொன்னன் அவ்விதமே அவனுடைய பயங்கரத் தோற்றத்தை வர்ணித்து விட்டு, "சுவாமி! அந்த மனிதன் யார்? உங்களுக்குத் தெரியுமா?" என்று கேட்டான். "பொன்னா! பார்த்திப மகாராஜாவின் பத்தினி அந்தக் கொல்லி மலையிலேதான்

எங்கேயோ இருக்கிறாள் சந்தேகமில்லை. இதுவரையில் எனக்கு அர்த்தமாகாத விஷயங்கள் பல இப்போது அர்த்தமாகின்றன. அந்த மனிதன் யார் என்றா கேட்கிறாய்? - மகா புருஷர்களும் பக்த சிரோமணிகளும் தோன்றிய இந்தப் புண்ணிய நாட்டில் நரபலி என்னும் பயங்கர வழக்கத்தைப் பரப்பி வரும் மகா கபால பைரவன்தான் அவன். நானும் எவ்வளவோ முயற்சி செய்து வருகிறேன். அவனை நேருக்கு நேர் காண வேண்டுமென்று. இன்று வரையில் முடியவில்லை. அவனைப் பற்றி இன்னொரு சந்தேகம் எனக்கிருக்கிறது. பொன்னா! ஏன் என் கண்ணில் அகப்படாமல் அவன் தப்பித் திரிகிறான் என்பதை ஒருவாறு ஊகிக்கிறேன்; எல்லா உண்மையையும் சீக்கிரத்தில் நாம் இரண்டு பேருமாகக் கண்டுபிடிக்கப் போகிறோம்.

"பொன்னா! அதற்கு முன்னால் நமக்கு இன்னும் முக்கியமான காரியம் ஏற்பட்டிருக்கிறது. உனக்கு இப்போது ரொம்பவும் ஆச்சரியமளிக்கும் விஷயம் ஒன்றைத் சொல்லப் போகிறேன். சோழநாட்டு இளவரசர் திரும்ப வந்திருக்கிறார்" என்று சொல்லிச் சிவனடியார் பொன்னனுடைய முகத்தை உற்றுப் பார்த்தார். அவனுடைய முகத்தில் சிறிது வியப்புக் குறி காணப்பட்டதே தவிர, குதூகலமும் மகிழ்ச்சியும் தோன்றாதது கண்டு, சிவனடியார், "என்ன பொன்னா உனக்கு நான் சொல்வதில் நம்பிக்கை இல்லையா?" என்று கேட்டார். பொன்னன் இன்னும் சிறிது ஜாக்கிரதையுடன், "தங்களுடைய வார்த்தையில் எனக்கு அவநம்பிக்கை ஏற்படுமா, சுவாமி? ஆனால், இவ்வளவு அபாயத்துக்குத் துணிந்து இளவரசர் ஏன் வந்தார் என்றுதான் கவலையாயிருக்கிறது" என்றான். "உண்மைதான் பொன்னா! இளவரசருக்கு ஏதோ அபாயம் நேர்ந்துவிட்டது. உறையூருக்குப் போகும் பாதையிலேதான் ஏதோ நேர்ந்திருக்கிறது. நாம் உடனே கிளம்பிப் போய்ப் பார்க்க வேண்டும். அருள்மொழித் தேவியைக் கண்டுபிடிப்பதற்கு முன்னால் இளவரசரைக் கண்டுபிடிக்க வேண்டும்" என்றார். பொன்னன் இப்போது உண்மையாகவே பேராச்சரியம் அடைந்தவனாய், "சுவாமி! இதெல்லாம் உங்களுக்கு எப்படித் தெரிந்தது?

இளவரசரை நீங்கள் பார்த்தீர்களா? எங்கே பார்த்தீர்கள்? அவருக்கு வழியில் ஆபத்து என்று என்ன முகாந்திரத்தைக் கொண்டு சொல்கிறீர்கள்?" என்று கேட்டான். "பொன்னா! இதென்ன உன்னிடம் இந்த மாறுதல்? நான் சொல்வதில் சந்தேகப்பட்டு முகாந்திரம் கேட்கக் கூட ஆரம்பித்து விட்டாயே? - நல்லது, சொல்கிறேன் கேள்! இளவரசரை

நானே பார்த்தேன்; பேசினேன். நான்தான் உறையூருக்கும் அனுப்பினேன்...."
"எதற்காக சுவாமி?" "எதற்காகவா? ஜன்ம தேசத்தைப் பார்த்துவிட்டு
வரட்டும் என்றுதான். பொன்னா! ஒருவனுக்குத் தன்னுடைய பிறந்த
நாட்டில் அன்பு எப்போது பூரணமாகும் என்று உனக்குத் தெரியுமா?
கொஞ்ச காலமாவது அயல் தேசத்திலிருந்து விட்டுத் திரும்பிவரும்
போதுதான். இரண்டு மூன்று வருஷம் அயல்நாட்டிலிருந்து விட்டு
ஒருவன் திரும்பித் தன் தாய்நாட்டுக்கு வரும்போது, பாலைவனப்
பிரதேசமாயிருந்தாலும், அது சொர்க்க பூமியாகத் தோன்றும்.
வளங்கொழிக்கும் சோழ நாட்டைப் பற்றிக் கேட்க வேண்டுமா? உங்கள்
இளவரசருக்கு திரும்பவும் இந்நாட்டை விட்டுப் போகவே மனம் வராதபடி
செய்ய வேணுமென்று விரும்பினேன்; பார்த்திப மகாராஜாவுக்குப்
போர்க்களத்தில் நான் கொடுத்த வாக்குறுதியை நிறைவேற்றும் பொருட்டு.
ஆனால் வழியில் இப்படி விபத்து ஏற்படக் கூடுமென்று
எதிர்பார்க்கவில்லை. ஐயோ பகவானே! நாளை அருள்மொழி ராணி
கேட்டால் நான் என்ன செய்வேன்!"

"சுவாமி! இளவரசருக்கு என்ன ஆபத்து நேரிட்டது? அது எப்படி
உங்களுக்குத் தெரியும்?" என்று பொன்னன் கேட்டான். "இன்றைக்கு
ரொம்பக் கேள்விகள் கேட்கிறாயே, பொன்னா! என்ன ஆபத்து நேர்ந்தது
என்று எனக்குத் தெரியாது. ஆனால் ஏதோ நேர்ந்து மட்டும் இருக்கிறது.
அதோ அந்தக் குதிரைக்கு, பகவான் பேசும் சக்தியை மட்டும்
அளித்திருந்தால், அது சொல்லும்.... ஆமாம், இந்தக் குதிரைமேல்
ஏறிக்கொண்டுதான் உங்கள் இளவரசர் கிளம்பினார். இதே
இடத்திலிருந்துதான் புறப்பட்டார். ஆனால், இரண்டு நாளைக்குப் பிறகு
குதிரை மட்டும் தனியாகத் திரும்பி வந்திருக்கிறது. இளவரசருக்கு எங்கே,
என்ன நேர்ந்தது என்பதை நாம் இப்பொழுது உடனே போய்க் கண்டுபிடிக்க
வேண்டும். நீயும் என்னோடு வருகிறாயல்லவா, பொன்னா! உனக்குக்
குதிரை ஏறத் தெரியுமா?" என்று சிவனடியார் கேட்டார். "தெரியும் சுவாமி!
ஆனால், நான் தங்களுடன் வருவதற்கு முன்னால் தங்களிடம் இன்னும்
சில விஷயங்கள் தெரிந்து கொள்ள வேண்டும்" என்றான் பொன்னன்.
"என்ன?" என்று சிவனடியார் தம் காதுகளையே நம்பாதவர் போல்
கேட்டார். "ஆமாம் இன்னும் சில விவரங்கள் தெரியவேண்டும்.
முக்கியமாகத் தாங்கள் யார் என்று சொல்ல வேண்டும்" என்றான்.

சிவனடியாரின் முகத்தில் புன்னகை அரும்பியது. "ஓஹோ! அப்படியா?" என்றார்.

"சற்று முன்னால் சாலையிலிருந்து தாங்கள் குதிரைமீது வந்ததை நான் பார்த்தேன். அப்போது வேறு உருவம் கொண்டிருந்தீர்கள்; இந்த வீட்டுக்குள்ளேயே போய் வெளியே வரும்போது வேறு ரூபத்தில் வந்தீர்கள். ஆனால், இந்த இரண்டு உருவங்களும் தங்களுடைய சொந்த உருவம் அல்ல என்று எனக்குத் தோன்றுகிறது. இந்தச் சந்தேகம் சுவாமி, எனக்கு வெகுநாளாகவே உண்டு. ஆனால், இப்போது கேட்டுத் தெரிந்து கொள்ளவேண்டிய அவசியம் நேர்ந்திருக்கிறது. உண்மையில் தாங்கள் யார் என்று சொன்னால்...." "சொன்னால் என்ன?" "சுவாமி, மிகவும் முக்கியமான ஒரு விஷயம்... தாங்கள் அறிந்து கொள்ள விரும்பக்கூடிய விஷயம் எனக்குத் தெரியும், அதைச் சொல்லுவேன், இல்லாவிட்டால் என் வழியே நான் போவேன்...." சிவனடியார் சற்று யோசித்தார். பொன்னனுடைய முகத்தில் உள்ள உறுதிக் குறியைக் கவனித்தார். "பொன்னா! அவசியம் நீ தெரிந்து கொண்டுதான் தீர வேண்டுமா?" "ஆமாம், சுவாமி." "அப்படியானால், சொல்கிறேன். ஆனால் நீ எனக்கு ஒரு வாக்குறுதி கொடுக்க வேண்டும். வேறு யாரிடமும் சொல்லக் கூடாது. பரம இரகசியமாய் வைத்திருக்க வேண்டும்" என்றார். "அப்படியே செய்கிறேன், சுவாமி." "போர்க்களத்தில் வீர மரணம் அடைந்த பார்த்திப மகாராஜாவின் ஆணையாகச் சொல்வாயா?" "பார்த்திப மகாராஜாவின் ஆணையாகச் சொல்கிறேன், சுவாமி!"

"அப்படியானால், இதோ பார்!" என்று சிவனடியார் அன்று போர்க்களத்தில் பார்த்திபன் முன்னால் செய்தது போல தம்முடைய ஜடா மகுடத்தையும் மீசை தாடிகளையும் நீக்கினார். பொன்னன், "பிரபோ! தாங்கள் தானா?" என்று சொல்லி, அவர் முன்னால் சாஷ்டாங்கமாக நமஸ்கரித்தான். "இதற்கு முன்னால் வள்ளி உனக்குச் சொல்லவில்லையா? பொன்னா!" என்று சிவனடியார் (மீண்டும் ஜடாமகுடம் முதலியவற்றைத் தரித்துக் கொண்டு) கேட்க, "வள்ளி பெரிய கள்ளியாயிற்றே? நிஜத்துக்கு மாறான விஷயத்தைச் சொன்னாள். தங்களைத்தான் அவள் சொல்கிறாளா என்று நான் சந்தேகித்துக் கேட்டேன். இல்லை தாங்கள் பார்த்திப மகாராஜா என்று ஒரு பெரிய பொய் புளுகினாள். அவளை இலேசில் விடுகிறேனா, பாருங்கள்! எனக்கும் இப்போது ஒரு பெரிய இரகசியம் தெரியும். அதை அவளுக்குச் சொல்வேனா?" என்றான். பிறகு, பொன்னன் காட்டாற்று

வெள்ளத்தில் தான் இறங்கி இளவரசரைக் காப்பாற்றியது முதல் அவரைக் குந்தவிதேவி தன் பல்லக்கில் ஏற்றி அழைத்துச் சென்றது வரையில் எல்லா விவரங்களையும் சவிஸ்தாரமாய்ச் சொன்னான். இதற்கு முன்னாலெல்லாம் எதற்கும் ஆச்சரியம் அடையாதவராயிருந்த சிவனடியார் இப்போது அளவிட முடியாத வியப்புடன் பொன்னன் கூறிய விவரங்களைக் கேட்டுக் கொண்டிருந்துவிட்டு, "பொன்னா! உங்கள் இளவரசரைப் பற்றிய கவலை தீர்ந்தது விக்கிரமன் பத்திரமாயிருப்பான். நாம் அருள்மொழி ராணியைத்தான் தேடி விடுதலை செய்ய வேண்டும்" என்றார்.

அத்தியாயம் இருபத்தொன்று

வஸந்தத் தீவில்

ஒரு வார காலமாக விக்கிரமன் நரகத்திலிருந்து சுவர்க்கத்துக்கும் சுவர்க்கத்திலிருந்து நரகத்துக்குமாக மாறிக் கொண்டிருந்தான். நாலாபுறமும் பயங்கரமாகத் தீ கொழுந்து விட்டெரிந்து கொண்டிருக்கிறது. பார்த்திப மகாராஜா விக்கிரமனுடைய கையைப் பிடித்துக் கொண்டு, "குழந்தாய்! உன்னுடைய ஜன்ம தேசத்துக்காக நீ இந்தத் தீயில் இறங்குவாயா?" என்று கேட்கிறார். அருகில் அருள்மொழி ராணி கண்ணீரும் கம்பலையுமாய் நிற்கிறாள். "இறங்குவேன் அப்பா!" என்று விக்கிரமன் துணிந்து விடை சொல்கிறான். தந்தையின் கைப்பிடி தளர்கிறது. விக்கிரமன் நெருப்பில் இறங்கிச் செல்கிறான்; உடம்பெல்லாம் கொதிக்கிறது; சுடுகிறது; வேகிறது; எரிகிறது. ஆனால் உணர்வு மட்டும் அப்படியே இருக்கிறது. "ஐயோ! இப்படி எத்தனை காலம் எரிந்து கொண்டிருப்பது? ஏன் உயிர் போகமாட்டேனென்கிறது? ஏன் உடம்பு அப்படியே இருக்கிறது?" என்று எண்ணி விக்கிரமன் துடிதுடிக்கிறான். திடீரென்று ஒரு குளிர்ந்த கை அவனுடைய எரியும் கரத்தைப் பற்றுகிறது; இன்னொரு குளிர்ந்த கை அவனுடைய கொதிக்கும் மார்பைத் தொடுகிறது. எரிகிற அந்தத் தீயின் நடுவில் செந்தாமரையை யொத்த குளிர்ந்த முகம் ஒன்று தோன்றி அவனைக் கருணையுடன் நோக்குகிறது. சற்று நேரத்துக்கெல்லாம் அவன் அத்தீயிலிருந்து வெளியே வருகிறான். தன்னை அவ்விதம் கையைப் பிடித்து அழைத்து வந்த தெய்வப் பெண்ணுக்கு நன்றி செலுத்த அவன் விரும்புகிறான். ஆனால், அத்தெய்வப் பெண்ணைக் காணவில்லை.

விக்கிரமன் புலிக்கொடி பறக்கும் பெரிய போர்க்கப்பலில் பிரயாணம் செய்கிறான். கப்பலில் நூற்றுக்கணக்கான சோழ நாட்டு வீரர்கள் அங்குமிங்கும் உலாவுகிறார்கள். கப்பல் துறைமுகத்தை விட்டுக் கிளம்பிய போது பார்த்திப மகாராஜாவும் அருள்மொழி ராணியும் விக்கிரமனை ஆசீர்வதித்து, "வெற்றி வீரனாய்த் திரும்பி வா!" என்று வாழ்த்தி அனுப்பிய காட்சி அவன் மனக் கண் முன்னால் அடிக்கடி தோன்றிக் கொண்டிருக்கிறது. திடீரென்று பெரும் புயலும் மழையும் அடிக்கின்றன; கப்பல் கவிழ்கின்றது. விக்கிரமன் கடல் அலைகளுடன் தன்னந்தனியாகப் போராடுகிறான். உடம்பு ஜில்லிட்டுப் போய் விட்டது;

கைகால்கள் மரத்து விட்டன. "இனித் தண்ணீரில் மூழ்கிச் சாகவேண்டியதுதான்" என்று தோன்றிய சமயத்தில் இந்திர ஜாலத்தைப் போல் ஒரு படகு எதிரே காணப்படுகிறது. படகில் பூரண சந்திரனையொத்த முகமுடைய பெண் ஒருத்தி இருக்கிறாள். எங்கேயோ, எப்போதோ, எந்த ஜன்மத்திலோ பார்த்த முகந்தான் அது. அந்தப் பெண் அவனுக்குக் கைகொடுத்துத் தூக்கிப் படகில் விடுகிறாள். அவள் முகமெல்லாம் நனைந்திருக்கிறது. அலைத்துளிகள் தெறித்ததனாலா, கண்ணீர் பெருகியதனாலா என்று தெரியவில்லை. அவளுக்கு நன்றி செலுத்த வேண்டுமென்று விக்கிரமன் ஆசைப்படுகிறான். பேச முயற்சி செய்கிறான், ஆனால் பேச்சு வரவில்லை. தொண்டையை அடைத்துக் கொள்கிறது.

விக்கிரமன் ஒரு கொடிய பாலைவனத்தில் நடந்து கொண்டிருக்கிறான். வெயிலின் கொடுமை பொறுக்க முடியவில்லை. கால் ஒட்டிக் கொள்கிறது. உடம்பெல்லாம் பற்றி எரிகிறது. நா வரண்டுவிட்டது, சொல்ல முடியாத தாகம். கண்ணுக்கெட்டிய தூரம் மரம், செடி, நிழல் என்கிற நாமதேயமே கிடையாது. எங்கேயோ வெகு தூரத்தில் தண்ணீர் நிறைந்த ஏரி மாதிரி தெரிகிறது. அதை நோக்கி விரைந்து செல்கிறான். எவ்வளவு விரைவாகச் சென்றாலும் ஏரி இன்னும் தொலை தூரத்திலேயே இருக்கிறது. "ஐயோ! கானல்நீர் என்றும், பேய்த் தேர் என்றும் சொல்வது இதுதானா?" என்று நினைக்கிறான்; பிறகு அவனால் நடக்க முடியவில்லை. திடீரென்று கண் இருளுகிறது; சுருண்டு கீழே விழுகிறான். அந்தச் சமயத்தில் 'இவ்வளவு கஷ்டங்களையும் நமது பெற்றோரின் விருப்பத்தை நிறைவேற்றும் பொருட்டு, சோழ நாட்டின் மேன்மையை முன்னிட்டுத்தானே அநுபவிக்கிறோம்!' என்ற எண்ணம் உண்டாகிறது. கீழே கொதிக்கும் மணலில் விழுந்தவனை யாரோ மிருதுவான கரங்களினால் தொட்டுத் தூக்கும் உணர்ச்சி ஏற்படுகிறது. யார் என்று பார்ப்பதற்காகக் கண்ணைத் திறக்க முயற்சி செய்கிறான்.

கண்கள் திறந்துதானிருக்கின்றன - ஆனால் பார்வை மட்டும் இல்லை. "ஐயோ! இந்தக் கொடிய வெப்பத்தினால் பார்வை இழந்துவிட்டோ மோ?" என்று எண்ணி மனம் வெதும்புகிறான். தொட்டுத் தூக்கிய கரங்கள் அவனை மிருதுவான பஞ்சணை மெத்தையின் மேல் இடுகின்றன. "ஆகா! காவேரி நதியின் ஜலம்போல் அல்லவா இனிக்கின்றது!" என்று எண்ணுகிறான். அதே சமயத்தில், அவனுக்குச் சுற்றுப்புறமெல்லாம்

குளிர்கிறது. காவேரி நதி தீரத்தில் குளிர்ந்த தோப்புக்களினிடையே இருக்கும் உணர்ச்சி உண்டாகிறது. தன்னைத் தூக்கி எடுத்து வாயில் இன்னமுதை இட்டு உயிர் கொடுத்த தெய்வம் தன் முகத்துக்கருகிலே குனிந்து பார்ப்பதாகத் தோன்றுகிறது. முல்லை மலர்களின் திவ்யபரிமள வாசனை அவனைச் சூழ்கிறது, சட்டென்று அவனுடைய கண்கள் ஒளி பெறுகின்றன. 'ஆகா! எதிரில் தன் முகத்தருகில் தெரியும் அந்த முகம், மாதுளை மொட்டைப் போன்ற செவ்விதழ்களில் புன்னகை தவழ, விரிந்த கருங் கண்களினால் தன்னைக் கனிந்து பார்க்கும் அந்த முகம். தான் ஏற்கெனவே பார்த்திருக்கும் அந்த முகம்தான். எவ்வளவோ ஆபத்துக்களிலிருந்து தன்னைத் தப்புவித்த தெய்வப் பெண்ணின் முகந்தான். அந்த இனிய முகத்தைத் தொடவேண்டுமென்ற ஆசையுடன் விக்கிரமன் தன் கையைத் தூக்க முயன்றான்; முடியவில்லை. கை இரும்பைப் போல் கனக்கிறது. மறுபடியும் கண்கள் மூடுகின்றன, நினைவு தவறுகிறது.

இப்படியெல்லாம் சுவர்க்க இன்பத்தையும், நரகத் துன்பத்தையும் மாறி மாறி அநுபவித்த பிறகு கடைசியில் ஒருநாள் விக்கிரமனுக்குப் பூரணமான அறிவுத் தெளிவு ஏற்பட்டது. கொஞ்சங் கொஞ்சமாகப் பழைய நினைவுகள் எல்லாம் வந்தன. காட்டாற்றங்கரையில் மகேந்திர மண்டபத்தில் அன்றிரவைத் தானும் பொன்னனும் கழித்தது வரையில் நினைவுபடுத்திக் கொண்டான். சுற்றும் முற்றும் பார்த்தான், ஏதோ ஏற்கனவே தெரிந்த இடம்போல் தோன்றியது. நன்றாக ஞாபகப்படுத்திக் கொண்டு பார்த்தபோது அவனுடைய ஆச்சரியத்துக்கு எல்லையில்லாமற் போயிற்று. ஆமாம்; உறையூரில் காவேரித் தீவிலுள்ள வஸந்த மாளிகையில் ஒரு பகுதிதான் அவன் படுத்திருந்த இடம். "இங்கே எப்படி வந்தோம்? யார் கொண்டு வந்து சேர்த்தார்கள்? இந்த மாளிகையில் இப்போது இன்னும் யார் இருக்கிறார்கள்?" பொன்னனுடைய நினைவு வந்தது. அவன் எங்கே? தாபஜ்வரத்தின் வேகத்தில் தான் கண்ட பயங்கர இன்பக் கனவுகளெல்லாம் இலேசாக ஞாபகம் வந்தன. அந்த அதிசய மாயக்கனவுகளில் அடிக்கடி தோன்றிய பெண்ணின் முகம் மட்டும் கனவன்று - உண்மை என்று அவனுக்கு உறுதி ஏற்பட்டிருந்தது. சற்று நேரத்துக்கெல்லாம் பாதச் சிலம்பின் ஒலி கேட்டபோது, அவள் தானா என்று ஆவலுடன் திரும்பிப் பார்த்தான். இல்லை; யாரோ பணிப்பெண்கள், முன்பின் பார்த்தறியாதவர்கள்.

இன்னும் வைத்தியர் ஒருவர் வந்து பார்த்தார். பணியாட்களும் பணிப்பெண்களும் அடிக்கடி வந்து வேண்டிய சிசுருஷை செய்தார்கள். ஆனால், பொன்னன் வரவில்லை; அந்தப் பெண்ணையும் காணவில்லை. பணியாட்களிடமும், பணிப்பெண்களிடமும் விவரம் எதுவும் கேட்பதற்கும் அவன் மனம் இசையவில்லை. அவர்களோ ஊமைகளைப் போல் வந்து அவரவர் களுடைய காரியங்களைச் செய்துவிட்டுத் திரும்பினார்கள். அவனுடன் ஒரு வார்த்தையும் பேசவில்லை. இவ்விதம் ஒரு பகல் சென்றது. இரவு தூக்கத்தில் கழிந்தது. மறுநாள் பொழுது விடிந்ததிலிருந்து விக்கிரமனுக்கு அங்கே படுத்திருக்க மனம் கொள்ளவில்லை. உடம்பில் நல்ல பலம் ஏற்பட்டிருப்பதைக் கண்டான்; எழுந்து நடமாடினான். ஒருவிதக் களைப்பும் உண்டாகவில்லை, திடமாகத்தான் இருந்தது. அறைக்கு வெளியே வந்து தோட்டத்தில் பிரவேசித்தான். அங்கிருந்த பணியாட்கள் யாரும் அவனைத் தடுக்கவில்லை. விக்கிரமன் மேலும் நடந்தான். நதிக்கரையை நோக்கி மெதுவாக நடந்து சென்றான் பல வருஷங்களுக்குப் பிறகு அந்தக் குளிர்ந்த காவேரித் தீவைப் பார்க்கப் பார்க்க, அவன் மனம் பரவசமடைந்தது. அந்த மாமரங்களின் நிழலில் நடப்பது அளவற்ற ஆனந்தத்தை அளித்தது. மெள்ள மெள்ள நடந்து போய்க் காவேரிக் கரையை அடைந்து ஒரு மரத்தடியில் உட்கார்ந்தான். அவனுடைய மனதில் சாந்தியும் இன்ப உணர்ச்சியும் மேலிட்டிருந்தன.

காவேரி நதியின் இனிய நீர்ப்பிரவாகத்தை விக்கிரமன் உற்று நோக்கிக் கொண்டிருந்தான். தண்ணீரில் ஒரு முகம் பிரதிபலித்தது! அது அந்தப் பழைய தெய்வப் பெண்ணின் முகந்தான். காஞ்சியிலும் மாமல்லபுரத்திலும் தன்னைக் கருணையுடன் நோக்கிய முகந்தான். தாபஜ்வரக் கனவுகளில் தோன்றிச் சாந்தியும் குளிர்ச்சியும் அளித்த முகமும் அதுதான். அந்தப் பெண்ணை மறுபடியும் காணப் போகிறோமா என்று விக்கிரமன் பெருமூச்சு விட்டான். அதே சமயத்தில், அவனுக்குப் பின்புறமாக வந்து ஒரு மரத்தடியில் சாய்ந்து கொண்டு குந்தவி தேவி நின்றாள்.

அத்தியாயம் இருபத்திரண்டு

"நிஜமாக நீதானா?"

மரத்தடியில் வந்து நின்ற குந்தவிதேவி சற்று நேரம் அப்படியே நின்று கொண்டிருந்தாள். விக்கிரமன் திரும்பிப் பார்க்கும் வழியாக இல்லை. காவேரியின் நீர்ப் பிரவாகத்திலிருந்து அவன் கண்களை அகற்றவில்லை. ஒரு சிறு கல்லை எடுத்து விக்கிரமனுக்கு அருகில் ஜலத்தில் போட்டாள். 'கொடக்' என்ற சத்தத்துடன் கல் அப்பிரவாகத்தில் விழுந்து முழுகிற்று. சிறு நீர்த் துளிகள் கிளம்பி விக்கிரமன் மேல் தெறித்தன. குந்தவியின் யுக்தி பலித்தது. விக்கிரமன் திரும்பிப் பார்த்தான். அவனுடைய கண்கள் அகல விரிந்தன. கண் கொட்டாமல் அவளைப் பார்த்துக் கொண்டேயிருந்தான். கண்களாலேயே அவளை விழுங்கி விடுபவன் போல் பார்த்தான். அவனுடைய உதடுகள் சற்றுத் திறந்தன. ஏதோ பேச யத்தனிப்பது போல். ஆனால், வார்த்தை ஒன்றும் வரவில்லை. ஒரு பெருமூச்சு விட்டுவிட்டு மறுபடியும் திரும்பிக் காவேரியின் பிரவாகத்தை நோக்கினான். குந்தவி இன்னும் சற்று நேரம் நின்றாள். பிறகு மரத்தடியிலிருந்து வந்து நதிக்கரையில் விக்கிரமனுக்குப் பக்கத்தில் உட்கார்ந்தாள். அவள் உட்கார்ந்த பிறகு விக்கிரமனும் இரண்டு மூன்று தடவை அவள் பக்கம் திரும்பினான். ஒவ்வொரு தடவையும் சற்று நேரம் உற்றுப் பார்த்துக் கொண்டிருந்துவிட்டு வேறு பக்கமாக முகத்தைத் திருப்பிக் கொண்டான்.

சிறிது நேரத்துக்குப் பிறகு குந்தவி, "நான் போகிறேன்" என்று சொல்லிக் கொண்டு எழுந்திருந்தாள். விக்கிரமன் மிகவும் அதிசயமடைந்தவனைப் போல் அவளைத் திரும்பிப் பார்த்து, "நீ பேசினாயா?" என்று கேட்டான். "ஆமாம். நான் ஊமையில்லை! என்றாள் குந்தவி. குன்றாத அதிசயத்துடன் விக்கிரமன் அவளைப் பார்த்துக் கொண்டேயிருந்தான். குந்தவி மறுபடியும் போகத் தொடங்கினாள். "ஏன் போகிறாய்?" என்றான் விக்கிரமன் தழுதழுத்த குரலில். "நீர் பேசுகிற வழியைக் காணோம். அதனால்தான் கிளம்பினேன்" என்று சொல்லிக் கொண்டே குந்தவி மறுபடியும் விக்கிரமனுக்கு அருகில் வந்து உட்கார்ந்தாள். "எனக்குப் பயமாயிருந்தது!" என்றான் விக்கிரமன். "என்ன பயம்? ஒரு அபலைப் பெண்ணைக் கண்டு பயப்படுகிற நீர் தனி வழியே கிளம்பலாமா?" "உன்னைக் கண்டு பயப்படவில்லை." "பின்னே?" "நான் காண்பது கனவா

அல்லது ஜுர வேகத்தில் தோன்றும் சித்தப்பிரமையோ என்று நினைத்தேன். பேசினால் ஒரு வேளை பிரமை கலைந்துவிடுமோ என்று பயந்தேன்." குந்தவி புன்னகையுடன், "இப்பொழுது என்ன தோன்றுகிறது? கனவா, பிரமையா?" என்றாள். "இன்னமும் சந்தேகமாய்த்தானிருக்கிறது. நீ கோபித்துக் கொள்ளாமலிருந்தால்....?" "இருந்தால் என்ன?" "நிஜமாக நீதான் என்று உறுதிப்படுத்திக் கொள்வேன்."

இவ்விதம் சொல்லி விக்கிரமன் தன்னுடைய கையைக் குந்தவியின் கன்னத்தின் அருகே கொண்டு போனான். ஜுரக் கனவுகளில் நிகழ்ந்தது போல் அந்த முகம் உடனே மறைந்து போகவில்லை. குந்தவி தன் முகத்தைத் திருப்பிக் கொள்ளவும் இல்லை. விக்கிரமனுடைய உள்ளங்கை, மலரின் இதழ் போல் மென்மையான குந்தவியின் கன்னத்தைத் தொட்டது. பிறகு, பிரிய விருப்பமில்லாதது போல் அங்கேயே இருந்தது. குந்தவி அந்தக் கையைப் பிடித்து அகற்றி, பழையபடி அவனுடைய மடிமீது வைத்தாள். புன்னகையுடன், "உம்முடைய சந்தேகம் தீர்ந்ததா? நிச்சயம் ஏற்பட்டதா?" என்றாள். "சந்தேகம் தீர்ந்தது! பல விஷயங்கள் நிச்சயமாயின" என்றான் விக்கிரமன். "என்னென்ன?" "நிஜமாக நீதான் இங்கே உட்கார்ந்திருக்கிறாய் வெறும் பிரமையோ கனவோ அல்ல என்பது ஒன்று." "அப்புறம்?" "நீ கையினால் தொட முடியாத தெய்வ கன்னிகையல்ல; உயிரும் உணர்ச்சியுமில்லாத தங்க விக்கிரகமும் அல்ல; சாதாரண மானிடப் பெண்தான் என்பது ஒன்று." "இன்னும் என்ன?" "இனிமேல் உன்னைப் பிரிந்து உயிர் வாழ்வது எனக்கு அசாத்தியமான காரியம் என்பது ஒன்று."

குந்தவி வேறு பக்கம் திரும்பிக் கண்களைத் துடைத்துக் கொண்டாள். பிறகு விக்கிரமனைப் பார்த்து, "என்னை உமக்கு ஞாபகம் இருக்கிறதா?" என்று கேட்டாள். "ஞாபகமா? நல்ல கேள்வி கேட்டாய்! உன்னைத் தவிர வேறு எந்த ஞாபகமாவது உண்டா என்று கேட்டிருந்தால் அதிகப் பொருத்தமாயிருக்கும். பகலிலும், இரவிலும், பிரயாணத்திலும், போர்முனையிலும், கஷ்டத்திலும், சுகத்திலும் உன் முகம் என் மனத்தை விட்டு அகன்றதில்லை. மூன்று வருஷ காலமாக நான் எங்கே போனாலும், எது செய்தாலும், என் இருதய அந்தரங்கத்தில் உன் உருவம் இருந்து கொண்டுதானிருந்தது." "என்ன சொல்கிறீர்? நான் உம்மை மாமல்லபுரத்து வீதியில் சந்தித்துப் பத்து நாள்தானே ஆயிற்று? மூன்று வருஷமா?...." என்றாள் குந்தவி கள்ளச் சிரிப்புடனும் அவ

நம்பிக்கையுடனும். விக்கிரமன் சற்று நேரம் திகைத்துப் போய் மௌனமாயிருந்தான். பிறகு, "ஓஹோ! பத்து நாள்தான் ஆயிற்று?" என்றான். "பின்னே, மூன்று வருஷம் ஜுரம் அடித்துக் கிடந்தீரா?" "சரிதான்; ஜுரத்தினால்தான் அத்தகைய பிரமை எனக்கு உண்டாகியிருக்கிறது. உனக்கும் எனக்கும் வருஷக்கணக்கான சிநேகிதம் என்று தோன்றுகிறது!"

"ஒரு வேளை மாமல்லபுரத்து வீதியில் என்னைப் பார்த்ததற்கு முன்னாலேயே எப்போதாவது பார்த்த ஞாபகம் இருக்கிறதோ?" என்று குந்தவி கேட்டாள். விக்கிரமன் சற்று யோசித்து, "எனக்கு இன்னும் நல்ல ஞாபகசக்தி வரவில்லை. மனம் குழம்பியிருக்கிறது, அதிலும்...." என்று தயங்கினான். "அதிலும் என்ன?" என்று கேட்டாள் குந்தவி. "அதிலும் உன்னுடைய நீண்ட கரிய விழிகளைப் பார்த்தேனானால் நினைவு அடியோடு அழிந்து போகிறது. என்னையும், நான் வந்த காரியத்தையும், இவ்வுலகத்தையும் எல்லாவற்றையும் மறந்துவிடுகிறேன்! வருஷம், மாதம், நாள் எல்லாம் எங்கே ஞாபகம் இருக்கப் போகிறது?" "உமக்கு இன்னும் ஜுரம் குணமாகவில்லை. அதனால்தான் இப்படிப் பிதற்றுகிறீர். நீர் இங்கே தனியாக வந்திருக்கக் கூடாது?" "இல்லை; எனக்கு ஜுரமே இப்போது இல்லை. நீ வேணுமானால் என் கையைத் தொட்டுப்பார்!" என்று விக்கிரமன் கையை நீட்டினான். குந்தவி கையை லேசாகத் தொட்டுவிட்டு, "அப்பா, கொதிக்கிறதே!" என்றாள். "இருக்கலாம்; ஆனால் அது ஜுரத்தினால் அல்ல...."

"இருக்கட்டும்; கொஞ்சம் என் கண்களைப் பாராமல் வேறு பக்கம் பார்த்து ஞாபகப்படுத்திக் கொண்டு சொல்லும். நீர் யார், எங்கிருந்து வந்தீர் என்பதாவது ஞாபகம் இருக்கிறதா? எல்லாமே மறந்து போய்விட்டதா?" என்று குந்தவி கேட்டாள். "ஆமாம்; இங்கே வந்து நதிக்கரையில் உட்கார்ந்து அதையெல்லாம் ஞாபகப்படுத்திக் கொண்டேன். செண்பகத் தீவிலிருந்து கப்பலில் வந்தேன். இரத்தின வியாபாரம் செய்வதற்காக....." "மாமல்லபுரத்து வீதியில் என்னைப் பார்த்த விஷயமும் ஞாபகம் இருக்கிறதல்லவா?" "இருக்கிறது." "அரண்மனைக்கு வாரும்; சக்கரவர்த்தியின் மகள் இரத்தினம் வாங்குவாள், என்று சொன்னேனே, அது நினைவிருக்கிறதா?" "இப்போது நினைவு வருகிறது." "நீர் ஏன் அரண்மனைக்கு வரவில்லை? ஏன் சொல்லாமல் கிளம்பி இரவுக்கிரவே தனி வழி நடந்து வந்தீர்?" விக்கிரமன் சற்று நிதானித்து "உண்மையைச்

277

சொல்லட்டுமா?" என்று கேட்டான். "இரத்தின வியாபாரிகள் எப்போதாவது உண்மையைச் சொல்லும் வழக்கம் உண்டு என்றால் நீரும் உண்மையைச் சொல்லும்."

"சத்தியமாய்ச் சொல்லுகிறேன் உன்னை இன்னொரு தடவை பார்த்தேனானால், மறுபடியும் உன்னைப் பிரிந்து வருதற்கு மனம் இடங்கொடாது என்ற காரணத்தினால்தான். அது ரொம்பவும் உண்மையான பயம் என்று இப்போது தெரிகிறது...." "செண்பகத் தீவில் இப்படியெல்லாம் புருஷர்கள் பெண்களிடம் பேசி ஏமாற்றுவது வழக்கமா? இதை அங்கே ஒரு வித்தையாகச் சொல்லிக் கொடுக்கிறார்களா?" என்று குந்தவி ஏளனமாகக் கேட்டாள். "நீ ஒன்றை மறந்து விடுகிறாய். நான் செண்பகத் தீவிலிருந்து வந்தேனென்றாலும், நான் பிறந்து வளர்ந்ததெல்லாம் இந்தச் சோழ நாட்டில்தான். இந்தப் புண்ணியக் காவேரி நதியின் கரையில்தான் நான் ஓடியாடி விளையாடினேன். இந்த நதியின் பிரவாகத்தில்தான் நீந்தக் கற்றுக் கொண்டேன். இந்த அழகிய சோழநாட்டின் குளிர்ந்த மாந்தோப்புகளிலும் தொன்னந்தோப்புகளிலும் ஆனந்தமாக எத்தனையோ நாட்கள் உலாவினேன்! ஆகா! நான் செண்பகத் தீவிலிருந்த நாட்களில் எத்தனை நாள் இந்த நாட்டை நினைத்துக் கொண்டு பெருமூச்சு விட்டேன்! இந்தக் காவேரி நதிதீரத்தை நினைத்துக் கொண்டு எத்தனை முறை கண்ணீர் விட்டேன்! மறுபடியும் இந்நாட்டைக் காணவேண்டுமென்று எவ்வளவு ஆசைப்பட்டேன்!... அந்த ஆசை இப்போது நிறைவேறியது; உன்னால்தான் நிறைவேறியது! உனக்கு என்ன கைம்மாறு செய்யப் போகிறேன்?" என்று விக்கிரமன் ஆர்வத்துடன் கூறினான்.

"எனக்கு நீர் நன்றி செலுத்துவதில் என்ன பிரயோஜனம்? உண்மையில் நீர் நன்றி செலுத்த வேண்டியது கோமகள் குந்தவிக்கு..." "யார்?" "சக்கரவர்த்தியின் மகள் குந்தவி தேவியைச் சொல்லுகிறேன். உம்மை இங்கே அழைத்து வருவதற்கு அவர்தானே அனுமதி தந்தார்? அவருக்குத்தான் நீர் கடமைப்பட்டிருக்கிறீர்." "அப்படியா? எனக்குத் தெரியவேண்டிய விஷயங்கள் இன்னும் எவ்வளவோ இருக்கின்றன. என் மனம் ஒரே குழப்பத்தில் இருக்கிறது. இந்த இடத்துக்கு நான் வந்து சேர்ந்திருக்கிறேன்; காவேரி நதிக்கரையில் உட்கார்ந்திருக்கிறேன் என்பதை நினைத்தாலே ஒரே ஆச்சரியக் கடலில் மூழ்கி விடுகிறேன். வேறு ஒன்றிலும் மனம் செல்லவில்லை. நான் எவ்விதம் இங்கு வந்து

சேர்ந்தேன் என்பதை விவரமாய்ச் சொல்ல வேண்டும். முதலில், நீ யார் உன் பெயர் என்னவென்று தெரிவித்தால் நல்லது." "மாமல்லபுரத்தில் சொன்னேனே, ஞாபகம் இல்லையா?" "உன்னைப் பார்த்த ஞாபகம் மட்டுந்தான் இருக்கிறது; வேறொன்றும் நினைவில் இல்லை." "என் பெயர் ரோகிணி சக்கரவர்த்தித் திருமகள் குந்தவி தேவியின் தோழி நான்." உண்மையில், அந்தச் சந்திப்பின் போது குந்தவி தன் பெயர் மாதவி என்று சொன்னாள். அவசரத்தில் சொன்ன கற்பனைப் பெயர் ஆனதால் அவளுக்கே அது ஞாபகமில்லை. இப்போது தன் பெயர் 'ரோகிணி' என்றாள்.

அதைக் கேட்ட விக்கிரமன் சொன்னான்: "ரோகிணி! - என்ன அழகான பெயர்? - எத்தனையோ நாள் அந்தச் செண்பகத் தீவில் நான் இரவு நேரத்தில் வானத்தைப் பார்த்துக் கொண்டிருந்ததுண்டு. பிறைச் சந்திரனுக்கு அருகில் ரோகிணி நட்சத்திரம் ஜொலிக்கும் அழகைப் பார்த்துப் பார்த்து மகிழ்ந்திருக்கிறேன். ஆனால், உன்னுடைய கண்களின் ஜொலிப்பிற்கு அந்த ரோகிணி நட்சத்திரங்களின் ஜொலிப்பு கொஞ்சமும் இணையாகாது." "உம்முடைய வேஷத்தை நான் கண்டுபிடித்துவிட்டேன்...."என்றாள் குந்தவி. விக்கிரமன் சிறிது திடுக்கிட்டு, "வேஷமா?....' என்றான். "ஆமாம்; உண்மையில் நீர் இரத்தின வியாபாரி அல்ல, நீர் ஒரு கவி. ஊர் சுற்றும் பாணன், உம்முடைய மூட்டையில் இருந்தது இரத்தினம் என்றே நான் நம்பவில்லை!" விக்கிரமன் சற்றுப் பொறுத்துச் சொன்னான்! - "இப்போது உன்னை நம்பும்படி செய்ய என்னால் முடியாது. ஆனால் அந்த மூட்டையில் இருந்தவை இரத்தினங்கள்தான் என்று ஒரு நாள் உனக்கு நிரூபித்துக் காட்டுவேன். நான் கவியுமல்ல, என்னிடம் அப்படி ஏதாவது திடீரென்று கவிதா சக்தி தோன்றியிருக்குமானால், அதற்கு நீதான் காரணம். உன்னுடைய முகமாகிய சந்திரனிலிருந்து பொங்கும் அமுத கிரணங்களினால்...."

"போதும், நிறுத்தும் உம்முடைய பரிகாசத்தை இனிமேல் சகிக்க முடியாது" என்றாள் குந்தவி. "பரிகாசமா?" என்று விக்கிரமன் பெருமூச்சு விட்டான். பிறகு, "உனக்குப் பிடிக்காவிட்டால் நான் பேசவில்லை. நான் எப்படி இங்கே வந்து சேர்ந்தேன் என்பதைச் சொன்னால் ரொம்பவும் நன்றி செலுத்துவேன்" என்றான். "காஞ்சியிலிருந்து உறையூர் வரும் பாதையில் மகேந்திர மண்டபம் ஒன்றில் ஜுர வேகத்தினால் பிரக்ஞை இழந்து நீர் கிடந்தீர். அங்கு எப்படி வந்து சேர்ந்தீர்? அதற்கு முன்னால் என்னென்ன

நேர்ந்தது என்று நீர் சொன்னால், பிறகு நடந்ததை நான் சொல்லுகிறேன்." விக்கிரமன் தனக்கு நேர்ந்ததையெல்லாம் ஒருவாறு சுருக்கமாகச் சொன்னான். எல்லாவற்றையும் கேட்டுவிட்டுக் குந்தவி தேவி கூறினாள்: "சக்கரவர்த்தியின் மூத்த குமாரர் மகேந்திரரும், குந்தவி தேவியும் காஞ்சியிலிருந்து உறையூருக்குப் பிரயாணம் செய்து கொண்டிருந்தார்கள். தேவியுடன் நானும் வந்தேன், அந்தக் காட்டாற்றைத் தாண்டி வந்தபோது, மகேந்திர மண்டபத்துக் குள்ளிருந்து 'அம்மா அம்மா' என்று அலறும் குரல் கேட்டது. நான் அம்மண்டபத்துக்குள் வந்து பார்த்தேன். மாமல்லபுரத்தில் பார்த்த இரத்தின வியாபாரி நீர்தான் என்று அடையாளம் கண்டு கொண்டேன். பிறகு குந்தவி தேவியிடம் உம்மையும் அழைத்து வர அனுமதி கேட்டேன். அவர் கருணை செய்து சம்மதித்தார். உமக்கு உடம்பு பூரணமாகக் குணமாகும் வரையில் இங்கேயே உம்மை வைத்திருக்கவும் அனுமதித்திருக்கிறார்."

"ஜுரக் கனவுகளில் நான் அடிக்கடி உன்னுடைய முகத்தைக் கண்டேன். அதெல்லாம் கனவல்ல; உண்மையிலேயே உன்னைத் தான் பார்த்தேன் என்று இப்போது தெரிகிறது." "இருக்கலாம்; நீர் ஜுரமடித்துக் கிடக்கையில் அடிக்கடி உம்மை நான் வந்து பார்த்தது உண்மைதான். இவ்வளவுக்கும் குந்தவி தேவியின் கருணைதான் காரணம்." விக்கிரமன் ஏதோ யோசனையில் ஆழ்ந்தான். குந்தவி கேட்டாள்: "சக்கரவர்த்தியின் மகளைப் பற்றி நான் இவ்வளவு சொல்கிறேன். ஒரு வார்த்தையாவது நீர் நன்றி தெரிவிக்கவில்லையே? அவ்வளவு கல் நெஞ்சமா உமக்கு?" "பல்லவ குலத்தைச் சேர்ந்த யாருக்கும் நான் நன்றி செலுத்த முடியாது!" "குந்தவி தேவியை நேரில் பார்த்தால் இப்படிச் சொல்லமாட்டீர். பிறகு என்னைக்கூட உடனே மறந்து விடுவீர்." "சத்தியமாய் மாட்டேன். ஆயிரம் குந்தவி தேவிகள் உனக்கு இணையாக மாட்டார்கள்! இருக்கட்டும்; இப்போது இந்த மாளிகையில் அவர்கள் இருவரும் இருக்கிறார்களா?" "யார் இருவரும்?" "அண்ணனும் தங்கையும்." "யுவராஜா மகேந்திரர் இங்கே இல்லை. அவர் திரும்பவும் காஞ்சிக்குப் போய்விட்டார். சீன தேசத்திலிருந்து யாரோ ஒரு யாத்திரிகர் வந்திருக்கிறாராம். அவர் இந்தப் பாரதநாடு முழுவதும் யாத்திரை செய்து விட்டுக் காஞ்சிக்கு வருகிறாராம். 'யுவான் சுவாங்' என்ற விசித்திரமான பெயரையுடையவராம். சக்கரவர்த்திக்கு இச்சமயம் முக்கிய வேலை வந்திருப்பதால், அந்த யுவான் சுவாங்கை உபசரித்து வரவேற்பதற்காக

யுவராஜா உடனே வரவேண்டுமென்று செய்தி வந்தது. இங்கு வந்த இரண்டாம் நாளே மகேந்திரர் புறப்பட்டுப் போய்விட்டார். பார்த்தீரா, எங்கள் பல்லவ சக்கரவர்த்தியின் புகழ் கடல்களுக்கப்பால் வெகு தூரத்திலுள்ள தேசங்களில் எல்லாம் கூடப் பரவியிருப்பதை? நீர் போயிருந்த நாடுகளில் எல்லாம் எப்படி?" என்று கேட்டாள் குந்தவி.

"ஆம்; அங்கேயெல்லாம் கூடப் பல்லவ சக்கரவர்த்தியின் புகழ் பரவித்தான் இருக்கிறது." "அப்படிப்பட்ட சக்கரவர்த்தியின் ஆளுகையில் இருப்பது இந்தச் சோழ நாட்டுக்குப் பெருமையில்லையா? இந்த நாட்டு அரசகுமாரன் பல்லவ சக்கரவர்த்திக்குக் கப்பம் கட்ட மறுத்து அந்தச் செண்பகத் தீவில் போய்க் காலம் கழிக்கிறானாமே? அது நியாயமா? உம்முடைய அபிப்பிராயம் என்ன?" என்று குந்தவி கேட்டு விக்கிரமனுடைய முகத்தை ஆவலுடன் நோக்கினாள். விக்கிரமன் அவளை நிமிர்ந்து நோக்கி, "என்னைப் பொறுத்த வரையில் நான் இந்தச் சோழநாட்டில் அடிமையாயிருப்பதைக் காட்டிலும், செண்பகத் தீவில் சுதந்திரப் பிரஜையாக இருப்பதையே விரும்புவேன்" என்றான். "நிச்சயமாகவா? என் நிமித்தமாகக்கூட நீர் இங்கே இருக்கமாட்டீரா?" என்று குந்தவி கேட்டபோது விக்கிரமன் அவளை இரக்கத்துடன் பார்த்து, "அத்தகைய சோதனைக்கு என்னை உள்ளாக்க வேண்டாம்!" என்றான். இருவரும் ஒருவரையொருவர் அறிந்து கொண்டிருந்தார்கள். ஆனாலும் அறிந்து கொள்ளாதது போல் நடித்தார்கள். இந்த நாடகம் எத்தனை காலம் நீடித்திருக்க முடியும்!

அத்தியாயம் இருபத்துமூன்று

அருவிப் பாதை

உதய சூரியனின் பொற்கிரணங்களால் கொல்லி மலைச்சாரல் அழகு பெற்று விளங்கிற்று. பாறைகள் மீதும் மரங்கள் மீதும் ஒரு பக்கத்தில் சூரிய வெளிச்சம் விழுவதும், இன்னொரு பக்கத்தில் அவற்றின் இருண்ட நிழல் நீண்டு பரந்து கிடப்பதும் ஒரு விசித்திரமான காட்சியாயிருந்தது. வான வெளியெங்கும் எண்ணிறைந்த பட்சிகளின் கலகல தொனி பரவி ஒலித்தது. அதனுடன் மலையிலிருந்து துள்ளிக் குதித்து ஆடிப்பாடி வந்த அருவியின் இனிய ஒலியும் சேர்ந்து வெகு மனோகரமாயிருந்தது. இந்த நேரத்தில் அந்த மலைச்சாரலுக்கு அருகில் இரண்டு உயர்ஜாதி வெண்புரவிகள் வந்து கொண்டிருந்தன. அவற்றின் மீது ஆரோகணித்திருந்தவர்கள் நமக்கு ஏற்கெனவே பழக்கமுள்ளவர்களான சிவனடியாரும் பொன்னனுந்தான். அவர்கள் அந்தக் காட்டாற்றின் கரையோரமாகவே வந்து கொண்டிருந்தார்கள்; பேசிக் கொண்டு வந்தார்கள். சிவனடியார், சற்றுத் தூரத்தில் மொட்டையாக நின்ற பாறையைச் சுட்டிக் காட்டி, "பொன்னா! அந்தப் பாறையைப் பார்! அதைப் பார்த்தால் உனக்கு என்ன தோன்றுகிறது?" என்று கேட்டார். "ஒன்றும் தோன்றவில்லை. சுவாமி! மொட்டைப் பாறை என்று தோன்றுகிறது. அவ்வளவுதான்."

"எனக்கு என்ன தோன்றுகிறது, தெரியுமா? காலை மடித்துப் படுத்துத் தலையைத் தூக்கிக் கொண்டிருக்கும் நந்தி பகவானைப் போல் தோன்றுகிறது. இப்போது அந்தப் பாறையின் நிழலைப் பார்!" பொன்னன் பார்த்தான். அவனுக்குத் தூக்கி வாரிப் போட்டது. "சுவாமி நந்தி மாதிரியே இருக்கிறதே!" என்றான். "சாதாரணக் கண்ணுக்கும், சிற்பியின் கண்ணுக்கும் இதுதான் வித்தியாசம். பொன்னா! சிற்பி ஒரு பாறையைப் பார்த்தானானால் அதில் ஒரு யானையையோ, சிங்கத்தையோ அல்லது ஒரு தெய்வீக வடிவத்தையோ காண்கிறான். இன்னின்ன மாதிரி வேலை செய்தால் அது அத்தகைய உருவத்தை அடையும் என்று சிற்பியின் மனதில் உடனே பட்டு விடுகிறது...." பொன்னன் குறுக்கிட்டு, "சுவாமி! தாங்கள்...." என்றான். "ஆமாம்! நான் ஒரு சிற்பிதான்! உலகத்தில் வேறு எந்த வேலையைக் காட்டிலும் சிற்ப வேலையிலேதான் எனக்கும் பிரியம் அதிகம்... இப்போது நான் எடுத்துக் கொண்டிருக்கும் வேலையை மட்டும்

பூர்த்தி செய்துவிட்டேனானால்... இருக்கட்டும், பொன்னா! மாமல்லபுரம் நீ பார்த்திருக்கிறாயா?" என்று சுவாமியார் கேட்டார்.

"ஒரே ஒரு தடவை பார்த்திருக்கிறேன். சுவாமி!" "அதைப் பார்த்தபோது உனக்கு என்ன தோன்றியது?" "சொப்பன லோகத்தில் இருப்பதாகத்தான் தோன்றியது...." "ஆனால் அந்தச் சிற்பங்கள் உண்மையில் சொப்பனமில்லை! நாம் உயிரோடிருப்பதைவிட அதிக நிஜம். கல்லிலே செதுக்கிய அச்சிற்ப வடிவங்கள் நம்முடைய காலமெல்லாம் ஆன பிறகு, எத்தனையோ காலம் அழியாமல் இருக்கப் போகின்றன; நமக்கு ஆயிரம் வருஷத்துக்குப் பின்னால் வரும் சந்ததிகள் பார்த்து மகிழப் போகிறார்கள். ஆகா! ஒரு காலத்தில், பொன்னா! மாமல்லபுரம் மாதிரியே இந்தத் தமிழகம் முழுவதையும் ஆக்க வேண்டுமென்று நான் கனவு கண்டு கொண்டிருந்தேன்...." "என்ன, தாங்களும் கனவு கண்டீர்களா?" என்றான் பொன்னன். "ஆமாம்; உங்கள் பார்த்திப மகாராஜா மட்டுந்தான் கனவு கண்டார் என்று நினைக்கிறாயா? அவர் சோழ நாட்டின் பெருமையைப் பற்றி மட்டுமே கனவு கண்டார். நானோ தமிழகத்தின் பெருமையைக் குறித்துக் கனவு கண்டு கொண்டிருந்தேன்.... பார், பொன்னா! புண்ணிய பூமியாகிய இந்தப் பரத கண்டம் வடநாடு, தென்னாடு என்று பிரிவுபட்டிருக்கிறது. கதையிலும், காவியத்திலும் இதிகாசத்திலும் வடநாடுதான் ஆதிகாலத்திலிருந்து பெயர் பெற்று விளங்குகிறது.

வடநாட்டு மன்னர்களின் பெயர்கள்தான் பிரசித்தியமடைந்திருக்கின்றன. பாடலிபுரத்துச் சந்திர குப்தன் என்ன, அசோகச் சக்கரவர்த்தி என்ன, விக்கிரமாதித்தன் என்ன! இவர்களுக்குச் சமமாகப் புகழ் பெற்ற தென்னாட்டு ராஜா யார் இருந்திருக்கிறார்கள்? நம்முடைய காலத்திலேதான் வட நாட்டு ஹர்ஷ சக்கரவர்த்தியின் புகழ் உலகெல்லாம் பரவியிருப்பது போல் மகேந்திர பல்லவரின் புகழ் பரவியிருந்தது என்று சொல்ல முடியுமா? தென்னாடு இவ்விதம் பின்னடைந்திருப்பதின் காரணம் என்ன? இந்தத் தென்னாடானது ஆதிகாலம் முதல் சோழ நாடு, சேர நாடு, பாண்டிய நாடு என்று பிரிந்து கிடந்ததுதான், காரணம். பெரிய இராஜ்யம் இல்லாவிட்டால், பெரிய காரியங்களைச் சாதிக்க முடியாது. பெரிய காரியங்களைச் சாதிக்காமல் பெரிய புகழ் பெறவும் முடியாது. வட நாட்டில் ஹர்ஷ சக்கரவர்த்தியின் இராஜ்யமானது. நீளத்திலும் அகலத்திலும் இருநூறு காததூரம் உள்ளதாயிருக்கிறது. இந்தத் தென்னாட்டிலோ பத்துக் காதம்

283

போவதற்குள்ளாக மூன்று ராஜ்யத்தை நாம் தாண்ட வேண்டியிருக்கிறது. இந்த நிலைமை அதாவது - தமிழகம் முழுவதும் ஒரே மகாராஜ்யமாயிருக்க வேண்டும் - தமிழகத்தின் புகழ் உலகெல்லாம் பரவ வேண்டும் என்று மகேந்திர பல்லவர் ஆசைப்பட்டார். நானும் அந்த மாதிரி கனவுதான் கண்டு கொண்டிருந்தேன். என் வாழ்நாளில் அந்தக் கனவு நிறைவேறலாம் என்று ஆசையுடன் நம்பியிருந்தேன். ஆனால், அந்த ஆகாசக் கோட்டையானது ஒரே ஒரு மனுஷனின் சுத்த வீரத்துக்கு முன்னால் இடிந்து, தகர்ந்து போய்விட்டது."

"சுவாமி! யாரைச் சொல்லுகிறீர்கள்?" என்றான் பொன்னன். "எல்லாம் உங்கள் பார்த்திப மகாராஜாவைத்தான்! ஆகா! அந்த வெண்ணாற்றங்கரைப் போர்க்களம் இப்போது கூட என் மனக்கண் முன்னால் நிற்கிறது. என்ன யுத்தம்! என்ன யுத்தம்! வெண்ணாறு அன்று இரத்த ஆறாக அல்லவா ஓடிற்று? பூரண சந்திரன் வெண்ணிலாவைப் பொழிந்த அந்த இரவிலே, அந்தப் போர்க்களந்தான் எவ்வளவு பயங்கரமாயிருந்தது? உறையூரிலிருந்து கிளம்பி வந்த பத்தாயிரம் வீரர்களில் திரும்பிப் போய்ச் செய்தி சொல்வதற்கு ஒருவன் கூட மிஞ்சவில்லை என்றால், அந்தப் போர் எப்படி இருந்திருக்க வேண்டும் என்று பார்த்துக் கொள்!" என்று சுவாமியார் ஆவேசத்துடன் பேசினார். "ஐயோ! அந்தப் பத்தாயிரம் வீரர்களில் ஒருவனாயிருக்க எனக்குக் கொடுத்து வைக்கவில்லையே!" என்றான் பொன்னன். "போரில் உயிரை விடுவதற்கு வீரம் வேண்டியதுதான் பொன்னா! ஆனால், உயிரோடிருந்து உறுதி குலையாமல் இருப்பதற்கு அதைக் காட்டிலும் அதிக தீரம் வேண்டும். அந்தத் தீரம் உன்னிடம் இருக்கிறது! உன்னைக் காட்டிலும் அதிகமாக வள்ளியிடம் இருக்கிறது; நீங்களும் பாக்கியசாலிகள்தான்!" என்றார் சுவாமியார். "சுவாமி! வெண்ணாற்றங்கரைப் போரைப் பற்றி இன்னும் சொல்லுங்கள்!" என்றான் பொன்னன். இந்த வீரப்போரைக் குறித்தும், பார்த்திப மகாராஜா அந்திம காலத்தில் சிவனடியாரிடம் கேட்ட வரத்தைப் பற்றியும் எவ்வளவு தடவை கேட்டாலும் அவனுக்கும் அலுப்பதில்லை. சிவனடியாரும் அதைச் சொல்ல அலுப்பதில்லையாதலால், அந்தக் கதையை மறுபடியும் விவரமாகச் சொல்லிக் கொண்டு வந்தார்.

சற்று நேரத்துக்கெல்லாம் அவர்கள், காட்டாறானது சிற்றருவியாகி மலைமேல் ஏறத் தொடங்கியிருந்த இடத்துக்கு வந்து சேர்ந்து விட்டார்கள். இதற்குமேல் குதிரைகளின் மீது போவது இயலாத காரியம்.

எனவே மலைச்சாரலில் மரங்கள் அடர்த்தியாயிருந்த ஓர் இடத்தில் குதிரைகளை அவர்கள் விட்டார்கள். இவற்றை "மரத்திலே கட்ட வேண்டாமா?" என்று பொன்னன் கேட்டதற்கு "வேண்டாம்" என்றார் சிவனடியார். "இந்த உயர்ஜாதிக் குதிரைகளின் அறிவுக் கூர்மை அநேக மனிதர்களுக்குக்கூட வராது பொன்னா! உங்கள் இளவரசன் ஆற்று வெள்ளத்தில் போனதும் உனக்கு முன்னால் இந்தப் புஷ்பகம் வந்து எனக்குச் செய்தி சொல்லிவிடவில்லையா? இவ்விடத்தில் நாம் இந்தக் குதிரைகளை விட்டுவிட்டுப் போனோமானால், அந்தண்டை இந்தண்டை அவை அசையமாட்டா. கட்டிப் போட்டால்தான் ஆபத்து, துஷ்டமிருகங்கள் ஒருவேளை வந்தால் ஓடித் தப்ப முடியாதல்லவா?" என்று கூறிவிட்டு இரண்டு குதிரைகளையும் முதுகில் தடவிக் கொடுத்தார். பிறகு இருவரும் அருவி வழியைப் பிடித்துக் கொண்டு மலை மேலே ஏறினார்கள்.

பெரிதும் சிறிதுமாய், முண்டும் முரடுமாயும் கிடந்த கற்பாறைகளை வெகு லாவகமாகத் தாண்டிக் கொண்டு சிவனடியார் சென்றார். தண்ணீரில் இறங்கி நடப்பதிலாவது ஒரு பாறையிலிருந்து இன்னொரு பாறைக்குத் தாண்டுவதிலாவது அவருக்கு ஒருவிதமான சிரமமும் இருக்கவில்லை. அவரைப் பின்தொடர்ந்து போவதற்குப் பொன்னன் திணற வேண்டியதாக இருந்தது. "சுவாமி! தங்களுக்குத் தெரியாத வித்தை இந்த உலகத்தில் ஏதாவது உண்டா?" என்று பொன்னன் கேட்டான். "ஒன்றே ஒன்று உண்டு. பொன்னா! கொடுத்த வாக்கை நிறைவேற்றாமல் இருப்பது என்னால் முடியாத காரியம்" என்றார் சிவனடியார். அவர் கூறியதைப் பொன்னன் சரியாகத் தெரிந்து கொள்வதற்குள், "ஆமாம்.உங்கள் பார்த்திப மகாராஜாவுக்கு நான் கொடுத்த வாக்கினால் என்னுடைய வாழ்க்கை - மனோரதமே எப்படிக் குட்டிச்சுவராய்ப் போய்விட்டது. பார்!" என்றார். "அதெப்படி, சுவாமி! முன்னேயும் அவ்விதம் சொன்னீர்கள்! பார்த்திப மகாராஜாவினால் உங்களுடைய காரியம் கெட்டுப் போவானேன்?" என்று கேட்டான் பொன்னன்.

"வாதாபியிலிருந்து திரும்பி வந்தபோது, தென்னாடு முழுவதையும் ஒரு பெரிய மகாராஜ்யமாக்கிவிட வேண்டுமென்ற எண்ணத்துடனே வந்தேன். இந்தச் சின்னஞ் சிறு தமிழகத்தில் ஒரு ராஜாவுக்கு மேல் - ஒரு இராஜ்யத்துக்கு மேல் இடங்கிடையாது என்று கருதினேன். சோழ, சேர, பாண்டியர்களின் நாமதேயமே இல்லாமல் பூண்டோ டு நாசம் செய்து விட்டுத் தமிழகத்தில் பல்லவ இராஜ்யத்தை ஏகமகா ராஜ்யமாகச்

செய்துவிட வேண்டுமென்று சங்கல்பம் செய்து கொண்டிருந்தேன்.
ஆனால், என்ன பிரயோஜனம்? பார்த்திபனுடைய சுத்த வீரமானது என்
சங்கல்பத்தை அடித்துத் தள்ளிவிட்டது. அவனுடைய மகனைக் காப்பாற்றி
வளர்க்க - சுதந்திர வீர புருஷனாக வளர்க்க - வாக்குக் கொடுத்து
விட்டேன். சுதந்திர சோழ இராஜ்யத்தை ஸ்தாபிப்பதற்கு நானே முயற்சி
செய்ய வேண்டியதாகிவிட்டது! இப்போது நினைத்தால், ஏன் அந்தப்
புரட்டாசிப் பௌர்ணமி இரவில் போர்க்களத்தில் பிரவேசித்து
பார்த்திபனுடைய உடலைத் தேடினோம் என்று தோன்றுகிறது.
இதைத்தான் விதி என்று சொல்கிறார்கள் போலிருக்கிறது."

இவ்விதம் பேசிக் கொண்டே பொன்னனும் சிவனடியாரும் மேலே மேலே
ஏறி சென்றார்கள். சூரியன் உச்சி வானத்தை அடைந்தபோது செங்குத்தான
பாறையிலிருந்து அருவி 'ஹோ' என்ற இரைச்சலுடன் விழுந்து
கொண்டிருந்த இடத்தை அவர்கள் அடைந்தார்கள். அதற்குமேல் அருவிப்
பாதையில் போவதற்கு வழியில்லை என்பதைப் பொன்னன் தெரிவிக்க,
சிவனடியார் சிந்தனையில் ஆழ்ந்தவராய் அங்குமிங்கும் பார்க்கத்
தொடங்கினார். அருவி விழுந்தோடிய இடத்துக்கு இரு புறமும் கூர்ந்து
பார்த்ததில் காட்டுவழி என்று சொல்லக்கூடியதாக ஒன்றும்
தென்படவில்லை. இருபுறமும் செங்குத்தாகவும் முண்டும் முரடுமாகவும்
மலைப்பாறைகள் உயர்ந்திருந்ததுடன், முட்களும் செடிகளும் கொடிகளும்
நெருங்கி வளர்ந்து படர்ந்திருந்தன. அந்தச் செடி கொடிகளையெல்லாம்
சிவனடியார் ஆங்காங்கு விலக்கிப் பார்த்துக் கொண்டு கடைசியாக அருவி
விழுந்து கொண்டிருந்த இடத்துக்குச் சமீபமாக வந்தார். அருவியின்
தாரை விழுந்த இடம் ஒரு சிறு குளம் போல் இருந்தது. அந்தக் குளத்தின்
ஆழம் எவ்வளவு இருக்குமோ தெரியாது. தாரை விழுந்த வேகத்தினால்
அலைமோதிக் கொண்டிருந்த அந்தக் குளத்தைப் பார்க்கும் போதே
மனதில் திகில் உண்டாயிற்று. குளத்தின் இருபுறத்திலும் பாறைச் சுவர்
செங்குத்தாக இருந்தபடியால் நீர்த்தாரை விழும் இடத்துக்கு அருகில்
போவது அசாத்தியம் என்று தோன்றிற்று. ஆனால் சிவனடியார் அந்த
அசாத்தியமான காரியத்தைச் செய்யத் தொடங்கினார்.

அந்த அருவிக் குளத்தின் ஒரு பக்கத்தில் ஓரமாக பாறைச் சுவரைக்
கைகளால் பிடித்துக் கொண்டும் முண்டு முரடுகளில் காலை வைத்துத்
தாண்டியும், சில இடங்களில் தண்ணீரில் இறங்கி நடந்தும் சில
இடங்களில் நீந்தியும் அவர் போனார். இதைப் பார்த்துப் பிரமித்துப் போய்

நின்ற பொன்னன், கடைசியாகச் சிவனடியார் தண்ணீர் தாரைக்குப் பின்னால் மறைந்ததும், "ஐயோ!" என்று அலறிவிட்டான். "ஒருவேளை போனவர் போனவர் தானா? இனிமேல் திரும்ப மாட்டாரோ?" என்று அவன் அளவில்லாத ஏக்கத்துடனும் திகிலுடனும் நின்றான். நேரமாக ஆக அவனுடைய தவிப்பு அதிகமாயிற்று. சாமியாருக்கு ஏதாவது நேர்ந்து விட்டால் என்னென்ன விபரீதங்கள் விளையும் என்பதை நினைத்தபோது அவனுக்குத் தலை சுற்றத் தொடங்கியது. 'அவரை விட்டு விட்டு நாம் திரும்பிப் போவதா? முடியாத காரியம். நாமும் அவர் போன இடத்துக்கே போய்ப் பிராணனை விடலாம். எது எப்படிப் போனாலும் போகட்டும்' என்று துணிந்து பொன்னனும் அந்தக் கிடுகிடு பள்ளமான குளத்தில் இறங்கினான்.

அத்தியாயம் இருபத்துநான்கு

பொன்னன் பிரிவு

பொன்னன் அந்த அதல பாதாளமான அருவிக் குளத்தில் இறங்கிய அதே சமயத்தில், சிவனடியார் அருவியின் தாரைக்குப் பின்னாலிருந்து வெளிப்பட்டார். பொன்னனுக்கு ஏற்பட்ட மகிழ்ச்சியைச் சொல்லி முடியாது. அவன் மேலே போகலாமா, வேண்டாமா என்று தயங்கி நின்றபோது, சிவனடியார் அவனைப் பார்த்து ஏதோ கூறியதுடன் சமிக்ஞையினால் "வா" என்று அழைத்தார். அருவியின் பேரோசையினால் அவர் சொன்னது என்னவென்று பொன்னன் காதில் விழவில்லை ஆனால், சமிக்ஞை புரிந்தது. முன்னால் சுவாமியார் போன மாதிரியே இவனும் குளத்தின் ஓரமாகப் பாறைகளைப் பிடித்துக் கொண்டு தட்டுத் தடுமாறிச் சென்று அவர் நின்ற இடத்தை அடைந்தான். தூரத்தில் நின்று பார்த்தபோது குறுகலாகத் தோன்றிய அருவியின் தாரை உண்மையில் முப்பது அடிக்குமேல் அகலமுள்ளது என்பதைப் பொன்னன் இப்போது கண்டான். சாமியார் அவனுடைய கையைப் பிடித்துப் பாறைச் சுவருக்கும் அருவியின் தாரைக்கும் நடுவில் இருந்த இடைவெளியில் அழைத்துச் சென்றார். இந்த இடைவெளி சுமார் ஐந்து அடி அகலமுள்ளதாயிருந்தது. மிகவும் மங்கலான வெளிச்சம்; கீழே பாறை வழுக்கல்; கொஞ்சம் கால் தவறினால் அருவியின் தாரையில் அகப்பட்டுக் கொண்டு, அந்தப் பாதாளக் குளத்திற்குள் போகவேண்டியதுதான்! ஆகவே இரண்டு பேரும் நிதானமாகக் காலை ஊன்றி வைத்து நடந்தார்கள். நாலைந்து அடி நடந்ததும் சிவனடியார் நின்று பாறைச் சுவரில் ஓரிடத்தைச் சுட்டிக் காட்டினார். அங்கே கிட்டதட்ட வட்ட வடிவமாக ஒரு பெரிய துவாரம் தெரிந்தது. அந்தத் துவாரம் சாய்வாக மேல் நோக்கிச் செல்வதாகத் தெரிந்தது. ஓர் ஆள் அதில் கஷ்டமில்லாமல் புகுந்து செல்லலாமென்று தோன்றியது. ஆனால் அந்தத் துவாரம் எங்கே போகிறது? எவ்வளவு தூரம் போகிறது? ஒன்றும் தெரியவில்லை. ஐந்தாறு அடிக்கு மேல் ஒரே இருட்டாயிருந்தது.

சிவனடியார் பொன்னனுக்குச் சைகை காட்டித் தன்னைப் பின்தொடர்ந்து வரும்படி சொல்லிவிட்டு அந்தத் துவார வழியில் ஏறத் தொடங்கினார். சாய்வான மலைப்பாறையில் ஏறுவது போல் கைகளையும் கால்களையும் உபயோகப்படுத்தி ஏறினார். பொன்னனும் அவரைத் தொடர்ந்து ஏறினான்.

இன்னதென்று தெரியாத பயத்தினால் அவனுடைய நெஞ்சு பட், பட் என்று அடித்துக் கொண்டது. சற்று ஏறியதும் ஒரே காரிருளாயிருந்த படியால் அவனுடைய பீதி அதிகமாயிற்று. ஆனால், கையினால் பிடித்துக் கொள்ளவும், காலை ஊன்றிக் கொள்ளவும் சௌகரியமாக அங்கங்கே பாறை வெட்டப்பட்டிருப்பதாகத் தெரிந்த போது, கொஞ்சம் தைரியம் உண்டாயிற்று. இவ்விதம் சிறிது நேரம் சென்ற பிறகு அந்தக் குகை வழியில் மேலேயிருந்து கொஞ்சம் வெளிச்சம் தெரிய ஆரம்பித்தது. பிறகு வெளிச்சம் நன்றாய்த் தெரிந்தது. சிவனடியார் மேலே ஏறி அப்பால் நகர்ந்தார். பொன்னனும் அவரைத் தொடர்ந்து ஏறி, அடுத்த நிமிஷம் வெட்ட வெளியில் மலைப்பாறை மீது நின்றான். சுற்று முற்றும் பார்த்தான் ஆகா, அது என்ன அற்புதக் காட்சி!

மலை அருவி விழுந்த செங்குத்தான பாறையின் விளிம்பின் அருகில் அவர்கள் நின்றார்கள். அங்கே பாறையில் கிணறு மாதிரி வட்ட வடிவமாக ஒரு பள்ளம் இருந்தது. அந்தப் பள்ளத்தின் நடுமத்தியில்தான் குகை வழி ஆரம்பமாகிக் கீழே சென்றது. பள்ளத்துக்கு இடதுபுறத்தில் கொஞ்சம் தூரத்தில் அருவி 'சோ' என்று அலறிக் கொண்டு கீழே விழுந்தது. அருவி விழுந்த திசைக்கு எதிர்ப்புறமாகப் பார்த்தால், கண் கொள்ளாக் காட்சியாயிருந்தது. மூன்று பக்கமும் சுவர் வைத்தாற் போன்ற மலைத்தொடர்கள். நடுவில் விஸ்தாரமான சமவெளி அந்தச் சமவெளியில் கண்ணுக்கெட்டிய தூரம் மஞ்சள் மலர்களால் மூடப்பட்ட காட்டுக் கொன்றை மரங்கள். எங்கே பார்த்தாலும் பூ! பொன்னிற பூ!

"பார்த்தாயா, பொன்னா! எப்பேர்ப்பட்ட அருமையான இடம்! இந்த இடத்தைக் கொண்டு போய்க் கடவுள் எவ்வளவு இரகசியமான இடத்தில் ஒளித்து வைத்திருக்கிறார், பார்த்தாயா?" என்றார் சிவனடியார். "ஆமாம், சுவாமி! எங்கள் பார்த்திப மகாராஜாவின் சித்திர மண்டபத்தைப் போல!" என்றான் பொன்னன். சிவனடியார் குறுநகை புரிந்தார். "ஆனால் பொன்னா! பகவான் இவ்வளவு அழகைச் சேர்த்து ஒளித்து வைத்திருக்கும் இந்த இடத்தில், மகா பயங்கரமான கோர கிருத்யங்கள் எல்லாம் நடக்கின்றன." "ஐயோ! சுவாமி! ஏன் அவ்விதம் சொல்கிறீர்கள்?" "ஆமாம்; வெகு நாளாய் நான் அறிய விரும்பியதை இப்போது அறிந்தேன். மகா கபால பைரவரின் இருப்பிடம் இந்த மலை சூழ்ந்த பள்ளத்தாக்கில்தான் எங்கேயோ இருக்கிறது. அதைக் கண்டுபிடித்து விட்டுத்தான் நான் இங்கிருந்து திரும்பி வருவேன், நீ ...."

"நானுந்தான் சுவாமி! உங்களைத் தனியே விட்டு விட்டு நான் போய் விடுவேன் என்று நினைத்தீர்களா?" "இல்லை பொன்னா! நீ போக வேண்டும். உனக்கு வேறு காரியம் இருக்கிறது. மிகவும் முக்கியமான காரியம்...." "எங்கள் ராணியைக் கண்டுபிடிப்பதைக் காட்டிலும் முக்கியமான காரியம் என்ன சுவாமி?" "அதற்குத்தானே நான் வந்திருக்கிறேன், பொன்னா! ஆனால் ராணியைக் காப்பாற்றினால் மட்டும் போதுமா? 'என் பிள்ளை எங்கே?' என்று அவர் கேட்டால் என்ன பதில் சொல்வது? இளவரசரும் இப்போது பெரிய அபாயத்தில்தான் இருக்கிறார். மாரப்பனுக்கும் மகா கபால பைரவருக்கும் நடந்த சம்பாஷணையை ஞாபகப்படுத்திக் கொள். மாரப்பனுக்கு ஒருவேளை தெரிந்து போனால், அவன் என்ன செய்வானோ?..."

"சக்கரவர்த்தித் திருக்குமாரியின் இஷ்டத்துக்கு விரோதமாய் என்ன நடந்துவிடும், சுவாமி?" "ஏன் நடக்காது? தேவியின் சகோதரன் மகேந்திரன் கூட உறையூரில் இல்லை, பொன்னா! மாரப்பன் இப்போது சக்கரவர்த்தி பதவிக்கல்லவா ஆசை கொண்டிருக்கிறான்? அவன் என்ன வேண்டுமானாலும் செய்வான். மேலும் குந்தவியே ஒருவேளை அவரைச் சோழநாட்டு இளவரசர் என்று தெரிந்து கொண்டு மாரப்பனிடம் ஒப்படைத்து விடலாமல்லவா?" "ஐயோ!" "அதனால்தான் நீ உடனே உறையூருக்குப் போக வேண்டும்." "ஆனால், உங்களை விட்டுவிட்டு எப்படிப் போவேன்? ஆ! அந்த மகாகபால பைரவன் உங்களைப் பலிக்குக் கொண்டு வரும்படி சொன்னதின் அர்த்தம் இப்போதுதான் தெரிகிறது." "என்னைப் பற்றிக் கவலை வேண்டாம், பொன்னா! என் வாழ்நாளில் இதைப்போல எத்தனையோ அபாயங்களுக்கு ஆளாகியிருக்கிறேன். அந்தக் கபால பைரவனை நேருக்கு நேர் நான் தனியாகப் பார்க்கத்தான் விரும்புகிறேன். அவனைப் பற்றி நான் கொண்ட சந்தேகத்தை ருசுப்படுத்திக் கொள்ள விரும்புகிறேன்!" "என்ன சந்தேகம், சுவாமி?"

"சமயம் வரும்போது உனக்குச் சொல்வேன், பொன்னா! இப்போது நீ உடனே வந்த வழியாகத் திரும்பிச் செல்ல வேண்டும். நேரே உறையூருக்குப் போக வேண்டும். இளவரசரைப் பற்றிச் சந்தேகம் தோன்றாமலிருந்தால், அவர் அங்கேயே இருக்கட்டும். ஏதாவது அபாயம் ஏற்படும் என்று தோன்றினால், அவரை ஜாக்கிரதையாக நீ அழைத்துக் கொண்டு மாமல்லப்புரத்துக்கருகில் என்னை நீ சந்தித்த சிற்ப மண்டபத்துக்கு வந்து சேர வேண்டும். அங்கே வந்து உங்களை நான்

சந்திக்கிறேன்!" "தாங்கள் வராவிட்டால்....?" "அடுத்த பௌர்ணமி வரையில் பார். அதற்குள் நான் உறையூரிலாவது மாமல்லபுரத்துச் சிற்ப மண்டபத்திலாவது வந்து உங்களைச் சந்திக்காவிட்டால், நீ என்னைத் தேடிக் கொண்டு வரலாம்." "அப்படியே சுவாமி!" என்று சொல்லிப் பொன்னன் சிவனடியாரிடம் பிரியாவிடை பெற்று அந்தத் துவாரத்துக்குள் இறங்கிச் சென்றான். கீழே வந்து அருவிக் குளத்தைத் தாண்டிக் கரையேறியதும் மேலே ஏறிட்டுப் பார்த்தான். அருவிப் பாறையின் விளிம்பில் சிவனடியார் நின்று பார்த்துக் கொண்டிருப்பது தெரிந்தது. பொன்னன் அவரை நோக்கிக் கைகூப்பி நமஸ்கரிக்க, அவரும் கையை நீட்டி ஆசீர்வதித்தார். பிறகு பொன்னன் விரைவாக அருவி வழியில் கீழே இறங்கிச் செல்லலுற்றான்.

அத்தியாயம் இருபத்தைந்து

வள்ளி சொன்ன சேதி

வழியில் எவ்வித அபாயமும் இன்றிப் பொன்னன் உறையூர் போய்ச் சேர்ந்தான். முதலில் தன் அத்தை வீட்டில் விட்டு வந்த வள்ளியைப் பார்க்கச் சென்றான். வள்ளி இப்பொழுது பழைய குதூகல இயல்புள்ள வள்ளியாயில்லை. ரொம்பவும் துக்கத்தில் அடிபட்டு உள்ளமும் உடலும் குன்றிப் போயிருந்தாள். அவள் பக்தியும் மரியாதையும் வைத்திருந்த சோழ ராஜ குடும்பத்துக்கு ஒன்றன்பின் ஒன்றாய் நேர்ந்த விபத்துக்களெல்லாம் ஒருபுறமிருக்க, இப்போது கொஞ்ச நாளாய்ப் பொன்னனையும் பிரிந்திருக்க நேர்ந்தபடியினால் அவள் அடியோடு உற்சாகம் இழந்திருந்தாள். எனவே, பல தினங்களுக்குப் பிறகு பொன்னனைப் பார்த்ததும் அவளுடைய முகம் சிறிது மலர்ந்தது. "வா! வா!" என்று சொல்லி அவனுடைய இரண்டு கைகளையும் பிடித்துக் கொண்டு, "இளவரசர் போனது போல் நீயும் எங்கே கப்பல் ஏறிப் போய்விட்டாயோ, அல்லது ஒருவேளை உன்னை யாராவது காளிக்குத்தான் பலிகொடுத்து விட்டார்களோ என்று பயந்து போனேன். தினம் காளியம்மன் கோயிலுக்குப் போய், 'என் உயிரை எடுத்துக் கொண்டு என் புருஷனைக் காப்பாற்று' என்று வேண்டிக் கொண்டிருந்தேன். நல்ல வேளையாய் வந்தாயே! என்ன சேதி கொண்டு வந்திருக்கிறாய்? நல்ல சேதிதானே?" என்று மூச்சு விடாமல் பேசினாள். "நல்ல சேதி, கெட்ட சேதி, கலப்படமான சேதி எல்லாம் கொண்டு வந்திருக்கிறேன். ஆனால் இப்போது சொல்ல முடியாது. பசி பிராணன் போகிறது, வள்ளி! உன் கையால் கம்பு அடை தின்று எவ்வளவு காலம் ஆகிவிட்டது! அகப்பட்டபோது அகப்பட்டதைத் தின்று...."

"அப்படியெல்லாம் பட்டினி கிடந்ததினால்தான் இன்னும் ஒரு சுற்று அதிகமாய்ப் பெருத்துவிட்டாயாக்கும். பாவம்! கவலை ஒரு பக்கம்; நீ என்ன செய்வாய்?" என்று பொன்னனை ஏற இறங்கப் பார்த்தாள். "அப்படியா சமாசாரம்? நான் பெருத்திருக்கிறேனா, என்ன? ஆனாலும் நீ ரொம்பவும் இளைத்திருக்கிறாய் வள்ளி! ரொம்பக் கவலைப்பட்டாயா, எனக்காக?" என்றான் பொன்னன். "ஆமாம்; ஆனால் என்னத்துக்காகக் கவலைப்பட்டோம் என்று இப்போது தோன்றுகிறது. அதெல்லாம் அப்புறம் ஆகட்டும். நீ போய்விட்டு வந்த சேதியை முதலில் சொல்லு.

சொன்னால் நானும் ஒரு முக்கியமான சேதி வைத்திருக்கிறேன்" என்றாள். "சுருக்கமாகச் சொல்லுகிறேன். நமது விக்கிரம மகாராஜா தாய்நாட்டுக்குத் திரும்பி, வந்திருக்கிறார்...." "என்ன? என்ன? நிஜமாகத்தானா?" என்று சொல்லி ஆவலுடன் கேட்டாள். "ஆமாம்; நானே இந்தக் கண்களால் அவரைப் பார்த்துப் பேசினேன்..." "இப்போது எங்கேயிருக்கிறார்...?" "அதுதான் சொல்ல மாட்டேன், இரகசியம்." "சரி, அப்புறம் சொல்லு." "ராணி உள்ள இடத்தைக் கிட்டதட்டக் கண்டு பிடித்தாகிவிட்டது. இப்போது சிவனடியார் ராணியைத் தேடிக் கொண்டிருக்கிறார். இதற்குள் அவசியம் கண்டுபிடித்திருப்பார்." "ஆகா! சிவனடியாரா?" "வள்ளி! நீ பொல்லாத கள்ளி! சிவனடியார் யார் என்று என்னிடம் உண்மையைச் சொல்லாமல் ஏமாற்றினாயல்லவா? அவருடைய பொய் ஜடையைப் பிய்த்து எறிந்து அவர் யார் என்பதைக் கண்டுபிடித்து விட்டேன்!" "நிஜமாகவா? யார் அவர்?" என்றாள் வள்ளி. "யாரா? வேறு யார்? செத்துப் போனானே உன் பாட்டன் வீரபத்திர ஆச்சாரி, அவன்தான்!"

வள்ளி புன்னகையுடன், "இப்படியெல்லாம் சொன்னால் போதாது, நீ இங்கேயிருந்து கிளம்பினாயே, அதிலிருந்து ஒவ்வொன்றாய்ச் சொல்லு, ஒன்றுவிடாமல் சொல்ல வேண்டும்" என்றாள். "நீ அடுப்பை மூட்டு" என்றான் பொன்னன். வள்ளி அடுப்பை மூட்டிச் சமையல் வேலையைப் பார்த்துக் கொண்டிருக்கும் போதே பொன்னன் தான் போய் வந்த வரலாற்றையெல்லாம் விவரமாகக் கூறினான். கடைசியில், "நீ என்னமோ சேதி சொல்லப் போகிறேன் என்றாயே, அதைச் சொல்லு!" என்றான். வள்ளி சொன்னாள்; - "நாலு நாளைக்குள் மாரப்பன் இங்கே ஐந்து தடவை வந்து விட்டான். அவன்தான் இப்போது சோழ நாட்டின் சேனாதிபதியாம். அவனுடைய ஜம்பம் பொறுக்க முடியவில்லை. 'வஸந்த மாளிகையில் யாரோ ஒரு இரத்தின வியாபாரி வந்திருக்கிறானாமே? அவன் செண்பகத் தீவிலிருந்து வந்தவனாமே?' என்று என்னவெல்லாமோ கேட்டு என் வாயைப் பிடுங்கிப் பார்த்தான். எனக்கு ஒன்றுமே தெரியாது என்று சாதித்து விட்டேன். அப்புறம் இங்கே அடிக்கடி வந்து, நீ திரும்பி வந்து விட்டாயா என்று விசாரித்து விட்டு போனான். இன்றைக்கும் கூட ஒருவேளை வந்தாலும் வருவான்."

இதைக் கேட்ட பொன்னன் சிந்தனையில் ஆழ்ந்தான். பிறகு, "வள்ளி! தாமதிப்பதற்கு நேரமில்லை. இன்று சாயங்காலமே நான் வஸந்தத்

தீவுக்குப் போக வேண்டும். நம்முடைய குடிசையைப் பூட்டி
வைத்திருக்கிறாயல்லவா! குடிசையில் படகு -
ஜாக்கிரதையாயிருக்கிறதல்லவா?" என்று கேட்டான். "இருக்கிறது. ஆனால்
என்ன காரணத்தைச் சொல்லிக் கொண்டு தீவுக்குப் போவாய்?" என்றாள்.
"குந்தவி தேவி இங்கே வந்தால் நான் படகு செலுத்த வேண்டும் என்று
முன்னமே சக்கரவர்த்தி தெரிவித்திருக்கிறார். அதற்காகக் கேட்டுப் போக
வந்தேனென்று சொல்கிறேன்." "ஆனால், சாமியார் இன்னும் எதற்காக
இம்மாதிரி சங்கடங்களை எல்லாம் உண்டாக்கிக் கொண்டிருக்கிறார்
என்றுதான் தெரியவில்லை. அவருடைய வேஷம் எப்போது நீங்குமோ?"
"நானும் இதையேதான் கேட்டேன். பார்த்திப மகாராஜாவுக்குக் கொடுத்த
வாக்குறுதியை நிறைவேற்றுவதற்காகத்தான் இன்னமும் வேஷம்
போடுவதாகச் சொல்கிறார்." பிறகு பொன்னனும், வள்ளியும்
சீக்கிரத்திலேயே சாப்பாட்டை முடித்துக் கொண்டு, உறையூரிலிருந்து
புறப்பட்டுக் காவேரி நதிப்பாதையில் சென்றார்கள். அவர்களுடைய
குடிசையை அடைந்ததும், கதவைத் திறந்து, உள்ளே இருந்த படகை
இரண்டு பேருமாகத் தூக்கிக் கொண்டுபோய் நதியில் போட்டார்கள்.
பொன்னன், "பொழுது சாய்வதற்குள் திரும்பி வந்துவிடுவேன் வள்ளி,
கவலைப்படாதே" என்று சொல்லிவிட்டுப் படகைச் செலுத்தினான்.

பல தினங்களுக்குப் பிறகு மறுபடியும் காவேரியில் படகு விட்டது
பொன்னனுக்கு மிகுந்த உற்சாகத்தையளித்தது. ஆனாலும் பார்த்திப
மகாராஜாவின் காலத்தில் இராஜ குடும்பத்துக்குப் படகு செலுத்தியது
நினைவுக்கு வந்து அவனுடைய கண்களைப் பனிக்கச் செய்தது. தீவிலே
இளவரசரைப் பார்ப்போமா? அவருக்கு உடம்பு சௌகரியமாகி இருக்குமா?
அவரைத் தனியாகப் பார்த்துப் பேச முடியுமா? - இவ்விதச்
சிந்தனைகளில் ஆழ்ந்தவனாய்ப் படகு விட்டுக் கொண்டே போனவன்
திடீரென்று கரைக்கு அருகே வந்து விட்டதைக் கவனித்தான். படகு வந்த
இடம் தீவில் ஒரு மூலை. ஜனசஞ்சாரம் இல்லாத இடம். அந்த இடத்தில்
படகை கட்டிவிட்டுத் தீவுக்குள் ஜாக்கிரதையாகப் போய் புலன்
விசாரிப்பதென்று அவன் தீர்மானித்திருந்தான். மறுதடவை அவன் தீவின்
கரைப்பக்கம் பார்த்தபோது அவனுடைய கண்களை நம்ப முடியவில்லை.
அங்கே விக்கிரம மகாராஜாவே நின்று கொண்டிருந்தார். ஒரு கால்
தண்ணீரிலும் ஒரு கால் கரையிலுமாக நின்று படகையும்
பொன்னனையும் ஆவலுடன் நோக்கிக் கொண்டிருந்தார். பொன்னன்

கோலை வாங்கிப் போட்டு இரண்டே எட்டில் படகை அவர் நின்ற இடத்துக்குச் சமீபமாகக் கொண்டு வந்தான்.

அத்தியாயம் இருபத்தாறு

படகு நகர்ந்தது!

படகு கரையோரமாக வந்து நின்றதும் பொன்னன் கரையில் குதித்தான். விக்கிரமன் தாவி ஆர்வத்துடன் பொன்னனைக் கட்டிக் கொண்டான். "மகாராஜா! மறுபடியும் தங்களை இவ்விதம் பார்ப்பதற்கு எனக்குக் கொடுத்து வைத்திருந்ததே!" என்று சொல்லிப் பொன்னன் ஆனந்தக் கண்ணீர் வடித்தான். விக்கிரமன், "பொன்னா! சமய சஞ்சீவி என்றால் நீதான். இங்கு நின்றபடியே உன்னுடைய குடிசையைத்தான் பார்த்துக் கொண்டிருக்கிறேன். இரண்டு மூன்று நாளாகவே பார்த்துக் கொண்டிருக்கிறேன். இன்றைக்கு உன் படகைப் பார்த்திராவிட்டால், நீந்தி அக்கரைக்கு வருவதற்கு முயன்றிருப்பேன்.... அதோ பார், பொன்னா! படகு நகர்கிறது முதலில் அதைக் கட்டு" என்றான். பொன்னன் ஓடிப்போய்ப் படகைப் பிடித்து இழுத்துக் கரையோரமிருந்த ஒரு மரத்தின் வேரில் அதைக் கயிற்றினால் கட்டிவிட்டு வந்தான். இருவரும் ஜலக்கரையில் மரத்தடியில் உட்கார்ந்தார்கள். "பொன்னா! அப்புறம் என்ன செய்தி சொல்லு! அந்தக் காட்டாற்றங்கரையில் நடந்ததெல்லாம் எனக்குச் சொப்பனம்போல் தோன்றுகிறது. இன்னுங்கூட நான் கனவு காண்கிறேனா அல்லது உண்மையாகவே நமது அருமைக் காவேரி நதிக்கரையில் இருக்கிறேனா என்று சந்தேகமாயிருக்கிறது. நீ எப்போது என்னைப் பிரிந்து சென்றாய்? ஏன் பிரிந்து போனாய்?" என்று விக்கிரமன் கேட்டான்.

"ஐயோ, மகாராஜா; நான் எவ்வளவோ பிரயத்தனம் செய்து வைத்தியனை அழைத்துக் கொண்டு வந்து பார்க்கும்போது, உங்களைக் காணவில்லை, அப்போது எனக்கு எப்படியிருந்தது தெரியுமா?" "வைத்தியனை அழைத்துவரப் போனாயா? எப்போது? எல்லாம் விவரமாய்ச் சொல்லு, பொன்னா!" "அன்று ராத்திரி மகேந்திர மண்டபத்தில் நாம் படுத்துக் கொண்டிருந்தது ஞாபகம் இருக்கிறதா, மகாராஜா?" "ஆமாம், ஞாபகம் இருக்கிறது, ஐயோ! அன்றிரவை நினைத்தாலே என்னவோ செய்கிறது, பொன்னா!" "மறுநாள் காலையில், நாம் உறையூருக்குக் கிளம்புவதென்று தீர்மானித்துக் கொண்டல்லவா படுத்தோம்? அவ்விதமே மறுநாள் அதிகாலையில் நான் எழுந்திருந்தேன்; உங்களையும் எழுப்பினேன். ஆனால் உங்களுக்குக் கடும் ஜுரம் அடித்துக் கொண்டிருந்தது. உங்களால் நடக்க முடியவில்லை; சற்று நடந்து பார்த்துவிட்டுத் திரும்பி வந்து

மண்டபத்தில் படுத்துக் கொண்டீர்கள். நேரமாக ஆக, உங்களுக்கு ஜுரம் அதிகமாகிக் கொண்டிருந்தது. நான் என்ன தவியாய்த் தவித்தேன் தெரியுமா? தங்களைத் தனியாய் விட்டுவிட்டுப் போகவும் மனமில்லை. பக்கத்தில் சும்மா இருப்பதிலும் உபயோகமில்லை. கடைசியில், பல்லைக் கடித்துக் கொண்டு வைத்தியனைக் கூட்டிவரக் கிளம்பினேன். வைத்தியன் லேசில் கிடைத்தானா? எப்படியோ தேடிப் பிடித்து ஒருவனை அழைத்துக் கொண்டு வந்து பார்த்தால், மண்டபத்தில் உங்களைக் காணோம்! எனக்குப் பைத்தியம் பிடித்தது போலாகிவிட்டது..."

"அப்புறம் என்னதான் செய்தாய்?" என்று விக்கிரமன் கேட்டான். பொன்னன் பிறகு தான் அங்குமிங்கும் ஓடி அலைந்தது, குள்ளனைக் கண்டது, குந்தவிதேவி தன் பல்லக்கில் அவரை ஏற்றிக் கொண்டு போனதைத் தெரிந்து கொண்டது. பராந்தகபுரம் வரையில் தொடர்ந்து வந்து கண்ணால் பார்த்துத் திருப்தியடைந்து, பிறகு மாமல்லபுரம் போய்ச் சிவனடியாரை சந்தித்தது. அவரும் தானுமாகக் கொல்லி மலைச்சாரலுக்கு போனது. இரகசிய வழியைக் கண்டுபிடித்தது, சிவனடியாரை மலைமேல் விட்டுவிட்டுத் தான் மட்டும் உறையூர் வந்தது ஆகிய விவரங்களை விவரமாகக் கூறினான். பொன்னன் சிவனடியாரைச் சிற்ப மண்டபத்தில் சந்தித்த செய்தி விக்கிரமனுக்கு வியப்பை அளித்தது. "பொன்னா! அந்தச் சிற்ப மண்டபத்தில்தானே ஒற்றர் தலைவன் வீரசேனனுடன் நான் தங்கியிருந்தேன்? அதே இடத்தில் நீ சிவனடியாரைச் சந்தித்தது வியப்பாயிருக்கிறது பொன்னா! எனக்கு ஒரு சந்தேகங்கூட உண்டாகிறது" என்றான் விக்கிரமன். "என்ன மகாராஜா, சந்தேகம்?" "அந்த ஒற்றர் தலைவன் ஒரு வேளை நமது சிவனடியார் தானோ என்று."

"ஆம், மகாராஜா! ஒற்றர் தலைவன் வீரசேனர்தான் சிவனடியார். நான் மாமல்லபுரத்துச் சாலையிலிருந்து குறுக்குவழி திரும்பியபோது எனக்கு முன்னால் ஒரு குதிரை வீரன் போவதைப் பார்த்தேன். தாங்கள் சொன்ன அடையாளங்களிலிருந்து அவர்தான் வீரசேனர் என்று ஊகித்துக் கொண்டேன். அவரே சிற்ப வீட்டுக்குள் நுழைந்துவிட்டுச் சற்று நேரத்துக்கெல்லாம் வெளியே வந்தபோது ஜடாமகுடத்துடன் சிவனடியாராக வந்தார்!" "ஐயோ! அப்படியானால் நான் உண்மையில் யார் என்று பல்லவச் சக்கரவர்த்தியின் ஒற்றர் தலைவனுக்குத் தெரியும்.... ஆனால் ஆதி முதல் நமக்கு உதவி செய்து வந்திருப்பவர் அவர்தான் அல்லவா? இப்போது என்னைக் காட்டிக்கொடுத்து விடுவாரா?" "ஒரு

நாளும் மாட்டார், சுவாமி! அவர் பல்லவ சக்கரவர்த்தியின் ஒற்றர் படைத்தலைவரான போதிலும், போர்க்களத்தில் தங்கள் தந்தைக்கு வாக்குறுதி கொடுத்திருக்கிறார். அவரால் ஒரு அபாயமும் இல்லை ஆனால்...." "ஆனால் என்ன, பொன்னா?"

"வேறொரு பெரும் அபாயம் இவ்விடத்தில் இருக்கிறது. மாரப்ப பூபதிதான் இப்போது சோழ நாட்டின் சேனாதிபதி, தெரியுமல்லவா? அவருக்குத் தாங்கள் இங்கு வந்திருப்பது பற்றி எவ்விதமோ சந்தேகம் உதித்திருக்கிறது மகாராஜா! நாம் உடனே கிளம்பிப் போக வேண்டும்." "இங்கே இருப்பதில் அதைவிடப் பெரிய அபாயம் வேறொன்று இருக்கிறது. பொன்னா! நாம் உடனே கிளம்ப வேண்டியதுதான்" என்று விக்கிரமன் கூறிய போது அவனுடைய முகத்தில் ஒரு விதமான கிளர்ச்சியைப் பொன்னன் கண்டான். "அது என்ன அபாயம், மகாராஜா?" என்று கேட்டான். "ஒரு இளம் பெண்ணின் கருவிழிகளில் உள்ள அபாயந்தான்" என்று கூறி விக்கிரமன் காவேரி நதியைப் பார்த்தான். சற்று நேரம் மௌனம் குடிகொண்டிருந்தது. பிறகு விக்கிரமன் சொன்னான்:- "உன்னிடம் சொல்லாமல் வேறு யாரிடம் சொல்லப் போகிறேன்? பொன்னா! மூன்று வருஷத்துக்கு முன்னால் என்னை இங்கிருந்து சிறைப்படுத்திக் கொண்டு போன போது காஞ்சி நகரின் வீதியில் பல்லக்கில் சென்ற ஒரு பெண் என்னைப் பார்த்தாள். அவளே மறுபடியும் மாமல்லபுரத்தில் நான் கப்பல் ஏறியபோதும் கடற்கரையிலே நின்று என்னைக் கனிவுடன் பார்த்தாள். செண்பகத்தீவுக்குப் போய் மூன்று வருஷ காலமான பிறகும், அவளை என்னால் மறக்க முடியவில்லை. அதிசயத்தைக் கேள், பொன்னா! அதே பெண்தான் மகேந்திர மண்டபத்தில் நான் ஜுரமடித்துக் கிடந்தபோது என்னைப் பார்த்து இங்கே எடுத்து வந்து காப்பாற்றினாள்."

"மகாராஜா! அப்பேர்ப்பட்ட புண்யவதி யார்? அந்தத் தேவியைப் பார்க்க எனக்கு ஆவலாயிருக்கிறது! பார்த்து எங்கள் மகாராஜாவைக் காப்பாற்றிக் கொடுத்ததற்காக நன்றி செலுத்த வேண்டும்." "பொன்னா! விஷயத்தை அறிந்தால் நன்றி என்கிற பேச்சையே எடுக்கமாட்டாய்." "ஐயோ, அது என்ன?" "மூன்று நாளாக என் மனதில் ஒரு பெரிய போராட்டம் நடந்து வருகிறது, பொன்னா! கதைகளிலே நான் கேட்டிருக்கிறேன், காவியங்களிலே படித்திருக்கிறேன், பெண் மோகத்தினால் அழிந்தவர்களைப்பற்றி! அந்தக் கதி எனக்கும் நேர்ந்துவிடும்

போலிருக்கிறது. மேனகையின் மோகத்தினால் விசுவாமித்திரர் தபஸை இழந்தாரல்லவா? அம்மாதிரி நானும் ஆகிவிடுவேனோ என்று பயமாயிருக்கிறது. அந்தப் பெண் பொன்னா, அவ்வாறு என்னை அவளுடைய மோக வலைக்கு உள்ளாக்கி விட்டாள்...!" பொன்னன் குறுக்கிட்டு, "மகாராஜா! நான் படிக்காதவன்; அறியாதவன் இருந்தாலும் ஒரு விஷயம் சொல்ல விரும்புகிறேன், அனுமதி தரவேண்டும்" என்றான். "சொல்லு பொன்னா? உனக்கு அனுமதி வேண்டுமா?" "விசுவாமித்திர ரிஷி மேனகையினால் கெட்டதை மட்டும் சொல்கிறீர்கள். ஆனால், பெண்களால் மேன்மையடைந்தவர்கள் இல்லையா, மகாராஜா! சீதையால் ராமர் மேன்மையடையவில்லையா? கிருஷ்ணன் போய் ருக்மணியை எதற்காகக் கவர்ந்து கொண்டு வந்தார்? அர்ச்சுன மகாராஜா சுபத்திரையையடைந்ததினால் கெட்டுப் போய் விட்டாரா? முருக்கடவுள் வள்ளியைத் தேடித் தினைப்புனத்துக்கு வந்தது ஏன்? அதனால் அவர் கெடுதலை அடைந்தாரா?"

"பொன்னா! சரியான கேள்விதான் கேட்கிறாய். சீதையினால் ராமரும், ருக்மணியால் கிருஷ்ணனும், சுபத்திரையினால் அர்ச்சுனனும், வள்ளியினால் முருகனும் மேன்மையடைந்தது மட்டுமல்ல. அருள்மொழி ராணியினால் பார்த்திப மகாராஜாவும், வள்ளியினால் பொன்னனும் மேன்மையடைகிறார்கள்." "அப்படிச் சொல்லுங்கள்! பின்னே, பெண் மோகம் பொல்லாதது என்றெல்லாம் ஏன் பேசுகிறீர்கள்?" "கேள், பொன்னா! பெண் காதலினால் மனிதர்கள் சிலர் தேவர்களாகியிருக்கிறார்கள், அவர்கள் பாக்கியசாலிகள். ஆனால், தேவர்கள் சிலர் பெண் காதலினால் தேவத்தன்மையை இழந்து மனுஷ்யர்களிலும் கேடு கெட்டவர்களாகியிருக்கிறார்கள். நான் அத்தகைய துர்ப்பாக்கியன். என் உள்ளத்தைக் கவர்ந்து கொண்ட பெண் அத்தகையவளா யிருக்கிறாள். நான் என்னுடைய தர்மத்தையும், என்னுடைய பிரதிக்ஞையையும் கைவிடுவதற்கு அவளுடைய காதல் தூண்டுகோலாயிருக்கிறது. ஜுரம் குணமானதிலிருந்து எனக்கு அந்தப் பெண்ணின் நினைவைத் தவிர வேறு நினைவேயில்லை. அவளைப் பிரிந்து ஒரு நிமிஷமாவது உயிர் வாழ முடியாதென்று தோன்றுகிறது. அவளுக்காக சுவர்க்கத்தைக்கூடத் தியாகம் செய்யலாமென்று தோன்றும் போது, சோழ நாடாவது சுதந்திரமாவது? அவளுடன் சேர்ந்து வாழ்வதற்காகக் காஞ்சி நரசிம்ம பல்லவச் சக்கரவர்த்திக்குக் கப்பம் கட்டினால்தான் என்ன?"

பொன்னனுக்கு தூக்கி வாரிப் போட்டது. "விக்கிரமனுக்கு இது கடைசித் சோதனை" என்று சிவனடியார் கூறியது அவனுக்கு நினைவு வந்தது. "ஐயோ! என்ன இப்படிச் சொல்கிறீர்கள்? உறையூர்ச் சித்திர மண்டபத்தில் பார்த்திப மகாராஜாவிடம் தாங்கள் செய்த சபதம் ஞாபகம் இருக்கிறதா?" என்று கேட்டான். "ஞாபகம் இருக்கிறது பொன்னா! இன்னும் மறந்து போகவில்லை. ஆனால், எத்தனை நாளைக்கு ஞாபகம் இருக்குமோ, தெரியாது. தினம் தினம் என்னுடைய உறுதிகுலைந்து வருகிறது. ஆகையினால்தான் உடனே கிளம்பி விடவேண்டுமென்று சொல்கிறேன். இப்போதே உன்னுடன் வரச் சித்தமாயிருக்கிறேன்; கிளம்பலாமா?" என்றான் விக்கிரமன். "கிளம்பலாம் சுவாமி! ஆனால் இந்தத் தீவில் நமக்கு ஒரு காரியம் இருக்கிறதே! மகாராணி கொடுத்த பெட்டியை இங்கே புதைத்து வைத்திருக்கிறேன்...." "பார்த்தாயா! அதைக்கூட மறந்துவிட்டேன். இன்னும் இரண்டு நாள் போனால் வந்த காரியத்தையே மறந்து விடுவேன், என்னையேகூட மறந்துவிடுவேன்! இன்றைக்கு அந்தப் பெண் வருவதற்குள் நாம் போய்விட வேண்டும். பெட்டியை எங்கே புதைத்திருக்கிறாய்?" என்று விக்கிரமன் பரபரப்புடன் கேட்டான். "சமீபத்தில் தான் இருக்கிறது, சுவாமி!" "தோண்டி எடுக்க வேண்டுமல்லவா?" "முன் ஜாக்கிரதையாக மண் வெட்டியும் கடப்பாறையும் கொண்டு வந்திருக்கிறேன்" என்று சொல்லிப் பொன்னன் படகின் அடியிலிருந்து அவற்றை எடுத்துக் கொண்டு வந்தான். இரண்டு பேரும் விரைவாக நடந்து அந்த அடர்ந்த மாந்தோப்புக்குள்ளே போனார்கள்.

அவர்கள் போய்ச் சற்று நேரத்துக்கெல்லாம் சமீபத்திலிருந்த ஒரு மரத்தின் மறைவிலிருந்து குந்தவிதேவி வெளியில் வந்தாள். சுற்றும் முற்றும் பார்த்துவிட்டு நதிக் கரையில் படகு கட்டியிருந்த இடத்துக்குச் சென்றாள். இன்னும் ஒரு கள்ளப் பார்வை அங்கும் இங்கும் பார்த்துவிட்டு, படகை மரத்தின் வேருடன் கட்டியிருந்த கயிற்றை அவிழ்த்து விட்டாள். படகு மெதுவாக நகர்ந்தது. பிறகு வேகமாய் நகர்ந்தது. சிறிது நேரத்துக்கெல்லாம் வெள்ளப் பிரவாகத்தில் அகப்பட்டுக் கொண்டு அதிவேகமாய்ச் சுழன்று செல்லத் தொடங்கியது. அதைப் பார்த்துக் கொண்டிருந்த குந்தவியின் முகத்தில் குறுநகை பூத்தது.

அத்தியாயம் இருபத்தேழு

புதையல்

கிளைகள் நெருங்கிப் படர்ந்து நிழலால் இருண்டிருந்த மாந்தோப்புக்குள் பொன்னன் முன்னால் செல்ல விக்கிரமன் தொடர்ந்து சென்றான். போகும்போதே தாழ்ந்திருந்த மரக்கிளைகளைப் பொன்னன் அண்ணாந்து பார்த்துக் கொண்டு போனான். ஒரு மரத்தினடியில் வந்ததும் நின்று மேலே உற்றுப் பார்த்தான். அந்த அடிக்கிளையின் பட்டையில் சிறு கத்தியினால் ஓர் உருவம் செதுக்கப்பட்டிருந்தது. நன்றாக உற்றுப் பார்த்தால் அது ஒரு புலியின் உருவம் என்று தெரிந்து கொள்ளலாம். பொன்னன் அதைப் பார்த்துவிட்டு நின்றான். அந்தப் புலி உருவத்துக்கடியில் தரையில் கிடந்த மாஞ் சருகுகளையெல்லாம் ஒதுக்கினான். பிறகு அங்கே தரையைத் தோண்டத் தொடங்கினான். விக்கிரமன் பரபரப்புடன் தானும் மண்வெட்டியை எடுத்த போது பொன்னன் கைமறித்து, "மகாராஜா! தங்களுக்கு உடம்பு இன்னும் சரியாகவில்லை. இன்னும் எவ்வளவோ வேலைகள் செய்வதற்கு இருக்கின்றன. சற்றும் நேரம் மரத்தடியில் சும்மா உட்கார்ந்திருக்க வேண்டும்" என்றான்.

அவ்விதமே விக்கிரமன் மரத்தடிக்குச் சென்று வேரின் மேல் உட்கார்ந்தான். அவனுடைய உள்ளத்தில் எத்தனையோ எண்ணங்கள் அலை அலையாக எழுந்தன. குழந்தைப் பருவத்தில் இந்த வஸந்தத் தீவில் எவ்வளவு ஆனந்தமாக நாட்கள் கழிந்தன! இதே இடத்தில் ஒரு அன்னியப் பெண்ணின் தயவில் தங்கவேண்டிய காலமும் வந்ததல்லவா? - நல்ல வேளை, இன்றோடு அந்த அவமானம் தீர்ந்துவிடும். பெட்டியை எடுத்துக் கொண்டு உடனே கிளம்பிவிட வேண்டியதுதான்.... இனிமேல் ஒரு விநாடி நேரமும் இங்கே தங்கக்கூடாது... செண்பத் தீவிலிருந்தபோது இந்தத் தாய் நாட்டைப் பார்க்க வேணுமென்று தனக்கு ஏற்பட்டிருந்த ஆவலையும், இப்போது இங்கிருந்து கிளம்பினால் போதுமென்று இருப்பதையும் நினைத்தபோது விக்கிரமனுக்குச் சிரிப்பு வந்தது. "இங்கே எதற்காக வந்தோம்? என்ன பைத்தியகாரத்தனம்?" என்று தோன்றியது. பார்த்திப மகாராஜா சுதந்திரமாக ஆண்ட அந்தச் சோழ நாடு அல்ல இது. பல்லவ சக்கரவர்த்தியின் ஆதிக்கத்தில் மிதிபட்டுக் கிடக்கும் நாடு. தேசத் துரோகியும் குலத்துரோகியும் கோழையுமான மாரப்ப பூபதியைச்

சேனாதிபதியாகப் பெற்றிருக்கும் நாடு. இப்படிப்பட்ட நாட்டின் மண்ணை உதறிவிட்டு எவ்வளவு சீக்கிரத்தில் போகிறோமோ, அவ்வளவுக்கு நல்லது!

"நாடு என்ன செய்யும்? - மனுஷ்யர்கள் கேடுகெட்டுப் போயிருந்தால்?" என்ற எண்ணம் தோன்றியதும் விக்கிரமன் பெருமூச்சு விட்டான். பார்த்திப மகாராஜா போருக்குக் கிளம்புவதற்கு முன் தன்னைச் சித்திர மண்டபத்துக்குள் அழைத்துக் கொண்டு போய் அவருடைய கனவுச் சித்திரங்களையெல்லாம் காட்டியதை நினைத்துக் கொண்டான். அந்தக் கனவு நிறைவேறப் போகிறதா? இல்லை கனவாகத்தான் போய்விடுமோ? இங்கே எல்லாரும் பல்லவ சக்கரவர்த்தியின் புகழிலேயே மூழ்கிக் கிடக்கிறார்கள். நேற்றுத்தான் காஞ்சியிலிருந்து ஒரு ஆள் வந்தான். சீன தேசத்திலிருந்து வந்த ஒரு தூதனுக்குக் காஞ்சியில் நடந்த வரவேற்பு வைபவங்களைப் பற்றியெல்லாம் அவன் வர்ணித்தான். விக்கிரமன் கேட்டுக் கொண்டிருந்தான். கேட்கக் கேட்க அவனுக்கு ஆத்திரம் பொங்கிக் கொண்டு வந்தது. அந்தச் சீன தேசத்துத் தூதன் தான் போகுமிடங்களிலெல்லாம் பல்லவ சக்கரவர்த்தியின் அருமை பெருமைகளைப் பற்றிச் சொல்லிக் கொண்டு போவான். சீன தேசத்திலும் போய்ச் சொல்வான். சோழ நாட்டைப் பற்றியோ, சோழ நாட்டின் சுதந்திரத்துக்காக வீரப்போர் புரிந்து மரணமடைந்த பார்த்திப மகாராஜாவின் பெயரையோ யார் கேட்கப் போகிறார்கள்?

"மகாராஜா!" என்ற குரலைக் கேட்டு விக்கிரமன் திடுக்கிட்டு எழுந்தான். குழியில் நின்ற பொன்னன் குனிந்தான். அவன் மறுபடி நிமிர்ந்தபோது அவனுடைய கைகளில் கெட்டியான தோலினால் சுற்றப்பட்ட பெட்டி இருந்தது. பொன்னன் அந்தத் தோலை எடுத்தெறிந்தான். பழைய ஆயுதப் பெட்டி - சித்திர வேலைப் பாடமைந்த பெட்டி காணப்பட்டது. விக்கிரமன் விரைந்து சென்று கையை நீட்டி அந்தப் பெட்டியை ஆவலுடன் வாங்கித் திறந்தான். உள்ளே சிறிதும் மலினமடையாமலிருந்த ஓலைச் சுவடியைக் கண்ணில் ஒத்திக்கொண்டு பெட்டிக்குள் வைத்தான். பிறகு பட்டாக்கத்தியைக் கையில் எடுத்துக்கொண்டான். பொன்னனைப் பார்த்துச் சொன்னான்: "பொன்னா! சற்று முன்னால் என் மனத்தில் தகாத கோழை எண்ணங்கள் எல்லாம் உண்டாயின. இந்தச் சோழ நாட்டின் மேலேயே வெறுப்பு உண்டாயிற்று. "இந்த நாட்டுக்கு விமோசனம் ஏது? எப்போதும் பல்லவர்களின் கீழ் அடிமைப்பட்டிருக்க வேண்டியதுதான்!" என்று

எண்ணினேன். எதற்காக இவ்வளவு அபாயங்களுக்குத் துணிந்து, இவ்வளவு கஷ்டப்பட்டு இங்கு வந்தோம் என்று நினைத்தேன் - அந்த மயக்கம், மாயை எல்லாம் இந்தக் கத்தியைக் கண்டவுடன் மாயமாய்ப்போய் விட்டது.

பொன்னா! இந்தக் கத்தி ஒரு காலத்தில் உலகை ஆண்டது. கரிகாலச் சோழரும் நெடுமுடிக் கிள்ளியும் இந்தக் கத்தியினால் கடல்களுக்கப்பாலுள்ள தேசங்களையெல்லாம் வென்று சோழ மகாராஜ்யத்தை ஸ்தாபித்தார்கள். கரிகாலச் சக்கரவர்த்தியின் காலத்தில் செண்பகத் தீவில் குடியேறிய தமிழர்களின் சந்ததிகள் தான் அந்தத் தீவில் இன்று வசிக்கிறார்கள். அத்தகைய மகாவீர புருஷர்களுடைய சந்ததியில் பிறந்தவன் நான். அவர்கள் கையில் பிடித்த வீரவாள் இது. அவர்களால் முடிந்த காரியம் என்னால் ஏன் முடியாது? பொன்னா! இந்தக் கத்தியுடனே என் தந்தை எனக்கு அளித்த இந்தத் தமிழ்மறை என்ன சொல்கிறது? 'முயற்சி திருவினையாக்கும்!' ஆகா? அந்தப் புனித வாக்கைக்கூட அல்லவா மறந்துவிட்டேன்! இந்தச் சோழ நாட்டுக்கு இப்போது என்னவோ நேர்ந்துவிட்டது. இங்கே அடிக்கும் காற்றே மனச்சோர்வு தருகிறது. இங்கே இனி ஒரு கணங்கூட நிற்கமாட்டேன். வா, போகலாம்!"

இவ்விதம் விக்கிரமன் பேசிக் கொண்டிருந்தபோது பொன்னன் அவனுடைய முகத்தைப் பார்த்தவண்ணமே பிரமித்து நின்றான். அப்போது விக்கிரமனுடைய முகத்தில் சுடர்விட்டுப் பிரகாசித்த வீரதேஜஸ் அவ்விதம் அவனைப் பிரமிக்கச் செய்தது. பிறகு சட்டென்று அந்தப் பிரமையிலிருந்து நீங்கினவனாய், மளமளவென்று மண்ணைத் தள்ளிக் குழியை மூடினான். அந்த இடத்தின் மேல் மாஞ் சருகுகளைப் பரப்பிய பிறகு இருவரும் காவேரியை நோக்கி விரைந்து சென்றார்கள். நதிக்கரையையடைந்து படகு கட்டியிருந்த இடத்தைப் பார்த்ததும் அவர்களுக்குப் பகீர் என்றது. "இதென்ன, பொன்னா! படகு! எங்கே?" என்றான் விக்கிரமன். "ஒருவேளை இடம்மாறி வந்து விட்டோ மோ?" என்று பொன்னன் திகைப்புடன் கூறி அங்குமிங்கும் நோக்கினான். ஆனால், வேரில் கட்டிய கயிறு இருப்பதைப் பார்த்ததும் சந்தேகத்துக்கு இடமில்லாமல் போயிற்று. கயிற்றின் முடிச்சு எப்படியோ அவிழ்ந்து படகு ஆற்றோடு போயிருக்க வேண்டுமென்றுதான் தீர்மானிக்க வேண்டியிருந்தது. "பொன்னா! என்ன யோசிக்கிறாய்? நீந்திப் போய்

விடலாமா?" என்றான் விக்கிரமன். "கொஞ்சம் பொறுங்கள், மகாராஜா! கரையோடு ஓடிப்போய் எங்கேயாவது படகு தங்கியிருக்கிறதா என்று இதோ பார்த்துவிட்டு வருகிறேன்" என்று சொல்லி விட்டுப் பொன்னன் நதிக்கரையோடு ஓடினான்.

அத்தியாயம் இருபத்தெட்டு

குந்தவியின் நிபந்தனை

பொன்னன் மறைந்த கணம் இலைச் சருகுகள் அலையும் சத்தம் கேட்டு விக்கிரமன் திடுக்கிட்டுத் திரும்பிப் பார்த்தான். குந்தவி மரங்களின் மறைவிலிருந்து வெளியே வந்து கொண்டிருந்தாள். இருவரும் ஒருவரையொருவர் பார்த்துக் கொண்டு சற்று நேரம் மௌனமாய் நின்றார்கள். "சோழநாட்டாரின் யோக்கியதை நன்றாய்த் தெரிந்து போய்விட்டது. இப்படித்தான் சொல்லிக் கொள்ளாமல் கூட ஓடிப் போகப் பார்ப்பார்களா?" என்றாள் குந்தவி. விக்கிரமன் மறுமொழி சொல்லாமல் சும்மா இருந்தான். "வள்ளுவர் பெருமான், 'முயற்சி திருவினையாக்கும்' என்று மட்டுந்தானா சொல்லியிருக்கிறார்? 'நன்றி மறப்பது நன்றன்று' என்று சொல்லியிருப்பதாக எனக்குக் கேள்வியாயிற்றே?" என்று குந்தவி சொன்னபோது, விக்கிரமனுக்குத் தூக்கிவாரிப் போட்டது. "உனக்கு எப்படி தெரியும்? ஒருவேளை ...." என்று மேலே பேசத் திணறினான். "ஆமாம்; நீங்கள் குழி தோண்டிப் புதையல் எடுத்ததைப் பார்த்துக் கொண்டிருந்தேன்; எல்லாம் கேட்டுக் கொண்டுமிருந்தேன்." "உண்மையாகவா?" "ஆமாம்; உங்கள் பொய் வேஷத்தையும் தெரிந்து கொண்டேன்."

விக்கிரமன் சற்று யோசித்து, "அப்படியானால் நான் சொல்லிக் கொள்ளாமல் ஓடிப் போக நினைத்ததில் என்ன ஆச்சரியம்? தேசப் பிரஷ்டன் - மரண தண்டனைக்குத் துணிந்து தாய் நாட்டுக்கு வந்தவன் - சொல்லாமல் திரும்பி ஓடப் பார்ப்பது இயல்பல்லவா?" என்றான். "உயிர் இழப்பதற்குப் பயந்துதானே?" "ஆமாம்; இந்த உயிர் இன்னும் கொஞ்சகாலத்துக்கு எனக்குத் தேவையாயிருக்கிறது. என் தந்தைக்கு நான் கொடுத்த வாக்குறுதியை நிறைவேற்றுவதற்கும், இந்தத் தாய்த் திருநாட்டுக்கு நான் செய்யவேண்டிய கடமையைச் செய்வதற்கும் இந்த உயிர் வேண்டியிருக்கிறது...." "ஆனால் உங்களுடைய உயிர் இப்போது உங்களுடையதல்லவே? மகேந்திர மண்டபத்தில் அந்தப் பழைய உயிர் போய்விட்டது. இப்போது இருப்பது நான் கொடுத்த உயிர் அல்லவா? இது எனக்கல்லவா சொந்தம்?" என்றாள் குந்தவி. விக்கிரமன் மீண்டும் யோசனையில் ஆழ்ந்தான். பிறகு குந்தவியை உருக்கத்துடன் நோக்கி, "நீ சொல்லியது ஒரு விதத்தில் அல்ல; பல விதத்திலும் உண்மை. இந்த உயிர் உன்னுடையதுதான். மகேந்திர மண்டபத்தில் நீ என்னைப் பார்த்துக்

காப்பாற்றியதனால் மட்டும் அல்ல; மூன்று வருஷத்துக்கு முன்பு காஞ்சியிலும், மாமல்லபுரத்திலும் உன்னைப் பார்த்தபோதே என் உயிரை உன்னுடைய தாக்கிக் கொண்டாய்...." என்றான். "ஆ! இது உண்மையா?" என்றாள் குந்தவி. "ஆமாம். ஆகையினால் உன்னுடைய உயிரையே தான் நீ காப்பாற்றிக் கொண்டாய்...."

"இது உண்மையானால், என்னிடம் சொல்லிக் கொள்ளாமல் ஓடப் பார்த்தீர்களே, அது எப்படி? என்ன நியாயத்தில் சேர்ந்தது?" என்று குந்தவி கடுமையான குரலில் கேட்டாள். "அது தவறுதான். ஆனால், காரணம் உனக்குத் தெரியாதா? உன்னிடம் சொல்லிக் கொண்டால் பிரிய மனம் வராது என்ற பயந்தான் காரணம். நீ விடை கொடுக்காவிட்டால் போக முடியாதே என்ற எண்ணந்தான் காரணம்..." "என்னைப்பற்றி அவ்வளவு கேவலமாக ஏன் எண்ணினீர்கள்? நீங்கள் போவதை நான் ஏன் தடுக்க வேண்டும்? உங்களுடைய கடமையைச் செய்வதற்கு நான் ஏன் குறுக்கே நிற்க வேண்டும்?" "நான் எண்ணியது பிசகு என்று இப்போது தெரிகிறது. உன்னிடம் நான் எல்லாவற்றையும் முதலிலேயே சொல்லியிருக்க வேண்டும். சொல்லி உன்னுடைய உதவியைக் கோரியிருக்க வேண்டும். மறைக்க முயன்றது பிசகுதான்." "போனது போகட்டும்; இனிமேல் நடக்க வேண்டியதைப் பேசுவோம். உங்கள் படகோட்டி திரும்பிவரும் வரையில் இங்கே உட்காரலாம்" என்றாள் குந்தவி.

படகோட்டி என்றதும் விக்கிரமன் மனத்தில் ஒரு சந்தேகம் உதித்தது. குந்தவியைச் சிறிது வியப்புடன் நோக்கினான். "இங்கே கட்டியிருந்த படகு எங்கேயென்று தெரியுமா?" என்று கேட்டான். "தெரியும்; ஆற்றோடு போய்விட்டது. படகோட்டிக்கு வீண் அலைச்சல்தான்." "எப்படிப் போயிற்று? ஒரு வேளை நீ...." "ஆம்; நான்தான் படகின் முடிச்சை அவிழ்த்து விட்டேன். என்னிடம் சொல்லிக் கொள்ளாமல் போக நினைத்ததற்குத் தண்டனை!" விக்கிரமன் சற்று மௌனமாயிருந்துவிட்டு, "அது தான் முன்னமே சொன்னேனே. உன்னிடம் சொல்லிக் கொண்டால், பிரிந்து போக மனம் வருமோ, என்னவோ என்று பயந்தேன்" என்றான். "அம்மாதிரியெல்லாம் பயந்து கொண்டிருந்தால் உங்கள் மூதாதையான கரிகாலசோழர் தீவாந்திரங்களையெல்லாம் வென்றிருக்க முடியுமா?" என்று குந்தவி கேட்டாள். "முடியாது. ஆகையால்தான் இப்போது தைரியமாக உன்னிடம் விடை கேட்கிறேன், உதவியும் கேட்கிறேன். இந்த நதியைத் தாண்டுவதற்குப் படகும், அப்பால் மாமல்லபுரம் போவதற்குக்

குதிரையும் கொடுத்து உதவ வேண்டும்." "கொடுக்கிறேன். ஒரு நிபந்தனை இருக்கிறது." "நிபந்தனையா?" "ஆமாம் கண்டிப்பான நிபந்தனை. போன தடவையைப் போல் என்னைக் கரையில் நிறுத்திவிட்டு நீங்கள் கப்பலில் போய்விடக் கூடாது. நீங்கள் போகும் கப்பலில் என்னையும் அழைத்துப் போக வேண்டும்."

விக்கிரமனுக்கு அளவில்லாத திகைப்பு உண்டாயிற்று. குந்தவியின் மெல்லிய கரத்தைப் பிடித்துக் கொண்டு தழுதழுத்த குரலில், "தேவி! என்ன சொன்னாய்? என் காதில் விழுந்தது உண்மையா? அவ்வளவு பெரிய அதிர்ஷ்டத்தைப் பெறுவதற்கு நான் என்ன செய்து விட்டேன்! உலகமெல்லாம் புகழ் பரவிய மகாபல்லவச் சக்கரவர்த்தியின் ஏக புதல்வியாகிய நீ இந்த தேசப்பிரஷ்டனுடன் கூடக் கடல்கடந்து வருவாயா!" என்றான். குந்தவி காவேரியின் பிரவாகத்தை நோக்கிய வண்ணம், "உங்களுக்கென்ன இவ்வளவு சந்தேகம். பெண் குலத்தைப் பற்றி நீங்கள் இழிவாக நினைக்கிறீர்கள்; அதனாலே தான் சந்தேகப்படுகிறீர்கள்" என்றாள்.

"இல்லவே இல்லை. அருள்மொழியைத் தாயாகப் பெற்ற நான் பெண் குலத்தைப் பற்றி ஒரு நாளும் இழிவாக நினைக்கமாட்டேன். ஆனால் நீ என்னுடன் வருவது எப்படிச் சாத்தியம்? உன் தந்தை.. சக்கரவர்த்தி..சம்மதிப்பாரா?" "என் தந்தை நான் கேட்டது எதையும் இதுவரை மறுத்ததில்லை. இப்போதும் மறுக்கமாட்டார்..." அப்போது, "மகாராஜா!" என்ற குரலைக் கேட்டு இருவரும் திடுக்கிட்டுத் திரும்பிப் பார்த்தார்கள். அந்தக் குரல் பொன்னனுடையதுதான். அவர்கள் உலகை மறந்து பேசிக் கொண்டிருந்த சமயம் பொன்னன் மெதுவாகப் பின்புறமாக வந்து அவர்கள் அருகில் நின்று கொண்டிருந்தான். கடைசியாக, அவர்கள் பேசிய வார்த்தைகளும் அவன் காதில் விழுந்தன. விக்கிரமன் பொன்னனைப் பார்த்து, "எப்பொழுது வந்தாய், பொன்னா! படகு அகப்படவில்லையே? இந்தத் தேவிதான் படகை அவிழ்த்து விட்டு விட்டாராம். நமக்கு வேறு படகு தருவதாகச் சொல்கிறார்" என்றான். "காதில் விழுந்தது, மகாராஜா! ஆனால், இவ்வளவு தொல்லையெல்லாம் என்னத்திற்கு என்று தான் தெரியவில்லை. தேவி சொல்வதை ஒரு நாளும் சக்கரவர்த்தி தட்டமாட்டார். தங்களைப் பற்றி ஒரு வார்த்தை சொல்லி..."

குந்தவி வீராவேசத்துடன் எழுந்து பொன்னனுக்கு எதிராக நின்றாள் "என்ன சொன்னாய், படகோட்டி! உங்கள் மகாராஜாவை மன்னித்துக் காப்பாற்றும்படி சக்கரவர்த்தியிடம் நான் சொல்லவேண்டுமா? ஒரு தடவை அந்தத் தவறு நான் செய்தேன்; இனிமேல் செய்யமாட்டேன். இவர் தமது கையில் பிடித்த கத்தியின் வலிமையினால் ஒரு சாண் பூமியை வென்று ராஜாவானால் அந்த சாண் பூமிக்கு நான் ராணியாயிருப்பேன். இவர் உன்னைப்போல படகோட்டிப் பிழைத்து ஒரு குடிசையில் என்னை வைத்தால், உன் மனைவி வள்ளியைப்போல் நானும் அந்தக் குடிசையில் ராணியாயிருப்பேன். இவரை மன்னிக்கும்படியோ, இவருக்குச் சோழ ராஜ்யத்தைக் கொடுக்கும்படியோ சக்கரவர்த்தியை ஒருநாளும் கேட்கமாட்டேன். எனக்காக நான் என் தந்தையிடம் பிச்சை கேட்பேன். ஆனால் இவருக்காக எதுவும் கேட்டு இவருடைய வீரத்துக்கு மாசு உண்டாக்க மாட்டேன்!" என்றாள். பொன்னன், "தேவி" என்று ஏதோ சொல்ல ஆரம்பித்தான். அவனைப் பேசவிடாமல், குந்தவி மீண்டும் "ஆம் இன்றைய தினம் இவருடைய வேஷம் வெளிப்பட்டு, இவருக்கு மரண தண்டனை அளிக்கப்பட்டாலும் நான் உயிர்ப்பிச்சை கேட்கமாட்டேன்.

தண்டனையை நிறைவேற்றுவதற்கு முன்னால் என்னை இவருக்கு மணம் புரிவிக்க வேண்டுமென்று மட்டும் வரம் கேட்பேன்!" என்றாள். "தேவி; தாங்கள் அவ்விதம் வரம் கேட்க வேண்டி வருமென்றே தோன்றுகிறது. அதோ பாருங்கள்! படகுகளில் வீரர்கள் வருவதை" என்றான் பொன்னன். விக்கிரமனும் குந்தவியும் துணுக்கமடைந்தவர்களாகப் பொன்னன் கை காட்டிய திசையை நோக்கினார்கள். உறையூர்ப் பக்கத்திலிருந்து நாலு படகுகள் வந்து கொண்டிருந்தன. வஸந்தத் தீவில் அடர்த்தியாக வளர்ந்திருந்த மரங்கள் இத்தனை நேரமும் அப்படகுகளை மறைத்துக் கொண்டிருந்தன. இப்போதுதான் அவை ஒரு முடுக்கத்தில் திரும்பி அவர்களுடைய கண்ணுக்குத் தெரிந்தன. படகுகளில் பொன்னன் சொன்னபடியே வேல்தாங்கிய வீரர்கள் கும்பலாயிருந்தார்கள். படகுகள் கணத்துக்குக் கணம் கரையை நெருங்கி வந்து கொண்டிருந்தன.

அத்தியாயம் இருபத்தொன்பது

சக்கரவர்த்தி கட்டளை

நெருங்கி வந்த படகுகளைப் பார்த்தபடி சற்று நேரம் திகைத்து நின்ற விக்கிரமன், சட்டென்று உயிர் வந்தவனைப் போல் துடித்துப் பொன்னனைப் பார்த்து, "பொன்னா! எடு வாளை!" என்று கூவினான். பொன்னனும் ஏதோ சிந்தனையில் ஆழ்ந்திருந்தான். விக்கிரமனுடைய குரல் கேட்டதும், அவன் விரைந்து விக்கிரமன் அருகில் வந்து, "மகாராஜா! எனக்கு ஒரு வரம் கொடுக்க வேண்டும்" என்றான். "வரங்கேட்க நல்ல சமயம் பார்த்தாய், பொன்னா! சீக்கிரம் கேட்டுவிடு. ஆனால், என்னிடம் என்ன இருக்கிறது நீ கேட்பதற்கு?" என்று சிறிது வியப்புடன் கூறினான் விக்கிரமன். "மகாராஜா! மாரப்பபூபதியின் ஆட்களுடன் தாங்கள் சண்டையிடக்கூடாது. அவர்கள் ரொம்பப் பேர், நாமோ இரண்டு பேர்தான்..." "பொன்னா! நீதானா இப்படிப் பேசுகிறாய்? உனக்கும் சோழ நாட்டு வீர வாசனை அடித்துவிட்டதா?" என்றான் விக்கிரமன். "இல்லை, மகாராஜா! என் உயிருக்கு நான் பயப்படவில்லை. இந்த அற்ப உயிரை எந்த விநாடியும் விட்டுவிடச் சித்தமாயிருக்கிறேன். ஆனால் வேறு காரணங்கள் இருக்கின்றன. நாம் இப்போது சண்டையிட்டால் எல்லாம் கெட்டுப் போய்விடும். மகாராஜா! தங்களுடைய அன்னை அருள்மொழித் தேவியைப் பார்க்க வேண்டாமா? இன்னொரு முக்கிய விஷயம். தங்களுடைய மூதாதைகளின் வீரவாளைக் கொண்டு முதன் முதலில் உங்களுடைய சொந்தக் குடிகளையா கொல்லுவீர்கள்?" என்று பொன்னன் கேட்டபோது, விக்கிரமனுடைய முகம் வாடியது.

"சரி பொன்னா! போதும், இனிமேல் ஒன்றும் சொல்ல வேண்டாம். நான் வாளைத் தொடவில்லை" என்றான். பிறகு குந்தவியைப் பார்த்து, "தேவி! இந்தப் பெட்டியைப் பத்திரமாய் வைத்திருக்க வேண்டும். மறுபடியும் சந்திக்க நேர்ந்தால் கொடுக்க வேண்டும்" என்றான். ஆனால் குந்தவியின் செவிகளில் அவன் கூறியது விழுந்ததோ, என்னமோ தெரியாது. அவளுடைய முகத்தில் கோபம் கொதித்துக் கொண்டிருந்தது. ஆவேசம் வந்தவள் போல் நெருங்கி வந்த படகுகளைப் பார்த்துக் கொண்டிருந்தாள். படகுகள் கரையை அடைந்தன. மாரப்ப பூபதி முதலில் படகிலிருந்து குதித்தான். மரியாதையாகக் குந்தவி தேவியை அணுகி, "பெருமாட்டி! தங்கள் அனுமதியில்லாமல் இங்கே வந்ததற்காக மன்னிக்க வேண்டும்.

சக்கரவர்த்தியின் கட்டளையை நிறைவேற்றுவதற்காக வந்தேன்"
என்றான். குந்தவி முகத்தில் எள்ளும் கொள்ளும் வெடிக்க, "எந்தச்
சக்கரவர்த்தி? என்ன கட்டளை?" என்றாள். "தங்களுடைய சகோதரர்
மகேந்திர பல்லவரின் கட்டளைதான். செண்பகத் தீவிலிருந்து
வந்திருக்கும் ஒற்றனைக் கைப்பற்றி ஜாக்கிரதையாகக் காஞ்சிக்கு
அனுப்பும்படிக் கட்டளை இதோ பாருங்கள்!" என்று மாரப்பன் ஓர்
ஓலையை நீட்டினான். அதில் மகேந்திரனின் முத்திரையுடன் மேற்கண்ட
விதமான கட்டளை எழுதியிருந்தது. அதைப் பார்த்துவிட்டுக் குந்தவி,
"செண்பகத்தீவின் ஒற்றன் யார்?" என்று கேட்டாள். "இதோ நிற்கிறானே,
இவன் தான், தேவி!" "இல்லை; இவர் ஒற்றன் இல்லை. நீர் திரும்பிப்
போகலாம்."

"தேவி! இவன் ஒற்றன் இல்லாவிட்டால் வேறு யார்? மனமுவந்து
சொல்லவேண்டும்!" என்று மாரப்பன் கள்ள வணக்க ஒடுக்கத்துடன்
கூறினான். "பூபதி! யாரைப் பார்த்துக் கேள்வி கேட்கிறாய்? உன்னை
மறந்து விட்டாயா?" என்று கண்களில் கனல் பொறி பறக்கக் குந்தவி
கேட்டாள். "இல்லை; என்னை நான் மறக்கவில்லை. எனக்கு அவ்வளவாக
ஞாபக மறதி மட்டும் கிடையாது. இதோ இவனுடைய முகம்கூடப் பார்த்த
முகமாக என் ஞாபகத்தில் இருக்கிறது. ஆம்; இதோ ஞாபகம்
வந்துவிட்டது. தேவி! இவன், மகா மேன்மை பொருந்திய தர்ம
ராஜாதிராஜ நரசிம்ம பல்லவச் சக்கரவர்த்தியினால் தேசப்பிரஷ்ட
தண்டனைக்குள்ளானவன் என்பதாய் ஞாபகம் வருகிறது. இவன் ஒற்றன்.
இல்லையென்றால், தேசப்பிரஷ்டன்! தேசப்பிரஷ்டமானவன் திரும்பி
வந்தால் என்ன தண்டனையென்று தங்களுக்கே தெரியும். தேவி! என்
கடமையை நான் செய்ய வேண்டும். தர்ம ராஜாதி ராஜாவான பல்லவச்
சக்கரவர்த்தி, தம் சொந்தப் புதல்வியின் வார்த்தைக்காகக்கூட நான் என்
கடமையில் தவறுவதை ஒப்புக் கொள்ளமாட்டார்" என்றான். குந்தவியின்
உடம்பெல்லாம் நடுங்கிற்று; அவளுடைய மார்பு விம்மிற்று.

"சேனாதிபதி! இவர் என் விருந்தினர், இவருக்கு நான் பாதுகாப்பு
அளித்திருக்கிறேன். இவருக்கு ஏதாவது நேர்ந்தால்...." என்று கூறி,
விக்கிரமனை மறைத்துக் கொள்பவள் போல் அவன் முன்னால் வந்து
நின்றாள். மாரப்பன் கலகலவென்று சிரித்தான். "ஆகா! சோழ வம்சத்தின்
பெருமையை விளங்க வைக்கப்போகும் வீரசிங்கம் ஒரு பெண்ணின்
முந்தானையில் ஒளிந்து கொள்கிறான்!" என்று கூறி மீண்டும் சிரித்தான்.

நாணத்தினாலும் கோபத்தினாலும் விக்கிரமனுடைய கண்கள் சிவந்தன. அவன் நாலு எட்டாக நடந்து குந்தவிக்கு முன்னால் வந்து நின்று மாரப்பனைப் பார்த்து, "சித்தப்பா! இதோ நான் வரச் சித்தமாயிருக்கிறேன். அழைத்துப் போங்கள்!" என்றான். மாரப்பன் கேலிச் சிரிப்புடனே குந்தவியைப் பார்த்து, "ஏழைமேல் ஏன் இவ்வளவு கோபம்? இவனைக் காப்பாற்றித்தான் ஆகவேண்டுமென்றால், தங்கள் தந்தையையோ தமையனாரையோ வேண்டிக் கொண்டால் போகிறது. சக்கரவர்த்தி கருணையுள்ளவர், இவன் காலில் விழுந்து மன்னிப்புக் கேட்டுக் கொண்டு கப்பமும் செலுத்த ஒப்புக் கொண்டால் கட்டாயம் மன்னித்து விடுவார்" என்றான். இந்த வார்த்தைகள் தான் எதிர்பார்த்தது போலவே விக்கிரமன், குந்தவி இருவருடைய முகங்களிலும் வேதனை உண்டாக்கியதை அறிந்த மாரப்பனுக்குக் குதூகலம் உண்டாயிற்று. விக்கிரமன் உடனே விரைவாகச் சென்று படகில் ஏறிக் கொண்டான்.

குந்தவி விக்கிரமனை மிகுந்த ஆவலுடன் நோக்கினாள். தன்னை அவன் திரும்பிப் பார்ப்பானென்றும், தன் கண்களினால் அவனுக்குத் தைரியம் கூறலாமென்றும் அவள் எண்ணியிருக்கலாம். ஆனால் விக்கிரமன் திரும்பிப் பார்க்கவேயில்லை. மாரப்பன் இந்த நாடகத்தைச் சிறிது கவனித்து விட்டுப் பிறகு பொன்னன்மீது தன் பார்வையைச் செலுத்தினான். "அடே படகோட்டி! நீயும் வா; ஏறு படகில்" என்றான். "அவன் ஏன் வரவேண்டும்? பொன்னனைப் பிடிப்பதற்கும் கட்டளையிருக்கிறதா?" என்று குந்தவி கேட்டு மாரப்பனைக் கண்களால் எரித்து விடுபவள் போல் பார்த்தாள். மாரப்பன் அந்தப் பார்வையைச் சகிக்க முடியாமல், "கட்டளையில்லை தேவி! ஆனால், இந்த ஒற்றனுக்கு தேசப் பிரஷ்டனுக்கு இவன் ஒத்தாசை செய்திருகிறான்..." என்றான். "பொன்னன் என்னுடைய ஆள்; எனக்குப் படகோட்ட வந்திருக்கிறான். அவனைக் கொண்டு போக உனக்கு அதிகாரமில்லை, ஜாக்கிரதை!" என்றாள் குந்தவி. மாரப்பன் அவளுடைய தொனியைக் கேட்டுத் தயங்கினான். குந்தவி மறுபடியும், "தேசப் பிரஷ்டனுக்கு உதவி செய்ததற்காகப் பிடிப்பதென்றால், என்னை முதலில் பிடிக்க வேண்டும்!" என்றாள். "ஆம்; தேவி! சக்கரவர்த்தியின் கட்டளை வந்தால் அதுவும் செய்வேன்" என்றான் மாரப்பன். பிறகு அவன் படகோட்டிகளைப் பார்த்து, "விடுங்கள்" என்றான். படகுகள் உறையூரை நோக்கி விரைந்து சென்றன

அத்தியாயம் முப்பது

நள்ளிரவில்

படகுகள் போன பிறகு, குந்தவி பொன்னனைப் பார்த்து, "படகோட்டி! உன் மனைவியை எங்கே விட்டு வந்திருக்கிறாய்?" என்று கேட்டாள். பொன்னன் அக்கரையில் குடிசையில் விட்டு வந்திருப்பதைச் சொன்னான். "உடனே போய் அவளை இங்கே அழைத்துக்கொண்டு வா! பிறகு நமக்குப் பெரிய வேலையிருக்கிறது. உங்கள் மகாராஜாவை எப்படியாவது விடுதலை செய்ய வேண்டும். விடுதலை செய்து இரகசியமாக மாமல்லபுரத்துக்கு அனுப்ப வேண்டும். அவரை இந்த அமாவாசையன்று செண்பகத் தீவு செல்லும் கப்பலில் ஏற்றிய பிறகுதான் நமக்கு நிம்மதி" என்றாள் குந்தவி. பொன்னன் வியப்புடன், "தேவி! எனக்கு ஒன்றும் விளங்கவில்லையே!" என்றான். "உங்கள் மகாராஜா இங்கே ஜுரம் அடித்துக் கிடந்தாரல்லவா, பொன்னா? அப்போது அவர் தம்மை அறியாமல் கூறிய மொழிகளிலிருந்து அவர் யார், எதற்காக வந்தார் என்பதையெல்லாம் அறிந்து கொண்டேன். ஒவ்வொரு அமாவாசையன்றும் அவருக்காகச் செண்பகத் தீவின் கப்பல் மாமல்லபுரம் துறைமுகத்தில் வந்து காத்திருக்கும். அடுத்த அமாவாசை வருவதற்குள்ளே அவரைத் தப்புவித்து இரகசியமாக அனுப்பி வைக்க வேண்டும்!" என்றாள் குந்தவி.

"அம்மணி! கோபித்துக் கொள்ளக்கூடாது. எனக்கு இன்னும் ஒரு விஷயம் விளங்கவில்லை, எதற்காக இப்படியெல்லாம் செய்ய வேண்டும்? தங்கள் தகப்பனாருக்கு ஒரு செய்தி அனுப்பினால் போதாதா?" என்றான் பொன்னன். "என் தகப்பனாரை நீ சரியாய்த் தெரிந்து கொள்ளவில்லை. பொன்னா! ஆனால் மாரப்பன் தெரிந்து கொண்டிருக்கிறான். அவருக்குச் சட்டம் என்றால் சட்டம்தான்; நீதி என்றால் நீதிதான். சக்கரவர்த்திக்குத் தெரிவதற்கு முன்னால், உங்கள் மகாராஜா கப்பலில் ஏறினால்தான் தப்பலாம். நல்ல வேளையாக, என் தந்தை இப்போது காஞ்சியில் இல்லை. ஏதோ காரியமாய் மாறு வேஷத்துடன் சுற்றிக் கொண்டிருக்கிறார். இதுதான் நமக்குச் சமயம்...." இவ்விதம் குந்தவி கூறிவந்ததைக் கேட்டபோது பொன்னனுக்கு ஒரு நிமிஷம், தனக்குத் தெரிந்ததையெல்லாம் சொல்லிவிடலாமா என்று தோன்றியது. ஆனால் தான் சிவனடியாருக்குச் சத்தியம் செய்து கொடுத்திருந்தது நினைவுக்கு

வந்தது. மேலும் அவர் என்ன முக்கிய நோக்கத்துடன் இம்மாதிரி இரகசியமாய்க் காரியங்கள் செய்து வருகிறாரோ, தெரியாது. அந்த நோக்கத்துக்குத் தன்னால் பங்கம் விளையக்கூடாது என்று தீர்மானித்துக் கொண்டு, குந்தவியின் மொழிகளைப் பொறுமையுடன் கேட்டு வந்தான். கடைசியில், "தேவி! விக்கிரம மகாராஜாவின் க்ஷேமம் ஒன்றைத் தவிர எனக்கு உலகில் வேறு ஒன்றும் பொருட்டில்லை. தங்கள் கட்டளைப்படி எதுவும் செய்யக் காத்திருக்கிறேன்" என்றான். "சந்தோஷம். நான் மாளிகைக்குப் போகிறேன். நீ முதலில் போய் வள்ளியை இங்கே அழைத்து வா!" என்றாள் குந்தவி.

குந்தவியின் கட்டளையின் பேரில் கிடைத்த படகை எடுத்துக் கொண்டு பொன்னன் அக்கரைக்குச் சென்றான். இதற்குள் நன்றாக இருட்டிவிட்டது. பொன்னனுடைய கைகள் படகைச் செலுத்திக் கொண்டிருக்க, அவனுடைய உள்ளம் அலைந்து கொண்டிருந்தது. உறையூர் சிம்மாசனத்தில் அமர்ந்து ஆட்சி செலுத்தவேண்டிய விக்கிரம மகாராஜா இன்று இரவு அதே உறையூரில் சிறையில் படுத்திருப்பார் என்பதை எண்ணியபோது அவனுடைய நெஞ்சு புண்ணாயிற்று. அன்றிரவே உறையூருக்குப் போய் ஊர் ஜனங்களிடமெல்லாம், "உங்கள் மகாராஜா சிறையில் இருக்கிறார்!" என்ற செய்தியைப் பரப்பி ஒரு பெரிய கலகத்தை உண்டு பண்ணலாமா என்று பொன்னன் நினைத்தான். பிறகு, அது நடக்காத காரியம் என்று அவனுக்கே தோன்றியது. சோழ நாட்டு மக்கள் இப்போது வீரமிழந்த கோழைகளாகப் போய்விட்டார்கள். அயல் மன்னனின் ஆதிபத்தியத்தை ஒப்புக் கொண்டு வாழ்கிறார்கள். மாரப்பனைப் போல் பல்லவச் சக்கரவர்த்தியின் கட்டளைகளை அடிபணிந்து நிறைவேற்றவும் காத்திருக்கிறார்கள்.

தன்னுடைய நிலைமையும் அதுதானோ என்ற எண்ணம் பொன்னனுக்குத் தோன்றியபோது அவனுடைய உடம்பு வெட்கத்தினால் குறுகியது. சிவனடியாரின் வேஷத்தையும் அவருடைய பேச்சையும் முழுவதும் நம்பலாமா? அவர் கூறியதெல்லாம் உண்மை என்பது என்ன நிச்சயம்? ஒருவேளை தானே ஏமாந்து போயிருக்கலாமல்லவா.... விக்கிரம மகாராஜாவிடம் உண்மையான அன்பு கொண்டு அவரைக் காப்பாற்றக் கவலை கொண்டிருப்பவர் குந்தவி தேவி என்பதில் சந்தேகமில்லை. யமன் வாயிலிருந்தே அவரை மீட்டு வரவில்லையா? - இவ்விதம் பலவாறாக யோசித்துக் கடைசியில் பொன்னன் குந்தவிதேவியின்

விருப்பத்தின்படிக் காரியம் செய்வதென்று உறுதி செய்து கொண்டான். படகு அக்கரையை அடைந்ததும் பொன்னன் தன் குடிசையை அடைந்து கதவு சாத்தித் தாளிட்டிருப்பதைப் பார்த்து அதிசயத்துக் கதவைத் தட்டினான். "யார் அது?" என்று வள்ளியின் அதட்டுங் குரல் கேட்டது. பொன்னனின் குரலைத் தெரிந்து கொண்ட பிறகுதான் அவள் கதவைத் திறந்தாள். 'கதவை அடைப்பானேன்?' என்று கேட்டபோது அவள் கூறிய விவரம் பொன்னனுக்கு வியப்பையும் பயங்கரத்தையும் உண்டாக்கிற்று.

பொன்னன் வருவதற்குச் சற்று முன்னால், இருட்டுகிற சமயத்தில் ஏதோ பேச்சுக்குரல் கேட்டு வள்ளி குடிசைக்குள் சென்று கதவைச் சாத்திக் கொண்டாள். பேச்சுக் குரல் குடிசையின் பக்கம் நெருங்கி வந்தது. ஒரு பயங்கரமான பேய்க்குரல், "நீ இங்கேயே இருந்து பூபதியை அழைத்துக் கொண்டு வா! நான் கோயிலுக்குப் போகிறேன்" என்றது. இன்னொரு குரல், "மகாப் பிரபோ! இந்தக் குடிசையில் தங்கியிருக்கலாமே!" என்றது. "நீ இருந்து அழைத்து வா!" என்று முதலில் பேசிய பயங்கரக் குரல் கூறிற்று. சற்றுப் பொறுத்து வள்ளி மெதுவாகத் திறந்து பார்த்த போது தூரத்தில் இருவர் போவது மங்கிய வெளிச்சத்தில் தெரிந்தது. அவர்களில் ஒருவன் நெட்டையாக வளர்ந்தவன்; அவனுக்கு ஒரு கை இல்லை என்பதைக் கண்டதும் நெஞ்சுத் துணிவுள்ள வள்ளிகூடப் பயந்து நடுங்கிவிட்டாள். காவேரி சங்கமத்தில் சூரிய கிரகணத்தின்போது அருள்மொழி ராணியைத் தூக்கிச் சென்ற உருவம் இதுதான் என்பது அவளுக்கு நினைவு வந்ததினால் திகில் அதிகமாயிற்று. அவனுக்குப் பக்கத்திலே போனவன் ஒரு சித்திரக்குள்ளனாகத் தோன்றினான். இந்தக் குள்ளனுக்குப் பக்கத்தில் அந்த நெட்டை உருவம் இன்னும் நெடியதாய்க் காணப்பட்டது.

நெடிய ஒற்றைக்கை மனிதன் சாலையோடு கிழக்கே போய்விட்டான். குள்ளன் சாலை ஓரத்தில் ஒரு மரத்தில் உட்கார்ந்து கொண்டான். வள்ளி மறுபடியும் கதவைச் சாத்திக் கொண்டாள். இதையெல்லாம் சொல்லிவிட்டு வள்ளி சுற்றுமுற்றும் பார்த்தாள். பொன்னனுடைய கையைச் சட்டென்று பிடித்துக் கொண்டு, "அதோ பார்" என்றாள். சாலை ஓரத்து மரத்தடியில் அந்தக் குள்ள உருவம் காணப்பட்டது. அவன் குடிசைப் பக்கம் உற்றுப் பார்த்துக் கொண்டிருப்பதாகவும் தோன்றியது. பொன்னன் சற்று யோசித்துவிட்டு, "வள்ளி! வா! இன்று ராத்திரி உனக்கு வேலை இருக்கிறது" என்றான். "எங்கே வரச் சொல்லுகிறாய்!

உறையூருக்கா?" என்று வள்ளி கேட்டாள். "இல்லை; வஸந்தத் தீவுக்குத்தான். குந்தவி தேவி உன்னை அழைத்துவரச் சொன்னார்." "அப்படியா? இளவரசர் - மகாராஜா - சௌக்கியமா? அவர் யாரென்று தேவிக்குத் தெரியுமா?" என்று வள்ளி ஆவலுடன் கேட்டாள். "ரொம்ப விஷயம் இருக்கிறது. எல்லாம் படகில் சொல்கிறேன் வா!" என்றான் பொன்னன்.

இரண்டு பேரும் நதிக்கரைக்குச் சென்றார்கள். பொன்னன் வேண்டுமென்றே அதிகமாகச் சத்தப்படுத்திப் படகை அவிழ்த்து விட்டதோடு, சலசலவென்று சப்திக்கும்படியாகக் கோலைப் போட்டு படகைத் தள்ளினான். படகு போவதை அந்தக் குள்ள உருவம் கவனிக்கிறது என்பதை அவன் கவனித்துக் கொண்டான். நடுநிசிக்கு ஒரு நாழிகைப் பொழுது இருக்கும் சமயத்தில் பொன்னன் மறுபடியும் படகைத் தள்ளிக்கொண்டு காவேரியின் தென்கரைக்கு வந்தான். இப்போது அவன் தோணித் துறைக்குப் படகைக் கொண்டு வராமல் கொஞ்சம் கிழக்கே கொண்டு போய்ச் சத்தம் செய்யாமல் நிறுத்திவிட்டுக் கரையேறினான். சாலையோரத்தில் தான் முன் பார்த்த இடத்திலேயே குள்ளன் உட்கார்ந்திருப்பதைக் கவனித்தான். குடிசைச் சுவரின் பக்கத்தில் தானும் உட்கார்ந்து உறையூர்ச் சாலையைக் கவனிக்கலானான். ஏதோ முக்கியமான சம்பவம் நடக்கப் போகிறதை எதிர்பார்த்து அவனுடைய உள்ளம் பெரிதும் பரபரப்பை அடைந்திருந்தது. 'டக் டக்' 'டக்டக்' என்ற குதிரைக் குளம்பின் சத்தத்தைக் கேட்டுப் பொன்னன் விழிப்புடன் நிமிர்ந்து உட்கார்ந்தான். ஆம், உறையூர்ப் பக்கத்திலிருந்துதான் அந்தச் சத்தம் வந்தது. சிறிது நேரத்துக்கெல்லாம் குதிரை அருகில் வந்துவிட்டது. அதன்மேல் அமர்ந்திருப்பது சாக்ஷாத் மாரப்ப பூபதிதான் என்று நட்சத்திர வெளிச்சத்தில் பொன்னன் தெரிந்து கொண்டான். நடுச் சாலையில் நின்ற குள்ளனருகில் வந்து குதிரையும் நின்றது.

அத்தியாயம் முப்பத்தொன்று

பைரவரும் பூபதியும்

பொன்னன் சிறிதும் சத்தம் செய்யாமல் மரங்களின் இருண்ட நிழலிலேயே நடந்து சாலையருகில் சென்று ஒரு மரத்தின் மறைவில் நின்றான். "சித்திர குப்தா, எங்கே மகாப் பிரபு?" என்று மாரப்பன் கேட்டது பொன்னன் காதிலே விழுந்தது. பிறகு, பின்வரும் சம்பாஷணை நடந்தது. "அய்யனார் கோவிலில் இருக்கிறார். என்னை இங்கே இருந்து உங்களுக்கு வழிகாட்டி அழைத்து வரும்படி சொன்னார்... ஆமாம், அவன் எங்கே?" "எவன்?" "அவன்தான். பல பெயர் கொண்டவன்... இரத்தின வியாபாரி... தேவசேனன்... உம்முடைய தாயாதி....ஹிஹிஹி, என்று குள்ளன் கீச்சுக் குரலில் சிரித்தான். "அவனா? ஹா ஹா ஹா!" என்று மாரப்பனும் பெருங் குரலில் சிரித்தான். அந்த நள்ளிரவில் அவர்கள் இருவரும் சிரித்த சிரிப்பின் ஒலி பயங்கரமாகத் தொனித்தது. மரங்களில் தூங்கிக் கொண்டிருந்த பட்சி ஜாதிகளை எழுப்பி விட்டது. சில பறவைகள் சிறகுகளை அடித்துக் கொண்டன. வேறு சில பறவைகள் தூக்கக் கலக்கத்தில் பீதியடைந்து தீனக் குரலில் சப்தித்தன.

"அவன் பத்திரமாகயிருக்கிறான் நீ கவலைப்படாதே. அடே! அன்றைக்கு அந்த இரத்தின வியாபாரிக்கு வழிக்காட்டிக் கொண்டு போனாயே, அந்த மாதிரிதான் எனக்கும் வழி காட்டுவாயோ?" என்று கூறி மாரப்பன் மறுபடியும் உரத்த குரலில் சிரித்தான். சித்திர குப்தன் கூறிய மறுமொழி பொன்னன் காதில் விழவில்லை. மீண்டும் மாரப்பன், 'ஓஹோஹோ! எனக்கு வழிகாட்டி அழைத்து வரச் சொன்னாரா? எங்கே? அழைத்துப் போ, பார்க்கலாம்" என்று சொல்லித் தன் கையிலிருந்த சவுக்கைச் சடீரென்று ஒரு சொடுக்கச் சொடுக்கினான். சவுக்கின் நுனி சித்திரகுப்தன் மீது சுளீரென்று பட்டது. சவுக்கு சொடுக்குகிற சத்தத்தைக் கேட்டதும் குதிரை பிய்த்துக் கொண்டு பாய்ந்து சென்றது. குள்ளன் ஏதோ முணுமுணுத்துக் கொண்டே பின்னால் விரைவாகச் சென்றான். அவன் இவ்வளவு வேகமாக நடக்க முடியுமென்பதைக் கண்ட பொன்னனுக்கு ஆச்சரியமாயிருந்தது. அவனைச் சற்று தூரத்தில் பின் தொடர்ந்து ஓட்டமும் நடையுமாகப் பொன்னனும் போனான். ஒரு நாழிகை தூரம் சாலையோடு கிழக்கே போன பிறகு, சாலையில் குதிரை நிற்பதும், பக்கத்தில் மாரப்பன் நிற்பதும் தெரிந்தது. சித்திரகுப்தன் மாரப்பனைப் பார்த்து, "ஏன் நிற்க வேண்டும்?

போவதுதானே?" என்று கேட்க, "ஏண்டா, காட்டுப் பூனை! இருட்டு ராஜாவாகிய நீ வழிகாட்டிதான் இனிமேல் போகவேண்டும்" என்றான் மாரப்பன்.

"ஆகா! வழி காட்டுகிறேன், ஆனால் காட்டுப் பூனையிடம் நீ சற்று ஜாக்கிரதையாகயிரு. விழுந்து புரண்டினாலும் புரண்டி விடும்!" என்று சொல்லிவிட்டுப் குள்ளன் சாலைக்கு வலது புறத்தில் புதர்களும் கொடிகளும் மண்டிக் கிடந்த காட்டில் இறங்கிப் போகலானான். பொன்னனுக்கு அவர்கள் எங்கே போகிறார்கள் என்பது இப்போது சந்தேகமறத் தெரிந்துவிட்டது. பாழடைந்த அய்யனார் கோவிலுக்குத்தான் அவர்கள் போகிறார்கள். செடி, கொடிகளில் உராய்வதினால் சத்தம் கேட்கக் கூடுமாதலால் பொன்னன் சற்றுபின்னால் தங்கி அவர்கள் போய்க் கால்நாழிகைக்குப் பிறகு தானும் அவ்வழியே சென்றான். நள்ளிரவில் அந்தக் காட்டுவழியே போகும்போது பொன்னனுக்கு மனதில் திகிலாய்த்தானிருந்தது. திகிலை அதிகப்படுத்துவதற்கு ஆந்தைகள் உறுமும் குரலும், நரிகள் ஊளையிடும் குரலும் கேட்டன. மரம், செடிகள் அசைந்தாடும் போது, தரையில் கிடந்த இலைச் சருகுகளின் சரசரவென்னும் சத்தம் கேட்கும்போதும் பொன்னனுக்கு என்னவோ செய்தது. ஆனால் ஏதோ ஒரு முக்கியமான சம்பவம் நடக்கப் போகிறது - முக்கியமான இரகசியத்தைத் தெரிந்து கொள்ளப் போகிறோம் - என்ற ஆவலினால் மனத்தைத் திடப்படுத்திக் கொண்டு அய்யனார் கோயில் உள்ள திசையை நோக்கிச் சென்றான்.

சற்று நேரத்துக்கெல்லாம் தூரத்தில் ஒரு தீவர்த்தியின் வெளிச்சம் தெரிந்தது. சரி, அதுதான் ஐயனார் கோயில். கிட்ட நெருங்க நெருங்கக் கோயிலுக்கு முன்னால் வைத்திருந்த பிரம்மாண்டமான வீரர்களின் சிலைகளும் மண் யானைகளும், குதிரைகளும் தீவர்த்தி வெளிச்சத்தில், கோரமாகக் காட்சியளித்தன. இந்த ஏகாந்தக் காட்டுப் பிரதேசத்தில் உள்ள பாழடைந்த கோவிலுக்குப் பட்டப்பகலில் வந்தபோதே பொன்னனுக்குத் திகிலாயிருந்தது. இப்போது கேட்க வேண்டியதில்லை. கோயிலின் வாசற்படிக்கருகில் பொன்னன் கண்ட காட்சி அவனுடைய திகிலை நூறு மடங்கு அதிகமாக்கிற்று. அங்கே, புராணங்களில் வர்ணித்திருப்பது போன்ற கோர ராட்சஸ ரூபமுடைய ஒருவன் கையில் தீவர்த்தியுடன் நின்று கொண்டிருந்தான். அவனுக்குப் பக்கத்தில் நெடிய கம்பீர உருவமும் வஜ்ரசரீரமும் கொண்ட மகாகபால பைரவர் நின்று கொண்டிருந்தார்.

தீவர்த்தியின் சிவந்த ஒளியில் அவருடைய நெற்றியில் அப்பியிருந்த சந்தனமும் குங்குமமும் இரத்தம் மாதிரி சிவந்து காட்டின. அவருடைய கழுத்தில் தொங்கிய கபால மாலை பொன்னனுக்குக் குலை நடுக்கம் உண்டாக்கிற்று. அவன் நடுங்கிக் கொண்டே கோயிலுக்குப் பின்புறமாகச் சென்று கோயில் வாசற்படிக்கு அருகில் இருந்த பெரிய வேப்பமரத்துக்குப் பின்னால் மறைந்து கொண்டு நின்றான். அதே சமயத்தில் சித்திரகுப்தனும், மாரப்பனும் மகா கபால பைரவரின் முன்னால் வந்து நின்றார்கள்.

"மகாப் பிரபோ!" என்று மாரப்பன் பைரவருக்கு நமஸ்கரித்தான். "சேனாதிபதி! மாதாவின் ஆக்ஞையை நிறைவேற்றினாயா? பலி எங்கே?" என்று கபால பைரவரின் பேய்க் குரல் கேட்டது. அந்தக் குரல் - மகேந்திர மண்டபத்தின் வாசலில் அன்றிரவு கேட்ட குரல் - ஏற்கனவே பயப் பிராந்தியடைந்திருந்த பொன்னனுடைய உடம்பில் மயிர்க்கூச்சு உண்டாக்கிற்று. அடித் தொண்டையிலிருந்து அதற்கும் கீழே இருதயப் பிரதேசத்திலிருந்து - வருவதுபோல் அந்தக் குரல் தொனித்தது. எனினும், உரத்துப் பேசிய மாரப்பனுடைய குரலைக் காட்டிலும் தெளிவாக அக்குரல் பொன்னனுடைய செவிகளில் விழுந்தது. கபால பைரவரின் கேள்விக்கு மாரப்பன், "மகாப்பிரபோ! பலி பத்திரமாயிருக்கிறது" என்றான். "எங்கே? ஏன் இவ்விடம் கொண்டு வரவில்லை? காளிமாதாவின் கட்டளையை உதாசீனம் செய்கிறாயா, சேனாதிபதி!" "இல்லை, இல்லை. மகாப் பிரபோ! இன்று சாயங்காலந்தான் இளவரசனைக் கைப்பற்ற முடிந்தது. உடனே இவ்விடம் கொண்டு வருவதில் பல அபாயங்கள் இருக்கின்றன, பிரபோ! அந்த ஓடக்காரன் இங்கே தான் இருக்கிறான்..."

"இதைக் கேட்டதும் மரத்தின் பின்னால் மறைந்து நின்ற பொன்னனுக்குத் தூக்கிவாரிப்போட்டது. அவனுடைய அடிவயிறு மேலே நெஞ்சுக்கு வந்துவிட்டது போலிருந்தது. மாரப்ப பூபதியின் அடுத்த வார்த்தையினால் அவனுக்குக் கொஞ்சம் தைரியம் பிறந்தது. "...அவனைக் கைப்பற்ற முடியவில்லை. சக்கரவர்த்தியின் மகள் குறுக்கே நின்று மறித்தாள். மகாப்பிரபோ! குந்தவி தேவியும் இன்னும் இங்கேதான் இருக்கிறாள். இளவரசனைத் தப்புவிப்பதில் முனைந்திருக்கிறாள். ஆகையால் நாம் ரொம்பவும் ஜாக்கிரதையாக இருக்க வேண்டும். இல்லாவிட்டால் காரியம் கெட்டுப் போய் விடும்." மகா கபால பைரவர் இப்போது ஒரு சிரிப்புச் சிரித்தார். அந்த வேளையில் அந்தப் பயங்கரத் தொனியானது நாலா

பக்கமும் பரவி எதிரொலி செய்தபோது, பல நூறு பேய்கள் ஏக காலத்தில் சிரிப்பது போலிருந்தது. "சேனாதிபதி! நீதானா பேசுகிறாய்? காளிமாதாவின் கட்டளையை நிறைவேற்றப் பயப்படுகிறாயா? அதுவும் ஒரு பெண் பிள்ளைக்கும் ஒரு ஓடக்காரனுக்கும் பயந்தா?" "இல்லை, சுவாமி, இல்லை! நான் பயப்படுவதெல்லாம் காளி மாதாவின் கைங்கரியத்துக்குப் பங்கம் வந்து விடுமோ என்பதற்குத்தான். மகாப் பிரபோ! தாங்கள் எனக்கு இட்ட கட்டளையை எப்படியும் நிறைவேற்றுவேன். அமாவாசையன்று இரவுக்குள் பலியைக் கொண்டு வந்து சேர்ப்பேன்." "சேர்க்காவிட்டால்....?" என்றது கபால பைரவரின் கடூரமான குரல். "என்னையே மாதாவுக்குப் பலியாக அர்ப்பணம் செய்வேன்."

"வேண்டாம். பூபதி! வேண்டாம். உன்னால் மாதாவுக்கு இன்னும் எவ்வளவோ காரியங்கள் ஆக வேண்டும். இந்தச் செழிப்பான தமிழகத்தில் மகா காளியின் சாம்ராஜ்யம் ஸ்தாபிக்கப்படும்போது நீதான் பிரதம தளகர்த்தனாயிருக்க வேண்டும்." "மகாப்பிரபுவின் கட்டளையையும், காளி மாதாவின் ஆணையையும் எப்போதும் சிரமேற் கொள்ளக் காத்திருக்கிறேன்." "மாரப்பா! மாதாவுக்கு உன் பேரில் பூரண கிருபை இருக்கிறது. மேலும் மேலும் உனக்குப் பெரிய பதவிகளை அளிக்கப் போகிறாள்.... இருக்கட்டும்; இப்போது எந்த இடத்தில் பலியைக் கொண்டு வந்து சேர்ப்பாய்?" "அமாவாசையன்று முன் ஜாமத்தில் பராந்தகபுரத்தைத் தாண்டி மகேந்திர மண்டபத்துக்கு அருகில் கொண்டு வந்து சேர்ப்பேன். அங்கே சாலை வழியில் தங்களுடைய ஆட்களை அனுப்பி ஏற்றுக் கொள்ளவேண்டும்." "ஏன் அந்த வேலையை எனக்குக் கொடுக்கிறாய்?" "மகாப்பிரபோ! இங்கே உள்ள ஆட்களிடம் எனக்கு முழு நம்பிக்கை இல்லை. சக்கரவர்த்தியின் கட்டளைப் பிரகாரம் இளவரசரைக் காஞ்சிக்கு அனுப்புவதாகச் சொல்லித்தான் அனுப்பப் போகிறேன். அவர்களைத் தொடர்ந்து சற்றுப் பின்னால் நான் வருவேன். தங்களுடைய ஆட்கள் வந்து வழிமறித்து இளவரசரைக் கொண்டு போக வேண்டும். ஆனால், நான் அனுப்பும் ஆட்கள் அவ்வளவு அசகாயசூரர்களாயிருக்க மாட்டார்கள். தங்களுடைய திருநாமத்தைச் சொன்னால், உடனே கத்திகளைக் கீழே போட்டுவிட்டு நமஸ்கரிப்பார்கள்."

"அப்படியே யாகட்டும், சேனாதிபதி! ஆனால் ஜாக்கிரதை! காளிமாதா அடுத்த அமாவாசை இரவில் அவசியம் பலியை எதிர்பார்த்துக் கொண்டிருக்கிறாள்!" "இன்னொரு விஷயம் தெரிவிக்க வேணும்.

மகாபிரபோ!" "சீக்கிரம் சொல்; பொழுது விடிவதற்குள் நான் ஆற்றைத் தாண்ட வேண்டும்." "இந்த ஓடக்காரப் பொன்னனைச் சில நாளாகக் காணவில்லை. அவன் மகாராணியைத் தேடிக் கொண்டிருக்கிறான் என்று தெரிந்தது. அவனைப் பற்றி அறிய நான் ஆள் விட்டிருந்தேன். நேற்றுத்தான் அவனைப்பற்றித் தகவல் கிடைத்தது. பொன்னனும் இன்னொரு மனிதனும் குதிரை மேல் காட்டாற்றோடு கொல்லிமலைப்பக்கம் போனதாக என்னுடைய ஒற்றன் வந்து சொன்னான்..." "ஓடக்காரன் இங்கே இருக்கிறான் என்றாயே?" "ஆமாம்; இன்றைக்குத்தான் இங்கே வந்து சேர்ந்தான்." "அவ்வளவுதானே?" "பொன்னனுடன் போன இன்னொரு மனிதன் யார் தெரியுமா, பிரபோ?" "யார்?" "தங்களுக்கும் எனக்கும் ஜன்ம விரோதிதான்." "என்ன? யார் சீக்கிரம் சொல்!" "பொய் ஜடாமுடி தரித்த அந்த போலிச் சிவனடியார் தான்." "இதைக் கேட்டதும் மகா கபால பைரவனின் முகத்தில் ஏற்பட்ட பயங்கரமான மாறுதலைப் பார்த்து பொன்னன் திகைத்துப் போனான். ஏற்கெனவே கோரமாயிருந்த அந்த முகத்தில் இப்போது அளவில்லாத குரோதமும் பயமும் பகைமையும் தோன்றி விகாரப்படுத்தின. அதைப் பார்த்து "ஐயோ!" என்று பொன்னன் அலறிய குரல் நல்ல வேளையாகப் பயத்தின் மிகுதியால் அவன் தொண்டையிலேயே நின்றுவிட்டது.

கபால பைரவரும் சித்திரகுப்தனும் மாரப்ப பூபதியும் அங்கிருந்து கிளம்பிச் சென்றார்கள். தீவர்த்தி பிடித்துக் கொண்டு நின்ற ராட்சதன் அவர்களுக்கெல்லாம் முன்னால் போனான். சற்று நேரத்துக்கெல்லாம் தீவர்த்தி வெளிச்சம் மறைந்தது. கீழ்வானத்திலே இளம்பிறைச் சந்திரன் உதயமாயிற்று. அவர்கள் போய்க் கொஞ்சம் நேரத்துக்குப் பிறகு தான் பொன்னன் அங்கிருந்து கிளம்பினான். அவனுடைய உடம்பு மிகவும் தளர்ச்சியடைந்திருந்தாலும், மனத்தில் ஒருவித உற்சாகம் ஏற்பட்டிருந்தது. விக்கிரம மகாராஜாவை இந்த நரபலிக்காரர்களிடமிருந்து தப்புவிக்கும் வழி அவனுடைய மனத்தில் உதயமாகியிருந்தது. மாரப்பனுடைய தந்திரம் இன்னதென்பது அவனுக்கு இப்போது ஒருவாறு புலப்பட்டது. இளவரசரைக் காஞ்சிக்கு அனுப்புவதில் பிரயோஜனமில்லை என்று மகாக் கபால பைரவரின் நரபலிக்கு அவரை அனுப்ப மாரப்பன் எண்ணியிருக்கிறான். ஆனால், தன் பேரில் குற்றம் ஏற்படாதபடி இந்தக் கரியத்தைத் தந்திரமாகச் செய்ய உத்தேசித்திருக்கிறான். அவனுடைய தந்திரத்துக்கு மாற்றுத் தந்திரம் செய்து விக்கிரம மகாராஜாவை

விடுவிக்க வேண்டும். விடுவித்து நேரே மாமல்லபுரம் துறைமுகத்துக்கு அழைத்துப் போகவேண்டும். குந்தவி தேவியின் உதவியைக் கொண்டு இந்தக் காரியத்தைச் செய்து முடிக்க வேண்டும்... இவ்விதமெல்லாம் சிந்தித்துக்கொண்டு பலபலவென்று பொழுது விடியும் தருணத்தில் பொன்னன் தோணித் துறையை அடைந்தான்.

அத்தியாயம் முப்பத்திரண்டு

உறையூர் சிறைச்சாலை

விக்கிரமன் உறையூர் சிறைச்சாலையில் ஒரு தனி அறையில் அடைக்கப்பட்டிருந்தான். சிங்காதனம் ஏறிச் செங்கோல் செலுத்த வேண்டிய ஊரில் சிறையில் அடைக்கப்பட்டுக் கிடப்பதை நினைத்து நினைத்து அவன் துயரச் சிரிப்புச் சிரித்தான். அவனுடைய தந்தை அரசு செலுத்திய காலத்து ஞாபகங்கள் அடிக்கடி வந்தன. பார்த்திப மகாராஜா போர்க்கோலம் பூண்டு கிளம்பிய காட்சி அவன் மனக்கண் முன்னால் பிரத்யட்சமாக நின்றது. அதற்கு முதல்நாள் மகாராஜா இரகசிய சித்திர மண்டபத்துக்குத் தன்னை அழைத்துச் சென்று தம்முடைய கையால் எழுதிய கனவுச் சித்திரங்களைக் காட்டியதெல்லாம் ஒவ்வொன்றாக நினைவுக்கு வந்தன. ஐயோ! அவையெல்லாம் 'கனவாகவே போகவேண்டியதுதான் போலும்!" தந்தைக்குத் தான் கொடுத்த வாக்குறுதியை நிறைவேற்றலாமென்னும் ஆசை அவனுக்கு இதுவரையில் இருந்தது. இப்போது அடியோடு போய்விட்டது. பல்லவச் சக்கரவர்த்தியின் கட்டளையை எதிர்பார்த்து இந்தச் சிறைச்சாலையில் எத்தனை நாள் கிடக்கவேண்டுமோ தெரியவில்லை. அவரிடமிருந்து என்ன கட்டளை வரும்? மரண தண்டனையை நிறைவேற்றும்படி தான் அநேகமாகக் கட்டளை வரும். மாரப்பன் அந்தக் கட்டளையை நிறைவேற்றச் சித்தமாயிருப்பான். தன்னுடைய கதியைப் பற்றி யாருக்கும் தெரியவே போவதில்லை. பார்த்திப மகாராஜாவின் பெயராவது ஜனங்களுக்குச் சில காலம் ஞாபகம் இருக்கும். தன் பெயரைக் கூட எல்லாரும் மறந்துவிடுவார்கள்.

செண்பகத் தீவிலிருந்து ஏன் திரும்பி வந்தேன்? - என்னும் கேள்வியை விக்கிரமன் அடிக்கடி கேட்டுக் கொண்டான். சின்னஞ்சிறு தீவாயிருந்தாலும் அங்கே சுதந்திர ராஜாவாக ஆட்சி செய்தது எவ்வளவு சந்தோஷமாயிருந்தது! அதைவிட்டு இப்படித் தன்னந்தனியே இங்கே வரும் பைத்தியம் தனக்கு எதற்காக வந்தது? அந்தப் பைத்தியத்தின் காரணங்களைப் பற்றியும் அவை எவ்வளவு தூரம் நிறைவேறின என்பது பற்றியும் விக்கிரமன் யோசித்தான். செண்பகத் தீவிலிருந்தபோது பொன்னி நதியையும் சோழ வள நாட்டையும் எப்போது பார்க்கப் போகிறோம் என்ற ஏக்கம் மீண்டும் மீண்டும் அவனுக்கு ஏற்பட்டு வந்தது.

ஆனால், சோழ நாட்டின்மேல் அவனுக்கு எவ்வளவு ஆசை இருந்தாலும் சோழநாட்டு மக்கள் சுதந்திரத்தை மறந்து, வீரமிழந்து பல்லவ சக்கரவர்த்திக்கு உட்பட்டிருப்பதை நினைக்க அவன் வெறுப்பு அடைவதும் உண்டு. அந்த வெறுப்பு இப்போது சிறையில் இருந்த சமயம் பதின்மடங்கு அதிகமாயிற்று. வீரபார்த்திப மகாராஜாவின் புதல்வன் உள்ளூர்ச் சிறைச்சாலையில் இருப்பதைக் கூடத் தெரிந்து கொள்ளாமல் தானே இந்த ஜனங்கள் இருக்கிறார்கள்.

தாயாரைப் பார்க்க வேண்டுமென்ற ஆசை ஒன்று இருந்தது, அதுவும் நிறைவேறவில்லை. நிறைவேறாமலே சாகப்போகிறோமோ, என்னவோ? அப்புறம், குந்தவி! - அவளை நினைக்காமலிருப்பதற்கு விக்கிரமன் ஆனமட்டும் முயன்றான். ஆனால் முடியவில்லை. குந்தவியை நினைத்ததும், விக்கிரமனுக்குப் பளிச்சென்று ஓர் உண்மை புலனாயிற்று. செண்பகத் தீவிலிருந்து கிளம்பி வந்ததற்குப் பல காரணங்கள் அவன் கற்பித்துக் கொண்டிருந்தா னென்றாலும், உண்மையான காரணம் - அவனுடைய மனத்தின் அந்தரங்கத்தில் கிடந்த காரணம் இப்போது தெரிய வந்தது. குந்தவிதான் அந்தக் காரணம். இரும்பு மிகவும் வலிமை வாய்ந்ததுதான்; ஆனாலும் காந்தத்தின் முன்னால் அதன் சக்தியெல்லாம் குன்றிவிடுகிறது. காந்தம் இழுக்க, இரும்பு ஓடிவருகிறது. குந்தவியின் சந்திரவதனம் - சீ, இல்லை!- அவளுடைய உண்மை அன்பு தன்னுடைய இரும்பு நெஞ்சத்தை இளக்கி விட்டது. அந்தக் காந்த சக்திதான் தன்னை செண்பகத் தீவிலிருந்து இங்கே இழுத்துக் கொண்டு வந்தது. ஜுரமாகக் கிடந்த தன்னை எடுத்துக் காப்பாற்றியவள் அவள் என்று தெரிந்த பிறகுகூட விக்கிரமனுக்குக் குந்தவியின் மேல் கோபம் இருந்தது; தன்னுடைய சுதந்திரப் பிரதிக்ஞையை நிறைவேற்றுவதற்கு அவள் குறுக்கே நிற்பாள் என்ற எண்ணந்தான் காரணம். ஆனால், கடைசி நாள் அவளுடைய பேச்சிலிருந்து அது தவறு என்று தெரிந்தது. 'இவரை மன்னிக்கும்படி நான் என் தந்தையிடம் கேட்கமாட்டேன்; ஆனால் மரண தண்டனையை நிறைவேற்றுவதற்கு முன்னால் இவரை மணம் புரிந்து கொள்ள அனுமதி கேட்பேன்' என்று எவ்வளவு கம்பீரமாய்க் கூறினாள்! இத்தகைய பெண்ணின் காதலை அறிவதற்காகச் செண்பகத் தீவிலிருந்து தானா வரலாம்? சொர்க்க லோகத்திலிருந்து கூட வரலாம் அல்லவா? ஆகா! இந்த மாரப்பன் மட்டும் வந்து குறுக்கிட்டிராவிட்டால், குந்தவியும்

தானும் வருகிற அமாவாசையன்று கப்பலேறிச் செண்பகத் தீவுக்குக் கிளம்பியிருக்கலாமே!

அமாவாசை நெருங்க நெருங்க, விக்கிரமனுடைய உள்ளக் கிளர்ச்சி அதிகமாயிற்று. அமாவாசையன்று செண்பகத் தீவின் கப்பல் மாமல்லபுரம் துறைமுகத்துக்கு வரும். அப்புறம் இரண்டு நாள் தன்னை எதிர்பார்த்துக் கொண்டிருக்கும். எப்படியாவது இச்சிறையிலிருந்து தப்பி அமாவாசையன்று மாமல்லபுரம் போகக் கூடுமானால்! இவ்விதம், விக்கிரமன் எண்ணாததெல்லாம் எண்ணினான். ஒவ்வொரு நிமிஷமும் அவனுக்கு ஒரு யுகமாயிருந்தது. கடைசியில் அமாவாசைக்கு முதல்நாள் மாலை மாரப்பபூபதி வந்தான். விக்கிரமனைப் பார்த்து நகைத்துக் கொண்டே, "ஓ! இரத்தின வியாபாரியாரே! காஞ்சியிலிருந்து கட்டளை வந்துவிட்டது" என்றான். ஒரு கணம் விக்கிரமன் நடுங்கிப்போனான். கட்டளை என்றதும், மரண தண்டனை என்று அவன் எண்ணினான். மரணத்துக்கு அவன் பயந்தவனல்ல என்றாலும், கொலையாளிகளின் கத்திக்கு இரையாவதை அவன் அருவருத்தான். ஆனால், மாரப்பன், "காஞ்சிக்கு உன்னைப் பத்திரமாய் அனுப்பி வைக்கும்படி கட்டளை, இன்றிரவு இரண்டாம் ஜாமத்தில் கிளம்பவேண்டும், சித்தமாயிரு" என்றதும் விக்கிரமனுக்கு உற்சாகம் பிறந்தது. வழியில் தப்புவதற்கு எத்தனையோ சந்தர்ப்பங்கள் நேரிடலாமல்லவா? அல்லது போராடி வீர மரணமாவது அடையலாமல்லவா? இது இரண்டும் சாத்தியமில்லாவிட்டால், சக்கரவர்த்தியின் முன்னிலையில் இன்னொரு தடவை, "அடிமை வாழ்வை ஒப்புக் கொள்ள மாட்டேன்; சுதந்திரத்துக்காக உயிரை விடுவேன்" என்று சொல்வதற்காவது ஒரு சந்தர்ப்பம் ஏற்படலாமல்லவா? ஆகா! குந்தவியும் பக்கத்தில் இருக்கும்போது இம்மாதிரி மறுமொழி சொல்வதற்கு ஒரு சந்தர்ப்பம் கிடைத்தால் அதைவிடப் பெரிய பாக்கியம் வேறு என்ன இருக்க முடியும்?

அத்தியாயம் முப்பத்திமூன்று

அமாவாசை முன்னிரவு

அன்றிரவு ஒரு ஜாமம் ஆனதும் சிறைச்சாலைக் கதவு திறந்தது. மாரப்பனும் ஆயுதந் தரித்த வீரர் சிலரும் வந்தார்கள். விக்கிரமனுடைய கைகளைச் சங்கிலியால் பிணைத்து வெளியே அழைத்துச் சென்றார்கள். வாசலில் கட்டை வண்டி ஒன்று ஆயத்தமாய் நின்றது. அதில் விக்கிரமன் ஏறிக்கொண்டான். அவனுக்கு முன்னும் பின்னும் வண்டியில் சில வீரர்கள் ஏறிக் கொண்டார்கள். அவ்விதமே வண்டிக்கு முன்னாலும் பின்னாலும் சிலர் நின்றார்கள். சிறைவாசலில் மாரப்பன் அந்த வீரர்களின் தலைவனாகத் தோன்றியவனைக் கூப்பிட்டு அவன் காதோடு ஏதோ இரகசியமாகச் சொன்னான். பிறகு உரத்த குரலில், "கிளம்பலாம்!" என்றான். உடனே வண்டிக்காரன் வண்டியை ஓட்ட, முன்னாலும் பின்னாலும் நின்ற வீரர்களும் போகத் தொடங்கினார்கள். உறையூர் வீதிகளின் வழியாக வண்டி போய்க் கொண்டிருந்தது. முன்னெல்லாம்போல் இப்போது இரவில் விளக்குகள் எரியாமல் நகரம் இருளடைந்து கிடப்பதைப் பார்த்ததும், விக்கிரமனுக்கு என்னமோ செய்தது! ஆகா! சோழ நாட்டுத் தலைநகரமான உறையூர்தானா இது?

"ஏனுங்க சாமிங்களே! இந்தப் பிள்ளையாண்டான் யாரு? இவனை எங்கே அழைத்துப் போறீங்க!" என்ற பேச்சைக் கேட்ட விக்கிரமன் திடுக்கிட்டான். பேசியவன் வண்டிக்காரன்தான் ஆனால், அந்தக் குரல் பொன்னன் குரலாக அல்லவா? இருக்கிறது? அப்படியும் இருக்க முடியுமா? வீரர்களில் ஒருவன், "உனக்கு ஏன் அப்பா இந்த வம்பு? பேசாமல் வண்டியை ஓட்டு!" என்றான். அதற்கு வண்டிக்காரன் "எனக்கு ஒன்றுமில்லை, அப்பா! ஆனால் ஊரெல்லாம் பேசிக் கிட்டிருக்காங்க, யாரோ செண்பகத் தீவிலிருந்து வந்த ஒற்றனாம்! இரத்தின வியாபாரி மாதிரி வேஷம் போட்டுக்கிட்டு வந்தானாம். சக்கரவர்த்தி மகள் குந்தவி தேவியையே ஏமாற்றி விட்டானாம். அப்பேர்பட்டவனை நம்ம சேனாதிபதி கண்டுபிடித்துவிட்டாராம். அப்படியெல்லாம் ஊரிலே பேச்சாயிருக்கே. அவன் தானா இவன் என்று கேட்டேன்" என்றாள். "ஆமாம். அவன்தான் என்று வைத்துக் கொள்ளேன்" என்றான் ஒரு வீரன். "எங்கே அழைத்துக் கொண்டு போறீங்களோ?" என்று வண்டிக்காரன் கேட்க, "எங்கே அழைத்துக் கொண்டு போவாங்க? காஞ்சிமா நகருக்குத்தான்" என்று

மறுமொழி வந்தது. "அடே அப்பா! அவ்வளவு தூரமா போக வேண்டும்? நீங்கள் ஏழெட்டுப் பேர் காவலுக்குப் போறீர்களே, போதுமா? வழியிலே இவனுக்கு யாரளுறுவது ஒத்தாசை செய்து தப்பிச்சுவிட்டு விட்டாங்கன்னா என்ன செய்வீங்க?" என்றான் வண்டிக்காரன். பேசுகிறவன் உண்மையில் பொன்னன்தானோ? தனக்குத்தான் சமிக்ஞைச் செய்தி தெரிவிக்கிறானோ? வழியில் வந்து ஒத்தாசை செய்வதாகக் கூறுகிறானோ? இவ்விதம் விக்கிரமன் வியப்புடன் எண்ணமிட்டுக் கொண்டிருக்கும்போது, சற்றுப்பின்னால் வந்த வீரர் தலைவன், "யார் அங்கே? என்ன பேச்சு!" என்று அதட்டவே மௌனம் குடிகொண்டது. பிறகு வண்டிக்காரனாவது வீரர்களாவது பேசவில்லை. காவேரிக் கரைக்கு வந்ததும் வண்டி நின்றது. விக்கிரமனும் வண்டியிலிருந்த வீரர்களும் இறங்கினார்கள். ஆற்றங்கரையோரமாக ஒரு படகு ஆயத்தமாயிருந்தது. அங்கே ஒருவன் கையில் தீவர்த்தியுடன் நின்று கொண்டிருந்தான்.

எல்லாரும் கீழிறங்கியதும் வண்டிக்காரன் வண்டியைத் திருப்பிக் கொண்டே, "போயிட்டு வரீங்களா? ஒற்றனை ஜாக்கிரதையாகக் கொண்டுபோய்ச் சக்கரவர்த்தியிடம் சேருங்கள், ஐயா! வழியில் ஒரு காட்டாறு இருக்கிறது. பத்திரம்!" என்றான். அப்போது தீவர்த்தி வெளிச்சம் அவன் முகத்தின்மேல் அடித்தது. விக்கிரமனுக்கு அந்த முகத்தைப் பார்த்ததும் பெரும் ஏமாற்றமுண்டாயிற்று. ஏனெனில், அவன் பொன்னன் இல்லை. ஆனால் அவனுடைய கண்களில் அந்த ஒளி - எங்கேயோ பார்த்த முகமாயிருக்கிறதே? சட்டென்று உண்மை புலனாயிற்று. பொன்னன்தான் அவன் முகத்தில் பொய் மீசை வைத்துக் கட்டிக் கொண்டிருக்கிறான். அவன்கூறிய வார்த்தைகளின் பொருள் என்ன? வழியில் காட்டாற்றின் சமீபத்தில் தன்னை விடுவிக்க வருவதாகத்தான் சொல்லியிருக்க வேண்டும். இந்த எண்ணத்தினால் விக்கிரமனுக்கு மிகுந்த உற்சாகம் உண்டாயிற்று. படகில் ஏறி ஆற்றைக் கடந்தபின் அவர்கள் நடுஜாமம் வரையில் கால்நடையாகப் பிரயாணம் செய்தார்கள். பிறகு சாலையோரம் இருந்த ஒரு மண்டபத்தில் படுத்துத் தூங்கினார்கள். மீண்டும் அதிகாலையில் எழுந்து மாட்டுவண்டி பிடித்துக் கொண்டு பிரயாணமானார்கள். அன்று பொழுது சாயும் சமயத்தில் பராந்தகபுரத்தைத் தாண்டினார்கள்.

இனிச் சிறிது தூரத்தில் காட்டாறு வந்துவிடும் என்று விக்கிரமன் ஒருவாறு தெரிந்து கொண்டிருந்தான். அந்த வண்டிக்காரன்

பொன்னனாயிருக்கும் பட்சத்தில், இங்கே தான் தனக்கு உதவிக்கு வரவேண்டும் "யார் வருவார்கள்; எப்போது வருவார்கள்?" என்றெல்லாம் எண்ணி விக்கிரமனுடைய உள்ளம் பரபரப்பை அடைந்தது. அஸ்தமித்து இரண்டு நாழிகை இருக்கும். அந்த அமாவாசை இருட்டில் சாலையில் ஜனநடமாட்டம் அதிகமாயிருந்ததைக் கண்டு விக்கிரமன் வியந்தான். ஆங்காங்கு சிறுசிறு கும்பலாக ஜனங்கள் போய்க் கொண்டிருந்தார்கள். கோயிலுக்குப் போகிறவர்களைப் போல் அவர்கள் காணப்பட்டார்கள். வெறிபிடித்தவர்களைப்போல் ஆடிக் கொண்டும் பாடிக் கொண்டும் போனார்கள். சிலர் மஞ்சள் வஸ்திரம் அணிந்து கொண்டிருந்தார்கள். ஒவ்வொரு கும்பலிலும் ஒருவன் தீவர்த்தி பிடித்துக் கொண்டிருந்தான். இன்னும் இந்தக் கும்பல்களில் சிலர் நீண்ட கத்திகளை எடுத்துச் சென்றது விக்கிரமனுக்கு ஒருவாறு பயங்கரத்தையளித்தது. இவர்களெல்லாம் எங்கே போகிறார்கள்? கையில் கத்திகள் என்னத்திற்குக் கொண்டு போகிறார்கள்?

இந்தக் காட்சிகளைப் பார்த்த மாரப்பனுடைய வீரர்கள் தங்களுக்குள் இரகசியமாகப் பேசிக் கொண்டதில் சில வார்த்தைகள் விக்கிரமனுடைய காதிலும் விழுந்தன. "பத்திரகாளி", "நரபலி", "கபால பைரவர்" என்னும் சொற்கள் அவனுக்குத் திகைப்பையும் பயத்தையும் உண்டாக்கின. மகேந்திர மண்டபத்தின் வாசலில் மகாக் கபால பைரவரும், மாரப்பனும் பேசிக் கொண்டது அவனுக்கு நினைவு வந்தது. ஓஹோ! இன்றைக்கு அமாவாசை இரவல்லவா? மாரப்பன் ஒருவேளை தன்னைக் காஞ்சிக்கு அனுப்புவதாகச் சொல்லி உண்மையில் கபால பைரவனின் பலிக்குத் தான் அனுப்பியிருப்பானோ! இவ்விதம் அவன் எண்ணிக் கொண்டிருக்கும்போதே "ஓம் காளி ஜய காளி!" என்ற பல குரல்களின் ஏகோபித்த கோஷம் அவன் காதில் விழுந்து, மயிர்க்கூச்சு உண்டாகிற்று. அவ்விதம் கோஷித்தவர்கள் அடுத்த நிமிஷம் விக்கிரமன் இருந்த வண்டியைச் சூழ்ந்து கொண்டார்கள். அவர்கள் கையில் நீண்ட கூரிய கத்திகள் நட்சத்திர வெளிச்சத்தில் மின்னியது தெரிந்தது. "ஓம் காளி, ஜய காளி" என்ற கோஷங்களுக்கு மத்தியில் "எங்கே பலி?" என்று ஒரு பயங்கரமான குரல் கேட்டது. இதற்குள் வண்டிக்கு முன்னாலும் பின்னாலும் வந்த உறையூர் வீரர்கள் ஒரே ஓட்டமாய் ஓடிவிட்டார்கள். வண்டியில் இருந்தவர்களும் தொப்புத் தொப்பென்று குதித்து ஓட்டம் பிடித்தார்கள். வண்டிக்காரன் அந்தர்த்தானமாகிவிட்டான். விக்கிரமன் கைகள் சங்கிலிகளால்

வண்டியின் சட்டத்துடன் பிணைக்கப்பட்டிருந்தமையால் அவனால்
மட்டும் வண்டியிலிருந்து குதிக்க முடியவில்லை. அப்போது வண்டியின்
பின்புறத்தில் ஒரு குரல், "மகாராஜா! பதற வேண்டாம்! நான்தான்" என்றது.
உடனே பொன்னன் வண்டியில் ஏறிச் சங்கிலிகளை அவிழ்த்தெறிந்தான்.
விக்கிரமன் வண்டியிலிருந்து குதித்ததும், இரண்டு உயர்ஜாதிக் குதிரைகள்
சித்தமாய் நிற்பதைக் கண்டான். "மகாராஜா ! ஏறுங்கள் குதிரை மேல்;
ஒரு கணமும் தாமதிப்பதற்கில்லை!" என்றான் பொன்னன்.

அத்தியாயம் முப்பத்தினான்கு

"ஆகா! இதென்ன?"

விக்கிரமனும் பொன்னனும் குதிரைகள் மீது தாவி ஏறிக் கொண்டார்கள். "பொன்னா! முண்டாசு கட்டி மீசை வைத்துக் கொண்டிருந்த வண்டிக்காரன் யார்? நீதானே!" என்று குதிரைகள் போய்க் கொண்டிருக்கும்போதே விக்கிரமன் கேட்டான். "ஆமாம், மகாராஜா!" "சிறைக்குள்ளிருந்தபோது நீ என்னை மறந்து விட்டாயாக்கும் என்று நினைத்தேன்." "நான் ஒருவேளை மறந்தாலும், என்னை மறக்க விடாதவர் ஒருவர் இருக்கிறாரே!" "யார் அது?" "வேறு யார்? தங்களை யமன் வாயிலிருந்து மீட்ட தேவிதான்." இதைக் கேட்டதும் விக்கிரமனுடைய உள்ளம் மகிழ்ச்சியினால் துள்ளிற்று. குந்தவியைப் பற்றி மேலும் விசாரிக்க வேண்டுமென்கிற ஆவல் உண்டாயிற்று. ஆனால் சிறிது தயக்கமாகவுமிருந்தது. சற்றுப் பொறுத்து, "எங்கே போகிறோம் இப்போது?" என்றான் விக்கிரமன். "மாமல்லபுரத்துக்கு, மகாராஜா!" "பொன்னா!" "என்ன, மகாராஜா?" "நாளைக் காலைக்குள் மாமல்லபுரம் போய்விட வேண்டும்." "ஆமாம், மகாராஜா! அதனால்தான் ஒரு கணம் கூடத் தாமதிப்பதற்கில்லை என்று நான் சொன்னேன்." "நாளை மத்தியானம் வரையில் அங்கே கப்பல் காத்துக் கொண்டிருக்கும்."

"அதற்குள் நாம் போய்விடலாம், மகாராஜா!" விக்கிரமன் சற்றுப் பொறுத்து மறுபடியும், "தேவி எங்கே இருக்கிறார், பொன்னா! அவரிடம் கடைசியாக ஒரு தடவை விடை பெற்றுக்கொண்டு கிளம்பியிருந்தால், எவ்வளவோ சந்தோஷமாயிருக்கும்!" என்றான். "அது முடியாது, மகாராஜா!" "எது முடியாது?" "தேவியிடம் விடைபெற்றுக் கொண்டு கிளம்புவது." "ஆமாம்; முடியாதுதான்! இனி உறையூருக்கு மறுபடியும் எப்படிப் போக முடியும்?" "தேவி உறையூரில் இல்லை, மகாராஜா!" "தேவி உறையூரில் இல்லையா? பின் எங்கே?" "மாமல்லபுரத்தில்!" "ஆ!" என்றான் விக்கிரமன். சில நாட்களாகச் சிறைப்பட்டிருந்த பிறகு விடுதலையடைந்த உற்சாகம், குளிர்ந்த இரவு நேரத்தில் குதிரைமீது செல்லும் கிளர்ச்சி, இவற்றுடன், 'குந்தவி மாமல்லபுரத்தில் இருக்கிறாள்' என்னும் செய்தியும் சேர்ந்து அவனுக்கு எங்கேயோ ஆகாயத்தில் பறப்பது போன்ற உணர்ச்சி உண்டாயிற்று.

"அப்படியானால் அவரிடம் விடைபெற முடியாது என்று சொன்னாயே, ஏன்? பொன்னா! ஒரு கண நேரமாவது அவரை நான் அவசியம் பார்க்க வேண்டும். பார்த்து நன்றி செலுத்த வேண்டும். அதோடு என் தாயாரைக் கண்டுபிடித்துப் பாதுகாக்கும் பொறுப்பையும் அவரிடம் ஒப்புவிக்க வேண்டும்." "அதுதான் முடியாது!" என்றான் பொன்னன். "ஏன் அவ்வளவு உறுதியாகச் சொல்லுகிறாய்?" "தேவியின் உறுதி எனக்கும் தெரிந்திருப்பதினாலே தான். தங்களுக்கு விடை கொடுத்து அனுப்பும் உத்தேசம் அவருக்குக் கிடையாது. தங்களோடு அவரும் புறப்படச் சித்தமாயிருக்கிறார்." "ஆகா! நிஜமாகவா? - இவ்வளவு முக்கியமான செய்தியை முன்னமே எனக்கு ஏன் சொல்லவில்லை?" "இப்போதுகூட நான் சொல்லியிருக்கக்கூடாது. தாங்கள் கப்பல் ஏறிய பிறகு தங்களை அதிசயப்படுத்த வேண்டும் என்று தேவி உத்தேசித்திருந்தார் அவசரப்பட்டுச் சொல்லி விட்டேன்." விக்கிரமன் சற்று நேரம் சிந்தனையில் ஆழ்ந்திருந்தான். திடீரென்று, "அதோ பாருங்கள் மகாராஜா!" என்று பொன்னன் கூறியதும் விக்கிரமன் சிறிது திடுக்கிட்டுப் பார்த்தான். சாலையில் ஒரு பக்கத்து மரத்தடியில் பத்துப் பன்னிரண்டு பேர் கும்பலாக நின்றார்கள். அவர்களில் ஒருவன் தீவர்த்தி வைத்துக் கொண்டிருந்தான். தீவர்த்தி வெளிச்சத்தில் அவர்களுடைய உருவங்கள் கோரமான காட்சி அளித்தன. அவர்களுடைய கழுத்தில் கபால மாலைகள் தொங்கின. அவர்களுடைய கைகளில் கத்திகள் மின்னின. நெற்றியில் செஞ்சந்தனமும் குங்குமமும் அப்பிக் கொண்டிருந்தார்கள்.

அவர்கள் நின்ற இடத்தைக் குதிரைகள் தாண்டிய போது ஒரு கணம் விக்கிரமனுக்கு உடம்பு நடுங்கிற்று. அவர்களைக் கடந்து சிறிது தூரம் சென்றது, "அப்பா! என்ன கோரம்" என்றான் விக்கிரமன். "மகாராஜா! தங்களுக்காகத்தான் இங்கே இவர்கள் காத்திருக்கிறார்கள். இவர்களிடம் தங்களை ஒப்பிவித்துவிடும்படிதான் மாரப்ப பூபதி கடைசியாகத் தம் ஆட்களுக்குக் கட்டளையிட்டார். நான் இவர்களை முந்திக் கொண்டேன். தாங்கள் குதிரை மேல் இவ்விதம் தனியாகப் போவீர்கள் என்று இவர்கள் எதிர்பார்த்திருக்கமாட்டார்கள். இன்னும் ரொம்ப நேரம் காத்திருப்பார்கள். பிறகு கபால பைரவரிடம் போய்த் தாங்கள் வரவில்லையென்று தெரிவிப்பார்கள். இன்று கபால பைரவருக்கு மாரப்பபூபதி மேல் பிரமாதமான கோபம் வரப்போகிறது!" என்றான் பொன்னன்.

"பொன்னா! சக்கரவர்த்தியின் சிரஸாக்கினை, கபாலிகர்கள் பலி இந்த இரண்டுவித ஆபத்துக் களிலிருந்துமல்லவா என்னை நீ தப்புவித்திருக்கிறாய்? முன்னே காட்டாற்றில் போனவனை எடுத்து உயிர் கொடுத்துக் காப்பாற்றினாய். சோழ வம்சத்தின் குலதெய்வம் உண்மையில் நீதான். உனக்கு நான் என்ன கைம்மாறு செய்யப் போகிறேன்? நாளைய தினம் உன்னைவிட்டுப் பிரிவேன். மறுபடியும் எப்போது காண்பேனோ, என்னவோ?" "லட்சணந்தான்!" என்றான் பொன்னன். "என்ன சொல்கிறாய்?" "என்னை விட்டாவது தாங்கள் பிரியவாவது?" "ஏன் அப்படிச் சொல்கிறாய்?" "இன்னொரு தடவை தங்களைக் கப்பலில் அனுப்பிவிட்டு நான் இங்கே இருப்பேன் என்று நினைக்கிறீர்களா? இங்கே எனக்கு என்ன வேலை? வள்ளி ஏற்கெனவே குந்தவி தேவியுடன் மாமல்லபுரத்தில் இருக்கிறாள். நானும் அவளும் தங்களுடன் வரப்போகிறோம்."

விக்கிரமன் சற்று மௌனமாயிருந்துவிட்டு, "பொன்னா! நீ சொல்வது எனக்கு எவ்வளவோ மகிழ்ச்சியளிக்கிறது. நீயும் வள்ளியும் என்னுடன் வந்தால், சோழ நாடே வருகிற மாதிரிதான். ஆனால் , ஒரு விஷயந்தான் என் மனத்தை வருத்திக் கொண்டிருக்கிறது. மகாராணியின் கதி என்ன? அவரை யார் தேடிக் கண்டுபிடிப்பார்கள்? அவருக்கு யார் உன்னைப் பற்றிச் சொல்வார்கள்? - நான் தாய்நாட்டுக்கு வந்ததின் முக்கிய நோக்கம் மகாராணியைப் பார்ப்பதற்கு, அவரைப் பார்க்காமலே திரும்பிப் போகிறேன். அவருக்கு என்னைப் பற்றிச் செய்தி சொல்லவாவது யாரேனும் இருக்க வேண்டாமா!" என்றான். பொன்னனுடைய மனத்திலும் அந்த விஷயம் உறுத்திக் கொண்டிருந்தது. சிவனடியாரிடம் தான் சொன்னபடி ஒன்றுமே செய்யவில்லை. அவர் என்ன ஆனாரோ, என்னவோ? மகாராணியை ஒருவேளை கண்டுபிடித்திருப்பாரோ? பொன்னனுடைய மனத்தில் சமாதானம் இல்லாவிட்டாலும், வெளிப்படையாக, "மகாராணியைப் பற்றித் தாங்கள் கவலைப்பட வேண்டாம். மகாராஜா! அவரைச் சிவனடியார் பாதுகாப்பார். சிவனடியாரால் ஆகாத காரியம் ஒன்றுமில்லை. மகாசக்தி வாய்ந்தவர்" என்றான்.

"ஆமாம்; அவர் நம்மை மாமல்லபுரத்துக்கருகிலுள்ள சிற்ப வீட்டில் சந்திப்பதாகச் சொன்னாரல்லவா?" "அது இப்போது முடியாத காரியம்; சிவனடியாரைப் பார்க்கத் தங்கினோமானால், கப்பலைப் பிடிக்க

முடியாது." "உண்மைதான். ஆனாலும் அன்னையையும் சிவனடியாரையும் பார்க்காமல் போவதுதான் மனத்திற்கு வேதனை அளிக்கிறது" என்றான் விக்கிரமன். அப்போது "ஆகா! இதென்ன?" என்று வியப்புடன் கூவினான் பொன்னன். இதற்குள் அவர்கள் காட்டாற்றைச் சமீபித்து அதன் இக்கரையிலுள்ள மகேந்திர மண்டபத்துக்கருகில் வந்து விட்டார்கள். அந்த மண்டபத்தின் வாசலில் தோன்றிய காட்சிதான் பொன்னனை அவ்விதம் வியந்து கூவச் செய்தது. அங்கே ஏழெட்டு ஆட்கள் ஆயுதபாணிகளாக நின்றார்கள். இரண்டு பேர் கையில் தீவர்த்தி பிடித்துக் கொண்டிருந்தார்கள். மண்டபத்தின் வாசல் ஓரமாக ஒரு பல்லக்கு வைக்கப்பட்டிருந்தது.

"இன்று ராத்திரி என்னவெல்லாமோ ஆச்சரிய சம்பவங்கள் நடைபெறுகின்றன!" என்று பொன்னன் முணுமுணுத்தான். "இந்த வேளையில் இங்கே யார், பொன்னா?" என்றான் விக்கிரமன். "தெரியவில்லை, மகாராஜா!" "இவர்கள் கபாலிகர்கள் இல்லை, நிச்சயம். வேறு யாராயிருக்கலாம்?" "ஒரு வேளை குந்தவி தேவிதான் நமக்கு உதவிக்காக இன்னும் சில ஆட்களை அனுப்பியிருக்கிறாரோ, என்னவோ? ஆனால் பல்லக்கு என்னத்திற்கு?" இப்படி இவர்கள் பேசிக் கொண்டிருக்கும்போதே மகேந்திர மண்டபத்தின் வாசல் வந்துவிட்டது. குதிரைகளை இருவரும் நிறுத்தினார்கள். அங்கு நின்ற ஆட்களில் ஒருவனை எங்கேயோ பார்த்ததாகப் பொன்னனுக்கு நினைவு வந்தது. எங்கே பார்த்திருக்கிறோம்? - ஆகா! திருச்செங்காட்டாங்குடியில்! பரஞ்சோதி அடிகளின் ஆள் குமரப்பன் இவன். அந்த மனிதனும் பொன்னன் முகத்தைப் பார்த்து அடையாளம் தெரிந்து கொண்டான். "ஓ! பொன்னனா? என்று அவன் ஆச்சரியத்துடன் கூறி, "பொன்னா! சமாசாரம் தெரியுமா? உறையூர் மகாராணி அகப்பட்டு விட்டார்! இதோ இந்த மண்டபத்துக்குள்ளே இருக்கிறார். உன்னைப் பற்றிக்கூட விசாரித்தார்" என்றான்.

அத்தியாயம் முப்பத்தைந்து

தாயும் மகனும்

"மகாராணி அகப்பட்டுவிட்டார்" என்று வார்த்தைகளைக் கேட்டதும் விக்கிரமனுக்கும் பொன்னனுக்கும் உடம்பை ஒரு குலுக்குக் குலுக்கிற்று. இருவரும் குதிரை மேலிருந்து கீழே குதித்தார்கள். அப்போது உள்ளேயிருந்து, "குமாரப்பா! யார் அங்கே? பொன்னன் குரல் மாதிரி இருக்கிறதே!" என்று ஒரு பேச்சுக்குரல் கேட்டது. அது மகாராணி அருள்மொழி தேவியின் குரல். "அம்மா!" என்று அலறிக்கொண்டு விக்கிரமன் மகேந்திர மண்டபத்துக்குள் நுழைந்தான். பொன்னனும் பின்னோடு சென்றான். அப்போது அந்த இருளடைந்த மண்டபத்துக்குள்ளேயிருந்து ஒரு பெண் உருவம் வெளியே வந்தது. அது அருள்மொழி ராணியின் உருவந்தான். ஆனால், எவ்வளவு மாறுதல்? விக்கிரமன் கடைசியாக அவரைப் பார்த்தபோது இன்னும் யௌவனத்தின் சோபை அவரை விட்டுப் போகவில்லை. இப்போதோ முதுமைப் பருவம் அவரை வந்தடைந்துவிட்டது. மூன்று வருஷத்துக்குள் முப்பது வயது அதிகமானவராகக் காணப்பட்டார்.

விக்கிரமன் ஒரே தாவலில் அவரை அடைந்து சாஷ்டாங்கமாய்க் கீழே விழுந்து அவருடைய பாதங்களைப் பற்றிக் கொண்டான். அருள்மொழி ராணி கீழே உட்கார்ந்து விக்கிரமனுடைய தலையைத் தூக்கித் தன் மடிமீது வைத்துக் கொண்டு ஆனந்தக் கண்ணீர் வடித்தார். விக்கிரமனைப் பின்தொடர்ந்து மண்டபத்துக்குள் நுழைந்த பொன்னன் மேற்படி காட்சியைப் பார்த்துக் கொண்டிருந்தான். தற்செயலாக அவனுடைய பார்வை மண்டபத்தின் ஒரு பக்கத்தில் கட்டுண்டு கிடந்த உருவத்தின் மேல் விழுந்தது; மங்கலான தீவர்த்தியின் வெளிச்சத்தில் அது குள்ளனுடைய உருவம் என்பதைப் பொன்னன் கண்டான். பொன்னனுடைய பார்வை குள்ளன்மீது விழுந்ததும் குள்ளன், "ஹீஹீஹீ" என்று சிரித்தான். அந்தச் சிரிப்பைக் கேட்டு விக்கிரமனும் அவனைப் பார்த்தான். திடுக்கிட்டு எழுந்து உட்கார்ந்து, "பொன்னா!" என்றான். "ஆம், மகாராஜா! மாமல்லபுரத்திலிருந்து தங்களுக்கு வழிகாட்டி வந்த சித்திரக்குள்ளன்தான் இவன்!" என்றான். குள்ளன் மறுபடியும் "ஹீஹீஹீ" என்று சிரித்தான்.

அருள்மொழி ராணி எல்லோரையும் மாறி மாறிப் பார்த்தாள். யாரை என்ன கேட்பது என்று தெரியாமல் திகைப்பவளாகக் காணப்பட்டாள். கடைசியில் "பொன்னனைப் பார்த்து, பொன்னா எனக்கு ஒன்றுமே தெரியவில்லை. கண்ணைக் கட்டிக் காட்டிலே விட்டது போலிருக்கிறது. அந்த மலைக்குகையில் எத்தனை நாள் இருந்தேன் என்பதே தெரியாது. கடைசியில் அருவியில் விழுந்து உயிரை விடலாம் என்று எத்தனித்தபோது சிவனடியார் வந்து தடுத்துக் காப்பாற்றினார். 'உன் மகன் திரும்பி வந்திருக்கிறான், அவனை எப்படியும் பார்க்கலாம்' என்று தைரியம் கூறினார். பொன்னா, காட்டாற்று வெள்ளத்திலிருந்து விக்கிரமனை நீ காப்பாற்றினாயாமே?" என்று கேட்டாள்.

அப்போது விக்கிரமன், "வெள்ளத்திலிருந்து காப்பாற்றியதுதானா? சக்கரவர்த்தியின் சிரசாக்ஞையிலிருந்து - காளிக்குப் பலியாவதிலிருந்து - இன்னும் எவ்வளவோ விதத்தில் பொன்னன் என்னைக் காப்பாற்றினான்" என்றான். "காளிக்குப் பலியா?" என்று சொல்லிக் கொண்டு அருள்மொழி நடுநடுங்கினாள். குள்ளன் மறுபடியும் "ஹீஹீஹீ" என்று பயங்கரமாய்ச் சிரித்தான். "பலி! பலி! இன்று ராத்திரி ஒரு பெரிய பலி - விழப்போகிறது! காளியின் தாகம் அடங்கப் போகிறது!" என்றான். எல்லோரும் அவனையே கண்கொட்டாமல் பார்த்துக் கொண்டிருந்தார்கள். "இன்று அர்த்த ராத்திரியில் சிவனடியார் பலியாகப் போகிறார்! மகாபத்திர காளியின் இராஜ்யம் ஆரம்பமாகப் போகிறது! அப்புறம் ஹா ஹா ஹா!.. அப்புறம் ... மண்டை ஓட்டுக்குப் பஞ்சமே இராது!" என்றான் குள்ளன். விக்கிரமன் அப்போது துள்ளி எழுந்து, "பொன்னா! இவன் என்ன உளறுகிறான்? சிவனடியாரைப் பற்றி...." என்றான். "ஹிஹிஹி! உளறவில்லை, உண்மையைத்தான் சொல்கிறேன். அந்தக் கபடச் சாமியாரை இத்தனை நேரம் காலையும் கையையும் கட்டிப் பலிபீடத்தில் போட்டிருப்பார்கள். நடுநிசி ஆச்சோ, இல்லையோ, கத்தி கழுத்திலே விழும்" என்றான்.

அப்போது அருள்மொழித் தேவி விக்கிரமனைப் பார்த்து, "குழந்தாய்! இவன் முன்னேயிருந்து இப்படித்தான் சொல்லி என்னை வேதனைப்படுத்திக் கொண்டிருக்கிறான். ஐந்தாறு நாளைக்கு முன்னால் நான் குகையிலிருந்து தப்பி அருவியில் விழப்போன போது சிவனடியார் தோன்றி, சீக்கிரத்தில் என்னை மீட்டுக் கொண்டுபோக ஆட்கள் வருவார்கள் என்று தெரிவித்தார். அந்தப்படியே இவர்கள் வந்து என்னை மீட்டுக் கொண்டு வந்தார்கள். வழியில் மறைந்து நின்ற இந்தக்

குள்ளனையும், பிடித்துக் கொண்டு வந்தார்கள். இங்கு வந்து சேர்ந்தது முதல் இவன் இன்று ராத்திரி சிவனடியாரைக் கபாலிகர்கள் பலிகொடுக்கப் போவதாகச் சொல்லிக் கொண்டிருக்கிறான். ஐயோ! எப்பேர்ப்பட்ட மகான்! நமக்கு எத்தனை ஒத்தாசை செய்திருக்கிறார்....! அவருக்கா இந்தப் பயங்கரமான கதி!" என்று அலறினாள். விக்கிரமன் பொன்னனைப் பார்த்து, "பொன்னா! நீ என்ன சொல்கிறாய்? இந்தக் கொடும் பாதகத்தைத் தடுக்காவிட்டால் நாம் இருந்து என்ன பிரயோஜனம்?" என்றான். "அதெப்படி முடியும், மகாராஜா! உங்கள் நிலைமையை மறந்து பேசுகிறீர்களே! நாளைப் பொழுது விடிவதற்குள் நாம் மாமல்லபுரம் போய்ச் சேராமற்போனால்..." சேராமற்போனால் என்ன? கப்பல் போய்விடும், அவ்வளவுதானே?"

அப்போது பொன்னன் அருள்மொழி ராணியைப் பார்த்து, "அம்மா, இவரைப் பெரும் அபாயம் சூழ்ந்திருக்கிறது. தேசப் பிரஷ்டமானவர் திரும்பி வருவதற்குத் தண்டனை என்னவென்று தங்களுக்குத் தெரியாதா? இவர் இங்கே வந்திருப்பது மாரப்ப பூபதிக்குத் தெரிந்து காஞ்சிச் சக்கரவர்த்திக்கும் தெரியப்படுத்தி விட்டார். நாளைக் காலைக்குள் இவர் மாமல்லபுரம் போய்க் கப்பலில் ஏறியாக வேண்டும். இல்லாவிட்டால் தப்புவது அரிது. இப்போது சிவனடியாரைக் காப்பாற்றுவதற்காகப் போனால், பிறகு இவருடைய உயிருக்கே ஆபத்துதான். நீங்களே சொல்லுங்கள் இவர் என்ன செய்யவேணுமென்று?" என்றான். அருள்மொழி ராணி பெருந் திகைப்புக்குள்ளானாள். விக்கிரமன் அன்னையைப் பார்த்து, "அம்மா! பார்த்திப மகாராஜாவின் வீரபத்தினி நீ! இந்த நிலைமையில் நான் என்ன செய்யவேண்டும், சொல்! நமக்குப் பரோபகாரம் செய்திருக்கும் மகானுக்கு ஆபத்து வந்திருக்கும்போது, என்னுடைய உயிருக்குப் பயந்து ஓடுவதா? என் தந்தை உயிரோடிருந்தால் இப்படி நான் செய்வதை விரும்புவாரா?" என்றான்.

"சுவரை வைத்துக் கொண்டு தான் சித்திரம் எழுத வேண்டும். இவர் பிழைத்திராவிட்டால் பார்த்திப மகாராஜாவின் கனவுகளை நிறைவேற்றுவது எப்படி?" என்றான் பொன்னன். அருள்மொழி ராணி இரண்டு பேரையும் மாறி மாறிப் பார்த்தாள். கடைசியில், பொன்னனைப் பார்த்து, "பொன்னா! என்னைக் கல்நெஞ்சமுடையவள், பிள்ளையிடம் பாசமில்லாதவள் என்று ஒருவேளை நினைப்பாய். ஆனாலும் என் மனத்திலுள்ளதைச் சொல்கிறேன். நமக்கு எவ்வளவோ உபகாரம்

செய்திருக்கும் ஒருவருக்கு ஆபத்து வந்திருக்கும்போது என் பிள்ளை உயிருக்குப் பயந்து ஓடினான் என்ற பேச்சைக் கேட்க நான் விரும்பவில்லை!" என்றாள். உடனே விக்கிரமன், தாயாரின் பாதங்களில் நமஸ்கரித்து, எழுந்து, "அம்மா! நீதான் வீரத்தாய்! பார்த்திப மகாராஜாவுக்குரிய வீர பத்தினி!" எனக் குதூகலத்துடன் உரைத்தான். பிறகு பொன்னனைப் பார்த்து, "கிளம்பு, பொன்னா! இன்னும் என்ன யோசனை?" என்றான். "எங்கே கிளம்பிப் போவது? பலி எங்கே நடக்கிறதென்று யாருக்குத் தெரியும்?" என்றான் பொன்னன். "ஹீஹீஹீ! நான் வழி காட்டுகிறேன்; என்னைக் கட்டவிழ்த்து விடுங்கள்" என்று சித்திரக் குள்ளன் குரல் கேட்டது. குள்ளனுடைய கட்டுகள் அவிழ்க்கப்பட்டன. அவன் கையில் ஒரு தீவர்த்தியைக் கொடுத்தார்கள். விக்கிரமனும் பொன்னனும் குதிரைகள் மேல் ஏறிக் கொண்டார்கள். குள்ளன் கையில் தீவர்த்தியுடன் மேற்கு நோக்கிக் காட்டு வழியில் விரைந்து செல்ல, விக்கிரமனும் பொன்னனும் அவனைத் தொடர்ந்து பின்னால் சென்றார்கள்.

அத்தியாயம் முப்பத்தாறு

பலிபீடம்

காட்டாற்றங்கரையோடு மேற்கு நோக்கி இரண்டு நாழிகை வழி தூரம் போனதும் குள்ளன் தென்புறமாகத் திரும்பி அடர்ந்த காட்டுக்குள் புகுந்து சென்றான். காட்டைத் தாண்டியதும் அப்பால் ஒரு பெரிய மேடு இருந்தது. அந்த மேட்டின் மேல் குள்ளன் வெகு லாவகமாக ஏறினான். குதிரைகள் ஏறுவதற்குக் கொஞ்சம் சிரமப்பட்டன. மேட்டின் மேல் ஏறியதும், அது ஒரு ஏரிக்கரை என்று தெரிந்தது. "அதோ!" என்று குள்ளன் சுட்டிக் காட்டிய இடத்தை விக்கிரமனும் பொன்னனும் நோக்கினார்கள். மொட்டை மொட்டையான மலைக்குன்றுகளும், அவற்றின் அடிவாரத்தில் அடர்த்தியாக வளர்ந்திருந்த குட்டையான மரங்களும் நூற்றுக்கணக்கான தீவர்த்திகளின் வெளிச்சத்தில் அரைகுறையாகத் தெரிந்தன. அந்த மலையடிவாரக் காட்டில் நடமாடிக் கொண்டிருந்த உருவங்கள் மனிதர்களாய்த்தானிருக்க வேண்டுமென்றாலும் தூரத்திலிருந்து பார்க்கும்போது பேய் பிசாசுகள் தான் நடமாடுகின்றனவோ என்று எண்ணும்படியிருந்தது. பயங்கரத்தை அதிகமாக்குவதற்கு அந்த இடத்திலிருந்து தாரை தப்பட்டைகளின் முழக்கம், உடுக்கு அடிக்கும் சத்தம் - இவையெல்லாம் கலந்து வந்து கொண்டிருந்தன.

விக்கிரமன், பொன்னன் இருவருக்குமே உள்ளுக்குள் திகிலாய்த்தானிருந்தது. ஆனாலும் அவர்கள் திகிலை வெளிக்குக் காட்டாமல் குள்ளனைப் பின்பற்றி ஏரிக்கரையோடு சென்றார்கள். குள்ளனுடைய நடை வேகம் இப்போது இன்னும் அதிகமாயிற்று. அவன் ஏரிக் கரையோடு சற்றுத் தூரம் போய் ஜலம் வறண்டிருந்த இடத்தில் இறங்கி, குறுக்கே ஏரியைக் கடந்து செல்லலானான். அவனைப் பின் தொடர்ந்து விக்கிரமனும் பொன்னனும் குதிரைகளைச் செலுத்தினார்கள். குதிரைகளும் பீதி அடைந்திருந்தன என்பது அவற்றின் உடல் நடுக்கத்திலிருந்து தெரிய வந்தது. இன்னொரு கால் நாழிகைக்கெல்லாம் அவர்கள் குன்றின் அடிவாரத்துக் காட்டுக்கு வந்து சேர்ந்தார்கள். அங்கே குதிரைகள் நடுக்கம் அதிகமானபடியால் விக்கிரமனும் பொன்னனும் குதிரைகள் மீதிருந்து இறங்கி அவற்றை மரத்தில் கட்டினார்கள். பிறகு காட்டுக்குள் பிரவேசித்தார்கள்.

தீவர்த்திகளின் வெளிச்சத்தில் ஆங்காங்கே ஜனங்கள் ஆவேசம் வந்ததுபோல் ஆடுவதையும் சிலர் மஞ்சள் வஸ்திரம் தரித்துக் கண் மூடித் தியானத்தில் இருப்பதையும், சிலர் அடுப்பு மூட்டிப் பொங்கல் வைப்பதையும், இன்னும் சிலர் கத்திகளைப் பாறைகளில் தீட்டிக் கொண்டிருப்பதையும், சிலர் உடுக்கு அடிப்பதையும் பார்த்துக் கொண்டு போனார்கள். திடீரென்று மரங்கள் இல்லாத வெட்டவெளி தென்பட்டது. அந்த வெட்டவெளியில் வலது புறத்தில் ஒரு மொட்டைக் குன்று நின்றது. அதில் பயங்கரமான பெரிய காளியின் உருவம் செதுக்கப்பட்டு, அதன்மேல் பளபளப்பான வர்ணங்கள் பூசப்பட்டிருந்தன. காளியின் கண்கள் உருட்டி விழித்துப் பார்ப்பது போலவே தோற்றமளித்தன. அந்த உருவத்துக்குப் பக்கத்தில் சிலர் கும்பலாக நின்றார்கள். அவர்களுக்கு நடு மத்தியில் எல்லாரையும் விட உயர்ந்த ஆகிருதியுடனும், தலையில் செம்பட்டை மயிருடனும், கழுத்தில் கபால மாலையுடனும், நெற்றியில் செஞ்சந்தனமும் குங்குமமும் அப்பிக் கொண்டு, கபால பைரவர் நின்றார். அவருக்குப் பின்னால் ஒருவன் நின்று உடுக்கை அடித்துக் கொண்டிருந்தான். கபால பைரவருடைய கண்கள் அப்போது மூடியிருந்தன. அவருடைய வாய் ஏதோ முணுமுணுத்துக் கொண்டிருந்தது. அவருடம்பு லேசாக முன்னும் பின்னும் ஆடிக்கொண்டிருந்தது.

மகாக் கபால பைரவர் நின்ற குன்றின் அடிவாரத்துக்கு எதிரே கொஞ்ச தூரத்தில் ஒரு சிறு பாறை இருந்தது. இயற்கையாகவே அது பலி பீடம்போல் அமைந்திருந்தது. அந்தப் பலி பீடத்தின்மேல் சிவனடியார் கையும் காலும் உடம்பும் கயிறுகளால் கட்டப்பட்டுக் கிடந்தார். அவருடைய கண்கள் நன்றாகத் திறந்திருந்தன. அங்குமிங்கும் அவருடைய கூரிய கண்கள் சுழன்று சுழன்று பார்த்துக் கொண்டிருந்தன. பலி பீடத்துக்குப் பக்கத்தில் ஒரு ராட்சத உருவம் கையிலே பிரம்மாண்டமான கத்தியுடன் ஆயத்தமாய் நின்றது. மகா கபால பைரவர் கண்ணைத் திறந்து பார்த்து ஆக்ஞை இடவேண்டியதுதான். உடனே சிவனடியாரின் கழுத்தில் கத்தி விழுந்துவிடச் சித்தமாயிருந்தது! மேலே விவரித்த காட்சியையெல்லாம் விக்கிரமன் ஒரு நொடிப் பொழுதில் பார்த்துக் கொண்டான். பின்னர், ஒரு கணங்கூட அவன் தாமதிக்கவில்லை. கையில் கத்தியை எடுத்து வீசிக் கொண்டு ஒரே பாய்ச்சலில் பலி பீடத்துக்கருகில் சென்றான். அந்த ராட்சத உருவத்தின்

கையிலிருந்த கத்தியைத் தன் கத்தியினால் ஓங்கி அடிக்கவும், அது தூரத்தில் போய் விழுந்தது. உடனே, சிவனடியாரின் பக்கத்திலே வந்து நின்று கொண்டான். தன்னைப் பின் தொடர்ந்து வந்திருந்த பொன்னனைப் பார்த்து, "பொன்னா! ஏன் நிற்கிறாய்? கட்டுக்களை உடனே அவிழ்த்து விடு!" என்றான்.

இவ்வளவும் கண்மூடிக் கண் திறக்கும் நேரத்தில் நடந்து விட்டது. சுற்றிலும் நின்றவர்கள் எல்லோரும், "ஹா! ஹா!" என்று கூச்சலிட்டதைக் கேட்டு கபால பைரவர் கண்விழித்துப் பார்த்தார். நிலைமை இன்னதென்று தெரிந்து கொண்டார். நிதானமாக நடந்து பலிபீடத்துக்கு அருகில் வந்து விக்கிரமனை உற்றுப் பார்த்தார். "ஹா ஹா ஹா!" என்று அவர் நகைத்த ஒலி குன்றுகளும் பாறைகளும் அடர்ந்த அந்த வனாந்திரப் பிரதேசமெல்லாம் பரவி எதிரொலி செய்தது. அதைக் கேட்பவர்களுக்கெல்லாம் மயிர்க் கூச்சு உண்டாயிற்று. இதற்குள் என்னவோ மிகவும் நடக்கிறது என்று அறிந்து நாலாபக்கத்திலிருந்தும் ஜனங்கள் ஓடிவந்து பலி பீடத்தைச் சூழ ஆரம்பித்தார்கள். அதைக் கண்ட மகாக் கபால பைரவர் தமது ஒற்றைக் கையைத் தூக்கி, "ஹும்!" என்று கர்ஜனை செய்தார். அவ்வளவுதான் எல்லோரும் சட்டென்று விலகிச் சென்று சற்று தூரத்திலேயே நின்றார்கள். கீழே விழுந்த கத்தியை எடுத்துக் கொண்டு வந்த ராட்சதனும் அந்த ஹுங்காரத்துக்குக் கட்டுபட்டுத் தூரத்தில் நின்றான். பொன்னனும் நின்ற இடத்திலேயே செயலிழந்து நின்றான்.

மகாக் கபால பைரவர் விக்கிரமனை உற்றுப் பார்த்த வண்ணம் கூறினார் :- "பிள்ளாய்! நீ பார்த்திப சோழனின் மகன் விக்கிரமன் அல்லவா? தக்க சமயத்தில் நீ வந்து சேர்வாய் என்று காளிமாதா அருளியது உண்மையாயிற்று, மாதாவின் மகிமையே மகிமை!" காந்த சக்தி பொருந்திய அவருடைய சிவந்த கண்களின் பார்வையிலிருந்து விலகிக் கொள்ள முடியாதவனாய் விக்கிரமன் பிரமித்து நின்றான். "பிள்ளாய்! உன்னைத் தேடிக் கொண்டு நான் மாமல்லபுரத்துக்கு வந்தேன். அதற்குள் அந்தப் பித்தன் மாரப்பன் தலையிட்டுக் காரியத்தைக் கெடுத்துவிட்டான். ஆனாலும் இன்றிரவு நீ இங்கு எப்படியும் வருவாய் என்று எதிர்பார்த்தேன்!" மந்திரத்தினால் கட்டுண்ட நாக சர்ப்பத்தின் நிலைமையிலிருந்த விக்கிரமன், விம்முகின்ற குரலில், "நீர் யார்? எதற்காக என்னை எதிர்பார்த்தீர்?" என்றான். "எதற்காகவா? இன்றிரவு

இந்தத் தக்ஷிண பாரத தேசத்தில் காளிமாதாவின் சாம்ராஜ்யம் ஸ்தாபிதமாகப் போகிறது. இந்த சாம்ராஜ்யத்திற்கு உனக்கு இளவரசுப் பட்டம் கட்டவேண்டுமென்று மாதாவின் கட்டளை!" என்றார் கபால பைரவர். அப்போது எங்கிருந்தோ 'க்ளுக்' என்று பரிகாசச் சிரிப்பின் ஒலி எழுந்தது. கபால பைரவரும் விக்கிரமனும் உள்பட அங்கிருந்தவர்கள் அனைவரும் அக்கம்பக்கம் திரும்பிப் பார்த்தார்கள். ஆனால் சிரித்தது யார் என்பதைக் கண்டுபிடிக்க யாதொரு வழியும் தென்படவில்லை.

விக்கிரமனை அத்தனை நேரமும் கட்டியிருந்த மந்திர பாசமானது மேற்படி சிரிப்பின் ஒலியினால் அறுபட்டது. அவன் சிவனடியாரை ஒருமுறை பார்த்துவிட்டுத் திரும்பிக் கபால பைரவரை நேருக்கு நேர் நோக்கினான்: "நீர் சொல்வது ஒன்றும் எனக்கு விளங்கவில்லை. எனக்கு இளவரசுப் பட்டம் கட்டப் போவதாகச் சொல்கிறீர். அது உண்மையானால், முதலில் நான் செய்யப்போகும் காரியத்துக்குக் குறுக்கே நிற்கவேண்டாம். இதோ இந்தப் பலிபீடத்தில் கட்டுண்டு கிடக்கும் பெரியார் எங்கள் குலத்தின் நண்பர். எனக்கும் என் அன்னைக்கும் எவ்வளவோ பரோபகாரம் செய்திருக்கிறார். அவரை விடுதலை செய்வது என் கடமை. என் கையில் கத்தியும் என் உடம்பில் உயிரும் இருக்கும் வரையில் அவரைப் பலியிடுவதற்கு நான் விடமாட்டேன்!" என்று சொல்லி விக்கிரமன் பலிபீடத்தை அணுகி, சிவனடியாரின் கட்டுக்களை வெட்டிவிடயத்தனித்தான். "நில்...!" என்று பெரிய கர்ஜனை செய்தார் கபால பைரவர். அஞ்சா நெஞ்சங் கொண்ட விக்கிரமனைக்கூட அந்தக் கர்ஜனை சிறிது கலங்கச் செய்துவிட்டது. அவன் துணுக்குற்று ஒரு கணம் ஸ்தம்பித்து நின்றான். சிவனடியாரின் கட்டுக்களை வெட்டுவதற்காக அவன் நீட்டிய கத்தி நீட்டியபடியே இருந்தது.

கபால பைரவர் மறுபடியும் உரத்த குரலில், "பிள்ளாய் விக்கிரமா! இந்தப் போலிச் சிவனடியார் - இந்த வஞ்சக வேஷதாரி - இந்தப் பொய் ஜடாமகுடதாரி யார் என்று அறிந்தால், இவ்விதம் சொல்லமாட்டாய்! இவரைக் காப்பாற்றுவதற்கு இவ்வளவு முனைந்து நிற்கமாட்டாய்!" என்றார். அவருடைய குரலில் தொனித்த ஆத்திரமும் அழுத்தமும் விக்கிரமனைத் திகைப்படையச் செய்தன. சிவனடியார் பல்லவ ராஜ்யத்தின் ஒற்றர் தலைவன் என்று தான் முன்னமே சந்தேகித்ததும் அவனுக்கு நினைவு வந்தது. கபால பைரவர் மீண்டும், "இந்த வேஷதாரியையே கேள், "நீ யார்?' என்று; தைரியமிருந்தால்

சொல்லட்டும்!" என்று அடித் தொண்டையினால் கர்ஜனை செய்தார். விக்கிரமன் சிவனடியாரைப் பார்த்தான். அவருடைய முகத்தில் புன்னகை தவழ்வதைக் கண்டான். அதே சமயத்தில், "விக்கிரமா! கபால மாலையணிந்த இந்த வஞ்சக வேஷதாரி யார் என்று முதலில் கேள்; தைரியமிருந்தால் சொல்லட்டும்!" என்று இடிமுழக்கம் போன்ற ஒரு குரல் கேட்டது. இவ்வாறு கேட்டுக் கொண்டு, பக்கத்திலிருந்த பாறையின் மறைவிலிருந்து ஓர் உருவம் வெளிப்பட்டது. அங்கிருந்தவர்கள் அத்தனை பேருடைய கண்களும் அந்த உருவத்தின் மேல் விழுந்தன. தீவர்த்தி வெளிச்சம் அந்த முகத்தில் விழுந்தபோது, "ஆ!" என்ற வியப்பொலி ஏககாலத்தில் அநேகருடைய வாயிலிருந்து எழுந்தது. விபூதி ருத்திராட்சமணிந்து, முகத்தில் ஞான ஒளி வீசித் தோன்றிய அப்பெரியாரைப் பார்த்ததும் விக்கிரமனுக்கு என்றுமில்லாத பயபக்தி உண்டாயிற்று. வந்தவர் வேறு யாருமில்லை; பல்லவ சாம்ராஜ்யத்தின் பழைய சேனாதிபதியும், வாதாபி கொண்ட மகாவீரருமான சிறுத் தொண்டர்தான்

அத்தியாயம் முப்பத்தேழு

நீலகேசி

பாறை மறைவிலிருந்து சிறுத் தொண்டர் வெளிப்பட்ட சில வினாடிகளுக்கெல்லாம் இன்னும் சில அதிசயங்கள் அங்கே நிகழ்ந்தன. பாறைகளின் பின்னாலிருந்தும் மரங்களின் மறைவிலிருந்தும், இன்னும் எங்கிருந்துதான் வந்தார்கள் என்று சொல்லமுடியாதபடியும், இந்திர ஜாலத்தினால் நிகழ்வதுபோல், திடீர் திடீரென்று ஆயுத பாணிகளான போர் வீரர்கள் அங்கே தோன்றிக் கொண்டிருந்தார்கள். இதைவிடப் பெரிய மகேந்திர ஜாலவித்தை ஒன்றும் அங்கே நடந்தது. பலி பீடத்தில் கட்டுண்டு கிடந்த சிவனடியார் எப்படியோ திடீரென்று அக்கட்டுக்களிலிருந்து விடுபட்டு எழுந்து பலிபீடத்திலிருந்து கீழே குதித்தார். இதற்கிடையில், சிறுத்தொண்டர் நேரே மகா கபால பைரவர் நின்ற இடத்தை நோக்கி வந்துகொண்டிருந்தார். அவரைப் பார்த்ததும், கபால பைரவரின் முகத்தில் தோன்றிய பீதி நம்ப முடியாதாயிருந்தது. சிறுத்தொண்டர் அருகில் நெருங்க நெருங்க, அவருடைய பீதி அதிகமாயிற்று. அவருடைய உடம்பெல்லாம் நடுங்கிற்று. இன்னும் சிறுத்தொண்டர் அவருடைய சமீபத்தில் வந்து நேருக்கு நேராக முகத்தை ஏறிட்டுப் பார்த்து, "ஓ கபாலிக வேஷதாரியே! மகா காளியின் சந்நிதியில் நீ யார் என்று உண்மையைச் சொல்!" என்று கேட்டபோது கபால பைரவர் இரண்டடி பின்வாங்கி, பிறகு நடக்கவும் நிற்கவும் சக்தியற்றவராய்த் தள்ளாடித் தொப்பென்று கீழே விழுந்தார்.

அப்போது அங்கே சூழ்ந்திருந்த காளி உபாசகர்களிடையில் "ஹாஹாகாரம்" உண்டாயிற்று. வெறியில், மூழ்கிக் கிடந்த அந்தக் கபாலிகர்களால் என்ன விபரீதம் நேரிடுமோ என்று விக்கிரமன் கூடச் சிறிது துணுக்கமடைந்தான். பொன்னனோ, வியப்பு, பயபக்தி முதலிய பலவித உணர்ச்சிகள் பொங்க, தன்னை மறந்து செயலற்று நின்றான். கபால பைரவர் கீழே விழுந்து நாலாபுறமிருந்தும் கபாலிகர்கள் ஓடிவரத் தொடங்கிய சமயத்தில், சிறுத்தொண்டர் சட்டென்று பலிபீடத்தின் மீது ஏறிக் கொண்டார். "மகா ஜனங்களே! காளி மாதாவின் பக்தர்களே! நெருங்கி வாருங்கள். 'மகா கபால பைரவர்' என்று பொய்ப் பெயருடன் உங்களையெல்லாம் இத்தனை காலமும் ஏமாற்றி வஞ்சித்து வந்த ஒற்றைக் கை மனிதனைப் பற்றிய உண்மையைச் சொல்லுகிறேன்"

என்றார். சிறுத்தொண்டரைப் பார்த்தவுடனே கபால பைரவர் பீதியடைந்து கீழே விழுந்ததினால் ஏற்கனவே அக்கபாலிகர்களின் மனத்தில் குழப்பம் உண்டாயிருந்தது. எனவே, சிறுத்தொண்டர் மேற்கண்டவாறு சொன்னதும், அவர்கள் பலிபீடத்தைச் சூழ்ந்து கொண்டு, அவரையே பார்த்த வண்ணமாய் நின்றார்கள்.

சிறுத்தொண்டர் கம்பீரமான குரலில், காடு மலையெல்லாம் எதிரொலி செய்யுமாறு பேசினார். 'கேளுங்கள்! நாம் பிறந்த இந்தத் தமிழகமானது மகா புண்ணியம் செய்த நாடு. எத்தனையோ மகா புருஷர்கள் இந்நாட்டிலே தோன்றி மெய்க் கடவுளின் இயல்பையும் அவரை அடையும் மார்க்கத்தையும் நமக்கு உபதேசித்திருக்கிறார்கள். திருமூல மகரிஷி, அன்பும் சிவமும் இரண்டென்பர் அறிவிலார். என்று அருளியிருக்கிறார். வைஷ்ணவப் பெரியார், அன்பே தகளியாய் ஆர்வமே நெய்யாக இன்புருகு சிந்தை இடுதிரியா - நன்புருகி ஞானச் சுடர் விளக்கேற்றினேன் என்று திருவாய் மலர்ந்திருக்கிறார். இத்தகைய மகோன்னதமான தர்மங்களுக்கு உறைவிடமாயுள்ள நமது நாட்டில், கபாலிகம், பைரவம் என்னும் அநாசாரக் கோட்பாடுகளையும், நரபலி, மாமிசப்பட்சணம் முதலிய பயங்கர வழக்கங்களையும் சிலர் சிறிது காலமாகப் பரப்பி வருகிறார்கள். அன்பே உருவமான சிவபெருமானும் கருணையே வடிவமான பராசக்தியும் நரபலியை விரும்புகிறார்கள் என்று நம்புவது எவ்வளவு பெரிய அறியாமை? சிவபெருமான் கையில் மண்டை ஓட்டை வைத்திருப்பதாகவும், பராசக்தி கபால மாலையைத் தரிப்பதாகவும் புராணங்களில் சொல்லியிருப்பதெல்லாம் தத்வார்த்தங் கொண்டவை என்பதை நமது பெரியோர்கள் நமக்கு உணர்த்தியிருக்கிறார்கள். அவ்விதமிருக்க இப்புண்ணிய நாட்டில் நரபலியென்னும் கொடிய வழக்கம் பரவுவதற்குக் காரணம் என்ன? இந்தத் தீய பிரசாரத்தின் மூலவேர் எங்கே இருக்கிறது? - இதைக் கண்டுபிடிப்பதற்காக நானும் சற்றுமுன் இந்தப் பலி பீடத்தில் கட்டுண்டு கிடந்த என் தோழர் சிவனடியாரும் பெருமுயற்சி செய்து வந்தோம். கடைசியாக, அந்த முயற்சியில் என் தோழர் வெற்றி பெற்றார்; உண்மையைக் கண்டுபிடித்தார்...."

அப்போது ஒரு குரல், "அவர் யார்?" என்று கேட்டது. "அவர் எங்கே?" என்று பல குரல்கள் கூவின. உண்மை என்னவெனில், சிறுத்தொண்டர் திடீரென்று தோன்றியவுடன் ஏற்பட்ட குழப்பத்தில் சிவனடியார் ஒருவரும்

கவனியாதபடி அந்த இடத்தைவிட்டு அகன்று விட்டார். சிறுத்தொண்டர் மேலும் சொல்வார்:- "இன்னும் இரண்டு நாளில் உறையூரில் நடக்கப்போகும் வைபவத்துக்கு நீங்கள் வந்தால், அந்த மகான் யார் என்பதை அறிவீர்கள். தற்போது இதோ இங்கே கீழே விழுந்து பயப்பிராந்தியினால் நடுங்கிக் கொண்டிருக்கும் கபால பைரவன் யார் என்பதைத் தெரிந்து கொள்ளுங்கள். புகழ் பெற்ற நமது மகேந்திரச் சக்கரவர்த்தியின் காலத்தில் - இருபது வருஷத்துக்கு முன்னால் - வாதாபி அரசன் புலிகேசி நமது தமிழகத்தின் மேல் படையெடுத்து வந்தது உங்களுக்கு ஞாபகம் இருக்கிறதா..." என்று சிறுத்தொண்டர் கேட்டு நிறுத்தியபோது பல குரல்கள், " ஞாபகம் இருக்கிறது!" என்று கூவின.

"அந்த ராட்சதப் புலிகேசியும் அவனுடைய படைகளும் நம்பிக்கைத் துரோகம் செய்து, இச்செந்தமிழ் நாட்டின் பட்டணங்களிலும் கிராமங்களிலும் செய்து விட்டுப் போன அட்டூழியங்களையெல்லாம் நீங்கள் மறந்திருக்க முடியாது. மகேந்திரச் சக்கரவர்த்தி காலமான பிற்பாடு தரும ராஜாதிராஜ நரசிம்மப் பல்லவரும், நானும் பெரும்படை கொண்டு புலிகேசியைப் பழிவாங்குவதற்காக வாதாபிக்குப் படையெடுத்துச் சென்றதையும் நீங்கள் அறிவீர்கள். வாதாபி நகரத்தின் முன்னால் நடந்த கொடிய யுத்தத்தில், நமது வீரத்தமிழ்ப்படைகள் புலிகேசியின் படைகளையெல்லாம் ஹதா ஹதம் செய்தன. யுத்தக் களத்துக்கு வந்த புலிகேசியின் படைகளிலே ஒருவராவது திரும்பிப் போக விடக்கூடாது என்று சக்கரவர்த்தி கட்டளையிட்டிருந்தார். ஆனால், அவருடைய கட்டளைக்கு மாறாக ஒரே ஒருவனை மட்டும் திரும்பிப் போகும்படி நான் அனுமதித்தேன். போரில் கையை இழந்து, "சரணாகதி" என்று காலில் விழுந்தவனைக் கொல்வதற்கு மனமில்லாமல் அவனை ஓடிப்போக அனுமதித்தேன். அந்த ஒற்றைக் கை மனிதன் தான் இதோ விழுந்து கிடக்கும் நீலகேசி. புலிகேசியை விடக்கொடிய அவனுடைய சகோதரன் இவன்!"

இதைக் கேட்டதும் அந்தக் கூட்டத்தில், "ஆகா!" "அப்படியா?" "என்ன மோசம்!" "என்ன வஞ்சகம்!" என்ற பலவிதமான பேச்சுக்கள் கலகலவென்று எழுந்தன. சிறிது பேச்சு அடங்கிய பிறகு சிறுத்தொண்டர் மீண்டும் கூறினார்: "இவனை நான் மன்னித்து உயிரோடு திருப்பி அனுப்பினேன் என்று தெரிவித்தபோது சக்கரவர்த்தி, 'நீ பிசகு செய்தாய்; இதனால் ஏதாவது விபரீதம் விளையும்' என்று சொன்னார். அது

உண்மையாகிவிட்டது. இந்த நீலகேசி, கபாலிக வேஷத்தில் நமது புண்ணியத் தமிழகத்தில் வந்து இருந்துகொண்டு, பஞ்சத்தினால் ஜனங்களுடைய புத்தி கலங்கியிருந்த காலத்தில் கபாலிகத்தையும், நரபலியையும் பரப்பத் தொடங்கினான். எதற்காக? வீரத்தினால் ஜயிக்க முடியாத காரியத்தைச் சூழ்ச்சியினால் ஜயிக்கலாம் என்றுதான். கடல்களுக்கப்பாலுள்ள தேசங்களுக்கெல்லாம் புகழ் பரவியிருக்கும் நமது மாமல்லச் சக்கரவர்த்திக்கு விரோதமாக உங்களையெல்லாம் ஏவி விட்டுச் சதி செய்விக்கலாம் என்றுதான். இந்த உத்தேசத்துடனேயே இவன் கொல்லி மலையின் உச்சியிலுள்ள குகைகளில் ஆயிரக்கணக்கான கத்திகளையும் கோடாரிகளையும் சேர்த்து வைத்திருந்தான்...."

"ஆ!" என்று கபால பைரவனின் கோபக்குரல் கேட்டது. "ஆம்; அந்த ஆயுதங்களையெல்லாம் சக்கரவர்த்தியின் கட்டளையினால் இன்று அப்புறப்படுத்தியாகிவிட்டது. இன்னும் இந்தச் சோழநாட்டு இளவரசன் விக்கிரமனையும் தன்னுடைய துர்நோக்கத்திற்கு உபயோகப்படுத்திக் கொள்ள எண்ணியிருந்தான். அதற்காகவே பார்த்திப சோழ மகாராஜாவின் வீரபத்தினி அருள்மொழித் தேவியைச் சிறைப்படுத்தி வைத்திருந்தான்..." அப்போது மகாக் கபால பைரவர் தரையிலிருந்து சட்டென்று எழுந்து நின்று, "எல்லாம் பொய்; கட்டுக்கதை; இதற்கெல்லாம் சாட்சி எங்கே?" என்று கேட்டார். அப்போது ஒருவாறு அவருடைய பீதி தெளிந்ததாகக் காணப்பட்டது. கபால பைரவர் "சாட்சி எங்கே?" என்று கேட்டதும் "இதோ நான் இருக்கிறேன், சாட்சி!" என்றது ஒரு குரல். திடீரென்று ஒரு வெள்வேல மரத்தின் மறைவிலிருந்து மாரப்ப பூபதி தோன்றினான். "ஆமாம், நான் சாட்சி சொல்கிறேன். இந்தக் கபால பைரவர் என்னும் நீலகேசி உண்மையில் கபாலிகன் அல்ல, வேஷதாரி. இவன் மகா ராஜாதிராஜ நரசிம்மப் பல்லவச் சக்கரவர்த்திக்கு எதிராகச் சதி செய்தான். அந்தச் சதியில் என்னையும் சேரும்படிச் சொன்னான். நான் மறுத்துவிட்டேன். அதன்மேல், இந்தத் தேசப்பிரஷ்ட இளவரசனைத் தன்னுடன் சேர்த்துக் கொள்ள விரும்பினான். சக்கரவர்த்தியின் கட்டளைப்படி காஞ்சிக்கு நான் அனுப்பிய இந்த இளவரசனை இவன் வழியில் மறித்து இங்கே கொண்டுவர ஏற்பாடு செய்தான்."

அப்போது சிறுத்தொண்டர், "போதும், மாரப்பா! உன் சாட்சியம் போதும்!" என்றார். மாரப்பன் மனத்திற்குள் என்ன உத்தேசித்தானோ தெரியாது. தன்னைப் புறக்கணித்துவிட்டு மகாக் கபால பைரவர் விக்கிரமனுக்கு

யுவராஜா பட்டம் கட்டுவதாகச் சொன்னதைக் கேட்டு அவனுக்கு ஆத்திரம் உண்டாகியிருக்கலாம். அல்லது சக்கரவர்த்திக்கு விரோதமாகச் சதி செய்த குற்றம் தன் பேரில் ஏற்படாமலிருக்க வேண்டுமென்று எண்ணியிருக்கலாம். அவன் உத்தேசம் எதுவாயிருந்தாலும், அப்போது யாரும் எதிர்பாராத ஒரு காரியத்தை அவன் செய்தான். கையில் உருவிய கத்தியுடன் மகாக் கபால பைரவர் நின்ற இடத்தை அணுகினான். "சக்கரவர்த்திக்கு விரோதமாகச் சதி செய்த இந்தச் சாம்ராஜ்யத் துரோகி இன்று காளிமாதாவுக்குப் பலியாகட்டும்!" என்று கூறிய வண்ணம் யாரும் தடுப்பதற்கு முன்னால் கத்தியை ஓங்கி வீசினான். அவ்வளவுதான்; கபால பைரவனின் தலை வேறாகவும் உடல் வேறாகவும் கீழே விழுந்தன.

எல்லாரும் பிரமித்துத் திகைத்து நிற்கும்போது மாரப்ப பூபதி பலி பீடத்தண்டை வந்து சிறுத்தொண்டருக்கு முன்னால் சாஷ்டாங்கமாக நமஸ்கரித்து, "பிரபோ! ஆத்திரத்தினால் செய்து விட்டேன். நான் செய்தது குற்றமானால் மன்னிக்க வேண்டும்" என்றான். அச்சமயம் யாரும் எதிர்பாராத இன்னொரு காரியம் நிகழ்ந்தது. கையில் கத்தியுடன் சித்திரகுப்தன் எங்கிருந்தோ வந்து பலி பீடத்தருகில் குதித்தான். படுத்திருந்த மாரப்பனுடைய கழுத்தில் அவன் வீசிய கத்தி விழுந்தது! அக்குள்ளனை உடனே சில பல்லவ வீரர்கள் பிடித்துக் கொண்டார்கள். குள்ளனோ 'ஹீஹீஹீ' என்று சிரித்தான். சில நிமிஷ நேரத்தில் நடந்துவிட்ட இக்கோர சம்பவங்களைப் பார்த்த விக்கிரமன் மிகவும் அருவருப்பை அடைந்தான். யுத்த களத்தில் நேருக்கு நேர் நின்று போரிட்டு ஒருவரையொருவர் கொல்லுவது அவனுக்குச் சாதாரண சம்பவமானாலும், இம்மாதிரி எதிர்பாராத கொலைகள் அவனுக்கு வேதனையளித்தன. உடனே, அருகில் நின்ற பொன்னனைப் பார்த்து, "பொன்னா! நாம் போகலாம் வா!" என்றான். அப்பொழுதுதான் தன்னையும் பொன்னனையும் சூழ்ந்து நின்ற பல்லவ வீரர்களை அவன் கவனிக்க நேர்ந்தது.

அந்த வீரர்களின் தலைவன் தன் கையிலிருந்த ஓலையை விக்கிரமனிடம் காட்டினான். அதில் நரசிம்மச் சக்கரவர்த்தியின் முத்திரை பதித்த கட்டளை காணப்பட்டது. உறையூரிலிருந்து காஞ்சிக்கு வந்து கொண்டிருக்கும் சோழ இளவரசன் விக்கிரமனை வழியில் திருப்பி உறையூருக்கே மீண்டும் கொண்டு போகும் படிக்கும் விசாரணை உறையூரிலேயே நடைபெறுமென்றும் அவ்வோலையில் கண்டிருந்தது.

விக்கிரமன் அந்த ஓலையைப் பார்த்துவிட்டுச் சுற்று முற்றும் பார்த்தான். அவனுடைய கையானது உடைவாளின் மேல் சென்றது. அப்போது பொன்னன், "மகாராஜா! பதற வேண்டாம்!" என்றான். இதையெல்லாம் கவனித்த சிறுத்தொண்டர், பல்லவ வீரர் தலைவனைப் பார்த்து, "என்ன ஓலை?" என்று கேட்டார். வீரர் தலைவன் அவரிடம் கொண்டுபோய் ஓலையைக் கொடுத்தான். சிறுத் தொண்டர் அதைப் படித்து பார்த்துவிட்டு, "விக்கிரமா! நீ இந்தக் கட்டளையில் கண்டபடி உறையூருக்குப் போ! நானும் உன் தாயாரை அழைத்துக் கொண்டு உறையூருக்குத்தான் வரப் போகிறேன். இன்று நீ புரிந்த வீரச்செயலைச் சக்கரவர்த்தி அறியும்போது, அவருடைய மனம் மாறாமல் போகாது. அவசரப்பட்டு ஒன்றும் செய்ய வேண்டாம்!" என்றார்.

அடுத்த நிமிஷம் விக்கிரமனும் பொன்னனும் பல்லவ வீரர்கள் புடைசூழ அந்த மயான பூமியிலிருந்து கிளம்பிச் சென்றார்கள். அப்புறம் சிறிது நேரம் அங்கே கூடியிருந்தவர்களுக்கு மெய்க் கடவுளின் ஸ்வரூபத்தையும், நரபலியின் கொடுமையையும் பற்றிச் சிறுத்தொண்டர் விரித்துரைத்தார். அதன் பயனாக, அன்று பலியாக இருந்தவர்களும், பலி கொடுக்க வந்தவர்களும் மனம் மாறி, தங்களைத் தடுத்தாட்கொண்ட மகானைப் புகழ்ந்து கொண்டே தத்தம் ஊர்களுக்குச் சென்றார்கள். பலிபீடத்தில் கட்டுண்டு கிடந்த சிவனடியார் யாராயிருக்கலாமென்று அவர்கள் பலவாறு ஊகித்துப் பேசிக்கொண்டே போனார்கள்.

அத்தியாயம் முப்பத்தெட்டு

என்ன தண்டனை?

அமாவாசையன்றைக்கு மறுநாள் பொழுது புலர்ந்ததிலிருந்து மாமல்லபுரத்து அரண்மனையில் குந்தவி தேவிக்கு ஒவ்வொரு கணமும் ஒவ்வொரு யுகமாகக் கழிந்து கொண்டிருந்தது. அடிக்கடி அரண்மனை உப்பரிகை மாடத்தின் மேல் ஏறுவதும், நாலாபுறமும் பார்ப்பதும், மறுபடி அவசரமாகக் கீழிறங்குவதும், பணியாட்களுக்கு ஏதேதோ கட்டளையிடுவதும், உறையூரிலிருந்து அவளுடன் வந்திருந்த வள்ளியிடம் இடையிடையே பேசுவதுமாயிருந்தாள். என்ன பேசினாலும், எதைச் செய்தாலும் அவளுடைய செவிகள் மட்டும் குதிரைக் குளம்படியின் சத்தத்தை வெகு ஆவலுடன் எதிர்நோக்கிக் கொண்டிருந்தன. பணியாட்களுடன் பேசிக் கொண்டிருக்கும் போதே சட்டென்று பேச்சை நிறுத்தி காதுகொடுத்துக் கேட்பாள். விக்கிரமனையும் பொன்னனையுந்தான் அவள் அவ்வளவு ஆவலுடன் எதிர்பார்த்துக் கொண்டிருந்தாள் என்று சொல்லவேண்டியதில்லை.

விக்கிரமனும் பொன்னனும் வந்தவுடனேயே என்ன செய்ய வேண்டுமென்று குந்தவி தீர்மானித்து வைத்திருந்தாள். விக்கிரமனுடன் அதே கப்பலில் தானும் போய்விடுவது என்ற எண்ணத்தை அவள் மாற்றிக் கொண்டு விட்டாள். அதனால் பலவிதச் சந்தேகங்கள் தோன்றி மறுபடியும் விக்கிரமன் பிடிக்கப்படுவதற்கு ஏதுவாகலாம். இது மட்டுமல்ல; தந்தையிடம் சொல்லிக் கொள்ளாமல் அவ்விதம் ஓடிப் போவதற்கும் அவளுக்கு மனம் வரவில்லை! நரசிம்மச் சக்கரவர்த்தியின் பரந்த கீர்த்திக்குத் தன்னுடைய செயலால் ஒரு களங்கம் உண்டாகலாமா! அதைக் காட்டிலும் விக்கிரமன் முதலில் கப்பலேறிச் சென்ற பிறகு, தந்தையிடம் நடந்ததையெல்லாம் கூறி மன்னிப்புக் கேட்டுக் கொண்டு, விக்கிரமனையே தான் பதியாக வரித்து விட்டதையும் தெரிவிப்பதே முறையல்லவா? அப்போது சக்கரவர்த்தி தன்னை கட்டாயம் மன்னிப்பதுடன், கப்பலில் ஏற்றித் தன்னைச் செண்பகத் தீவுக்கும் அனுப்பிவைத்துவிடுவார். 'உன்னுடைய கல்யாணத்துக்காக நான் ஒரு பிரயத்தனமும் செய்யப் போவதில்லை. உன்னுடைய பதியை நீயேதான் ஸ்வயம்வரம் செய்து கொள்ளவேண்டும்' என்று சக்கரவர்த்தி அடிக்கடி

348

கூறிவந்திருக்கிறாரல்லவா? அப்படியிருக்க, இப்போது தன் இஷ்டத்திற்கு அவர் ஏன் மாறு சொல்ல வேண்டும்?

இத்தகைய தீர்மானத்துடன் குந்தவி விக்கிரமனுடைய வரவுக்கு வழி நோக்கிக் கொண்டிருந்தாள். வானவெளியில் சூரியன் மேலே வர வர, குந்தவியின் பரபரப்பு அதிகமாகிக் கொண்டிருந்தது. கடைசியாக, கிட்டதட்ட நடு மத்தியானத்தில் குதிரைகளின் குளம்படிச் சத்தம் கேட்டபோது, குந்தவியினுடைய இருதயம் விம்மி எழுந்து தொண்டையை அடைத்துக் கொண்டது. மறுபடியும் ஒரு தடவை விக்கிரமனைக் கப்பலில் ஏற்றி அனுப்பி விட்டுத் தான் பின் தங்குவதா? கதையிலே, காவியத்திலே வரும் வீரப் பெண்மணிகள் எல்லாரும் அவ்விதந்தானா செய்திருக்கிறார்கள்? அர்ச்சுனனோடு சுபத்திரை கிளம்பிப் போய்விடவில்லையா? கிருஷ்ணனோடு ருக்மணி போகவில்லையா? தான் மட்டும் எதற்காகப் பின்தங்க வேண்டும்? விக்கிரமனுக்கு விடை கொடுத்தனுப்புவது தன்னால் முடியாத காரியம் என்று அவளுக்குத் தோன்றிற்று. குதிரைகளின் காலடிச் சத்தம் நெருங்க நெருங்க அவளுடைய மனக்குழப்பம் அதிகமாயிற்று. வந்த குதிரைகள் அரண்மனை வாசலில் வந்து நின்றன. வாசற்காப்பாளருக்கு, இரத்தின வியாபாரி தேவசேனர் வந்தால் உடனே தன்னிடம் அழைத்து வரும்படிக் குந்தவி கட்டளையிட்டிருந்தாள். இதோ, குதிரையில், வந்தவர்கள் இறங்கி உள்ளே வருகிறார்கள். அடுத்த வினாடி அவரைப் பார்க்கப் போகிறோம்! ஆகா! இதென்ன? உள்ளே வருகிறது யார்! சக்கரவர்த்தியல்லவா? குந்தவியின் தலை சுழன்றது. எப்படியோ பல்லைக் கடித்துக் கொண்டு சமாளித்துக் கொண்டாள். சிறிது தடுமாற்றத்துடன், "அப்பா! வாருங்கள்! வாருங்கள்! இத்தனை நாளாய் எங்கே போயிருந்தீர்கள்?" என்றாள்.

சக்கரவர்த்தி ஆவலுடன் குந்தவியின் அருகில் வந்து அவளைத் தழுவிக் கொண்டார். உடனே, திடுக்கிட்டவராய், "ஏன் அம்மா! உன் உடம்பு ஏன் இப்படிப் பதறுகிறது?" என்று கேட்டார். "ஒன்றுமில்லை, அப்பா! திடீரென்று வந்தீர்களல்லவா?" என்றாள் குந்தவி. "இவ்வளவுதானே? நல்லது, உட்கார், குழந்தாய்! நீ உறையூரிலிருந்து எப்போது வந்தாய்? எதற்காக இவ்வளவு அவசரமாய் வந்தாய்?" என்று கேட்டுக் கொண்டே சக்கரவர்த்தி அங்கிருந்த ஆசனத்தில் அமர்ந்தார். குந்தவிக்கு அப்போது ஏற்பட்ட இதயத் துடிப்பைச் சொல்ல முடியாது. 'அப்பா இங்கே இருக்கும்போது அவர் வந்து விட்டால் என்ன செய்கிறது? இப்பொழுது வருகிற சமயமாச்சே! அரண்மனைக்குள்

வராமல் நேரே போய்க் கப்பலேறச் செய்வதற்கு வழி என்ன?' என்றெல்லாம் எண்ணி அவள் உள்ளம் தவித்தது. அவளுடைய தவிப்பைக் கவனியாதவர் போல் சக்கரவர்த்தி, "குழந்தாய்! இன்று சாயங்காலம் நான் உறையூருக்குக் கிளம்புகிறேன். நீயும் வருகிறாயா? அல்லது உறையூர் வாசம் போதுமென்று ஆகிவிட்டதா?" என்றார். "உறையூருக்கா? எதற்காக அப்பா?" என்றாள் குந்தவி. "ரொம்ப முக்கியமான காரியங்கள் எல்லாம் நடந்திருக்கின்றன, அம்மா! அருள்மொழித்தேவி அகப்பட்டு விட்டார்." "ஆகா!" என்று அலறினாள் குந்தவி.

"ஆமாம், அருள்மொழித் தேவியைக் கண்டுபிடித்துக் கொண்டு வந்தது யார் தெரியுமா? நீ அடிக்கடி சொல்வாயே, யாரோ வேஷதாரிச் சிவனடியார் என்று, அவர்தான்!" "என்ன! என்ன!.. தேவி எங்கே இருந்தார்? யார் கொண்டு போய் வைத்திருந்தார்கள்? அந்தப் போலிச் சிவனடியார்... ஒருவேளை அவரேதான்..." சக்கரவர்த்தி புன்னகையுடன், "இன்னும் உனக்குச் சந்தேகம் தீரவில்லையே, அம்மா! இல்லை. அந்தச் சிவனடியார் அருள்மொழி ராணியை ஒளித்து வைத்திருக்கவில்லை. ராணியைக் கொண்டு போய் வைத்திருந்தவன் நான் முன்னமேயே ஒரு தடவை சொன்னேனே - அந்தக் கபாலிகக் கூட்டத்தின் பெரிய பூசாரி - மகாக் கபால பைரவன். சிவனடியார் அருள்மொழி ராணியைக் காப்பாற்றிக் கொண்டு வந்ததின் பலன், அவருடைய உயிருக்கே ஆபத்து வருவதாயிருந்ததாம். நேற்று இராத்திரி மகாக் கபால பைரவன் சிவனடியாரைக் காளிக்குப் பலிகொடுப்பதாக இருந்தானாம். அவரைக் கட்டிப் பலிபீடத்தில் கொண்டு வந்து போட்டாகிவிட்டதாம். கழுத்தில் கத்தி விழுகிற சமயத்தில் சிவனடியாரை யார் வந்து காப்பாற்றினார்களாம் தெரியுமா?" "யார் அப்பா?"

"செண்பகத் தீவிலிருந்து வந்திருந்தானே - இரத்தின வியாபாரி தேவசேனன் - அவனும் படகோட்டி பொன்னனும் நல்ல சமயத்தில் வந்து காப்பாற்றினார்களாம்!" குந்தவி ஏதோ சொல்வதற்கு வாயைத் திறந்தாள். ஆனால் வார்த்தை ஒன்றும் வெளியில் வரவில்லை. அவளுடைய அழகிய வாய், மாதுளை மொட்டின் இதழ்கள் விரிவது போல் விரிந்து அப்படியே திறந்தபடியே இருந்தது. "இன்னும் ஒரு பெரிய அதிசயத்தைக் கேள், குழந்தாய்! இரத்தின வியாபாரி தேவசேனன் என்பது உண்மையில் யார் தெரியுமா? அவனும் ஒரு வேஷதாரிதான். தேசப் பிரஷ்டனான

சோழநாட்டு இளவரசன் விக்கிரமன்தான் அம்மாதிரி வேஷம் போட்டுக் கொண்டு அவனுடைய தாயாரையும் தாய்நாட்டையும் பார்ப்பதற்காக வந்தானாம்! என்ன தைரியம், என்ன துணிச்சல், பார்த்தாயா குழந்தாய்!" குந்தவி விம்மிய குரலுடன், "அப்பா! அவர்கள் எல்லாரும் இப்போது எங்கே?" என்று கேட்டாள். "யாரைக் கேட்கிறாய், அம்மா! விக்கிரமனையும், பொன்னனையுமா? அவர்களை உறையூருக்குக் கொண்டு போகச் சொல்லியிருக்கிறேன். நானே நேரில் வந்து விசாரணை நடத்துவதாகச் சொல்லியிருக்கிறேன். அதற்காகத் தான் முக்கியமாக உறையூருக்குப் போகிறேன். நீயும் வருகிறாயா?"

இத்தனை நேரமும் குந்தவி அடக்கி வைத்துக் கொண்டிருந்த துக்கமெல்லாம் இப்போது பீறிக்கொண்டு வெளியில் வந்தது. தந்தையின் மடியில் தலையை வைத்துக் கொண்டு 'கோ' என்று கதற ஆரம்பித்தாள். இவ்வளவு நேரமும் புன்னகையுடன் பொலிந்து கொண்டிருந்த சக்கரவர்த்தியின் முகபாவத்தில் இப்போது மாறுதல் காணப்பட்டது. அவருடைய கண்களின் ஓரத்தில் ஒரு துளி ஜலம் முத்துப்போல் பிரகாசித்தது. குந்தவியின் தலையையும் முதுகையும் அவர் அன்புடன் தடவிக் கொடுத்து, "குழந்தாய்! உனக்கு என்ன துக்கம்? உன் மனத்தில் ஏதோ வைத்துக் கொண்டு சொல்லாமலிருக்கிறாய். என்னிடம் மறைப்பானேன்! எதுவாயிருந்தாலும் சொல்!" என்றார். குந்தவி கொஞ்சங் கொஞ்சமாக எல்லாவற்றையும் சொன்னாள். காஞ்சி நகரின் வீதியில் சங்கிலிகளால் கட்டுண்டு சென்ற விக்கிரமனைச் சந்தித்ததிலிருந்து தன்னுடைய உள்ளம் அவனுக்கு வசமானதைத் தெரிவித்தாள். பிறகு, மகேந்திர மண்டபத்தில் ஜுரத்துடன் உணர்வு இழந்து கிடந்த விக்கிரமனைப் பல்லக்கில் ஏற்றி அழைத்துச் சென்றதிலிருந்து இன்று அவனைக் கப்பலேற்றி அனுப்ப உத்தேசித்திருந்த வரையில் எல்லாவற்றையும் கூறினாள். கடைசியில், "அப்பா! அந்தச் சோழ ராஜ குமாரனையே என் நாதனாக வரித்து விட்டேன். மற்றொருவரை மனதிலும் நினைக்கமாட்டேன்" என்று கூறி விம்மினாள்.

சக்கரவர்த்தி அப்போது அன்பு கனிந்த குரலில் கூறினார். "குழந்தாய், இந்த உலகில் அன்பு ஒன்றுதான் சாசுவதமானது; மற்றதெல்லாம் அநித்தியம். இரண்டு இளம் உள்ளங்கள் அன்பினால் ஒன்று சேரும்போது, அங்கே அன்பு வடிவமான கடவுளே சாந்நித்தியமாயிருக்கிறார். அவ்விதம் அன்பினால் சேர்ந்த உள்ளங்களுக்கு மத்தியில் நின்று தடைசெய்ய

யாருக்குமே பாத்தியதை கிடையாது; தாய் தகப்பனுக்குக்கூடக் கிடையாதுதான். ஆகையால், நீ சோழ நாட்டு இளவரசனை மணம் புரிய விரும்பினாயானால், அதை ஒரு நாளும் நான் தடை செய்யேன். ஆனால், குழந்தாய்! நமது பல்லவ வம்சம் நீதிநெறி தவறாது என்று புகழ் பெற்றது. பல்லவ சாம்ராஜ்யத்தில் ராஜகுலத்தினருக்கும் ஒரு நீதிதான்; ஏழைக் குடியானவனுக்கும் ஒரு நீதிதான். ஆகையால், சோழ ராஜகுமாரன் விஷயத்தில் ராஜ்ய நீதிக்கிணங்க விசாரணை நடைபெறும். குற்றத்துக்குத் தகுந்த தண்டனை கிடைக்கும். அதற்குப் பிறகும், நீ அந்த ராஜகுமாரனை மணக்க விரும்பினால், நான் குறுக்கே நிற்கமாட்டேன்."

இதைக் கேட்ட குந்தவி, "அப்பா! தேசப்பிரஷ்டமானவர்கள் திரும்பி வந்தால் தண்டனை என்ன?" என்றாள். "சாதாரணமாக, மரண தண்டனைதான்; ஆனால், சோழ ராஜகுமாரன் விஷயத்தில் யோசிக்க வேண்டிய அம்சங்கள் இருக்கின்றன." "என்ன அப்பா?" "நீதான் அடிக்கடி சொல்வாயே, அந்த ராஜகுமாரனுடைய காரியங்களுக்கெல்லாம் அவன் பொறுப்பாளியல்ல - போலிச் சிவனடியாருடைய போதனைதான் காரணம் என்று. அது உண்மைதான் என்று தோன்றுகிறது. அந்தச் சிவனடியாரும் இப்போது அகப்பட்டிருக்கிறார். அவரையும் விசாரித்து உண்மையறிய வேண்டும்." அப்போது குந்தவி, மனதிற்குள், 'ஆமாம், அந்தப் போலிச் சடை சாமியாரால் தான் எல்லா விபத்துக்களும் வருகின்றன. அவர் அநாவசியமாக நேற்றிரவு ஒரு ஆபத்தில் சிக்கிக் கொண்டிராவிட்டால், இத்தனை நேரம் அந்த வீரராஜகுமாரர் கப்பலில் ஏறி இருப்பாரல்லவா?" என்று எண்ணமிட்டாள். "அதோடு இன்னும் ஒரு விஷயமும் யோசிக்க வேண்டியிருக்கிறது. செண்பகத் தீவின் இரத்தின வியாபாரிக்குக் குதிரை கொடுத்துச் சோழ நாட்டுக்கு அனுப்பி வைத்தது யார்? ஞாபகம் இருக்கிறதா, குழந்தாய்?" "அப்பா!" என்று வியப்பும் ஆனந்தமும் கலந்த குரலில் குந்தவி கூச்சலிட்டாள். ஒற்றர் தலைவன் வேஷத்திலிருந்த சக்கரவர்த்தி குதிரை கொடுத்து அனுப்பித்தானே விக்கிரமன் சோழ நாட்டுக்குப் போனானென்பது அவளுக்கு நினைவு வந்தது. "அப்படியானால் எப்படி தண்டனை ஏற்படும் அப்பா?" என்றாள். "எல்லாம், விசாரிக்கலாம் குழந்தாய்! விசாரித்து எது நியாயமோ, அப்படிச் செய்யலாம். பல்லவ ராஜ்யத்தில் நீதி தவறி எதுவுமே நடக்காது" என்றார் சக்கரவர்த்தி.

அத்தியாயம் முப்பத்தொன்பது

சிரசாக்கினை

"ஆகா இது உறையூர்தானா?" என்று பார்த்தவர்கள் ஆச்சரியப்படும் விதமாகச் சோழ நாட்டின் தலைநகரம் அன்று அலங்கரிக்கப்பட்டு விளங்கிற்று. பார்த்திப மகாராஜா போர்க்களத்துக்குப் புறப்பட்ட போது அவருடன் புடை பெயர்ந்து சென்ற லக்ஷ்மி தேவி மீண்டும் இன்றுதான் உறையூருக்குத் திரும்பி வந்திருக்கிறாள் என்று சொல்லும்படியிருந்தது. உறையூர் வாசிகளிடையே வெகுகாலத்திற்குப் பிறகு இன்று கலகலப்பும் உற்சாகமும் காணப்பட்டன. வெளியூர்களிலிருந்து ஜனங்கள் வண்டிகளிலும், பலவித வாகனங்களிலும் கால்நடையாகவும் வந்து கொண்டிருந்தார்கள். வீதிகளில் ஆங்காங்கு ஜனங்கள் கூட்டமாய் நின்று கிளர்ச்சியுடன் பேசிக் கொண்டிருந்தார்கள். அன்று காஞ்சி நரசிம்மப் பல்லவச் சக்கரவர்த்தி உறையூரில் பொது ஜன சபை கூட்டுகிறார் என்றும், இதற்காகச் சோழ நாட்டின் பட்டினங்களிலும் கிராமங்களிலும் உள்ள பிரமுகர்களையெல்லாம் அழைத்திருக்கிறார் என்றும் பிரஸ்தாபமாயிருந்தது. அன்று நடக்கப்போகும் சபையில் பல அதிசயங்கள் வெளியாகுமென்றும் பல விசேஷ சம்பவங்கள் நிகழுமென்றும் ஜனங்கள் எதிர்பார்த்தார்கள். அருள்மொழித் தேவியும், இளவரசர், விக்கிரமரும் உறையூருக்குத் திரும்பி வந்திருக்கிறார்களென்றும் செய்தி பரவியிருந்தது. இன்னும் இளவரசர் இரத்தின வியாபாரி வேஷத்தில் வஸந்த மாளிகையில் வந்திருந்தாரென்றும், குந்தவி தேவிக்கும் அவருக்கும் காதல் உண்டாகிக் கல்யாணம் நடக்கப் போகிறதென்றும் இதனால் உறையூரும் காஞ்சியும் நிரந்தர உறவு கொள்ளப்போகிறதென்றும் சிலர் சொன்னார்கள்.

வேறு சிலர் இதை மறுத்து, "தேசப் பிரஷ்டத் தண்டனைக்குள்ளான இளவரசரைச் சக்கரவர்த்தி விசாரணை செய்து பொதுஜன அபிப்பிராயத்தையொட்டித் தீர்ப்புக் கூறப்போகிறார்" என்றார்கள். நாலு நாளைக்கு முன்னால், அமாவாசை இரவில், கொல்லி மலைச்சாரலில் நடந்த சம்பவங்களைப் பற்றியும், மாரப்ப பூபதியின் மரணத்தைப் பற்றியும் ஜனங்கள் கூட்டியும் குறைத்தும் பலவாறாகப் பேசிக் கொண்டார்கள். பொன்னனும் வள்ளியும் அன்று உறையூர் வீதிகளின் வழியாக வந்த போது, ஆங்காங்கே ஜனங்கள் அவர்களை நிறுத்தி,

"பொன்னா! இன்று என்ன நடக்கப் போகிறது?" என்று விசாரித்தார்கள். பொன்னனோ, தலையை ஒரே அசைப்பாக அசைத்து "எனக்கு ஒன்றும் தெரியாது, சாயங்காலமானால், தானே எல்லாம் வெளியாகிறது. ஏன் அவசரப்படுகிறீர்கள்?" என்றான். வள்ளியை அழைத்துக் கேட்ட பெண் பிள்ளைகளிடம் வள்ளியும் அதே மாதிரிதான் மறுமொழி சொன்னாள். பொன்னனுக்கும், வள்ளிக்கும் அன்று இருந்த கிராக்கிக்கும் அவர்களுக்கு அன்று ஏற்பட்டிருந்த பெருமைக்கும் அளவேயில்லை.

தேவலோகத்தில் தேவேந்திரனுடைய சபை கூடியிருப்பதைப் பார்த்தவர்கள் யாரும் திரும்பி வந்து நமக்கு அந்தச் சபையைப்பற்றிக் கூறியது கிடையாது. ஆனால் அன்று உறையூரில் கூடிய மாமல்ல நரசிம்மச் சக்கரவர்த்தியின் சபையைப் பார்த்தவர்கள், "தேவேந்திரனுடைய சபை கிட்டதட்ட இந்த மாதிரிதான் இருக்க வேண்டும்!" என்று ஏகமனதாக முடிவு கட்டினார்கள். அவ்வளவு விமரிசையாக அலங்கரிக்கப்பட்டிருந்த சபா மண்டபத்தில் சபை கூடிற்று. குறிப்பிட்ட நேரத்திற்குள் 'தேவேந்திரனைத் தவிர மற்றவர்கள் எல்லாரும் வந்து தத்தம் ஆசனங்களில் அமர்ந்து விட்டார்கள். சக்கரவர்த்தியின் சிம்மாசனத்துக்கு ஒரு பக்கத்தில், வசிஷ்டரையும் வாமதேவரையும்போல், சிவனடியாரும், சிறுத்தொண்டரும் வீற்றிருந்தார்கள். சிம்மாசனத்தின் மற்றொரு பக்கத்தில் சக்கரவர்த்தியின் குமாரன் மகேந்திரனும், குமாரி குந்தவியும் அமர்ந்திருந்தார்கள். அவர்களுக்கு அடுத்தாற்போல் அருள்மொழித்தேவியும் சிறுத்தொண்டரின் தர்ம பத்தினி திருவெண்காட்டு நங்கையும் காணப்பட்டனர். அவர்களுக்கு மத்தியில் சிறுத்தொண்டரின் அருமைப் புதல்வன் சீராள தேவன் உட்கார்ந்து, அதிசயத்தினால் விரிந்த கண்களினால், நாலாபுறமும் சுற்றிச் சுற்றிப் பார்த்துக் கொண்டிருந்தான். இவர்களுக்குப் பின்னால் பொன்னனும் வள்ளியும் அடக்க ஒடுக்கத்துடன் நின்று கொண்டிருந்தார்கள். சக்கரவர்த்தியின் சிம்மாசனத்துக்கு நேர் எதிரே, சற்றுத் தூரத்தில் பல்லவ சேனாதிபதியும் இன்னும் சில பல்லவ வீரர்களும் சூழ்ந்திருக்க விக்கிரமன் கம்பீரமாகத் தலை நிமிர்ந்து உட்கார்ந்திருந்தான்.

குந்தவி இருந்த பக்கம் பார்க்கக் கூடாதென்று அவன் எவ்வளவோ பிடிவாதமாக மனத்தை உறுதிப்படுத்தி வைத்துக் கொண்டிருந்தானென்றாலும் சில சமயம் அவனை அறியாமலே அவனுடைய கண்கள் அந்தப் பக்கம் நோக்கின. அதே சமயத்தில்

குந்தவியும் தன்னை மீறிய ஆவலினால் விக்கிரமனைப் பார்க்கவும், இருவரும் திடுக்கிட்டுத் தங்களுடைய மன உறுதி குலைந்ததற்காக வெட்கப்பட்டுத் தலை குனிய வேண்டியதாயிருந்தது. இன்னும் அந்த மகத்தான சபையில், மந்திரிகளும் படைத்தலைவர்களும் தனாதிகாரிகளும் பண்டிதர்களும் கலைஞர்களும் கவிராயர்களும் பிரபல வர்த்தகர்களும் கிராமங்களிலிருந்து வந்த நாட்டாண்மைக்காரர்களும் அவரவர்களுக்கு ஏற்பட்ட இடத்தில் அமர்ந்திருந்தார்கள். இவர்கள் எல்லாரையும் காட்டிலும் அந்தச் சபையில் அதிகமாக அனைவருடைய கவனத்தையும் கவர்ந்த ஒருவர் சக்கரவர்த்தி குமாரன் மகேந்திரனுக்குப் பின்னால் அமர்ந்திருந்தார். அவருடைய உருவமும் உடையும் அவர் தமிழ்நாட்டைச் சேர்ந்தவரல்லர் என்பதைத் தெளிவாக எடுத்துக் கூறின. சபையினர் அவரைச் சுட்டிக் காட்டி தங்களுக்குள்ளேயே, "சீன தேசத்திலிருந்து வந்திருக்கும் உலக யாத்திரிகர் இவர்தான்!" என்று பேசிக் கொண்டார்கள் யுவான் சுவாங்க் என்றும் அவருடைய பெயரைப் பலரும் பலவிதமாக உச்சரித்து நகையாடினார்கள்.

இந்தச் சீன யாத்திரிகரைத் தவிர இன்னும் சில அயல் நாட்டாரும் அந்த மகாசபையில் ஒரு பக்கத்தில் காணப்பட்டார்கள். அவர்கள் நடை உடையினால் அயல்நாட்டாராகத் தோன்றினாலும், அவர்கள் பேசுகிற பாஷை தமிழாகத்தான் தெரிந்தது. சற்றே அவர்களை உற்றுப் பார்த்தோமானால், ஏற்கெனவே பார்த்த முகங்கள் என்பது நினைவு வரும். ஆம்; செண்பகத் தீவிலிருந்து வந்த கப்பலில் இரத்தின வியாபாரி தேவசேனனுடன் வந்தவர்கள் தான் இவர்கள். அச்சபையில் நடக்கவிருந்த விசாரணையின் முடிவாகத் தங்கள் மகாராஜாவுக்கு என்ன கதி நேரப் போகிறதோ என்று தெரிந்துகொள்ளும் ஆவல் அவர்களுக்கிருப்பது இயற்கையேயல்லவா? சபை முழுவதிலும் ஆங்காங்கு பணியாட்களும் பணி பெண்களும் நின்று வெண்சாமரங்களினால் விசிறியும் சந்தனம் தாம்பூலம் முதலியவை வழங்கியும் சபையினருக்கு வேண்டிய உபசாரங்கள் செய்து கொண்டிருந்தார்கள். குறிப்பிட்ட நேரம் ஆகியும் சக்கரவர்த்தி வராதிருக்கவே சபையில், "ஏன் சக்கரவர்த்தி இன்னும் வரவில்லை?" என்று ஒருவருக்கொருவர் பேசிக்கொள்ளும் சப்தம் எழுந்தது. இவ்விதம் பல குரல்கள் சேர்ந்து பேரிரைச்சலாகிவிடுமோ என்று தோன்றிய சமயத்தில், சிறுத்தொண்டர் எழுந்திருந்து, கையமர்த்தி, "சபையோர்களே! சக்கரவர்த்தி சபைக்கு வருவதற்கு இன்னும் சிறிது

நேரம் ஆகும் என்று செய்தி வந்திருக்கிறது. அதுவரையில், இந்தச் சபை கூடியதின் நோக்கம் இன்னதென்பதை உங்களுக்கு எடுத்து உரைக்கும்படி எனக்குச் சக்கரவர்த்தி கட்டளையிட்டிருக்கிறார்!" என்று இடி முழக்கம் போன்ற குரலில் கூறியதும், சபையில் நிசப்தம் உண்டாயிற்று. எல்லாரும் பயபக்தியுடன் சிறுத்தொண்டருடைய முகத்தையே பார்க்கலானார்கள்.

சிறுத்தொண்டர் மேலும் கூறினார்:- "வீர சொர்க்கமடைந்த என் அருமைத் தோழரான பார்த்திப சோழ மகாராஜாவின் புதல்வர் விக்கிரம சோழர், இன்று உங்கள் முன்னால் குற்ற விசாரணைக்கு நிறுத்தப்பட்டிருக்கிறார். சக்கரவர்த்தியின் தேசப்பிரஷ்டத் தண்டனையை மீறி அவர் இந்நாட்டுக்குள் பிரவேசித்துக் கையும் மெய்யுமாய்க் கண்டுபிடிக்கவும் பட்டார். அவர் இவ்விதம் சக்கரவர்த்தியின் ஆக்ஞையை மீறி வந்ததின் காரண காரியங்களை விசாரணை செய்து, உங்கள் எல்லாருடைய அபிப்பிராயத்தையும் கேட்டு, சர்வ சம்மதமான நியாயத் தீர்ப்புக் கூறவேண்டுமென்பது சக்கரவர்த்தியின் விருப்பம். இதற்காகத்தான் இந்தச் சபை கூடியிருக்கிறது. நீங்கள் அபிப்பிராயம் கூறுவதற்கு முன்னால் எல்லா விவரங்களையும் தெரிந்து கொள்ள வேண்டும். விக்கிரம சோழர் சக்கரவர்த்தியின் கட்டளையை மீறியது குற்றமானாலும், அதற்கு அவர் மட்டும் பொறுப்பாளியல்ல. இதோ என் பக்கத்தில் வீற்றிருக்கும் என் தோழர் அதற்குப் பெரும்பாலும் பொறுப்பை ஏற்றுக் கொள்ள முன்வந்திருக்கிறார்!" என்று சிறுத்தொண்டர் கூறியதும் சபையில் எல்லாருடைய கவனமும் சிவனடியார் மேல் திரும்பியது. அவருடைய முகத்தில் குடிகொண்டிருந்த தேஜஸைப் பார்த்து அனைவரும் பிரமித்தார்கள். "இவர் யார் இந்தப் பெரியவர்? அப்பர் பெருமானோ இறைவன் பதமடைந்துவிட்டார். சம்பந்த சுவாமியோ இளம் பிராயத்தவர். மஹான் சிறுத்தொண்டரோ இங்கேயே இருக்கிறார். வேறு யாராக இருக்கும்? விக்கிரம சோழர் விஷயத்தில் இவர் பொறுப்பு ஏற்றுக்கொள்ளக் காரணம் என்ன?" என்று எண்ணமிட்டனர்.

பிறகு சிறுத்தொண்டர், பத்து வருஷங்களுக்கு முன் பார்த்திப மகாராஜா போர்க்கோலம் பூண்டு உறையூரிலிருந்து கிளம்பியதையும் வெண்ணாற்றங்கரையில் நடந்த பயங்கர யுத்தத்தையும் சபையோருக்கு ஞாபகப்படுத்தினார். பார்த்திப மகாராஜாவுடன் கிளம்பிய பத்தாயிரம் பேரில் ஒருவர்கூடத் திரும்பாமல் போர்க்களத்திலேயே மடிந்ததைச்

சொன்னபோது சபையோர் புளகாங்கிதம் அடைந்தனர். அந்தப் புரட்டாசிப் பௌர்ணமியன்றிரவு, இந்தச் சிவனடியார் போர்க்களத்தில் வீரமரணமடைந்த தீர மன்னரின் முகத்தைப் பார்க்க வேண்டுமென்று அவருடைய உடலைத் தேடியலைந்ததை எடுத்துக் கூறினார். கடைசியில் இவர் தம் முயற்சியில் வெற்றியடைந்ததையும், பார்த்திப மகாராஜாவின் உடலில் இன்னும் உயிர் இருந்ததையும், மகாராஜா சிவனடியாரிடம், "என் மகனை வீர சுதந்திரப் புருஷனாக வளர்க்க வேண்டும்" என்று வரங்கேட்டதையும்; சிவனடியார் அவ்விதமே வரங்கொடுத்ததையும் எடுத்துச் சொன்னபோது, அந்தப் பெரிய சபையின் நாலா பக்கங்களிலும் 'ஆஹா'காரம் உண்டானதுடன், அநேகருடைய கண்களில் கண்ணீர் பெருக்கெடுத்து ஓடிற்று.

பின்னர், சிவனடியார் உறையூருக்கு வந்து அருள்மொழித் தேவியைப் பார்த்துத் தேற்றியது முதல், விக்கிரமன் சுதந்திரக் கொடியை நாட்ட முயன்றது, தேசப் பிரஷ்டத் தண்டனைக்குள்ளானது, செண்பகத் தீவின் அரசானது, தாயாரையும் தாய் நாட்டையும் பார்க்க வேண்டுமென்ற ஆசையினால் திரும்பி வந்தது, வழியில் அவனுக்கு ஏற்பட்ட இடையூறுகள் எல்லாவற்றையும் சிறுத்தொண்டர் விவரமாகக் கூறினார். இதற்கிடையில், நீலகேசி 'மகா கபால பைரவர்' என்ற வேஷத்தில் செய்த சூழ்ச்சிகளையும், ராணி அருள்மொழித் தேவியை அவன் கொண்டுபோய் மலைக் குகையில் வைத்திருந்ததையும், சிவனடியாரின் தளரா முயற்சியினால் அவனுடைய சூழ்ச்சிகள் வெளிப்பட்டதையும் சென்ற அமாவாசை இரவில் நடந்த சம்பவங்களையும் விக்கிரமன் தன் உயிரைப்பொருட்படுத்தாமல் சிவனடியாரைக் காப்பாற்ற முன்வந்ததையும் விவரித்தார். இவ்வளவையும் சொல்லிவிட்டுக் கடைசியாக, "சபையோர்களே, உங்களையெல்லாம் ஒன்று கேட்க விரும்புகிறேன். என் தோழர் சிவனடியார் போர்க்களத்தில் பார்த்திப மகாராஜாவுக்குக் கொடுத்த வாக்குறுதியை நிறைவேற்றி விட்டதாக - நீங்கள் அபிப்பிராயப்படுகிறீர்களா? பார்த்திப மகாராஜாவின் குமாரர் விக்கிரமர் வீர சுதந்திரப் புருஷராக வளர்க்கப்பட்டிருக்கிறாரா?" என்று கேட்டார்.

அப்போது சபையில் ஏகமனதாக, "ஆம், ஆம்" என்ற மகத்தான பெருங்கோஷம் எழுந்து அந்த விசாலமான மண்டபம் முழுவதும் வியாபித்து, வெளியிலும் சென்று முழங்கியது. கோஷம் அடங்கியதும், சிறுதொண்டர் கையமர்த்தி, "இன்னும் ஒரு முக்கிய விஷயம்

உங்களுக்குச் சொல்ல மறந்துவிட்டேன். போர்க்களத்தில் பார்த்திப மகாராஜாவுக்கு இந்த மகா புருஷர் வாக்குறுதி கொடுத்த பிறகு மகாராஜா இவரைப் பார்த்து, 'சுவாமி! தாங்கள் யார்?' என்று கேட்டார். அப்போது இந்த வேஷதாரி, தமது பொய் ஜடாமகுடத்தை எடுத்துவிட்டு உண்மை ரூபத்துடன் தோன்றினார். இவர் யார் என்பதைத் தெரிந்து கொண்ட பிறகு பார்த்திப மகாராஜா தம் மனோரதம் நிறைவேறும் என்ற பூரண நம்பிக்கை பெற்று நிம்மதியாக வீர சொர்க்கம் அடைந்தார்!" என்று கூறியபோது சபையிலே ஏற்பட்ட பரபரப்பைச் சொல்லி முடியாது. மீண்டும் சிறுத்தொண்டர், "இந்த வேஷதாரியின் உண்மை வடிவத்தைப் பார்க்க நீங்கள் எல்லாருமே ஆவலாகயிருக்கிறீர்கள் இதோ பாருங்கள்!" என்று கூறி, சிவனடியார் பக்கம் திரும்பி, ஒரு நொடியில் அவருடைய ஜடாமகுடத்தையும் தாடி மீசையையும் தமது இரண்டு கையினாலும் நீக்கிவிடவே, மாமல்ல நரசிம்ம சக்ரவர்த்தியின் தேஜோ மயமான கம்பீர முகத்தை எல்லாரும் கண்டார்கள். அப்போது அச்சபையில் மகத்தான அல்லோலகல்லோலம் ஏற்பட்டது. குந்தவி தன் ஆசனத்திலிருந்து எழுந்து, "அப்பா!" என்று கதறிக் கொண்டே ஓடிவந்து வேஷம் பாதி கலைந்து நின்ற சக்கரவர்த்தியின் தோள்களைக் கட்டிக் கொண்டாள். உணர்ச்சி மிகுதியினால் மூர்ச்சையாகி விழும் நிலைமையில் இருந்த அருள்மொழித் தேவியைச் சிறுத் தொண்டரின் பத்தினி தாங்கிக் கொண்டு ஆசுவாசம் செய்தாள். விக்கிரமன் கண்ணிமைக்காமல், பார்த்தவண்ணம் நின்றான். அந்தப் பரபரப்பில் இன்னது செய்கிறோமென்று தெரியாமல் பொன்னன், வள்ளியின் கையைப்பிடித்துக் குலுக்கினான்.

"தர்ம ராஜாதி ராஜ மாமல்ல நரசிம்மப் பல்லவச் சக்கரவர்த்தி வாழ்க" என்று ஒரு பெரிய கோஷம் எழுந்தது. "ஜெய விஜயீ பவ!" என்று சபையினர் அனைவரும் ஒரே குரலில் முழங்கினார்கள். சிறிது நேரம் இத்தகைய கோஷங்கள் முழங்கிக்கொண்டிருந்த பிறகு பொன்னனுக்கு என்ன தோன்றிற்றோ என்னவோ, திடீரென்று உரத்த குரலில், "விக்கிரம சோழ மகாராஜா வாழ்க!" என்று கோஷித்தான். அதையும் சபையோர் அங்கீகரித்து, "ஜய விஜயீ பவ!" என்று முழங்கினார்கள். அந்தக் குழப்பமும் கிளர்ச்சியும் அடங்கியபோது இத்தனை நேரமும் சிவனடியார் அமர்ந்திருந்த இடத்தில் அவர் இல்லை என்பதைச் சபையோர் கண்டார்கள். சிறுத்தொண்டர், "சபையோர்களே! நீங்கள் கலைந்து போவதற்கு முன்னால் இன்னும் ஒரே ஒரு காரியம் பாக்கியிருக்கிறது.

மாமல்லச் சக்கரவர்த்தி தர்ம சிம்மாசனத்தில் அமர்ந்து விக்கிரம சோழரின் குற்றத்தைப் பற்றி முடிவான தீர்ப்புக் கூறுவார்!" என்றார்.

சிறிது நேரத்துக்கெல்லாம் நரசிம்மச் சக்கரவர்த்தி தமக்குரிய ஆடை ஆபரணங்களைத் தரித்தவராய்க் கம்பீரமாக அச்சபைக்குள் பிரவேசித்தார். அவர் சபைக்குள் பிரவேசித்த போதும், சபையில் நடுநாயகமாக இருந்த தர்ம சிம்மாசனத்தில் அமர்ந்தபோதும், "ஜய விஜயீ பவ!" என்னும் முழக்கம் வானளாவ எழுந்தது. சத்தம் அடங்கியதும், சக்கரவர்த்தி எழுந்து, "விக்கிரம சோழரைப் பற்றி உங்களுடைய அபிப்பிராயம் இன்னதென்பதைத் தெரிந்து கொண்டேன். தேசப் பிரஷ்ட தண்டனைக்குள்ளானவர்கள் திரும்பி வந்தால், அதற்குத் தண்டனை சிரசாக்கினையாகும். எனவே, இதோ புராதனமான சோழ மன்னர்களின் மணிமகுடத்தை விக்கிரம சோழர் இனிமேல் தனியாகவே தலைமேல் தாங்க வேண்டுமென்னும் சிரசாக்கினையை விதிக்கிறேன்! இன்று முதல் சோழ நாடு சுதந்திர ராஜ்யமாகிவிட்டது. இதன் பாரம் முழுவதையும் விக்கிரம சோழரும் அவருடைய சந்ததிகளும் தான் இனிமேல் தாங்கியாக வேண்டும்!" என்று கூறியபோது, சபையிலே உண்டான கோலாகல ஆரவாரத்தை வர்ணிப்பதற்குப் புராண இதிகாசங்களில் சொன்னது போல், ஆயிரம் நாவுள்ள ஆதிசேஷன்தான் வந்தாக வேண்டும்!

அத்தியாயம் நாற்பது

கனவு நிறைவேறியது

நல்ல சுபயோக, சுப லக்கினத்தில் விக்கிரமன் சோழ நாட்டின் சுதந்திர அரசனாக முடிசூட்டப்பட்டான். அவ்விதமே சுப முகூர்த்தத்தில் விக்கிரமனுக்கும் குந்தவிக்கும் திருமணம் விமரிசையாக நடந்தேறியது. திருமணத்துக்குப் பிறகு விக்கிரமன் நரசிம்மப் பல்லவரிடம் சென்று அவருடைய ஆசியைக் கோரியபோது, சக்கரவர்த்தி, "குழந்தாய்! எக்காலத்திலும் பார்த்திப மகாராஜாவின் புதல்வன்' என்னும் பெருமைக்குப் பங்கமில்லாமல் நடந்துகொள்வாயாக, அதற்கு வேண்டிய மனோதிடத்தைப் பகவான் உனக்கு அருளட்டும்" என்று ஆசீர்வதித்தார். அவ்விதமே குந்தவி அருள்மொழித் தேவியை நமஸ்கரித்தபோது, "அம்மா! உனக்குச் சகல சௌபாக்கியங்களும் உண்டாகட்டும். 'நரசிம்ம சக்கரவர்த்தியின் திருமகள், பார்த்திப மகாராஜாவின் மருமகள்' என்னும் பெருமைக்கு உரியவளாக எப்போதும் நடந்துகொள்" என்று ஆசி கூறினாள். விக்கிரமனும், குந்தவியும் உறையூர் சிங்காதனத்தில் வீற்றிருந்த போது, சோழ வளநாடு எல்லாத் துறைகளிலும் செழித்தோங்கியது. மாதம் மும்மாரி பொழிந்து நிலங்கள் மூன்று போகம் விளைந்தன. கிராமந்தோறும் சிவாலயங்களும் விஷ்ணு ஆலயங்களும் நிர்மாணிக்கப்பட்டன. சிற்பம், சித்திரம் முதலிய கலைகள் சிறந்தோங்கின. திருமகளும் கலைமகளும் காவேரி நதிக்கரையில் கைகோத்துக் குலாவினார்கள்.

ஆனாலும், பார்த்திப மகாராஜாவின் கனவு விக்கிரமனுடைய காலத்தில் பூரணமாக நிறைவேறவில்லை. சூரியனுக்குப் பக்கத்தில் மற்றக் கிரகங்களெல்லாம் ஒளி மங்கிவிடுவதுபோல் காஞ்சி நரசிம்மப் பல்லவச் சக்கரவர்த்தியின் மகிமையானது விக்கிரமனுடைய புகழ் ஓங்குவதற்குப் பெரிய தடையாயிருந்தது. பார்த்திப மகாராஜாவின் வீரமரணமும், விக்கிரமனுடைய வீரச் செயல்களும் கூட மாமல்லரின் புகழ் மேலும் வளர்வதற்கே காரணமாயின. நரசிம்மவர்மருக்குப் பின்னரும் வெகுகாலம் பல்லவர் பெருமை குன்றவில்லை. சோழநாடு ஒரு குறுகிய எல்லைக்குள் கட்டுப்பட்டுத்தான் கிடந்தது. ஆனால், விக்கிரமனும் அவனுடைய சந்ததியர்களும் பார்த்திப மகாராஜாவின் கனவை மட்டும் மறக்கவில்லை. வழிவழியாக அவரவர்களுடைய புதல்வர்களுக்குப்

பார்த்திப மகாராஜாவின் வீர மரணத்தைப் பற்றிச் சொல்லி, உறையூர் சித்திர மண்டபத்தில் தீட்டியிருந்த பார்த்திப மன்னரின் கனவுச் சித்திரங்களைக் காண்பித்து வந்தார்கள்.

சுமார் மூன்று நூற்றாண்டுகளுக்குப் பின்னர் சோழ நாட்டின் வீரசிம்மாசனம் ஏறிய இராஜராஜ சோழன், அவனுடைய புதல்வனான இராஜேந்திர சோழன் - இவர்களுடைய காலத்திலேதான் பல்லவர் பெருமை குன்றிச் சோழ நாடு மகோன்னதமடையத் தொடங்கியது. சோழநாட்டு வீரர்கள் வடக்கே கங்கை வரையிலும், தெற்கே இலங்கை வரையிலும், கிழக்கே கடல்களுக்கு அப்பாலுள்ள கடாரம் வரையிலும் சென்று வீரப்போர் புரிந்து புலிக்கொடியை வானளாவப் பறக்கவிட்டார்கள். புலிக்கொடி தாங்கிய கப்பல்களில் சோழநாட்டு வீரர்கள் கடல்களில் நெடுந்தூரம் பிரயாணம் செய்து சாவகம், புஷ்பகம் முதலிய தீவுகளைக் கைப்பற்றிச் சோழர்களின் ஆதிக்கத்துக்கு உட்படுத்தினார்கள். சோழவள நாடெங்கும் அற்புதமான கோயில்களும், கோபுரங்களும் சோழ மன்னர்களின் வீரப் புகழைபோல் வானளாவி எழுந்து, அக்காலத்திய சோழ சாம்ராஜ்யத்தின் மகோன்னதத்துக்கு அழியாத ஞாபகச் சின்னங்களாக இன்றைக்கும் விளங்குகின்றன. இவ்வாறு, பார்த்திப சோழன் கண்ட கனவு, அவன் வீர சொர்க்கம் அடைந்து முந்நூறு வருஷங்களுக்குப் பிறகு பரிபூரணமாக நிறைவேறியது.

கல்கியின் பார்த்திபன் கனவு முற்றிற்று.

****

Printed in Great Britain
by Amazon

13999144R00208